சாதியும் நானும்
அனுபவக் கட்டுரைகள்

சாதியும் நானும்
அனுபவக் கட்டுரைகள்
பெருமாள்முருகன் (பி. 1966)
பதிப்பாசிரியர்

படைப்புத் துறைகளில் இயங்கிவருபவர். அகராதியியல், பதிப்பியல், மூலபாடவியல் ஆகிய கல்விப்புலத் துறைகளிலும் ஈடுபாடுள்ளவர்.

2023ஆம் ஆண்டுக்கான 'பன்னாட்டுப் புக்கர் விருது' நெடும் பட்டியலில் 'பூக்குழி' நாவலின் ஆங்கில மொழிபெயர்ப்பு 'Pyre' இடம்பெற்றது. இவரது 'ஆளண்டாப் பட்சி' நாவலின் ஆங்கில மொழிபெயர்ப்பான 'Fire Bird' நூலுக்கு 2023ஆம் ஆண்டு ஜேசிபி இலக்கியப் பரிசு வழங்கப்பட்டது.

சாதியும் நானும்

அனுபவக் கட்டுரைகள்

பதிப்பாசிரியர்
பெருமாள்முருகன்

தொகுப்பாசிரியர்கள்
பி. எழிலரசி
ப. நல்லுசாமி, ஆ. சின்னதுரை
ரெ. மகேந்திரன், ப. குமரேசன்

காலச்சுவடு பதிப்பகம்

● அன்பார்ந்த வாசகருக்கு,

வணக்கம்.

காலச்சுவடு நூலை வாங்கியமைக்கு நன்றி.

நூலின் உள்ளடக்கம், உருவாக்கம், அட்டைப்படம் இன்ன பிற அம்சங்கள் பற்றிய உங்கள் கருத்துகளையும் ஆலோசனைகளையும் காலச்சுவடு வரவேற்கிறது. தகவல், எழுத்து, வாக்கியப் பிழைகள் தென்பட்டால் அவசியம் தெரிவித்து உதவுங்கள். நூல் தயாரிப்பில் கடும் குறைபாடு இருப்பின் மாற்றுப் பிரதி உங்களுக்குக் கிடைக்கக் காலச்சுவடு ஏற்பாடு செய்யும்.

மின்னஞ்சல்: **publisher@kalachuvadu.com**

காலச்சுவடு நாகர்கோவில் அலுவலகத்திற்குக் கடிதம் அனுப்பலாம்.

தங்கள்
எஸ்.ஆர். சுந்தரம் (கண்ணன்)
பதிப்பாளர் — நிர்வாக இயக்குநர்

சாதியும் நானும் ❖ அனுபவக் கட்டுரைகள் ❖ பதிப்பாசிரியர்: பெருமாள் முருகன் ❖ © கட்டுரையாசிரியர்களுக்கு ❖ முதல் பதிப்பு: நவம்பர் 2013, திருத்தப்பட்ட இரண்டாம் பதிப்பு: பிப்ரவரி 2014, பதினாறாம் பதிப்பு: டிசம்பர் 2024 ❖ வெளியீடு: காலச்சுவடு பப்ளிகேஷன்ஸ் (பி) லிட்., 669, கே.பி. சாலை, நாகர்கோவில் 629001

caatiyum naanum ❖ Essays on experience of caste ❖ Edited by: PerumalMurugan ❖ © Authors ❖ Language: Tamil ❖ First Edition: November 2013, Revised Second Edition: February 2014, Sixteenth Edition: December 2024 ❖ Size: Demy 1 x 8 ❖ Paper: 18.6 kg maplitho ❖ Pages: 264

Published by Kalachuvadu Publications Pvt.Ltd., 669, K.P. Road, Nagercoil 629001, India ❖ Phone: 91-4652-278525 ❖ e-mail: publications @kalachuvadu.com ❖ Printed at Clicto Print, Jaleel Towers, 42 KB Dasan Road, Teynampet Chennai 600018

ISBN: 978-93-81969-87-8

12/2024/S.No. 517, kcp 5443, 18.6 (16) uss

பலாத்காரத்தில் மனிதனை அடக்கச்
சாதி இருக்கிறதே தவிர
இயற்கையில் எங்கே இருக்கிறது?
என்று கேட்ட
தந்தை பெரியார் ஈ.வே.ரா. அவர்களுக்கு

பொருளடக்கம்

முன்னுரை: கண்டடைந்த புதைபொருள்கள்	11
இன்னும் துரத்தும் குரல் – நா. அருள்முருகன்	19
கூத்தும் சாதியும் – க. அன்பழகன்	27
பாரபட்சம் – மு. ஆனந்தன்	35
என்ன பயன்? – ந. இரஞ்சன்	40
வீட்டிற்கு ஒரே பையன் நான் – இரா. இராஜசேகரன்	48
கோரமுகம் – பி. இராஜேஸ்கண்ணன்	51
மண்ணுடையார் – பி. எழிலரசி	57
எந்தக் கங்கையில் நீராடுவது? – து. கலைச்செல்வன்	63
வெற்று முனகல் – க. காசிமாரியப்பன்	68
தீட்டும் தீண்டாமையும் – வ. கிருஷ்ணன்	79
பல்லிளிப்பு – பெ. குணசேகரன்	87
ஏதோ ஒரு வலி – ப. குமரேசன்	95
கல்யாணமும் கறிச்சோறும் – செ. கோபி	100
சாகும் போதும் ஜம்பம் – கோவிந்தராஜ	105
அடையாளம் ஏற்படுத்தும் பெருவலி – செ. சதீஸ்குமார்	110
சுதந்திரப் பறிப்பும் வாழ்வும் – சி. சந்திரன்	114
பீத் திங்கற மாதிரி – ஆ. சின்னதுரை	119
பெற்ற தந்தையும் பிறந்த சாதியும் – பெ. சுரேஷ்	125

பூசை மட்டும் வேண்டாமா? – செ. சுரேஷ்குமார்	133
இருக்கிற இடம் – மு. செந்தாமரை	138
இயலாமையின் வெளிப்பாடு – வை. தர்மலிங்கம்	141
வாக்குமூலம் – மு. நடராஜன்	154
இன்றுவரை நண்பர்கள் – ப. நல்லுசாமி	169
பால் வத்திப் போயிரும் – பெ. பாலசுப்பிரமணியன்	183
ஏற்பா மறுப்பா? – இரா. பிரபாகர்	191
சற்றே விலகல் – க. பூங்கோதை	197
அன்றாடத்தின் கணங்கள் – பெருமாள்முருகன்	202
தள்ளிவைப்பு – ரெ. மகேந்திரன்	212
தண்டத்தொகை – பெ. முத்துசாமி	223
பாம்பாட்டிக் குடும்பம் – இரா. வெங்கடாசலம்	231
பழைய தோசை – மா. வெங்கடேசன்	238
சும்மாதான் இருக்க வேண்டும் – மா. வேணுகோபால்	250
ஆசிரியர் குறிப்பு	257

முன்னுரை

கண்டடைந்த புதைபொருள்கள்

2005ஆம் ஆண்டு 'கூடு ஆய்வுச் சந்திப்பு' என்னும் பெயரில் மாதம் ஒருமுறை கூடிப் பேசும் வகையிலான கூட்டம் ஒன்றை எங்கள் வீட்டு மொட்டைமாடியில் தொடங்கினோம். சொந்த வீடு என்னும் பேராசை நிறைவேறி அப்போது அந்த வீட்டை வாங்கியிருந்தோம். மொட்டைமாடியைப் பார்த்ததும் எனக்குக் கூட்டம் நடத்தும் ஆசைதான் தோன்றியது. எழுத்தாளர்களுக்கு எழுதுவதன் மேலான ஆசையைப் போலவே பேசுவதிலும் பெருவிருப்பம் இருக்கும். அதுவல்லாமல் நான் கோவை பூசாகோ கலை அறிவியல் கல்லூரியில் முதுகலை மாணவனாக இருந்தபோது 'சிந்தனை மன்றம்' என்னும் அமைப்பின் ஒருங்கிணைப்பாளராக ஓராண்டு காலம் செயலாற்றினேன். வாரம் ஒரு கூட்டம் ஏற்பாடு செய்வதுதான் முக்கியப் பணி. இடம், நிகழ்ச்சி அமைப்பு, பேச்சாளர், சுற்றறிக்கை, பார்வையாளர்களைத் திரட்டல் என்பனவெல்லாம் எனக்கு அங்கே கிடைத்த பயிற்சி.

மேலும் நான் இடதுசாரி இயக்கம் ஒன்றில் சில ஆண்டுகள் செயல்பட்டு ஓரளவு பயிற்சி பெற்ற எழுத்தாளன். இடதுசாரிகள் என்றால் இடைவிடாமல்

பேசிக்கொண்டே இருக்கக்கூடியவர்கள் என்பது பொது அபிப்ராயம். கீழ்க்கமிட்டி, மேல்கமிட்டி, அறைக்கூட்டம், அரங்கக்கூட்டம் என்றெல்லாம் பலவிதக் கூட்டங்கள் தொடர்ந்த படியே இருக்கும். அரைமணி நேரம் வேலை செய்துவிட்டு அதன் அனுபவத்தைத் தொகுத்துக்கொள்ள அரைநாள் பேசுவதுண்டு. ஆகவே அந்தப் பொதுஅபிப்ராயம் உண்மை என்பதற்கு என் மனோபாவமே சாட்சி. ஓரிடத்தைப் பார்த்தால் இங்கே எத்தனை பேர் கூடிப் பேசும் கூட்டம் நடத்த முடியும் என்று என் மனம் என்னை அறியாமலே கணக்குப் போட ஆரம்பித்துவிடும். அப்படித்தான் மொட்டை மாடிக் கூட்டத்தைத் தொடங்கினோம்.

முதல் கூட்டத்திற்குப் பதினைந்து பேர் வந்தனர். படிப்படியாக அதிகரித்து ஒவ்வொரு கூட்டத்திற்கும் முப்பத்தைந்திலிருந்து நாற்பத்தைந்து பேர் வரைக்கும் வருவது நிரந்தரமாயிற்று. ஒரே ஒரு மாதம் அறுபத்தைந்தாக எண்ணிக்கை உயர்ந்தது. தென்கொரியா சென்றுவிட்டு வந்து அவ்வனுபவங்களை நான் பேசிய மாதம் அது. எண்ணிக்கை மிகுதியாக வேண்டாம், ஐம்பது பேருக்குள் இருந்தால் போதும் என்பதே எங்கள் எண்ணமாக இருந்தது. இது பொது அரங்கில் நடக்கும் கூட்டமல்ல. வீட்டுமாடி. கூட்டத்தால் குடும்ப வாழ்வுக்கும் சிரமம் ஏற்படாமல் பார்த்துக்கொள்ள வேண்டும். வருபவர்களுக்கு முதலில் தேநீர் கொடுத்தோம். எண்ணிக்கை கூடியபோது எல்லாரிடமும் சிறுதொகை பங்களிப்பாக வசூலித்துத் தேநீரும் பிஸ்கட்டும் தந்தோம். அது பின்னர் இரவு உணவு கொடுக்கும் வகையில் முன்னேற்றம் கண்டது. கூடு கூட்டத்தில் நண்பர்களைச் சந்தித்து அளவளாவும் வாய்ப்பும் கிடைத்ததால் பலரும் ஆர்வத்தோடு வந்தனர். தங்கள் வாழ்வின் சந்தோசத் தருணங்களைக் கூடு நண்பர்களுடன் பகிர்ந்துகொள்ள விரும்பி விருந்தளிக்க முன்வந்தனர். அது அப்படியே தொடர்ந்து இன்று விருந்தில்லாக் கூட்டம் இல்லை என்றாகிவிட்டது. அவரவர் விருப்பத்திற்கும் தேர்வுக்கும் ஏற்ப எளிய விருந்து. இப்போது விருந்து கொடுக்க முன்பதிவு செய்யும் நிலை உருவாகி யிருக்கிறது. சந்தோசத் தருணங்கள் கூடியபடியே இருக்கின்றன என்று மகிழ்கிறேன்.

கூடு அமைந்த பின்னர் அதையொட்டி ஒருநாள் முன்னதாக விடுதியில் அறை போட்டுப் பலர் கூடி ஆய்வு மாணவர்களின் ஆய்வுக்கட்டுரைகளைத் திருத்துவதும் விவாதிப்பதுமான செயலும் நடந்தது. அதன் விளைவாகப் பலர் ஆய்வுப் பட்டங்களைப் பெற்றுள்ளனர். ஆய்வேட்டின் தரமும் கூடியது. என்னிடம் ஆய்வு செய்வோர் எளிதில் முடிக்க முடியாது என்னும் அபவாதத்திற்கும் ஒரு முடிவு வந்தது. கூடு கூட்டம் மூன்று

மணி நேரம் நடக்கும். ஆனால் அதையொட்டி இரண்டு முழுநாள் நாங்கள் கூடுவோம். 'நாங்கள்' என்பதற்குள் நான் உள்ளிட்ட ஆசிரியர்கள், ஆய்வு மாணவர்கள், முதுகலை இளங்கலை மாணவர்கள், எழுத்தாளர்கள், சிறப்பு விருந்தினர்கள் எனப் பலரும் அடக்கம்.

நண்பர்கள் உருவாகவும் உறவு மேம்படவும் ஒருவருக் கொருவர் உதவவும் கல்வி, வேலைவாய்ப்பு வகையில் செய்திகளைப் பரிமாறிக்கொள்ளவும் முன்னேற்றம் காணவும் கூடு காரணமாக இருக்கிறது என்பதில் எனக்கு எந்த ஐயமும் இல்லை. இவையெல்லாம் திட்டமிட்டு நடந்தவையல்ல. கூட்டத்திற்காகப் பெரிதாக ஒருபோதும் திட்டமிடுவதே இல்லை. அந்த மாதத்துச் சூழலுக்கேற்ப அதுபாட்டுக்கு நடக்கும். தொடக்கத்தில் ஆய்வுக்கட்டுரைகள் மட்டுமே வாசிக்கப்பட்டன. அக்கட்டுரைகள் கணினித் தட்டச்சு செய்யப்பட்டு நூலமைப்பில் அனைவருக்கும் வழங்கப்பட்டதும் உண்டு. அதனால்தான் 'ஆய்வுச் சந்திப்பு' என்னும் பெயர் ஒட்டிக்கொண்டது. அதனால் ஏற்படும் சிரமங்களைக் கவனத்தில் கொண்டு பின்னர் நிகழ்வு முறையை மாற்றினோம். சிறுகதை கவிதை வாசிப்பு, நூல் மதிப்புரைகள், குறிப்பிட்ட தலைப்பிலான பேச்சு ஆகியவற்றுடன் ஆய்வுக்கட்டுரையும் என்றாயிற்று.

சிறப்பு விருந்தினர்கள் பங்கேற்பும் இருந்தது. சேலம், நாமக்கல் பகுதிகளுக்கு வருகை தரும் எழுத்தாளர்களை எங்கள் பக்கமும் கொஞ்சம் இழுத்துக்கொள்வோம். அப்படி வந்த எழுத்தாளர்கள் பட்டியல் பெரிது. பிரபஞ்சன், பா. செயப்பிரகாசம், ஆனந்த், க. மோகனரங்கன், ஜெயமோகன், கே.ஏ. குணசேகரன், க.வை.பழனிசாமி, பாவண்ணன் முதலியோர். முனைவர் பட்ட வாய்மொழித் தேர்வுக்காகவோ கருத்தரங்கிற்காகவோ வருகை தரும் பேராசிரியர்களை ஒருநாள் முன்னதாக வரும்படி வேண்டிக் கூடு கூட்டத்தில் பேசக் கேட்டுக்கொண்டிருக்கிறோம். வீ. அரசு, க. பூரணச்சந்திரன், பா. மதிவாணன், க. காசிமாரியப்பன், மா. வெங்கடேசன், வ. கிருஷ்ணன், இரா. இராமன் உள்ளிட்டோர் அப்படி வந்து பேசியுள்ளனர். பாலமுருகன், சந்தியூர் கோவிந்தன், அ. கார்த்திகேயன், வே. பாபு, அகச்சேரன், பா. ராஜா உள்ளிட்ட உள்ளூர் (சேலம்) படைப்பாளிகளின் பங்கேற்பு தொடர்கிறது. ஆங்கரை பைரவி, புதுகை சஞ்சீவி, சுரேஷ் மான்யா ஆகியோர் கூடு கூட்டத்திற்காகவே வெகுதூரத்திலிருந்து பல மாதங்கள் வந்துள்ளனர்.

உள்ளூர் மேளங்களை நாங்கள் ஒருபோதும் ஒதுக்கிய தில்லை. பொ. வேல்சாமி இல்லாத கூட்டம் அரிது. நூல்

சேகரிப்பாளரும் பகுத்தறிவாளருமான நா.ப. ராமசாமி, நுண்ணிய பார்வை கொண்ட தொடர் வாசிப்பாளர் அஞ்சல் துறையில் பணியாற்றி ஓய்வுபெற்ற பெரியவர் ம. முருகன், பெரும் வாசிப்பாளர்களாகிய சர்வராசு, சதீஷ்ராஜன் முதலியோரும் பங்கேற்றுப் பேசியுள்ளனர். எங்கள் நண்பர்கள், மாணவர்களின் பங்கேற்பு பெரிது. ஒவ்வொருவரையும் பெயர் குறிப்பிட்டுச் சொன்னால் அது வெகுநீளமாகப் போகும். கூட்ட ஏற்பாட்டில் என்றும் துணை செய்வோரும் அவர்களே. ப. நல்லுசாமி, மு. நடராஜன், நா. அருள்முருகன், சி. சந்திரன், ஆ. சின்னதுரை, வீ. ராஜீவ்காந்தி, ரெ. மகேந்திரன்...

கூட்டத்தின் உபவிளைவுகளும் பல. ஓமியோபதி மருத்துவர் எழுத்தாளர் கோவிந்தராஜ் ஒருமுறை அம்மருத்துவம் பற்றி உரையாற்றினார். அதைத் தொடர்ந்து அவர் மாதாமாதம் வந்து சிகிச்சை அளிப்பதும் நடந்தது. சிலர் குடும்பத்தோடு ஓமியோபதி மருத்துவத்திற்கு மாறினர். புத்தக விற்பனையும் உண்டு. நூல் மதிப்புரையில் இடம்பெறும் நூல்களைத் தேவைப்படுவோர் தெரிவித்தால் வாங்கி அடுத்த கூட்டத்தில் அவர்களுக்குத் தரும் முறை பின்பற்றப்பட்டது. அப்படி நடந்த விற்பனையில் ஒருமாதம் ஏழாயிரம் ரூபாய்க்கு நூல்கள் விற்றன. குறைந்தபட்சம் ஆயிரம் நிச்சயம். புதிய நூல்களையும் இதழ்களையும் அறிமுகமாக்கிக் கொண்டதோடு அவற்றை வாசிக்கவும் விவாதிக்கவும் செய்தனர். சில படைப்பாளர்களும் உருவாயினர். இரா. பிரபாகர் (தீரன்), பெ. சுரேஷ் (செஞ்சடையன்) ஆகியோரின் சிறுகதைகள் 'உயிர் எழுத்து' உள்ளிட்ட இதழ்களில் வெளியாகின. 'படிகள்' ஜி.கே.ராமசாமி அவர்கள் இக்கூட்டத்தில் பேச வந்தபோது அறிமுகமான அவர் நண்பராகிய ஐயா மா. வேணுகோபால் அவர்களுக்கு எழுபது வயது. ஒவ்வொரு மாதமும் 'கூட்டம் இருக்கிறதா' என்று தவறாமல் கேட்டுக் கலந்து கொள்ளும் அவர் இளைஞனைப் போல எழுத்தில் ஆர்வமுற்றுச் சிறுகதை எழுதத் தொடங்கியுள்ளார். அவரது கதை ஒன்றும் 'உயிர் எழுத்து' இதழில் பிரசுரம் பெற்றுள்ளது.

ஈராண்டு முடிவில் மொட்டைமாடியில் இருந்து வெளியேறி அரங்கில் சிறப்புக்கூட்டம் ஒன்றை நடத்தலாம் என்று விரும்பினோம். காலச்சுவடு பதிப்பக நூல்களைத் தேர்ந்தெடுத்து ஒருநாள் கருத்தரங்கம் ஏற்பாடு செய்தோம். அக்கூட்டத்தில் கலந்துகொண்ட நெய்தல் கிருஷ்ணன் அதைப் பற்றிய பதிவைக் காலச்சுவடு இதழில் எழுதினார். காலச்சுவடு அறக்கட்டளையுடன் இணைந்து மோகனூர் சுப்பிரமணியம் கலை அறிவியல் கல்லூரியில் இரண்டு நாள் கவிதைக் கருத்தரங்கு ஒன்றையும்

கூடு ஒழுங்கு செய்தது. அதே கல்லூரியில் காவ்யா பதிப்பகத்தின் உதவியுடன் 'நாமக்கல் தெய்வங்கள்' என்னும் பொருளில் ஒருநாள் கருத்தரங்கைக் கூடு நடத்தியது. அதில் வாசிக்கப்பட்ட கட்டுரைகள் அதே தலைப்பில் நூலாக வெளிவந்துள்ளன.

நாங்கள் சந்திப்பதற்கும் சில விஷயங்களைப் பகிர்ந்து கொள்ளவும் பரிமாறிக்கொள்ளவும் ஏதாவது ஒரு பெயர் வேண்டும் என்னும் அடிப்படையில் 'கூடு' என்று வைத்திருக்கிறோமே தவிர இதை அமைப்பு என்று சொல்ல முடியாது. தலைவர், செயலாளர் உள்ளிட்ட எந்தப் பதவியும் கிடையாது. கூட்டத்திற்கு வரும் எல்லாரும் உறுப்பினர்கள்தான். கொஞ்சநாள் கூட்டத்திற்கு வரவில்லை என்றால் அவர்களைத் தொந்தரவு செய்வதும் இல்லை. எல்லாரையும் ஒருங்கிணைக்க நான் காரணமாக இருப்பதால் சில சமயம் 'ஒருங்கிணைப்பாளர்' என்று என்னைக் குறிப்பிடுகிறார்கள். இடம் எங்கள் வீட்டு மாடியாக இருப்பதால் இந்தப் பொறுப்பு.

கூட்டம் தொடங்கிக் கிட்டத்தட்ட எட்டாண்டுகள் முடியப் போகின்றன. எல்லா மாதமும் கூட்டம் கட்டாயம் நடத்தியாக வேண்டிய நிர்ப்பந்தத்தையும் வைத்துக்கொள்ளவில்லை என்பதால் அவ்வப்போது சிறுசிறு இடைவெளிகள் நேர்ந்திருக்கின்றன. பெரிய இடைவெளியும் வந்திருக்கிறது. ஆகவே எட்டாண்டுகளில் இதுவரை நாற்பத்தொன்பது நடந்திருக்கிறது. இதோ அடுத்து நடக்க இருப்பது ஐம்பதாவது கூட்டம். அதைச் சிறப்பான கூட்டம் ஆக்க வேண்டும் என்னும் விருப்பம் கொண்டு திட்டமிட்டோம். நூல் வெளியிடுவதே சிறப்பு என்னும் முடிவுக்கு வந்ததால் இந்த நூல் உருவாகியிருக்கிறது.

○

காலச்சுவடு ஆசிரியர் குழுக் கூட்டம் ஒன்றில் எதிர்காலத் திட்டங்கள் குறித்துப் பேசியபோது 'நானும் சாதியும்' என்னும் பொதுத்தலைப்பில் எழுத்தாளர்களிடம் கட்டுரைகள் வாங்கித் தொடர்ந்து பிரசுரிக்கலாம் என்னும் ஆலோசனையை முன்வைத்தேன். எழுதி வாங்க முடியுமா என்னும் கேள்வி எழுந்தது. முதல் கட்டுரை என்னை எழுதும்படி நண்பர்கள் சொன்னார்கள். எழுதித் தொடரைத் தொடங்கலாம் என நினைத்து அப்படியே தள்ளிப்போயிற்று. எனினும் அந்தப் பொருளில் பலபேர் எழுத வேண்டும் என்னும் எண்ணம் எனக்குள் ஊறியபடி இருந்தது. ஐம்பதாம் கூட்டத்தை ஒட்டிய நூல் வெளியீட்டிற்குப் பல தலைப்புகள் முன்வைக்கப்பட்டன. நான் இந்தத் தலைப்பை முன்வைத்தேன். எல்லாரும் இதை முழுமனதாக ஏற்றுக்கொண்டார்கள்.

ஒரே பொருளில் பல கட்டுரைகள். கட்டுரைகள் எப்படி இருக்க வேண்டும் என்பதற்கான வரையறை மிக எளிது. அனுபவக் கட்டுரையாக இருக்க வேண்டும். சம்பவங்களை விவரிக்க வேண்டும். அவ்வளவுதான். இது கேட்பதற்கு எளிமையாகத் தோன்றும். ஆனால் கட்டுரை வருவதற்குள் எத்தனையோ கஷ்டங்கள். முதலில் மனதைத் தயார்படுத்த வேண்டியிருந்தது. 'சாதியைப் பற்றிப் பேசுவது மறைவாகக் கெட்ட வார்த்தை பேசுவது போல என்றே மனம் கருதுகிறது. நடைமுறையில் தினம் சாதியைப் பற்றி ஏதோ ஒரு கணத்தில் நினைக்கிறோம்; பேசுகிறோம். அது தொடர்பான சம்பவங்கள் நிகழ்கின்றன. எனினும் அவற்றைப் பொதுவெளியில் பேசுவதற்குத் தயக்கம்.' அந்தத் தயக்கத்தைப் போக்குவதற்குப் பல முயற்சிகள் எடுக்க வேண்டியிருந்தது. அதன் பலனாக முதலில் நல்லுசாமியின் கட்டுரை வந்து சேர்ந்தது. அது எனக்கு நல்ல தொடக்கமாகத் தோன்றியது. ஒவ்வொருவரின் ஐயங்களையும் போக்கி அவர்களை மனம் திறந்து எழுதச் செய்வதற்குத்தான் பாடு.

அப்படியும் சிலரால் எழுத முடியவில்லை. எழுதத் தெரியவில்லை என்பதல்ல காரணம். தயக்கம். எழுதினால் இந்தப் பிரச்சினை வந்துவிடுமோ, அந்தப் பிரச்சினை வந்து விடுமோ என்னும் பயம். எழுதுவதற்குமுன் இப்படிப் பயப்பட வேண்டாம், என்னவெல்லாம் தோன்றுகிறதோ அனைத்தையும் எழுதுங்கள், பிரச்சினை வரும் என்று தோன்றும் பகுதியை நீக்கிவிடலாம் என்று தைரியம் கொடுத்தும் சிலரால் அச்சத்திலிருந்து விடுபட முடியவில்லை. விடுபட்டவர்கள் நல்ல கட்டுரைகளைத் தந்திருக்கிறார்கள். எழுதியபின் 'புனைபெயர் வைத்துக்கொள்கிறேன்' என்று சொன்னவர்கள் உண்டு. பொதுத்தளத்தில் சாதியைப் பற்றிப் பேச அவ்வளவு அச்சம் இருக்கிறது. புனைபெயரில் யார் கட்டுரையும் வர வேண்டாம் எனத் தெளிவாக முடிவெடுத்தோம். ஒவ்வொரு கட்டுரை ஆசிரியரைப் பற்றிய குறிப்புகளும் தெளிவாகக் கொடுக்கப் பட்டிருக்கின்றன. வெளிப்படையாகப் பேசுதலின் கூறுகள் இவையும்கூட.

சாதி சார்ந்த அனுபவங்கள் பலவிதமாக இருக்கின்றன. சாதி ஆதிக்கத்தின் பல்வேறு வெளிப்பாடுகள் பதிவாகி யிருக்கின்றன. குற்றச்சாட்டுகளைப் போலவே சாதி மனோபாவம் பெற்றிருந்த காரணத்தாலும் அதற்குத் துணைபோன காரணத்தாலும் உண்டான குற்றவுணர்ச்சிகளும் ஏக்கங்களும் வெளிப்பட்டிருக்கின்றன. எழுதியபின் மனம் லேசானதாகக் கூறியோர் உண்டு. சமாதானம் காண முற்பட்டிருக்கும் கட்டுரைகளும் நியாயம் கற்பிக்கும் கட்டுரைகளும் உள்ளன.

கூச்சத்தால் அல்லது அச்சத்தால் தன்மையைப் படர்க்கையாக்கிப் பதுங்கிக்கொண்ட பதிவுகளும் உண்டு. ஒப்புதல் வாக்குமூலங் களும் கொடுக்கப்பட்டுள்ளன. சுயவரலாற்றுத் தன்மை மிகுந்தவையும் உள்ளன. பயிற்சியின்மையால் முழுமையாகச் சொல்ல முடியாதவையும் இருக்கின்றன. எழுதுவதற்குப் பூரண சுதந்திரம் கொடுத்தும் சாதி ஆதரவுக் குரல் எந்தக் கட்டுரையிலும் வெளிப்படவில்லை என்பது எனக்குப் பெரிய ஆறுதலாக இருக்கிறது. எதிர்காலம் பற்றிய குறைந்தபட்ச நம்பிக்கையைத் தருகிறது.

கட்டுரைகள் வெளிப்படுத்தும் களங்களும் சம்பவங்களும் பலவிதமானவை. வாசிக்கும்போது கண் கலங்கல்களையும் பெருமூச்சுகளையும் பெரும் சிரிப்பையும் உருவாக்கின. இச்சம்பவங்களை எல்லாம் வகை பிரித்து ஆய்வுக்கு உட்படுத்துவது என் எண்ணமல்ல. ஆய்வு செய்ய விரும்பு வோருக்கும் சாதி ஒழிப்பில் முன்னின்று இயங்குவோருக்கும் பொதுவெளியில் சாதி பற்றி இதுவரை இந்த அளவு வெளிப்படையாகப் பேசப்பட்டதில்லை என்னும் வகையில் இது முக்கியமான தரவு நூலாக அமையும் என நினைக்கிறேன். எல்லாச் சாதிகளையும் பற்றிய பதிவுகள் அல்ல இவை. ஆனால் வெவ்வேறு சாதிகளைப் பற்றிய குறிப்பிடத்தக்க பதிவுகள் உள்ளன. தலித் சாதிகளைப் பற்றியும் சமூகத்திலிருந்து ஒதுங்கி வாழும் சிறுபான்மைச் சாதிகளைப் பற்றியும் ஆதிக்க சாதிகள் குறித்தும் என வெவ்வேறு வண்ணம் காட்டுகின்றன கட்டுரைகள். கட்டுரையாளர்களின் சாதி பற்றிய மனோபாவங்கள் அற்புத வெளிப்பாடு கொண்டிருக்கின்றன. இந்த வகையில் இன்னும் பேச எவ்வளவோ இருக்கிறது என்னும் உணர்வே மிஞ்சுகிறது. எல்லாச் சாதியினரும் பேச வேண்டும். அவரவர் உணர்வுகளை, வாழ்க்கை நிகழ்வுகளை மனசாட்சிக்கு உட்பட்டுப் பொதுத்தளத்தில் பேச வேண்டும். அதற்கு ஓர் உந்துதலை இந்நூல் கொடுக்கும் எனவும் நம்புகிறேன்.

கட்டுரைகளைத் தொகுப்பது எளிதான செயல் என்பதான தோற்றம் முதலில் இருந்தது. ஆனால் கட்டுரைகளைப் பெறுவதற்குப்பட்ட சிரமங்களைவிட அவற்றைச் செம்மைப் படுத்துவதற்கு எடுத்துக்கொண்ட சிரமங்களும் நேரமும் மிகுதி. சரியாக வரவில்லை எனப் புறக்கணித்த கட்டுரைகள் மிகச் சிலவே. மற்றபடி ஒவ்வொரு கட்டுரை வரும்போதும் புதைபொருள் ஒன்றைக் கண்டடைந்த மகிழ்ச்சி ஏற்பட்டது. இந்த மகிழ்ச்சியை உடனடியாகப் பகிர்ந்துகொள்ளவும் கருத்துகளைப் பரிமாறிக்கொள்ளவும் துணை நின்றவர் என் மனைவி பி. எழிலரசி. கட்டுரைகளைப் பற்றி விரிவாக விவாதிக்கவும் தட்டச்சு செய்து

செம்மையாக்கவும் உடனிருந்து பணியாற்றியவர்கள் அன்பிற்குரிய மாணவர்களாகிய ப. நல்லுசாமி, ரெ. மகேந்திரன், ப. குமரேசன் ஆகியோர். இந்தத் திட்டத்தில் மிகுமுனைப்புக் காட்டிய நன்மாணாக்கர் ஆ. சின்னதுரை.

கட்டுரைகள் சிலவற்றை வாசித்து 'இது முக்கியமான நூலாக அமையும்' எனக் கருத்துரைத்தவர் நண்பர் ஆ.இரா. வேங்கடாசலபதி. 'இவ்வளவு வெளிப்படையாகச் சாதியை இதுவரைக்கும் பேசியதில்லை' என்று உற்சாகப் படுத்தியவர் சுகுமாரன். அவர்களின் ஆலோசனைகள் மிகவும் உதவின. இப்படி ஒரு நூலைப் பற்றிய எண்ணத்தைச் சொல்லிக் கேட்டவுடன் காலச்சுவடு பதிப்பகம் மூலமாக வெளியிட ஒப்புதல் கொடுத்த நண்பர் கண்ணன், நூலாக்கத்தில் ஈடுபாட்டுடன் செயல்பட்ட தங்க அகிலா உள்ளிட்ட காலச்சுவடு ஊழியர்கள் அனைவருக்கும் நன்றி.

நாமக்கல்
19.10.13

பெருமாள்முருகன்

இன்னும் துரத்தும் குரல்

நா. அருள்முருகன்

ரத்த சம்பந்தமுடைய பூமியாக இருந்தாலும் கரூர் மாவட்டம் அரவக்குறிச்சி வட்டம் மொடக்கூர் கிராமம் கீழ்பாகம் மாலப்பட்டி என்பது எங்களுக்கு அந்நியமான ஊராகவே உள்ளது. இங்கு வசித்துவந்த தெலுங்கு பேசும் வடுகர் இனத்தைச் சேர்ந்தவர்களில் ஒருவர் தூங்கா நாயக்கன் எனப்பட்ட பெருமாள் நாயக்கர். இவருக்கு நாலுவு பின்னாண்லு (மகன்கள்), இத்ரு (இரண்டு) பிலக்காயலு (மகள்கள்).

வயிற்றுச் சோற்றுக்கு வழிதெரியாத வறுமையில் அல்லாடியது குடும்பம். மகன்களில் மூத்தவரைச் சொந்த அண்ணனின் பண்ணையிலும் இரண்டாமவரைச் சித்தப்பன் வீட்டுப் பண்ணை யிலும் வேலைக்குச் சேர்த்துவிட்டார் பெருமாள் நாயக்கர். ஒரு மகன் மட்டும் சொல்பேச்சுக் கேட்பதில்லை. ஆம், இவருடன் கோபித்துக்கொண்டு தனது வாலிபப் பருவத்தில் பள்ளப்பட்டி பாய்மாரோடு ஆந்திராவுக்கு ஓடிப்போனது வேறு யாருமல்ல, மூன்றாவதாகப் பிறந்த நாரியாண்டுதான்.

ஆந்திராவிலிருந்து இவர் நாராயணசாமியாகத் தமிழகம் திரும்பினார். வந்தவர் மாலப்பட்டியைத் தவிர்த்துவிட்டுச் சீத்தப்பட்டி லட்சுமியைத் திருமணம்

செய்துகொண்டு ஜெகதாபியில் நிரந்தரமாக வாழத் தொடங்கியபோது எனது பூர்வீகமே மாறிப்போனது.

இப்படிப்பட்ட வரலாற்றுத் திருப்பம் வாய்ந்த ஊர்தான் நானும் அக்காவும் பிறந்த ஜெகதாபி. இந்த ஊர் கரூர் மாவட்டம் தாந்தோனி ஒன்றியத்தில் இப்போது எனது நிரந்தர இருப்பிட முகவரியாக மட்டும் இருக்கிறது. பல சிற்றூர்கள் அடங்கிய ஊராட்சி இது. இதற்கு உட்பட்ட பொம்மனத்துப்பட்டி ஒரு பட்டிக்காடு. இங்கு தன் சிநேகிதன் கொத்தம்பட்டியாரின் பேச்சைக்கேட்டு நிலம் வாங்கிப் போட்டார் அப்பா. வேறு வழியில்லாமல் விவசாயம் செய்யக் குடும்பத்துடன் வந்து சேர்ந்தோம். இங்கு எனக்குத் தங்கையும் தம்பியும் பிறந்தனர்.

ஜெகதாபியில் இருந்த வீட்டையும் காட்டையும் விற்றுவிட்ட அப்பா மாலப்பட்டியிலிருந்து தன் இரண்டாவது அண்ணனையும் அழைத்து வந்தார். கூட்டுக் குடும்பமாக வாழத் தொடங்கிப் பின்னாளில் சொத்துத் தகராறில் ஒற்றைக் குடும்பமானது வேறு கதை. புலம்பெயர்ந்த ஊரில் ரத்த உறவு என யாருமே இல்லை. அப்பா நாராயணசாமி நாராயணன் ஆனார்.

பொம்மனத்துப்பட்டியில் எங்களது இளமைக் காலம் முழுவதும் அமைதியற்றுக் கழிந்தது. ஊர் முழுக்கத் தொட்டிய நாயக்கர் சமுதாயத்தின் ஆதிக்கப் பிடியில் இருந்தது. ஒன்பது கம்பளத்தில் உயர்ந்த கம்பளம் தமது ராஜகம்பளம் என்றும் கம்பளத்து நாயக்கமார் என்றும் தங்களின் பெருமையைச் செப்பித் திரிந்தனர்.

அவர்களது மந்தை (குடியிருப்பு) வழியே செல்லும் யாரும் ஊரின் தோரணத்தைத் (எல்லையை) தாண்டும்வரை காலில் செருப்புப் போட்டுக்கொண்டு செல்லக் கூடாது. தலையில் உருமால் (முண்டாசு) கட்டிக்கொண்டு போகக் கூடாது. சைக்கிளில் போனால் தோரணம் வந்தவுடன் இறங்கித் தள்ளிக்கொண்டு போக வேண்டும்.

எங்கள் வீடு ஊரின் மேற்குப் பகுதியில் தோட்டத்திற்குள் இருந்தது. பிற சாதியினர் தோரணத்திற்கு வெளியே வசித்தனர். விவசாயத்திற்கு ஆள் கூப்பிட மட்டும் அப்பா சைக்கிள் தருவார். அந்த ஊரிலேயே முதன்முதலில் சைக்கிள் வைத்திருந்தது நாங்கள்தான். ஆட்களை வேலைக்குக் கூப்பிட மந்தைக்குள் போகும்போது சைக்கிளைத் தள்ளிக்கொண்டே போவேன். ஆள் கூப்பிட்டு முடித்தபின் சுற்றும் முற்றும் பார்ப்பேன். யாரும் இல்லை எனத் தெரிந்தால் சைக்கிளை வேகமாக ஓட்டிக்கொண்டு வந்துவிடுவேன். சில நேரங்களில் ‘அதி ஓர்ரா’ (யாரடா அவன்) என அதட்டல் மொழி காதில் கரையும்.

என் அப்பா பெரும்பாலும் பொரணி வழியில் வருவார். அந்த வழி எங்கள் தோட்டத்திற்கு வடக்குப் பகுதியில் உள்ள குளக்கரையில் அமைந்திருந்தது. இந்த ஊரிலிருந்து முதன் முதலில் பள்ளிக்கூடம் போய்ப் படித்தது நாங்கள்தான். நாங்கள் படிப்புக்காக மூன்று மைல் (ஏறத்தாழ 5கல்) தொலைவில் உள்ள ஜெகதாபிக்குத் தினமும் நடந்துதான் போக வேண்டும். வரும்போது கொத்தம்பட்டியார் காட்டு வழியாக வருவோம்.

சிநேகிதர்களாக இருந்த அப்பாவும் கொத்தம்பட்டியாரும் ஒரு பிரச்சினையில் கருத்து வேறுபாடு ஏற்பட்டு எதிரிகள் ஆக, எங்கள் பாதையை மாற்றிக்கொள்ள வேண்டியதாயிற்று. அதன் பின்பு எங்கள் வீட்டிற்கு மேற்கில் அமைந்த மஞ்சா நாயக்கனூர் வழியாக வந்துவிடுவோம். இதுவும் தொட்டிய நாயக்கர் சமூகத்தவர் ஊர்தான் என்றாலும் அவ்வளவு கெடுபிடி கிடையாது. தவிரவும் கிழக்காலூருக்கும் மேற்காலூருக்கும் ஆகாது. நாளடைவில் நாங்கள் செருப்புப் போட்டுக்கொண்டு போவதையும் சைக்கிளில் ஏறிப் போவதையும் கண்டுகொள்ளாமல் விட்டுவிட்டனர்.

அவர்களது வீடு மண்சுவர்மீது கம்மந்தட்டை, சோளத்தட்டை, ஓலை போன்றவற்றால் வேயப்பட்டதாகும். வேப்பெண்ணெய் தடவிய தலைகளில் குடுமியும் கொண்டை ஊசியும் அலங்கரிக்கும். ஆணாக இருந்தால் தலைப்பாக்கட்டு அல்லது முண்டாசு கட்டியிருப்பர். அது சிவப்பு, இளஞ்சிவப்பு, நீலம், பச்சை ஆகியவற்றுள் ஒன்றாக அடர்த்தியான வண்ணம் கொண்டதாக இருக்கும். பக்கத்தில் போனால் முரங்குவாடை வீசும். குளிப்பது குறித்து அவர்களாக நினைத்தால்தான் உண்டு. நாங்கள் லைஃபாய் சோப்புப் போட்டுக் குளிப்பதை விநோதமாகப் பார்ப்பர்.

தாய்மாமன் உறவுமுறை தவறக் கூடாது. கிழவனுக்குச் சிறுமியையும் குமரியானவளுக்குச் சிறுவனையும் மணம் முடித்து வைப்பர். குழந்தை வயதுத் திருமணங்கள் இயல்பாக நடக்கும். இன்னும் பிறக்காத தாய்மாமன்களுக்காகக் காத்திருக்கும் முறைப்பெண்களும் உண்டு.

இதுமாதிரிப் பெண்களைப் பற்றிக் கேள்விப்பட்ட மாமன் முறை உள்ள அசலூர்க்காரர்கள் இரவோடு இரவாகத் தூக்கிக் கொண்டு போய்விடுவதும் உண்டு. இவர்களைத் தேடிக்கொண்டு ஊர் ஊராகப் போவதும் கண்டுபிடித்தபின் பஞ்சாயத்து நடப்பதும் இயல்பான ஒன்று.

திருமணம் நடப்பதோடு சரி. மணப்பெண்கள் அவரவர் களுக்குப் பிடித்த அதேசாதி ஆண்களோடு உறவு வைத்துக்கொண்டு வாழ்க்கை நடத்துவர். வேற்றானின் செருப்பு வாயிலில் கிடந்தால்

கட்டிய கணவன் வீட்டிற்குள் நுழையாமல் வெளியேறிவிடுவான். இப்படி உறவு வைத்துக்கொள்ளும் ஆணுக்கு வங்கணக்காரன் என்று பெயர். எங்கள் தோட்டத்திற்கு வேலைக்கு வரும்போது பேச்சு சுவாரசியத்தில் எல்லாவற்றையும் உளறிவிடுவர். யார், யாரை வைத்திருக்கிறார்கள் என்ற விவரம் என் அம்மாவிற்கு அத்துப்படி.

அவர்களது வீட்டிற்குள் அயலார் யாரையும் அனுமதிக்க மாட்டார்கள். எங்கள் பங்குத்தோட்டத்து மணவாளன் நாயக்கர் மனைவி கொர்ரைக்குப் பெண் குழந்தை பிறந்தபோது அருகில் யாருமே இல்லை. எங்கள் வீட்டிற்கும் அவர்கள் வீட்டிற்கும் கூப்பிடு தூரம். ஒரு காடுதான் குறுக்கே. அலறல் சத்தம் கேட்டு என் அம்மாதான் ஓடிப்போய்த் தோள் கொடுத்ததாக நினைவு. அதுமுதல் அவர்கள் வீட்டு இறுக்கம் கொஞ்சம் தளர்ந்தது.

மொண்டி, குட்லான் இருவருக்கும் பிறகு பிறந்த இந்தப் பெண்குழந்தையின் பெயர் மொன்னை. மணவாள நாயக்கர் தம்பி ஜெகநாத நாயக்கர்தான் ஊரில் பஞ்சாயத்துப் பண்ணுவார். ஊர் நாயக்கர் என ஒருவர் இருந்தாலும் இவர்தான் எல்லாம். இவருக்குப் பிறக்காத இவரது மகன் பெயர் சில்லாங்குண்டி.

ஊரில் உள்ளவர்களை ஜக்கா நாயக்கன், ஜெகநாத நாயக்கன், ஜோணம நாயக்கன், பெருமாள் நாயக்கன், ரங்கா நாயக்கன் என அய்ந்தாறு பெயர்களில் அடக்கி விடலாம். ஜெகநாதன் மகன் ஜோணமன், அவன் மகன் ஜெகநாதன், தம்பி பெருமாள், அவன் மகன் ஜோணமன், தம்பி ஜக்கன், அவன் மகன் ஜெகநாதன் என இப்படியே நீளும். பாட்டனின் பெயரைப் பேரனுக்கு வைக்கும் மரபால் அநேகப் பெயர்க் குழப்பம். இதனால் வைத்த பெயர் ஒன்றாக இருக்கக் கோனையன், மொட்டையன், ஊள செவ்வன், குவ்வன், சின்னக்காளை, குன்னாசு, பர்ரி, தொர்ரி முதலான பட்டப் பெயர்களே ஆளை அடையாளப்படுத்தும்.

தேர்தலின்போது வாக்காளர் பட்டியலில் நிஜப்பெயர்களே இருக்கும். பெயரைத் தேடி ஆளை அடையாளம் காண்பதற்குள் வாத்தியார்களுக்கும் ஏஜண்டுகளுக்கும் உம்பாடு எம்பாடு ஆகிவிடும். அப்படியும் ஓட்டு மாறிப்போய்விடுவது உண்டு. ஏதாவதொரு பொய்யைச் சொல்லிச் சமாளிப்பதற்குள் போதும் போதும் என்று ஆகிவிடும்.

இளம் வயது ஆண்களில் சிலர் கண்காணாத தூரத்தில் பண்ணையில் சேர்ந்துவிடுவர். திருவிழா, பண்டிகை நாட்களில் மட்டும் ஊருக்கு வருவர். நான் பள்ளிக்கூடம் போய்ப் படித்துக் கொண்டிருக்க என் வயதுடைய குட்லானும் அவனது அண்ணன் மொண்டியும் எங்கோ பண்ணையில் வேலை செய்துவந்தனர்.

சிலர் பேசியபடி இல்லாமல் வருசம் முடிவதற்குள் ஓடிவந்துவிடுவர். கொடுத்த முன்பணத்தை வாங்குவதற்குக் கவுண்டமார்கள் நடையாய் நடப்பர். சில நேரம் நாய்க்கமார்கள் தமக்கு மாய மந்திரம் போட்டுவிடுவார்களோ என்று பயந்துபோய் வரமாட்டார்கள்.

பொரணி மாரியம்மன் கோவில் திருவிழா எட்டுப்பட்டிக் கிராமத்தினருக்கும் பொதுவானது. இருப்பினும் திருவிழாவில் முதல் பூஜை தமக்குத்தான் என்பர். முன்னின்று நடத்தும் ரெட்டியார் சாதியினரை மூன்று நாள் திருவிழா முடிவதற்குள் உண்டு இல்லை என்று ஆக்கிவிடுவர்.

பில்லி சூனியம் வைத்தல், மை தடவி ஏமாற்றுதல், மந்திரம் போட்டு மயக்குதல், எந்திரம் கொடுத்தல், பச்சிலை வைத்தியம், வெற்றிலையில் மை போட்டுப் பார்த்தல், பலகரை போட்டு ஜோசியம் சொல்லுதல் போன்ற மாயங்களைச் செய்வதும் கண்கட்டு வித்தையும் அவர்களுக்குக் கைவந்த கலை என்பர். அவர்களது வித்தைகள் எல்லாம் எங்களை ஒன்றும் செய்யாது என்றும் எல்லாவற்றையும் மாலப்பட்டியில் இருக்கும் மதுரைவீரன் பார்த்துக்கொள்வான் என்றும் அப்பா தைரியம் சொல்லுவார்.

சலியெருதைக் (சலங்கை எருது) கட்டிவைக்க மாட்டார்கள். மூக்குக் குத்த மாட்டார்கள். யார் வயலில், காட்டில் வெள்ளாமையை மேய்ந்தாலும் யாரும் கேட்க முடியாது. ஆடுமாடுகளைக் கண்டுகொள்ளாமல் விட்டுவிட்டு எங்கள் வெள்ளாமையை மேய விடுவது, வேளாண் தொழிலுக்கு வரும் பிற சாதியாரை மட்டுமல்லாமல் தம்மவரையும் தடுப்பது இயல்பாக நடக்கும் செயல்கள்.

வயலில் நடவுக்கோ களையெடுப்புக்கோ அறுப்புக்கோ ஆட்களுக்குச் சொல்லி வைத்திருப்போம். முதல் நாள் ஆட்கள் வருவார்கள். அடுத்த நாள் வயலுக்கு வந்து பார்த்தால் அதிர்ச்சி காத்திருக்கும். ஆட்கள் வந்திருக்க மாட்டார்கள். எல்லாம் அவர்கள் மிரட்டலால்தான். வேலை செய்துகொண்டிருக்கும் போதே வாக்குவாதம் வந்து அப்படியே போட்டுவிட்டுப் போய்விடுவதும் உண்டு. அம்மாவோ அப்பாவோ போய்ப் பேச்சுவார்த்தை நடத்தியபின்தான் வருவார்கள்.

அவர்களது தொழில் கால்நடை மேய்த்தல். மிஞ்சிப்போனால் மானாவாரி வேளாண்மை. நிலையான நீர்ப்பாசன வேளாண்மை செய்வது அபூர்வம். அதுவும் நெற்பயிர் வேளாண்மைத் தொழில் நுட்பம் அறியாமல் பயிர்செய்து நட்டப்படுவர். எங்கள் வயலில் விளைச்சல் கண்டு பொறாமையால் கறுவுவர்.

கிணற்றுப் பாசனம்தான். கிணற்றில் பாதிப்பாகம் எங்களுக்கு. அடுத்த கால்பாகம் ஜெகநாத நாயக்கருக்கு. மீதிக் கால்பாகம் அவரது மைத்துனருக்கு. முறைவைத்துப் பாசனம் செய்துவரும் நிலையில் அவ்வப்போது அவர்களின் தேவைக்கு ஏற்ப முறையைத் திடீரென மாற்றிவிடுவர். கேட்டால் அழிவழக்காடுவர். மழைக் காலங்களில் தங்கள் மேட்டுக்காட்டில் தேங்கிய தண்ணீரை எங்கள் தோட்டத்துக்குள் புகுமாறு மடையை வெட்டிவிடுவர்.

சந்தைக்குக் கொண்டு செல்லத் தயாராக இருக்கும் காய்கறிகளைப் பறித்துவிடுவர். அசந்த நேரத்தில் ஆய்வதற்காகப் பிடுங்கிப் போட்டிருக்கும் கடலைச் செடிகளைக் கட்டிக் கொண்டு சென்றுவிடுவர். களத்தில் காயப்போட்டிருக்கும் வேளாண் விளைபொருள்களைச் சொந்த விளைச்சல்போல அள்ளிக் கொண்டு போய்விடுவதும் உண்டு. தென்னை மரங்களில் தேங்காய்கள் களவுபோகும். எங்கள் வியர்வைக்குச் செய்யப்பட்ட அவமரியாதைக்கு அளவில்லை. யார் என்று கண்டுபிடிக்கவே முடியாது. வயிற்றெரிச்சல் மட்டுமே படமுடியும்.

நல்லவர்களைப் போல வெளியில் நம்பும்படியாகப் பேசுவர். ‘கந்துகாடு செப்பித்தா நெஸ்ஸ உண்ட்ரா’ என்பர். ஆனால், எங்களின் வளர்ச்சியைக் கண்டு ‘கொங்க பானிக்கி சூட்ரா எத்த கொழுப்பு’ என்றும் ‘ஏ வூரு கொங்கோடு ஈட மன வூர்ன ஒச்சி இட்ட பதகத்தாட’ என்றும் பொறாமையால் புழுங்குவர்.

நீள நீளமான நாய்களை வளர்ப்பர். கருப்பு நிற நாய்களை இரவில் பார்த்துப் பயந்துபோய் அலறியடித்துக்கொண்டு ஓடி வந்தது உண்டு. இரவில் முயல் வேட்டைக்குச் செல்வர். முயல் வெள்ளாமைக் காட்டுக்குள் நுழைந்துவிட்டால் நாய்களை உசுப்பியவாறு ‘ஓரே . . . குந்திலி . . . பெட்ரா . . . பெட்ரா . . .’ என விளைநிலத்துக்குள் மிதித்துக்கொண்டே ஓடுவர். நாய்கள் முயலைத் தேடி வெள்ளாமையைத் துவம்சம் செய்துவிடும். காலையில் வந்து விளைநிலத்தைப் பார்க்கும்போது போர்க்களம் போலக் காட்சியளிக்கும். பற்றி எரியும் அம்மாவின் வயிற்றிலிருந்து உக்கிரம்கொள்ளும் தீ கெட்ட கெட்ட வார்த்தைகளை உமிழும்.

அவர்களோடு இணங்கியும் பிணங்கியும் இப்படியே காலத்தை ஓட்டினோம். நிம்மதியற்ற நாட்களை எதிர்கொண்டோம். சொத்துத் தகராறில் பாகப் பிரிவினை நடந்தது. அப்பாவின் அண்ணன் பூர்வீகத்திலிருந்து அழைத்து வந்த தம்பிக்குக்கூடத் தெரியாமல் தன் பங்கைத் தொட்டிய நாயக்கரிடமே விற்றுவிட்டுப் போய்விட எங்கள் அப்பா துவண்டுபோனார். 1993வரை

போராட்டம். ஒரு சமூகமே ஆதிக்கம் செய்யும்போது அதற்கு ஒற்றைக் குடும்பம் ஈடுகொடுப்பது என்பது சாத்தியமில்லாத ஒன்று.

நான் வேலைக்கு வந்த பின்பு சகிக்க முடியவில்லை. எனது வேலை இந்த ஊர் நமக்கு வேண்டாம் அப்பா என்று சொல்லுகிற தைரியத்தைக் கொடுத்தது. ஜெகதாபியில் அப்பா விற்றுவிட்டு வந்த அதே நிலத்தைத் திரும்ப வாங்கினோம். பொம்மனத்துப்பட்டியில் எங்கள் வியர்வையால் செம்மைப் படுத்திச் சீர்படுத்திய வளம் கொழிக்கும் வயலை, தோட்டத்தை அந்த ஊர்க்காரர்களுக்கே அடிமாட்டு விலைக்கு விற்றுவிட்டுக் கண்ணீரோடு வெளியேறினோம்.

அப்பாவைக் கூட்டிக்கொண்டு போன சிநேகித எதிரி கொத்தம்பட்டியாரும் தாக்குப்பிடிக்க முடியவில்லை. கொஞ்ச வருசத்துக்கு முன்னால் தன் தோட்டந் துரவுகளை அவர்களுக்கே விற்றுவிட்டு ஜெகதாபிக்கே வந்துவிட்டார்.

ஊரிலிருந்து நாங்கள் வெளியேறிய வெகுநாட்களுக்குப் பின்புதான் பள்ளிக்கூடம் வந்தது. பள்ளிக்கூடம் வந்த புதிதில் வாத்தியார் பாடு பெரும் திண்டாட்டம். காலையில் வரும் பிள்ளைகள் நாயை, எலியை, முயலைக் கண்டுவிட்டால் வேட்டைக்கு ஓடிப்போய்விடுவார்களாம். தெலுங்கு தாய்மொழி என்பதால் தமிழைப் பழக்குவதற்குள் முழிபிதுங்கிவிடுமாம். அங்கு ஆசிரியராகப் பணியாற்றிய என் வகுப்புத் தோழன் ராமச்சந்திரன் கதைகதையாய்ச் சொல்லுவான். மணவாள நாயக்கர் மகளான மொன்னை இப்போது அதே பள்ளியில் சத்துணவு ஆயாவாக வேலை செய்வதாகக் கேள்வி. அறியாமையால் அயல்சாதிக்காரர்களைக் கடுமையாக நடத்திய ஆதிக்க சாதி இப்போது கொஞ்சம் மாறுதல் அடைந்திருக்கிறது போல.

பின்னாளில் வட்டாரம் தாண்டி ஆறேழு ஆண்டுகள் வேலை நிமித்தம் நாமக்கல் மாவட்டத்தில் இருக்க நேர்ந்தது. அப்போது அதே சாதியைச் சேர்ந்த பண்டிதர் ஒருவரிடம் பழகியதன் நற்பயனால் வாசிக்கவும் சிந்திக்கவும் வாய்ப்புக் கிட்டியது எனது வாழ்வின் முரண்களுள் ஒன்று. பொம்மனத்துப்பட்டித் தொட்டிய நாயக்கர் சமூகம் எனது இளமைக் காலத்தில் பழங்குடித் தன்மையிலிருந்து விலகியும் விலகாமலும் ஒரு குழப்பமான காலகட்டத்தில் இருந்திருக்கிறது என்பதை இப்போது என்னால் உணர முடிகிறது.

அவர்களது மொழியின் அவர்களது பேரினத்தின் கிளையாக இருந்தும்கூட ஒரு குடும்பம் அதே ஊரில் தொடர்ந்து வாழ

முடியாதபடி சாதிய ஆதிக்கம் நெருக்கடி கொடுத்திருக்கிறது. என்றால் முற்றிலும் வேறுபட்ட ஆதிக்க சாதியினரின் ஒடுக்குதல் எத்தகைய அலைக்கழிவை ஏற்படுத்தும் என்பதைக் கேட்க வேண்டியதில்லை.

பணியிட மாறுதல் காரணமாக வெவ்வேறு ஊர்களுக்குப் போகவேண்டியுள்ளது. எங்கு சென்றாலும் ஏதாவதொரு ஆதிக்க சாதியின் குரல் இன்னும் கேட்கத்தான் செய்கிறது. ஆழ்மனத்தில் பதிந்திருப்பதால் இளமையில் எதிர்கொண்ட துன்பங்கள் முதலில் நடுக்கத்தை உண்டாக்கினாலும் போகப்போக வலிவையும் இதர சாதியாரின் ஆதரவையும் திரட்டித் தருகின்றன. சாதி ஆதிக்கத்தின் எதிர்ப்பில் என் இருப்பு இரண்டு மடங்காகிறது.

o O o

கூத்தும் சாதியும்

க. அன்பழகன்

வம்சாவழியாகக் கூத்துத் தொழிலைக் கற்றுக் கொள்வது அல்லது கூத்தின்மீது கொண்ட ஆர்வத்தினாலோ ஓர் இரவுக்கு ஆயிரத்திலிருந்து இரண்டாயிரம் ரூபாய்வரை வருமானம் கிடைக்கும் என்பதாலோ பலரும் கூத்தாடுகின்றனர். ஆனாலும் குலத்தொழில்முறைக் கூத்துக் கலைஞர்களே மிகுதி. பறையர், தொம்பர், வண்ணார், சக்கிலியர், வன்னியர், கவுண்டர், குறவர் எனப் பல சாதியினரும் கூத்தாடுகின்றனர். இதில் தொம்பர், பறையர் இன மக்களின் வாரிசுகள் லகுவாக இந்தத் தொழிலைக் கற்றுக்கொள்கின்றனர். மற்ற சாதியினரிடம் இத்தொழில் ஒரு தலைமுறையோடு முடிந்துவிடுகிறது. அதற்குக் காரணம் கூத்து நடக்கும்போது ஏற்படுகின்ற சாதிப் பிரச்சினைகள்.

பவானிக்கு அருகில் குச்சனூர் என்ற நாயக்கர் கிராமம். அந்த ஊரில் திருவிழாதோறும் கூத்து நடை பெறும். அதே போலப் பெரியவர் யாரேனும் இறந்துவிட்டாலும் அன்று இரவு கூத்து நடத்து கின்றனர். கூத்துக் கலைஞர்களுக்கு ஊரை விட்டு ஒதுக்குப்புறத்திலுள்ள வீதியில் சாப்பாடு போடுவார்கள். சாப்பிடச் செல்பவர்கள் கையில் இலையையும் எடுத்துக்கொண்டே போய் அமர வேண்டும். பழைய படி அல்லது கால் கழுவும் டப்பாவில் தண்ணீர் கொடுப்பார்கள். அருவருப்பாக இருந்தாலும் தண்ணீர் குடிக்க வேண்டிய கட்டாயம்.

நாம் தொட்ட பொருளை அவர்கள் மீண்டும் பயன் படுத்த மாட்டார்கள். சாப்பிட்ட பிறகு அவர்களே இலையையும் படியையும் ஊரை விட்டுத் தூரத்தில் கொண்டுபோய்ப் போட வேண்டிய நிர்ப்பந்தம்.

கூத்தாடும்போது தாகம் ஏற்பட்டால் கூத்தாடுகின்ற மேடையிலே உட்கார்ந்து இரண்டு கைகளையும் ஒட்டிக்கொள்ள வேண்டும். அவர்கள் டப்பாவில் உள்ள தண்ணீரை மேலே தூக்கி ஊற்றுவார்கள். கவுண்டர்கள், வன்னியர்கள் சென்று கூத்தாடினாலும் ஊர் மக்கள் தொம்பர் இனக் கலைஞர்களையே அதிகம் விரும்புகின்றனர். கூத்தாட யாரை அழைக்கலாம் என முடிவு செய்வது பெண்கள்தான். "சக்கிலியூடு வந்து கூத்தாடுனாத்தான் நம் ஊர்ப் பொம்பளைங்களுக்குக் குளுகுளுன்னு இருக்குது" என்று ஆண்களே திட்டுவார்கள். வீதியில் விருந்தளித்தாலும் பெண் வேடதாரிகள் ஆடும்போது நாயக்கர் இனப்பெண்கள் தங்க நகைகளைக் கொடுத்து அணியச் செய்கிறார்கள். கூத்து முடிந்ததும் அவர்களிடம் திருப்பிக் கொடுத்துவிடுவார்கள். கலைஞர்களுக்கு ஆண்களைவிடப் பெண் ரசிகர்களே அதிகம். அவர்களுக்குச் சாதிக் கட்டுப்பாட்டையும் மீறிக் கலையின்மீது ஆர்வம்.

துறையூருக்கு அருகில் உள்ளது கொட்டையூர் என்னும் நாயக்கர் கிராமம். அங்கு கூத்தாடச் செல்பவர்கள் அந்த ஊரில் நுழையும்போதே செருப்பைக் கழற்றி இக்கத்தில் வைத்துக்கொள்ள வேண்டும். கூத்தாடுபவர்கள் தம் முடியை மறைத்துக்கொள்ளத் தலையில் துண்டு கட்டியிருப்பார்கள். அதைப் பார்த்தாலே கூத்தாடுபவர்கள் என்று தெரிந்துகொள்ளலாம். தலையில் கட்டிய துண்டை அவிழ்த்து இடுப்பில் கட்டிக்கொள்ள வேண்டும். ஊர்ப் பெரியதனத்துக்காரர்கள் வரிசையாக அமர்ந்திருப்பார்கள். கூத்துக் கலைஞர்கள் அனைவரும் அவர்களின் காலைத் தொட்டுக் கும்பிட்ட பிறகுதான் ஊருக்குள் சென்று கூத்தாட வேண்டும். இதே நிலைதான் பல வருடங்களாக. அதனால் சில கலைஞர்கள் அவன் காலில் விழுந்து கூத்தாட வேண்டுமா என்று அந்த ஊருக்கே வரமாட்டார்கள்.

ஏறக்குறையப் பதினைந்து ஆண்டுகளுக்குமுன் எலிமேட்டில் இருந்து ஒரு குழுவினர் அந்த ஊருக்குள் கூத்தாடச் சென்றுள்ளனர். ஊர்ப் பெரியதனத்துக்காரர்கள் வழக்கம்போலக் "கால்ல உழுந்து கும்புட்டுக் கூத்தாடப் போங்க" என்று கூறியுள்ளனர். அதற்குக் கலைஞர்கள் "கால்ல உழுந்து கும்புட்டுக் கூத்தாடற வழக்கம் எங்ககிட்ட இல்ல" என்று பெட்டியை எடுத்துக்கொண்டு

புறப்பட்டுவிட்டார்கள். பிறகு அவர்களே அழைத்துத் தன்மானம் பார்த்தவர்களைத் தரையில் அமரவைத்து விருந்தளித்துக் கோவிலுக்கு அருகில் கூத்தாடச் செய்தார்கள்.

தாரமங்கலத்தில் நாயக்கர் வாழும் கிராமம் அது. அங்கு கூத்து நடைபெறும்போது ரசிகர்கள் கலைஞர்களுக்குப் பின்பணம் குத்தினார்கள். அந்த ஊர்ப் பெரியதனத்துக்காரர்கள் தாழ்த்தப்பட்ட சாதிக்காரர்களைத் தொட்டுப் பின்பணம் குத்துவதா? "மேவரப்பு கீவரப்பு இல்லையா?" என்று பின்பணம் குத்தியவர்களை அழைத்துப் பஞ்சாயத்து வைத்துவிட்டார்கள். பின்பணம் குத்திய பாவத்திற்காக ஊரைவிட்டு ஒதுக்கி வைத்து விட்டார்கள். பாதிக்கப்பட்டவர்கள் முதலமைச்சரின் தனிப்பிரிவுக்குத் தகவல் அனுப்பினார்கள். சாதாரணப் பிரச்சினை அரசியலாகிச் சமரசம் செய்துவைத்தார்கள். அந்த ஊரில் இப்போது கூத்து நடைபெறுவது இல்லை.

நான் கல்லூரியில் படித்துக் கொண்டிருந்தபோது கூத்தின் மீது கொண்ட ஈடுபாட்டால் புதன்சந்தைக்கு அருகில் கொங்கு வேளாளக் கவுண்டர்கள் வசிக்கும் ஒரு ஊருக்குக் கூத்து பார்க்கச் சென்றிருந்தேன். வேண்டுதல் கூத்து வைத்த கவுண்டர் வீட்டில் கலைஞர்களோடு நானும் உணவருந்தினேன். கூத்தாடுபவர்கள் என்ன சாதி என்று தெரியாமல் வீட்டிற்குள் அனுமதித்தார்களா, சாதி வேறுபாடு பார்ப்பதில்லையா என்று சாப்பிடும்போதே என் மனதிற்குள் சந்தேகம். சாப்பிடும்போது குடிப்பதற்குத் தண்ணீர் கேட்டார்கள். வீட்டுக்காரர் நீங்க எல்லாம் என்ன சாதி என்று கேட்டார். சக்கிலியர், வண்ணார் எனப் பல சாதியினரும் இதில் இருக்கின்றோம் எனப் பதிலளித்தனர். பரவாயில்லை என்று சொல்லிவிட்டு டம்ளரில் தண்ணீர் வைத்தார்கள். அப்போது பிளாஸ்டிக் டம்ளர்கள் கிராமத்தில் பயன்பாட்டில் இல்லை.

"எலிதான் காயுது எலிப் புழுக்கை எதுக்குக் காயுணும். நாங்கதான எங்க தலையெழுத்து இப்படி வந்து கஷ்டப்படறம். படிக்கிற பையன் நீ எதுக்கு வந்து இந்தக் கூத்தப் பார்க்கணும்" என்று கேட்டார்கள். சாப்பிட்டு முடித்துக் கூத்தாடும் இடத்திற்குச் சென்றுவிட்டார்கள். வேடம் புனையும் அரிதாரம் கலக்குவதற்கு டம்ளர் வேண்டும் எனக் கேட்டு வாங்கி வருவதற்காகச் சாப்பிட்ட வீட்டிற்கு நானும் என் நண்பரும் சென்றோம். நாங்கள் அங்கு சென்றபோது அந்த வீட்டுப் பெண் சாப்பிட்ட இடத்தைத் தண்ணீர் ஊற்றிச் சுத்தம் செய்தார். "யார் என்ன சாதி என்று கேட்காமல் இப்படியா ஊட்ல உக்காத்தி வெச்சிச் சாப்பாடு

போடறது” என்று கணவனைத் திட்டினாள். கூத்தாடுபவர்கள் பயன்படுத்திய டம்ளர்களைத் தூக்கி எறிந்தார்கள். அதில் ஒன்றை எடுத்துக் கொண்டுபோய்க் கொடுத்தோம். நடந்ததைப் பற்றிக் கூத்தாடிகளிடம் சொல்ல வேண்டாம் என்று நாங்கள் முடிவு செய்தோம். அதற்குப் பிறகு எப்போதாவது கூத்துப் பார்க்கச் சென்றாலும் அவர்களோடு அமர்ந்து சாப்பிடுவதை முடிந்தளவு தவிர்த்தேன்.

அன்றிரவு அந்த ஊரில் நளச்சக்ரவர்த்திக் கூத்து. நளனையும் தமயந்தியையும் பிரிக்கச் சனிபகவான் வரும் காட்சியில் சனிபகவனாக வேடம் தரித்தவரைப் பலரும் தொட்டுக் கும்பிட்டனர். தரையைத் தண்ணீர் ஊற்றிக் கழுவிய பெண்ணும் கூத்தாடுபவன் சக்கிலியன் என்று தெரிந்தும் அவனைத் தொட்டுக் கும்பிடுகிறாள். பகலில் சக்கிலியாகத் தெரிந்தவன் வேடம் புனைந்ததும் இரவில் தெய்வமாகத் தெரிகிறான்.

திருச்செங்கோட்டிற்கு அருகில் ஒரு கிராமம். அந்த ஊர்ப் பெயர் நினைவில்லை. திருவிழாவையொட்டி இரவில் கூத்து நிகழ்ந்துகொண்டிருந்தது. கூத்து மேடை இல்லாமல் மண் தரையில் நிகழ்ந்தது. கலைஞர்கள் உட்கார்ந்து ஆடும்போது பின்னால் அமர்ந்திருப்பவர்களுக்கு அவ்வளவாகத் தெரியவில்லை. கூத்து பார்க்க பல்வேறு சமூகத்தினரும் குழுமியிருந்தார்கள். புகழ்பெற்ற நடிகர்கள் ஆடுவது தெரிந்தால் காரிலும் மினி ஆட்டோவிலும் கூட்டம் கூட்டமாக வருவார்கள். கூட்டமாக இருந்தால்தான் ஆடுபவர்களுக்கும் உற்சாகமாக இருக்கும். கூட்டம் நிரம்பி வழியும் சமயத்தில் அமர்ந்திருப்பவர்களைச் சுற்றியும் கூட்டம் நின்றுகொண்டேயிருக்கும். அப்போது கடைசியில் அமர்ந்திருக்கும் பார்வையாளர்களுக்குக் கூத்தாடுவது தெரியாது.

“யாரப்பா அது நிக்கறது. பின்னாடி இருக்கறவங்களுக்குத் தெரிய மாட்டிங்கிது” என்று வயதான பெரியவரின் குரல் கேட்டது. ஓசை வந்த திசையை நோக்கி “நாங்க அப்படிதான் நிற்போம். நீ வேணும்னாத் தள்ளி உக்காரு” என்று சுவற்றில் அடித்த பந்துபோலப் பதில் வந்தது. “நீங்க மட்டும் பாத்தா போதுமா, நாங்க பாக்க வேண்டாமா?” என்று ஒட்டு மொத்தக் குரல்களும் ஒலித்தன. இவர்கள் எழுப்பிய இரைச்சலில் கூட்டம் கூடியது. கூத்தும் நின்றது. “உங்களால கூத்து நின்னு போச்சி” என்று பலரும் சலசலத்தனர். “நீங்க எந்த ஊருப்பா. இங்க வந்து ராவுடி பண்ணிக்கிட்டு இருக்கிறீங்க?” என்று வினா தொடுத்தனர். அவர்களும் “ஊரு பேரு தெரிஞ்சாத்தான் கூத்துப்

பார்க்க வுடுவிங்களா” என்று பதிலளித்ததிலிருந்து அவர்கள் வேறு ஊரைச் சார்ந்தவர்கள் என்று யூகித்துக்கொண்டனர். அதுவரை ஊர்க்காரர்கள் பொறுமையாக இருந்ததற்குக் காரணம் விருந்தாளிகளாக இருக்கலாம். நமக்குள் பிரச்சினை வேண்டாம் என்பதுதான். உறவினர்கள் இல்லை எனத் தீர்மானித்த பிறகு வேறு சாதியைச் சார்ந்தவர்களாக இருக்கலாம் என்பது ஊர் மக்களின் அனுமானம். “நீங்க யாருன்னு உண்மையச் சொல்லலின்னா போலீஸக் கூப்பிட வேண்டியிருக்கும்” என்று பலரும் இடியோசை போல முழங்கினர். “நாங்க என்ன கொலையா செஞ்சிட்டோம் போலீஸக் கூப்பிடறதுக்கு” என்று அவர்களும் பதிலளித்தனர். “கொலதான் செஞ்சி பாருடா” என்று இளைஞர்கள் உருமினர். சாதாரணப் பிரச்சினை சாதி சார்ந்த பிரச்சினையாக உருவெடுத்துச் சண்டையாகி முடிவில் கொலையும் அரங்கேறியது. கூத்தாடுபவர்கள் ஆளுக்கொரு திசையாகச் சிதறினார்கள்.

துத்திபாளையம் பொன்னுக்கவுண்டர் கூத்தில் மிகப் பிரபலமானவர். திருமணமான சமயத்தில் அவருடைய மனைவி கூத்து இருக்கும் நாளன்று வீட்டில் வைத்துப் பூட்டிவிட்டாள். அவரால் வீட்டில் இருப்புக்கொள்ள முடியவில்லை. கூரையைப் பிரித்து வெளியே வந்து கூத்தாடும் இடத்திற்குச் சென்றுவிட்டார். கூத்துக்கலை தன்னோடு நிறைவு பெறக்கூடாது என்று துத்தி பாளையம் அருந்ததியர் தெருவில் பண்ணயத்துக்குப் போகும் பையன்களைப் பிடித்துக் கூத்தைப் பயிற்றுவித்தார். ஒவ்வொரு வேடத்திற்கும் பொருத்தமான ஆட்கள். ஒவ்வொரு குழுவிலும் ஒரு சிலருக்கு மட்டும்தான் குரல்வளம் நன்றாக இருக்கும். இவர் தேர்ந்தெடுத்த அனைவருக்கும் இன்றைக்கும் மங்காத குரல்வளம். நாமக்கல், சேலம் மாவட்டங்களில் பொன்னுக் கவுண்டர் குழுவிற்கு அமோக வரவேற்பு. மாட்டு வண்டியைக் கட்டிக்கொண்டு கூத்தாடச் செல்வார்கள். பொன்னுக்கவுண்டர் வார்த்தை எப்போதும் கவனம் பெறும்.

பொன்னுக்கவுண்டர் குழுவில் இவரைத் தவிர எல்லோரும் அருந்ததியர்கள். செல்லமுத்து என்பவர் வண்ணார் இனத்தைச் சார்ந்தவர். இவரின் குரல்வளத்தையும் நடிப்பையும் கண்டு அக்குழுவில் இணைத்துக்கொண்டனர். பொன்னுக்கவுண்டருக்கு வயதாகியதால் அவருடைய பேச்சு செல்லாக்காசு போலப் பயனற்றுப் போனது. ‘கருவாட்டுக் கூத்து’ என்னும் மீனவர்களின் கதையை அறிமுகப்படுத்தி வெகு விமர்சையாக இடைவெளி இல்லாமல் ஆடிக்கொண்டிருந்த சமயம் அது. பட்டிதொட்டி எல்லாம் கூடுதலாகக் கவனம் பெற்றார்கள். அதற்குச் செல்லமுத்து முக்கியக் காரணம். அவர் நாடகம் துவங்கும்முன் உறங்கிக்

கொண்டிருந்தார். அக்குழுவில் ஒருவர் "வண்ணாப் பையன் தூங்கிக்கிட்டு இருக்கறான். வேசம் போடறதுக்கு நேரமாச்சி அவன எழுப்பி உடுங்க" என்று குரல் கொடுத்தார். இந்த வாசகம் செல்லமுத்துவின் காதில் ஒலித்தது. தன்னைச் சாதிப் பெயரைச் சொல்லி அழைத்துவிட்டானே என்று பொன்னுக்கவுண்டர் குழுவில் இருந்து விலகிவிட்டார். கதாநாயகனாக வேடம் தரிக்க ஆளில்லாமல் அக்குழுவினரால் நிலைத்து நிற்க முடிய வில்லை. சாதியின் விளைவு பொன்னுக்கவுண்டர் சிரமப்பட்டுச் சேர்த்த குழு அவர் கண் முன்னால் சிதைந்து சீரழிந்து போய் விட்டது. பிரிந்த குழுவினரை ஒன்று சேர்க்கப் பல முயற்சிகள் மேற்கொண்டதன் பயன் அவர் மரணத்தன்று சேர்ந்து மீண்டும் கலைந்தது.

இப்போது இருக்கின்ற நாடகக் குழுக்களில் பல சாதியினரும் கலந்தே ஆடுகின்றனர். செட்டிபட்டி சின்னவர் கதாநாயகன் வேடத்தில் பலருக்கும் வழிகாட்டியாகத் திகழ்பவர். அவருடைய நடை, முகபாவனை, வசனங்களைப் பலரும் பின்பற்றுவார்கள். அவர் வன்னியர் இனத்தைச் சார்ந்தவர். அவருடன் சேர்ந்து தாழ்த்தப்பட்ட சமூகத்தைச் சார்ந்தவர்கள் கூத்தாடினால் அவர் வேடம் புனையும் அரிதாரத்தை மட்டும் ஒரு சிறிய டப்பாவில் தனியாக வைத்திருப்பார்கள். அதைப் பிறர் யாரும் தொடக்கூடாது. கூத்துக் கலைஞர்களுக்கு ஒரு குடத்தில் ஊர்க்காரர்கள் தண்ணீர் கொடுப்பார்கள். அதையும் மற்றவர்கள் பயன்படுத்தக் கூடாது. தாழ்த்தப்பட்ட கலைஞர்களுக்கு எல்லாப் பொருளும் தனியேதான். அதனால் நல்ல கலைஞர்கள் அவருடன் சேர்ந்தாடத் தயாராக இல்லை.

கொங்கணாபுரத்திற்கு அருகில் உள்ள கன்னந்தேரியில் ஐந்து லட்சம் ரூபாய் செலவு செய்து இருபத்தைந்து கிடா வெட்டி வருபவர்களுக்கெல்லாம் உணவளித்து ஒவ்வொரு குழுவிலிருந்தும் நாயகன், நாயகியாக நடிக்கும் நல்ல கலைஞர் களைத் தேர்வு செய்து, "கர்ண மோட்சம்" என்னும் நாடகத்தை அரங்கேற்றம் செய்தார்கள். அதில் சின்னவர் அர்ச்சுனனாக வேடம் தரித்தார். நல்லூர் பெரிய மாது பறையர் இனத்தைச் சார்ந்தவர். இவர் கர்ணன் வேடத்தில் புகழாரம் சூட்டியவர். அன்றிரவும் கர்ணனாக வேடம் தரித்தார். அர்ச்சுனன் – கர்ணன் சந்திக்கும் காட்சிதான் பார்வையாளர்களின் ஒட்டுமொத்தக் கவனத்தை ஈர்க்கும்.

அர்ச்சுனன் கர்ணனை நோக்கி "நீ தாய் தந்தை பெயர் அறியாதவன், இழி குலத்தில், ஈனச் சாதியில் பிறந்தவன். தாழ்ந்த

குலத்தில் பிறந்தவன் தரணி ஆள நினைப்பதா? நீ என்னோடு யுத்தம் செய்வதா? மானங்கெட்ட மடையனே, தேரோட்டி மகன் விஜயனோடு போர் புரிவதா?" என்று அர்ச்சுனன் கர்ணனைத் திட்டும் வசனம். சில வாசகங்கள் எனக்கு நினைவில்லை. கர்ணன் "நான் அறிந்தவன் நீ அறியாதவன்" என்றான். நான் இதைக் கூத்தில் நடக்கும் விவாதங்கள் என்றே நினைத்திருந்தேன். காலையில்தான் இரு கலைஞர்களுக்கும் இடையே நடைபெற்ற சாதியைப் பற்றிய மறைமுகமான ஏசல்கள் என்பதைப் பலரின் உரையாடல் மூலம் உணர முடிந்தது. அதற்குப் பிறகு மாது, சின்னவருடன் சேர்ந்து ஆடுவதைத் தவிர்க்கிறார் என்று அறிந்தேன். அதன் பிறகுதான், அந்த வாசகங்கள் அவர் மனதில் எவ்வளவு ஆழமாக உடுருவி இருக்கும் என்பதை யூகித்துக் கொண்டேன்.

கூலிப்பட்டி சுப்பிரமணி என்பவர் கவுண்டர் இனத்தைச் சார்ந்தவர். இவர் பாதரையில் அருந்ததியர் தெருவில் அர்ச்சுனன் தபசு நாடகத்தில் அர்ச்சுனனாக வேடம் தரித்துத் தபசு ஏறினார். பனைமரத்தை அடியோடு அறுத்து மேல் பகுதியையும் வெட்டிவிட்டு, பூசை செய்து கூத்தாடும் இடத்தில் நடுவார்கள். அதைக் கம்பம் அல்லது தபசு என்பார்கள். கம்பத்தின் மீது ஏறிய பிறகு கிருஷ்ணரின் வாகனமான கருடன் வந்த பிறகுதான் கம்பத்தை விட்டுக் கீழே இறங்க வேண்டும். பருந்து இனமே அழியும் தருணத்தில் உள்ளதால் இந்தக் கூத்து ஆடுவதும் அரிதாகவே உள்ளது. கருடன் வராவிட்டால் பத்து மணி ஆனாலும் கம்பத்தின்மேல் நிற்க வேண்டிய கட்டாயம். இப்போதெல்லாம் "அதோ பார்" என்று தூரத்தில் கை காட்டுவார்கள். மக்கள் எல்லோரின் கவனத்தையும் திசை திருப்பிவிட்டு விரைவாகக் கம்பத்தைவிட்டு இறங்கிவிடுவார்கள்.

இவரும் கம்பத்தைவிட்டு இறங்கிய பிறகு சிலர் அவரின் காலைத் தொட்டுக் கும்பிட்டனர். "சக்கிலி வூடு எல்லாம் வந்து என்னத் தொடறதா" என்று சாடியுள்ளார். இது பலரின் கோபத்தையும் கிளறிவிட்டது. "பருந்தே வராமா மரத்த உட்டு எறங்குனதே தப்பு, உன்னச் சாமியா நெனச்சித்தான கும்படறாங்க. தொட்டா என்ன ஒட்டிக்கிருச்சா" என்று கேட்டனர். "சாதி வித்தியாசம் இல்லையா" என்று அவர் கேட்க, "சக்கிலிவூருன்னு தெரிஞ்சிதான கூத்தாட வந்த. நாங்க குடுக்கற காசு மட்டும் இனிக்கிது. நாங்க தொட்டாக் கசக்குதா?" என்ற பலரின் குரல்களும் ஒன்றுசேர அவரால் பதில் அளிக்கமுடியவில்லை. அவர் மட்டும் அல்ல. பலரும் இப்படித்தான். தாழ்த்தப்பட்டவர்களின் பணத்தையும்

அவர்களின் உதவியையும் பயன்படுத்திக்கொள்கிறார்கள். ஆனால் அவர்களை மட்டும் பயன்படுத்திக்கொள்வதில்லை.

கலைஞர்களுக்குள்ளும் சாதி வித்தியாசங்கள் நிரம்பி வழிகின்றன. தாழ்த்தப்பட்ட கூத்துக் கலைஞர்களை உயர் சாதியினர் உதாசீனப்படுத்துவதால் பெரும்பாலும் சாதி சார்ந்தே கூடுகின்றனர். பல சூழல்களில் சாதிப் பாகுபாடுகளைச் சகித்துக் கொள்ள வேண்டிய நிர்பந்தம்.

ооо

பாரபட்சம்

மு. ஆனந்தன்

நான் அருந்ததியர் இனத்தைச் சார்ந்தவன். எனது ஊர் நாமக்கல் மாவட்டம், பொம்மம்பட்டி கிராமத்தில் உள்ள மஞ்சநாயக்கனூர். சாதியைப் பற்றி நான் அறிந்தது எனக்கு விவரம் தெரிந்த வயதில்தான். சிறுவயதில் எனது பாட்டியிடம் சில கதைகளைக் கேட்டிருக்கிறேன். அவற்றுள் அருந்ததி கதையும் ஒன்று. அது:

அருந்ததி என்ற நமது சாதிப் பெண் தினந்தோறும் தொட்டண்ண நாயக்கர் வீட்டுக்கு ஆடு மேய்க்கச் செல்வாள். அவளைப் பார்த்த தொட்டண்ண நாயக்கரின் மகன் அவள்மீது ஆசை கொண்டு ஊரைவிட்டு இருவரும் ஓடிப் போய் விட்டனர். அவர்களைப் பிடித்து வந்து விசாரித்த போது, நான் அவளோடுதான் வாழ்வேன் என்று தொட்டண்ண நாயக்கரின் மகன் உறுதியாகக் கூறி அருந்ததியர் ஊரிலேயே குடியேறிவிட்டார்.

எனது சாதியைப் பற்றி உயர்வாகக் கூறினாள். சாதி என்றால் என்ன என்பது தெரியாத வயதிலேயே நான் சாதியின் மூலம் வேறுபடுத்தப்பட்டிருக்கிறேன். எனது ஊரான மஞ்சநாயக்கனூரில் நாயக்கர் தெருவில் ஊராட்சி ஒன்றியத் தொடக்கப்பள்ளியில் *1995*முதல் *1999* வரை படித்தேன். இப்பள்ளியில் எனது சாதி மாணவர்களும் நாயக்கர் சாதியினரும்

மட்டுமே அக்காலகட்டத்தில் பயின்றோம். நாங்கள் வகுப்பறையில் குழுவாக அமர்ந்திருப்போம். அப்போது என்னுடன் பயிலும் நாயக்கர் சாதி மாணவர்கள் சிலர் "எங்களைத் தொடக்கூடாது. நீ சக்கிலியன், நீ தொட்டால் தீட்டு" என்று கூறுவார்கள். அவ்வாறு கூறுவதோடு மட்டுமில்லாமல் நீண்ட இடைவெளிவிட்டே அமர்ந்திருப்பார்கள். மேலும் அச்சாதி நண்பர்களை டே என்று உரிமையுடன் அழைக்கும் ஒரு சுதந்திரம்கூடத் தரப்படவில்லை. தவறியேனும் அவர்களுடைய பெற்றோர்கள் யாராவது இருக்கும்போது டே என்று கூப்பிட்டுவிட்டால் அன்று பெரிய சண்டையே நடக்கும்.

மேலும் பள்ளியில் நானும் எனது சாதியினரும் குடிதண்ணீர் வேண்டுமென அவர்களிடம் கேட்க வேண்டும். கேட்ட பிறகு நாயக்கர் சாதிப் பையன் வந்து தண்ணீர் மொண்டு ஊற்றினால் தான் தண்ணீரைப் பெற முடியும். தண்ணீர் குடிக்கும்போது இரண்டு கைகளையும் சேர்த்து அவர்கள் தண்ணீர் ஊற்ற நாங்கள் குடிக்க வேண்டும். மதிய உணவு சாப்பிட்டவுடன் எங்கள் தட்டுக்களைக் கழுவ அவர்கள் வந்து தண்ணீர் ஊற்றும்வரை காத்திருக்க வேண்டும். அவர்கள் கழுவிய மீத நீரைத்தான் எங்களுக்கு ஊற்றுவார்கள். இத்தனைக்கும் அப்போதுமுதல் இப்போதுவரை எங்களூரில் தண்ணீர்ப் பஞ்சம் வந்ததே இல்லை. மேலும் எங்கள் சாதியினர் அவர்களை அழைக்கும்போது "சாமி" என்றும் "தேவரே" என்றும் கூப்பிட வேண்டும். பெரியவர்கள் முதல் சிறியவர்கள் வரை அப்படியே கூப்பிடவேண்டும்.

இன்னொரு எரிச்சலூட்டும் விஷயம்கூட அன்றுமுதல் இன்றுவரை நடந்துகொண்டுதான் இருக்கிறது. எனது அப்பாவையும் அவருடைய வயதுக்கு மேல் உள்ள பெரியவர்களையும்கூட நாயக்கர் சாதியினர் "போடா", "வாடா" என்றும் பெயர் சொல்லியும் கூப்பிடுவார்கள். சிறியவர்முதல் பெரியவர் வரை அவ்வாறே அழைப்பார்கள். அப்படிக் கூப்பிடும்போது என் சாதியினர் எவ்வித எதிர்ப்பும் காட்டாமல் உடனே செல்வார்கள். இதனால் எனக்கும் என் நண்பர்களுக்கும் (நாயக்கர்) சில சமயம் வாக்குவாதம் வந்துள்ளது.

இதெல்லாம் ஒருபுறம் இருக்கச் சாதியையும் அதிகாரத்தையும் பயன்படுத்தி ஒரு பெரிய மாற்றத்தையே செய்திருக்கிறார்கள் நாயக்கர்கள். நாங்கள் தற்போது வசிக்கும் ஊரிலிருந்து ஒருகல் தொலைவில்தான் எனது முன்னோர்கள்

பல ஆண்டுகளாக வசித்து வந்துள்ளனர். அங்கு வசிக்கும் அச்சமயத்தில் 25 குடும்பங்கள் குடியமைத்து வசித்துள்ளனர். இவர்கள் அனைவரும் ஒன்றுசேர்ந்து கிணறு வெட்டியுள்ளனர். அக்கிணற்றில் தண்ணீர் அதிகமாகக் கிடைக்க அதைச் சுற்றியுள்ள நிலப்பகுதியில் பாசனம் செய்து விவசாயம் செய்தனர். இதனை யறிந்த நாயக்கர் சாதியைச் சார்ந்தவர்கள் எங்கள் முன்னோர் களிடம் ஆசை வார்த்தை கூறியும் மிரட்டியும் அங்கிருந்து இடப்பெயர்வு செய்து தற்போது உள்ள இந்த ஊரில் குடியமர்த்தியுள்ளனர்.

தற்போது காணப்படும் எனது ஊர் முன்னொரு காலத்தில் நாயக்கர் இன மக்களின் சுடுகாடாகக் காணப்பட்ட பகுதியாகும். அவர்கள் என் சாதியினர் வெட்டிய கிணற்றை வைத்து இன்னமும் பாசனம் செய்து வருகின்றனர். அது எங்களுக்குச் சொந்தமான கிணறு என்பதைக் காட்டுவது போலத்தான் இன்றும் எங்கள் ஊர்த் திருவிழாவின்போது அக்கிணற்றிலிருந்து தீர்த்தம் எடுத்தல், முக்கியச் சடங்குகளைச் செய்தல் போன்றவை நடந்து வருகின்றன. எங்கள் முன்னோர்கள் வசித்த பழைய இடம் தற்போது பிணாங்குக்காடு என்ற பெயரில் உள்ளது. இதிலென்ன ஆச்சரியம் என்றால் எனது தாத்தா நெட்டி என்பவர் ஒருவேளை கறிச் சோற்றிற்காகத் தனது விளைநிலத்தையே எழுதிக் கொடுத்துவிட்டு வந்துள்ளார். அப்படிப்பட்ட தாராளச் செயல்கள்கூட நிறைய நடந்துள்ளன.

நான் 2000ஆம் வருடத்தில் ஆறாம் வகுப்புப் படிக்கும்போது எனது பக்கத்து ஊரான சங்கமநாயக்கன்பட்டியில் உள்ள சலூன் கடைக்குக்குச் சென்றேன். “வா தம்பி உட்கார்” என்றார் கடைக்காரர். நானும் வேகமாகச் சென்று சுழல்நாற்காலியில் அமர்ந்து கொண்டேன். அந்த நாற்காலியில் உட்கார்ந்து முடி திருத்தம் செய்துகொள்ள வேண்டும் என்றும் நாற்காலியைச் சுழற்றிச் சுழற்றிப் பார்க்க வேண்டும் என்பதும் எனது நீண்ட நாள் ஆசை. அது நடந்துவிட்டது என்று மகிழ்ச்சியாக அமர்ந்திருந்தேன். சலூன் கடைக்காரர் “தம்பி உனது பெயர் என்ன? எந்த ஊர்? யார் பையன்?” என்று பேச்சுக் கொடுக்க நானும் எல்லாவற்றிற்கும் பதில் தந்தேன். “யோ நீ சக்கிலிப் பையனா? உனக்கு நான் செய்ய மாட்டேன். உங்க ஆளுங்களுக்கு நான் முடி வெட்டினா என் கடைக்கு வேற யாரும் வர மாட்டாங்க. நீ வேறெங்காவது போய் முடி வெட்டிக்கோ” என்று எழுப்பி விட்டுவிட்டார். எனது தலை அரைகுறைதான். வீட்டிற்கு வந்து இரண்டு நாட்கள் கழித்துத்தான் மீதி முடியையும் திருத்தம் செய்ய முடிந்தது.

எனது வீட்டின் பின்புற வீட்டுப்பையன் குமார். ஒரு வருடத்திற்கு முன்பு அருகில் உள்ள நாயக்கர் தெருப் பெண்ணுடன் பழக்கம் ஏற்பட்டு இருவரும் பழகி வந்தனர். அப்பெண் திருமணம் ஆகி மூன்று குழந்தைகளை உடையவள். இந்த விஷயம் அனைவருக்கும் தெரிய அந்தப் பெண்ணையும் பையனையும் ஊரைவிட்டு ஒதுக்கி வைத்துவிட்டனர். மேலும் அவ்விரு குடும்பத் தினருடனும் உறவினர்களிடமும் எந்தவிதத் தொடர்பும் வைத்துக் கொள்ளக் கூடாது என்றும் அச்சாதியினர் கூறிவிட்டனர். அந்தப் பெண்ணின் குழந்தைகளைப் பார்க்கும் போது எனக்குள் சிறு கலக்கம்கூட ஏற்பட்டுள்ளது. நாயக்கர் இனத்தவர் எனது ஊரின் உள்ளே வரும்போது எங்கள் மக்கள் யாரும் அமர்ந்திருக்கக் கூடாது. எழுந்து நிற்க வேண்டும். இப்பழக்கம் இன்றும் உள்ளது. நாங்கள் குடிநீர்க் குழாயில் நீர் பிடித்துவிட்டுக் குடத்தை எடுத்தவுடன் அந்த இடத்தில் சிறிது நீரை ஊற்றிக் கழுவிவிட்டுத் தான் அவர்கள் நீர் பிடிப்பார்கள்.

எனது அப்பாவின் பெயர் முத்துசாமி. ஆனால் எல்லோரும் சின்னப்பையன் என்றுதான் கூப்பிடுவார்கள். எனது அப்பாவும் ஊரில் சில பெரியவர்களும் நாயக்கர் ஊரில் திருவிழாவின் போதும் வேறு விசேஷங்களின்போதும் மேளம் அடிக்கச் செல்வார்கள். நாயக்கர் சாதியில் யாரேனும் இறந்துவிட்டால் எனது அப்பா மேளம் அடித்துவிட்டுச் சுடுகாட்டில் பிணத்தை எரித்துவிட்டு இரவெல்லாம் சுடுகாட்டில் இருந்துவிட்டு வருவார். இச்செயல்களின்போது சில காரணங்களுக்காக இவர்கள் தகாத சில கெட்ட வார்த்தைகளாலும் திட்டியிருக்கிறார்கள். எனது அப்பாவின் இச்செயலால் அன்றுமுதல் இன்றுவரை அவருடன் நான் சண்டையிட்டு வருகிறேன்.

நாயக்கர் சாதியில் எனக்குத் தெரிந்த ஒரு வழக்கம் உள்ளது. அவர்கள் வீட்டுத் திருமணத்தின்போது மணமகனுக்கோ மணப்பெண்ணிற்கோ சக்கிலியர் இனத்தைச் சார்ந்த ஒருவர் செருப்பு அணிவிக்க வேண்டும். இந்த வழக்கம் அவர்களுக்குக் கௌரவத்தைத் தருவதாக எண்ணுவார்கள். செருப்பை அணிவிக்கப் போகும் சக்கிலியனை மரியாதையாக நடத்துவார்கள். சடங்கின்போது சக்கிலியனுக்குப் புது வேட்டி சேலை வழங்கி விருந்திட்டு அனுப்பி வைப்பார்கள். இவ்விஷயத்தில் மட்டும் சாதி என்பது அவர்களுக்கு ஒரு தடையாகக் காணப்படவில்லை. எனக்கு இதுவரை இந்தச் செயல் புரியாத ஒன்றாகவே உள்ளது.

நான் சிறுவயதில் இருக்கும்போது எனது அம்மா அருகில் உள்ள கவுண்டர்களின் காட்டிற்கு வேலைக்குச் செல்லும்போது

என்னையும் உடன் அழைத்துச் செல்வாள். அப்போது மதிய உணவு அவர்கள் தருவார்கள். வீட்டிற்கு ஒதுக்குப்புறமாகப் புழுதியில் உட்கார வைத்துச் சோறு போடுவார்கள். மேலும் தேங்காய்த் தொட்டியில் குடிக்க நீர் தருவார்கள். ஏதேனும் பொருள் தரும்போது தொடாமல் மேலே தூக்கி எனது கையில் போடுவார்கள். ஆனால் எனது அம்மாவை அவர்களது பாத்திரங்களைக் கழுவச் சொல்வார்கள். கழுவிய பாத்திரங்களை வீட்டிற்குள் எடுத்துச் சென்றுவிடுவார்கள். அப்போது மட்டும் பாரபட்சம் பார்ப்பதில்லை.

ooo

என்ன பயன்?

ந. இரஞ்சன்

நான் எந்தச் சாதியைச் சேர்ந்தவன் என்பதை என் தாயின் மூலமாகவே தெரிந்துகொண்டேன். ஐந்தாம் வகுப்புவரை எங்கள் ஊரில் உள்ள பள்ளியில் படித்தேன். ஆறாம் வகுப்புப் படிக்கப் பொட்டிரெட்டிப்பட்டியில் உள்ள அரசு உயர்நிலைப் பள்ளியில் சேர்த்தார் என் தாய். அப்போது என் தாய் 'தம்பி சாதிப்பேரு என்னன்னு வாத்தியாருங்க கேட்டாங்கன்னா பள்ளர்னு சொல்லாத, பள்ளன்னு சொல்லு. அப்பத்தான் சலுகையில படிக்க முடியும்' என்று கூறினார். அதற்கு முன்பு என் சாதிப்பெயரைக் கேள்விப்பட்டிருந்தேனா என்பது தெரியவில்லை. அவர் சொன்ன பின்புதான் என் சாதியின் பெயர் ஆழமாகப் பதிந்துபோனது.

நான் சிறுவனாக இருந்தபோது கிராமங்களில் யார் வீட்டிலாவது திருமணம் என்றால் முதல்நாள் இரவு ஊரில் யாரும் சமைப்பதில்லை. சாப்பாடு திருமண வீட்டில்தான் நடைபெறும். திருமணத்தை முன்னிட்டு இரவில் தொலைக்காட்சிப் பெட்டியில் புதிதாக வெளிவந்த திரைப்படங்கள் காட்சிப் படுத்தப்படும். அன்றெல்லாம் தொலைக்காட்சிப் பெட்டி இருக்கும் வீடுகளை எளிதில் எண்ணி விடலாம். அதனால் புதிய திரைப்படம் ஊரில் எங்காவது காண்பித்தால் பாயோ சாக்கோ

எடுத்துக்கொண்டு இடத்தைப் பிடிக்கச் சென்றுவிடுவோம். எங்கள் தெருவில் இருக்கும் பெரியோர்கள் பெரும்பாலும் அடுத்த தெருவில் காண்பிக்கப்படும் திரைப்படத்தைப் பார்க்கப் போவதில்லை. ஆனால் திரைச்சீலையில் காண்பிக்கப்படும் திரைப்படங்களைப் பார்க்க மட்டும் ஊர்மக்கள் சென்றுவிடுவர். பெரும் வசதி படைத்தவர்கள்தான் திரைச் சீலையில் படம் காட்டுவார்கள். எளிய வசதி படைத்த எளிய சாதி மக்களுக்குத் தொலைக்காட்சியில் படம் காட்டுவதே பெரிய செய்தியாக இருக்கும்.

அப்படித்தான் ஒருமுறை அருந்ததியர் வீட்டிற்குத் திரைப்படம் பார்க்கச் சென்றோம். அங்கு விருந்து நடைபெற்றுக்கொண்டிருந்ததால் அது முடிந்த பின்புதான் படம் காட்டப்படும் என்றனர். சரி என்று நானும் என் நண்பர்களும் சாப்பிடச் சென்றோம். அன்று கத்தரிக்காய்க் குழம்பு மிகவும் அருமையாக இருந்தது. அங்கு உணவு பரிமாறிய பெண்களுள் ஒருவர் என்னைப் பார்த்து, 'யேட்டி இது ஒகுரு கொடுக்குடி' என்றார். 'இதி அங்காயி கொடுக்குடி' என்று பதில் வந்தது. அதனால் என்னுடன் சாப்பிட வந்தவன் அங்காயி அத்தையின் மகன் பாலமுருகன் என்பதை அறிந்துகொள்ள முடிகிறது. அவர்களின் கத்தரிக்காய்க் குழம்பும் கொடுக்கு என்ற சொல்லும் இன்றும் என்னுள் அழியாமல் இருக்கின்றன.

அருந்ததியர் வீட்டில் நான் சாப்பிட்ட செய்தி எப்படியோ என் தாயாருக்குத் தெரிந்துவிட்டது. உணவு பரிமாறிய பெண்கள் வழியாகச் செய்தி தெரிந்திருக்குமோ? யார் வீட்டிலாவது பத்தவைக்கணும் என்பதையே நோக்கமாகக் கொண்டு வாழும் என் தெருவினைச் சேர்ந்த அன்பர்(?) மூலமாகத் தெரிந்ததோ? எப்படியாயினும் அங்கு சாப்பிட்டதற்காக அன்று முழுவதும் என்னைத் திட்டித் தீர்த்துவிட்டாள் என் தாய். நான் மேற்கொண்டு படிக்கப் படிக்க அனைத்துச் சாதியைச் சேர்ந்தவர்களும் நண்பர்களாயினர். அவர்கள் என் வீட்டிற்கும் நான் அவர்களின் வீட்டிற்கும் சென்று சாப்பிடும் நிலை உருவானது. அதன்பின் சாதியைப் பற்றி என்னிடம் யார் பேசினாலும் அவருக்கு என் தாயின் வசவு நன்கு கிடைக்கும். அப்படி இருந்த அம்மாவின் மனநிலை இன்று முழுதுமாக மாறிவிட்டது என்று சொல்ல முடியாவிட்டாலும் பெரும்பாலும் மாறிவிட்டது என்றே நினைக்கிறேன். இல்லை என்றால் என்னை எந்தச் சாதிப் பெண்ணை வேண்டுமென்றாலும் கட்டிக்கொள் (திருமணம் செய்துகொள்) என்று சொல்லியிருப்பாளா.

நெடுநாட்களாக என் மனதில் உறுத்திக்கொண்டிருக்கும் செய்தி இது. நான் பொட்டிரெட்டிப்பட்டியில் ஆறாவது

படிக்கும்போதே "கோகோ" விளையாட்டில் நன்கு தேர்ச்சி பெற்றிருந்தேன். அதனால் கீழ் இளையோருக்கான அணியின் தலைவனாக என்னை நியமித்தனர். அணிக்குத் தலைவனாக மட்டுமின்றிச் சிறப்பாகவும் விளையாடுவேன். வெற்றியும் பெறுவோம். பொதுவாகவே எங்கள் பள்ளியின் மாணவர்கள் எந்தப் போட்டியில் வெற்றி பெற்றாலும் மறுநாள் காலையில் நடக்கும் இறைவணக்கத்தின்போது மாணவர்களின் முன்னிலையில் வெற்றி பெற்றவருக்குப் பரிசு வழங்கிச் சிறப்பிப்பர். தனிநபர் போட்டியில் வெற்றி பெற்றால் அந்நபரை அழைத்துப் பாராட்டுவர். குழுப் போட்டியென்றால் அணியின் தலைவரை அழைத்துப் பாராட்டும் கேடயமும் வழங்குவர். அந்தக் கேடயத்தை வாங்கித் தலைமையாசிரியரின் அறையில் வைத்துவிடுவர். வரகூரில் நடைபெற்ற கோகோ போட்டியின் இறுதிச் சுற்றுக்கு எங்கள் அணியும் வரகூர் அரசுப் பள்ளியின் அணியும் முன்னேறின. போட்டி மிகவும் கடுமையாக இருந்தது.

மூன்றுமுறை விளையாடியும் இரு அணிகளின் புள்ளிகள் சமமாகவே இருந்தன. அதனால் இறுதியில் ஓர் அணியின் வீரர்கள் மற்ற அணியில் இருக்கும் வீரர் ஒருவரை மட்டும் எவ்வளவு நேரத்தில் தொடுகிறார்களோ அந்த நேரத்தைக் கொண்டு முடிவெடுக்கத் தீர்மானித்தனர். குறைந்த நேரத்திற்குள் எந்த அணி எதிர் அணியைச் சேர்ந்த ஒருவரைத் தொடுகிறதோ அந்த அணியே வெற்றிபெறும் என்ற முடிவுக்கு நடுவர்கள் வந்தனர். அதன்படியே நாங்கள் எதிர் அணி வீரர் ஒருவரை 16 நொடிகளில் தொட்டுவிட்டோம். அவர்கள் எங்களுள் ஒருவரைத் தொடுவதற்கு 36 நொடிகள் தேவைப்பட்டன. நாங்கள் வெற்றி பெற்றோம். நாளை நடைபெறும் இறைவணக்கத்தில் அனைத்து மாணவர்களின் முன்னால் என்னை அழைத்துப் பாராட்டப் போகிறார்கள் என்பதை நினைக்கும்போது மகிழ்ச்சி இன்னும் அதிகமாயிற்று. அடுத்த நாள் காலையில் அணியின் தலைவரை அழைக்கும்போது தயாராக இருந்தேன். ஆனால் 'பரமேசுவரன்' என்று அழைத்தனர். மனம் நொறுங்கிப்போனது. இப்படியாக இரண்டோ மூன்றோ முறை விளையாடிப் பரிசு பெற்றபோது அணிக்கு நான் தலைவனாவும் பரிசு வாங்கும்போது அவன் தலைவனாகவும் இருக்கும் வழக்கம் தொடர்ந்தது. அதற்குக் காரணம் சாதிதான் என்பதை இப்போது உணர முடிகிறது.

நான் தமிழ்ப் பல்கலைக்கழகத்தில் முதுகலை படிக்கின்றபோது எனக்கும் என் தோழிக்கும் இடையே முதல் மதிப்பெண் எடுப்பதில் போட்டி இருந்தது. அவள் ஆதிக்கச் சாதியைச் சேர்ந்தவள். எனினும் நாங்கள் இருவரும் அக்கா தம்பியாகவே பழகினோம். அவள் என்னைவிட வயதில் மூத்தவள் என்பதாலும் என்

அக்காவைப் போல இருப்பதாலும் அவ்வாறு பழகினோம். எங்களைப் பார்க்கின்ற ஆசிரியர்களுள் சிலரின் கண்களுக்கு மட்டும் நாங்கள் தெரிவதில்லை. எங்களின் சாதியே தெரிந்தது. என்னதான் நான் அவளைவிட நன்றாகவே எழுதியிருந்தாலும் மதிப்பெண் போடுபவர்கள் அந்த ஒருசில ஆசிரியர்கள் என்பதால் இலக்கணத்தில் மட்டும் எனக்கு மதிப்பெண் போடுவார்கள். மற்ற பாடங்களில் சிலவற்றில் சமமாகவோ அவளுக்கு அதிகமாகவோ கிடைக்கும். அவளை முதல் மதிப்பெண் எடுக்க வைப்பதிலேயே ஆசிரியர்கள் சிலர் முனைப்புக் காட்டினர். இறுதிப் பருவத் தேர்வின்போது 'அறிவியல் தமிழ்' என்ற பாடத்திற்குரிய வினாத்தாளில் இருக்கும் கேள்விகள் சிலவற்றை அந்த ஆசிரியரின் தொலைபேசி மூலமாக அறிந்துகொண்டாள். அவளாகக் கேட்டிருக்கமாட்டாள். ஆசிரியர் தானாகவே முன்வந்து சொல்லியிருப்பார். இதை அவளின் தோழியின் வழியாக எனக்குத் தெரிவித்தாள். அதனால் தேர்வு முடிவில் அவள் முதல் மதிப்பெண் நான் இரண்டாவது. வினாக்களை என் தோழிக்குத் தெரிவித்ததால் ஆசிரியர் குற்ற உணர்வை அடைந்தாரா என்பது தெரியவில்லை. ஆனால் என் அக்காவாகிய தோழி அந்த மதிப்பெண்ணைப் பற்றிப் பேசும்போதெல்லாம் அவள் மனதில் குற்ற உணர்வு வெளிப்படுவதை அவளின் மூலமே தெரிந்துகொண்டேன். இப்படிப்பட்ட சில ஆசிரியர்களால் மாணவர்கள் பலரும் பாதிப்புக்கு உள்ளாகின்றனர்.

நான் இளங்கலைத் தமிழ் படித்தபோது பழக்கமானவள் அவள். அவளுக்கு உடல் கொஞ்சம் ஊனம். தஞ்சையில் ஆய்வியல் நிறைஞர் பட்டம் மேற்கொண்டிருந்தபோது அவளை, நான் படிக்கின்ற அகராதியியல் துறையிலேயே முதுகலைப் படிப்பைக் கற்கச் சேர்த்துவிட்டேன். அப்பொழுது இளங்கலைப் பட்டத்தை முடித்த கல்லூரிக்கு என்னை அழைத்தாள். ஏதோ சான்றிதழை வாங்க வேண்டும் என்றும் அவளால் பைகளைத் தூக்க முடியவில்லை என்பதால் என் உதவி தேவை என்றும் கூறினாள். சரி என்று நானும் சென்றேன். அவள் தாமதமாகவே அங்கு வந்து சேர்ந்தாள். ஏன் என்று கேட்டேன். அதற்கு அவள் 'ரஞ்சா என் தங்கச்சி எங்களுக்கு அவமானத்தைச் சேர்த்து வச்சிட்டாடா. அவ ஓடிப்போயிட்டா. போயும்போயும் ஒரு எஸ்.சி. பையனோட ஓடிப்போயிட்டாடா" என்றாள். எனக்குத் தூக்கிவாரிப் போட்டுவிட்டது. அவள் தங்கை அப்பொழுது பள்ளியில் படித்துக்கொண்டிருந்தவள்தான். தங்கையின் வயதைக் காரணங்காட்டி அவள் சொல்லியிருந்தால் பரவாயில்லை. அவள் வருந்துவதை ஏற்றுக்கொள்ளலாம். நான் எளிய சாதியைச் சேர்ந்தவன் என்பது அவளுக்குத் தெரிந்திருந்தும் என்னிடமே

அப்படிச் சொல்வதற்கு எப்படித்தான் மனது வந்ததோ தெரிய வில்லை. அவள் என்னிடம் அப்படிச் சொல்லிவிட்டோமே என்று வருத்தப்பட்டதாகக்கூடக் காட்டிக்கொள்ளவில்லை. பிறகு எதற்கு நண்பர்களாகப் பழகுகிறார்களோ.

ஆய்வியல் நிறைஞர் பட்டப்படிப்பை முடிக்கின்ற காலத்தில் 'இராஜீவ்காந்தி தேசிய ஆய்வுத் தகைமைத் தொகை'யைப் பெறுவதற்கு விண்ணப்பித்தேன். எஸ். சி. மாணவர்களுக்குப் பல்கலைக்கழக நிதிநல்கைக் குழு வழங்கும் உதவித்தொகை அது. விண்ணப்பித்த பத்தொன்பது பேருக்கு அத்தொகை பெறுவதற்குரிய அனுமதி கிடைத்தது. அவர்களுள் நானும் ஒருவன். எங்களுக்குரிய தொகை பல்கலைக்கழகத்திற்கு வந்தாலும் பல்கலைக்கழகத்திலிருந்து நாங்கள் பெறுவதற்குப் போராட வேண்டியிருக்கும். எங்களுக்குரிய பணத்தை உடனே கொடுத்ததாக வரலாறு கிடையாது. ஆறு மாதமோ ஒரு வருடமோ ஆகும். அந்தக் காலத்திற்குரிய வட்டிப்பணத்தை என்ன செய்வார்களோ தெரியாது. நாங்கள் தொகையைப் பெறுவதற்கு அனுப்பினால் அதைச் சரிபார்க்க ஓரிரு மாதங்களுக்குமேல் ஆகிவிடும். ஆனால் அலுவலர்களின் சம்பளக்கோப்பு மட்டும் ஓரிரு நாட்களில் பயணமாகிவிடும். இது தொடர்பாக அலுவலர்களிடம் கேட்டால் சண்டைதான் நடக்கும். அவர்களுக்கு நான்தான் ரவுடியான மாணவன்.

அலுலகத்தில் நடந்ததை எம் துறைப்பேராசிரியர்களிடம் கூறினால், 'அவங்ககிட்ட ஏண்டா சண்டை போடுற' என்று என்னிடமே திருப்பிவிடுவார்கள். ஆசிரியர்கள் என்ன செய்வார்கள் பாவம். அவர்களே அலுவலர்களுக்குப் பயந்தல்லவா இருக்கிறார்கள். இல்லை என்றால் ஆசிரியர்களுக்கு வரும் முக்கியமான கடிதங்கள் எல்லாம் முகவரியே இல்லாமல் போய்விடும். அலுவலர்களுக்கு மாணவர்கள், ஆய்வாளர்கள் மட்டுமல்ல. ஆசிரியர்களும் அடங்கித்தான் போகவேண்டியுள்ளது. இதுதான் இன்றைய பல்வேறு கல்வி நிறுவனங்களின் நிலையாக உள்ளது.

அலுவலர்கள் எங்களை இயற்பெயர் சொல்லிக்கூட அழைப்பதில்லை. இத்தொகை வாங்குபவர் யாராக இருந்தாலும் 'வாங்க ராஜீவ்காந்தி' என்றே அழைப்பர். அழைக்கும்போது அவர்களின் வயிறு முழுவதும் எரியும். அவர்களின் சம்பளத்தைவிட எங்களுக்குத் தொகை அதிகமாகக் கிடைப்பதால் அந்த வயிற்றெரிச்சல். அதுமட்டுமன்றி அவர்களின் சொந்தப் பணத்தைக் கொடுப்பது போல நினைத்துக்கொள்வார்கள். அலுவலகத்தில் இருக்கும் பெரும்பாலான கணினிகள் எங்களுக்கு வந்த உதவித்தொகையின் மூலம் வாங்கியவை என்பதை அவர்களின் பேச்சிலிருந்து அறிந்துகொண்டேன்.

நான் முனைவர் பட்டம் முடித்து இரண்டாண்டுகள் முடிவுறும் நிலையில் இருக்கிறேன். இன்னும் எனக்கு மாற்றுச் சான்றிதழைத் தர மறுக்கின்றனர். ஏன் என்று கேட்டால், 'ஒங்களுக்குரிய தகைமைத் தொகையை எல்லாம் முழுமையாகக் கொடுத்த பிறகுதான் டி.சியைத் தருவோம்' என்கின்றனர். என்ன கொடுமை இது? நாங்கள் ஏதேனும் பணம் தரவில்லை என்றால் மாற்றுச் சான்றிதழை அவர்கள் தர மறுக்கலாம். ஆனால் நான் அனைத்து இடங்களில் இருந்தும் நிலுவையின்மைச் சான்றிதழையும் வாங்கிக் கொடுத்துவிட்டேன். ஆனால் தர மறுக்கிறார்கள். நூலக முன்வைப்புத் தொகையையும் தரவில்லை. அதைக் கேட்டால் டி.சி. வாங்கினால்தான் அந்தப் பணம் தருவோம் என்று கூறுகின்றனர். அப்படியாயின் இந்தப் பிறவியில் என்னால் மாற்றுச் சான்றிதழையும் தகைமைத்தொகையையும் நூலக முன்வைப்புத் தொகையையும் பெற முடியாது என்பது உறுதியாகிவிட்டது என்றே நினைக்கிறேன்.

முனைவர் பட்டம் முடித்ததும் ஒசூரில் வள்ளல் ஒருவரின் பெயரில் இயங்கும் கல்வி நிறுவனம் ஒன்றில் தமிழ் உதவிப் பேராசிரியர் பணிக்கான நேர்காணலுக்குச் சென்றிருந்தேன். அந்த நிறுவனம் பிரபலமானதும்கூட. அந்தக் கல்லூரித் தமிழ்த் துறையில் மூன்று காலிப்பணியிடங்கள் நிரப்பப்படாமல் இருந்தன. அதற்கு முப்பதுக்கும் மேற்பட்டவர்கள் வந்திருந்தனர். அவர்களில் திருச்சி பாரதிதாசன் பல்லைகலைக்கழகத்தில் 2008ஆம் ஆண்டு நடைபெற்ற முப்பதுநாள் சங்க இலக்கியப் பயிலரங்கில் பழகிய நண்பர்களும் சிலர் வந்திருந்தனர்.

அந்த நேர்காணலில் எழுத்துத் தேர்வு, பட்டங்களின் மதிப்பெண், பாடம் நடத்தும் முறை என மூன்று நிலையில் நடந்த தேர்வில் ஆறு நண்பர்களைத் தேர்வு செய்தனர். பணியோ மூவர்க்கு மட்டும்தான். அந்த அறுவரில் முதலாவதாக இருந்தேன். இச்செய்தி அங்குள்ள நண்பர்கள் மூலம் பலருக்கும் தெரிந்து வாழ்த்துக்கள் குவிந்த வண்ணம் இருந்தன. பலர் வருத்தத்துடனே திரும்பிப் போயினர். அங்கு பணிபுரிந்த ஆசிரியர் ஒருவர் என்னிடம் வந்து 'ரஞ்சன், வந்தவங்கள்ல நீங்கதான் வித்தியாசமாச் செஞ்சிருக்கிங்க. வாழ்த்துக்கள் ... நீங்க எங்கூடவே தங்கிக்கோங்க' என்றதும் எனக்கு வேலை உறுதி என்ற எண்ணம் மனதில் தோன்றியது. அவர் கூறியது மட்டும் என் வேலையை உறுதி செய்யவில்லை. அறுவரில் நான் ஒருவன் மட்டுமே முனைவர் பட்டத்துடன் தேசிய விரிவுரையாளர் தகுதியையும் (NET) பெற்றவன். இரண்டாவது இடத்தில் ஒரு பெண். அவள் ஆய்வியல் நிறைஞர் பட்டம் மட்டும் பெற்றவள். மூன்றாமவன் ஆய்வியல்

நிறைஞர் பட்டத்தோடு விரிவுரையாளர் தகுதியும் கொண்டவன். மற்ற மூவரும் ஆண்கள்.

அறுவரில் நானும் மூன்றாமவனும் ஆறாமவனும் எளிய சாதியைச் சேர்ந்தவர்கள். மற்றவர்கள் ஆதிக்க சாதியைச் சேர்ந்தவர்கள். எங்கள் அறுவரில் செயலர் எந்த மூவரை அழைக்கிறாரோ அவர்கள்தான் தேர்வானவர்கள் என்றனர். சான்றிதழ் அனைத்தையும் அனைவரும் தயார் நிலையில் வைத்துக் கொண்டோம். நான் கல்விச் சான்றிதழ் மட்டுமன்றி விளையாட்டு, நாடகம் எனப் பல்வேறு சான்றிதழ்களையும் வைத்துக்கொண்டு நின்றேன். மனதில் படபடப்பு, பயம், மகிழ்ச்சி, நடுக்கம் என அனைத்து உணர்வுகளும் அப்பிக்கொண்டன. ஆனால் செயலர் முதலில் அழைத்தது இரண்டாமவளை. அவள்தான் என்னைச் சான்றிதழ்களை எல்லாம் தாயர்நிலையில் வைத்துக்கொள்ளுங்கள் என்று கூறியவள். அவளுக்கு என்ன தெரியப்போகிறது உள்ளிருக்கும் வேறு அரசியல். சாதி அரசியல். மூன்று ஆதிக்க சாதியினருக்கும் பணி கிடைத்தது. எளிய சாதியைச் சேர்ந்த எங்களுக்கு வலியும் வருத்தமும் கிடைத்தன.

உதவிப்பேராசிரியராகப் பணிபுரிவதற்கு முக்கியத் தகுதியான ஆதிக்க சாதி என்னும் தகுதியை எங்களால் பெற முடியவில்லை. இதை நினைத்து நினைத்து என் சாதியில் பிறந்ததற்காக வருத்தப்படுவதைத் தவிர்த்துச் சந்தோசம் அடைந்ததைப் போல வெளியில் காட்டிக்கொண்டேன். என் மனதில் வேராக இருக்கிற வலி யாருக்குத் தெரியப்போகிறது. என்னைப் போல எத்தனை இளைஞர்கள் வலியைத் தூக்கிச் சுமந்துகொண்டே போகிறார்கள் என்பதை எண்ண முடிய வில்லை. அந்த வலிச்சுமை இனியேனும் குறையுமா என்பதற்குக் காலம்தான் பதில் சொல்லும்.

சமீபத்தில் தமிழ்ப் பல்கலைக்கழக நாட்டுப்புறவியல் துறையில் முனைவர் பட்டப் பொது வாய்மொழித்தேர்வு நடைபெற்றது. புறநிலைத் தேர்வாளராகப் பாரதிதாசன் பல்கலைக்கழகத் தமிழ்த்துறையில் இணைப் பேராசிரியராகப் பணிபுரியும் நபர் வந்திருந்தார். அவர் நாகரிகமாக எப்படி எல்லாம் நடந்துகொள்ள வேண்டும் என்பதைச் சான்றுடன் கூறினார். அதாவது ‘என் வழிகாட்டுதலில் ஆய்வு மேற்கொள்ள வரும் ஆய்வாளர்களிடம் அவர்களின் சாதியை அறிந்துகொள்ள நேரடியாகக் கேட்கமாட்டேன். அப்படிக் கேட்பது நாகரிகமாக இருக்காது. அதனால் மறைமுகமாக ஆய்வாளரின் உறவுமுறையை விசாரித்து அதன்மூலம் சாதியைத் தெரிந்து கொள்வேன்’

என்று விளக்கம் தந்தார். இயல்பாகச் சாதி தெரிந்தால் தெரியட்டும், தெரியாமல் போகட்டும். அதற்கென்று மெனக்கெட்டு ஒருவரின் சாதி தெரிந்தே ஆக வேண்டும் என்று உறவு முறையை விசாரிப்பது வேதனைக்குரியது.

நான் சாதியால் பாதிக்கப்பட்டேன் என்றால் அது பெரும்பாலும் கல்வி நிறுவனங்களால்தான். அறிவை வளர்க்கும் கல்வி நிறுவனங்களே இப்படி இருக்கும்போது மற்றவர்களைக் குறை சொல்லி என்ன பயன்?

○○○

வீட்டிற்கு ஒரே பையன் நான்

இரா. இராஜசேகரன்

நான் வன்னியர் சாதியைச் சேர்ந்தவன். என்னுடன் பயின்ற கேரளாவின் நாயர் சாதியைச் சேர்ந்த பெண்ணைத் திருமணம் செய்துகொண்டேன். எங்களுடைய கலப்புத் திருமணம் எப்படி அங்கீகரிக்கப்படும் என்ற பயம் கலந்த எதிர்பார்ப்போடு எங்கள் வீட்டிற்குச் சென்றோம். நான் திருமணம் செய்துகொண்டேன் என்னும் செய்தி அறிந்ததும் என்னவோ இறப்பு ஏற்பட்ட வீடாகக் காட்சியளித்தது. ஒருவர் பின் ஒருவராகத் துக்கம் விசாரிக்க வருவது போல வர ஆரம்பித்தார்கள். வந்தவர்கள் கும்பலாகப் பேசியதால் என்ன நடக்கப் போகிறதோ என்ற பயம் எனக்குள் அதிகமானது. மனைவியிடம் மிகத் தைரியமாகப் பேசிக்கொண்டு இருந்தேன். அங்கிருந்த கும்பல் பெண்ணை இரவோடு இரவாக அவர்கள் வீட்டிற்கு அனுப்பி வைத்து விடலாம் என்று முடிவு செய்தனர். இச்செய்தியை அந்தக் கும்பல் என் மனைவியிடம் வலுக்கட்டாய மாகக் கூறியது. அதற்கு மனைவி 'நான் வீட்டிற்குப் போனால் என்னை ஏற்றுக்கொள்ள மாட்டார்கள். நான் தற்கொலை செய்து கொள்வதைத் தவிர வேறு வழியில்லை' என்று அழுதாள்.

என்னை விட்டுப் பிரியமாட்டேன் என்பதில் மிக உறுதியாக இருந்தாள். நானும் அவளை விட்டுப் பிரிந்தால் உயிருடன் இருக்க மாட்டேன் என்பதை அழுதுகொண்டே கூறினேன். என் அழுகையை

அவர்கள் பொருட்படுத்தவே இல்லை. நான் கோபப்பட்டும் எதுவும் நடக்கவில்லை. இத்தகைய சூழலில் உறவினர் ஒருவர் 'அவன் அப்படித்தான் அழுவான். பொண்ணை அனுப்பிவிட்டு நாளைக்கே வேறு கல்யாணம் செய்துவிட்டால் எல்லாம் சரியாகிவிடும்' என்றார். அப்படி ஏதேனும் நிகழ்ந்தால் நான் உயிரை விடுவதைத் தவிர வேறு வழியில்லை என்பதில் மிக உறுதியாக இருந்தேன். நான் வீட்டிற்கு ஒரே பையன் என்பதால் அவர்கள் பயந்து முடிவை மாற்றிக்கொண்டார்கள். நாட்டில் வன்னியரும் ஆதிதிராவிடரும் கலப்புத் திருமணம் செய்து கொண்டால் ஏன் தற்கொலை செய்துகொள்கிறார்கள் என்பதான புரிதல் அன்றுதான் எனக்கு ஏற்பட்டது.

கேரளாவில் உயர்தரச் சாதியினராக நம்பூதிரிகளும் அடுத்த நிலையில் நாயர்களும் உள்ளனர். இவர்களுக்குத் தாழ்ந்தவர்களாக ஈழவர் சாதியினர். அந்த வகையில் தமிழ்நாட்டில் எத்தகைய வகுப்பினராக இருந்தாலும் அவர்களைத் தாழ்ந்தவர்களாகவே என் மனைவி வீட்டார் எண்ணினர். மேலும் வன்னியர் இனத்தைச் சேர்ந்தவர்கள் கௌரவக் கொலைகள் செய்வதும் வரதட்சணை கேட்டுத் துன்புறுத்துவதும் பணத்தை வாங்கிகொண்டு ஏமாற்றி விடுவழதமான நிகழ்வுகளையும் அவர்கள் கேள்விப் பட்டிருந்தனர். இத்தகைய புரிதலோடு பல ஆட்களை வைத்து எங்களைத் தேடினார்கள். எங்களுடைய நல்ல நேரம் நாங்கள் அப்பொழுது அகப்படவில்லை. மாட்டி இருந்தால் நாங்கள் சேர்ந்து வாழ்வதே கேள்விக்குறியாகத்தான் இருந்திருக்கும். அவர்கள் மறுநாள் எங்கள் வீட்டை வந்தடைந்தனர். நாங்கள் பதிவுத் திருமணம் செய்து கொண்டதாலும் எங்கள் வீட்டினர் திருமணத்திற்குச் சம்மதம் அளித்திருந்ததாலும் மனைவியை விட்டுச் சென்றனர்.

இறப்பு நடந்த வீட்டில் ஒரு வருடம் முழுவதுமாகத் துக்கம் விசாரிக்க வருவார்களே அதுபோல எங்கள் வீட்டிற்குத் தூரத்து உறவினர்கள் வர ஆரம்பித்தார்கள். வீட்டிற்கு யார் வந்தாலும் என் அப்பா, அம்மா அவர்களைக் கட்டிக்கொண்டு அழ ஆரம்பிப்பார்கள். இப்படியே ஒவ்வொரு நாளும் கழிந்தது. திருமணம் ஆன முதல் இரண்டு மாதம் வீட்டுத் திண்ணையில் அழுதுகொண்டே நாட்களைக் கடத்தினேன். மனைவியின் குடும்பத்தாரோ 'அவளால் அதிக நாட்கள் அங்கு வாழ முடியாது. சீக்கிரமாக இங்கு வந்துவிடப் போகிறாள் பாருங்கள்' என்ற நிலையிலே காத்திருந்தனர். திருமணத்திற்குப் பிறகு தந்தையிடம் ஏற்பட்ட மாற்றம் தாயிடம் ஏற்படவில்லை. தாய் உறவினர் களிடம் கூறும்போது 'நம்ப சாதியில ஒரு களவெட்டுற பொண்ணக் கல்யாணம் பண்ணிருந்தாக்கூடச் சந்தோஷப்

பட்டிருப்பேன். இப்படி எவளோ ஒருத்தியக் கூட்டிட்டு வந்திட்டானே' என்று கூறும்போது என்னைவிட என் மனைவியே மிகுதியாகத் துன்பப்பட்டாள். இதன்காரணமாக எங்கள் வீட்டில் நடக்கும் நிகழ்ச்சிகளுக்கு உறவினர்களை அதிகமாக அழைப்பதே இல்லை. மனைவியின் வீட்டில் நடக்கும் சுபகாரியங் களுக்கு மனைவியைத் தவிர யாரும் அழைக்கப்படுவதில்லை.

அடிப்படைத் தேவைகளைப் பூர்த்தி செய்துகொண்டு மகிழ்ச்சியாக இருப்பதால் என் தந்தை சந்தோஷப்பட்டார். எனது தாயோ 'பொண்ணு வீட்ட விட்டுப் போனாப் போதும்னு நினைச்சிட்டானுங்க. எதாவது கண்டுக்கறானுங்களா? அதுவுமில்லை. ஒன்னுத்துக்கும் இல்லாதவங்க வீட்டுல பொண்ணு எடுத்தாக்கூட நல்லது கெட்டதுன்னா ஒரு தேங்கா பழம் வரும். இங்க அதுக்குக்கூடக் கேடு' என்று அடிக்கடி சொல்லிக் காட்டுவார். அப்பொழுது என் மனைவி என்னிடம் 'நான் என்ன செய்வேன். உங்க வீட்டுக்கு என் சாதியப் புடிக்கல. எங்க வீட்டுக்கு உங்க சாதியப் புடிக்கல' என்று கூறும்போது சாதிமீது இருந்த வெறுப்புத் தலைக்கேறியது.

இந்நிலையில் உறவினர் ஒருவர் கேரளாவிற்கு அடிக்கடி வியாபார நிமித்தமாகச் செல்பவர் எங்கள் வீட்டிற்கு வந்திருந்தார். எனது மனைவியைப் பார்த்து 'இந்தப் பெண் நாயர் இனத்தைச் சேர்ந்தவள். நல்ல பொறுப்பாக இருப்பாள்' என்பதான சான்றிதழை என் தாயிடம் கூறினார். அவர் கூறியதற்குப் பிறகே மனைவியோடு இயல்பாகப் பேச ஆரம்பித்தார் அம்மா.

○○○

கோரமுகம்

பி. இராஜேஸ்கண்ணன்

சமூகத்தின் அனைத்து வெளிகளிலும் சாதியின் கூர்நகங்கள் ஆழமாகப் பதிந்துள்ளன. சூழ்நிலையின் தன்மைக்கு ஏற்பத் தன்னை மறைமுகமாகவும் நேரடியாகவும் சாதி வெளிப்படுத்திக் கொண்டுதான் உள்ளது. பள்ளி, கல்லூரி, பணிபுரியும் இடம் போன்றவை மறைமுகமாகவும் நுட்பமாகவும் சாதி வெளிப்படும் வெளிகள். கோவில் விழாக்கள், திருமணவிழா, இறப்பு நிகழ்ச்சி இங்கெல்லாம் சாதி தன்னை அப்பட்டமாக வெளிப்படுத்தி நிற்கிறது.

பள்ளிச்சூழலைப் பொறுத்தவரையில் தனியார் பள்ளி வாகனங்கள் வந்து வெகுதொலைவிற்கு அள்ளிச் செல்லும் காலத்திற்கு முன்புவரை அவரவர் ஊரின் அருகிலேயேதான் பள்ளிப் படிப்பு அமையும். ஒவ்வொரு மாணவரும் எங்கிருந்து வருகின்றனர் என்பதையும் ஒரு மாணவரின் பெற்றோர் யார் என்பதையும் அனைத்து மாணவர்களும் அறிந்து வைத்திருப்பர். அவன் அம்பேத்கர் தெரு பையன், அவன் பள்ளத்தெரு பையன் என்று ஒருவரின் சாதியைக் குறிக்கும் பேச்சுகளை இயல்பாகக் காணலாம். கல்லூரிச் சூழலில் பல்வேறு விண்ணப் பங்களைப் பூர்த்தி செய்யும்பொழுது மற்றவர் களின் சாதி என்ன என்பதை அறிந்துகொண்டு

அதன் அடிப்படையில் தனது நட்பு வட்டத்தை உருவாக்கிக் கொள்ளும் சூழலையும் காணலாம்.

எவ்வகையான பணியிடங்களிலும் ஒருவரின் சாதியைத் தெரிந்துகொள்ள மேற்கொள்ளும் முயற்சிகளே பலவிதமாக அமையும். புதிதாகப் பணிக்கு எங்கு சென்றாலும் அறிமுகப் பேச்சுகளில் பாதி அளவேனும் சாதியை அறிந்துகொள்ளும் முயற்சியே மேலோங்கி நிற்கும். திருமணம் பற்றிய வினாவிற்கு இல்லை என்று பதில் அளித்தால் அடுத்த கேள்வியே எனக்குத் தெரிந்த இடத்தில் படித்த பெண் இருக்கிறாள், நீங்கள் என்ன சாதி என்றுதான் அமையும். படிப்புத் தொடர்பான வினாக்கள் வந்தால் நீங்கள் என்ன கோட்டா என்ற கேள்வி கட்டாயம் இடம் பெறும். BC, MBC, SC என்று பொதுவாகச் சொன்னால் உட்பிரிவைத் தோண்டித் துழாவும் அடுத்த கேள்வி. அல்லது கேட்பவர்க்குத் தெரிந்த ஒருவரைக் குறிப்பிட்டு அவருக்கு நீங்கள் சொந்தக்காரரா? என்ற வினாவும் அமைவதுண்டு. சில சமயம் நேரடியாகவே நீங்கள் என்ன கமுனிட்டி? என்ற வினா வந்து அதிர்ச்சி அளிக்கவும் செய்யும்.

திருமணவிழா, கோவில் விழா, இறப்பு நிகழ்ச்சி போன்றவற்றில் நால்வர் ஒன்றாகக் கூடிவிட்டால் தங்கள் சாதியின் பெருமைகளைப் பேசிப் பூரிப்படைவார்கள் அல்லது கீழ் சாதியின் இன்றைய வளர்ச்சி நிலையை விமர்சிப்பார்கள்; ஏளனம் செய்வார்கள். இவ்வாறான சூழல்களில் எல்லாம் சாதி வெளிப்படும் என்பதை முன்னரே தீர்மானிக்க முடியும். ஆனால் எதிர்பாராமல் சாதியின் கோரப்பிடியில் சிக்கித் தவித்த சில அனுபங்களை நான் இங்கே பகிர்ந்துகொள்கிறேன்.

சேலம் மாவட்டத்தில் தலைவாசல் அருகில் உள்ள பெரியேரி என் ஊர். இம்மாவட்டத்தில் வசிக்கும் வன்னியரில் இருபிரிவினர் உண்டு. அரசு வன்னியர், படையாச்சி என்னும் அப்பிரிவுகளில் அரசு வன்னியர் பிரிவைச் சேர்ந்தது என் குடும்பம். என் பள்ளிப்படிப்பு முழுவதையும் ஆத்தூர் அருகில் உள்ள கெங்கவல்லியில் தாத்தா வீட்டில் தங்கி மேற்கொண்டு வந்தேன். அரசு மேல்நிலைப்பள்ளியில் அவ்வப்போது மாணவர்களிடையே சாதி மோதல்கள் ஏற்படுவதுண்டு. ஒருமுறை பள்ளிகளுக்கிடையேயான கபடிப் போட்டி நடைபெற்றது. எங்கள் பள்ளி அணியும் தம்மம்பட்டிப் பள்ளி அணியும் இறுதி ஆட்டத்தில் மோதிக்கொண்டன. எங்கள் பள்ளி அணியில் இடம் பெற்ற அனைவரும் தலித் மாணவர்கள். அதனால் எங்கள் பள்ளியின் தலித் அல்லாத மாணவர்கள் தம்மம்பட்டி அணியினை உற்சாகப்படுத்தி அவர்கள் பக்கம் நின்றனர். அடுத்த நாள்

இப்பிரச்சினை தொடர்பாக அடிதடி ஏற்பட்டுப் பள்ளி கால வரையறை இன்றி மூடும் அளவிற்குப் போனது.

நான் பதினொன்றாம் வகுப்புப் படிக்கும் பொழுது நிகழ்ந்த ஒரு நிகழ்வு என்னை இன்றளவும் குற்ற உணர்வுடன் வருத்தக் கூடியதாக இருக்கிறது. எங்கள் வகுப்பறைக்குப் பக்கத்து வகுப்பில் இருந்து ஒரு மாணவன் அடிக்கடி வந்து நண்பர்களிடம் பேசிச் செல்வான். அம்மாணவன் தலித் என்பதால் தலித் அல்லாத மற்ற மாணவர்கள் அதை விரும்பவில்லை. ஒருநாள் முதல் இடைவேளையில் பக்கத்து வகுப்பு மாணவன் எங்கள் வகுப்பிற்கு வந்து ஒரு சிலரிடம் பேசிவிட்டுச் சென்றான். வெளியில் சென்று இருந்த நாலைந்து தலித் அல்லாத மாணவர்கள் அவனைக் கண்டித்துவிட்டு முன்வரிசையில் அமர்ந்திருந்த என்னிடம் வந்து, நோட்டில் வைத்திருந்த பணத்தைக் காணவில்லை என்று ஆசிரியரிடம் கூறச் சொன்னார்கள். நானும் அம்மாணவர்கள் சொன்னவாறே ஆசிரியரிடம் சென்று என் நோட்டில் முப்பது ரூபாய் வைத்திருந்தேன், அதைக் காணவில்லை என்று கூறினேன். உடனே அம்மாணவர்கள் எல்லாம் பக்கத்து வகுப்பில் இருந்து வரும் மாணவனின் பெயரைச் சொல்லி அவன்தான் அடிக்கடி எங்கள் வகுப்பிற்கு வருகிறான், இதற்கு ஒரு முடிவு தெரிந்தாக வேண்டும், இல்லையென்றால் வகுப்புப் புறக்கணிப்பு செய்வோம் என்று கூறினர். சில மாணவர்கள் வாருங்கள் அனைவரும் வெளியே செல்வோம் என்று மற்ற மாணவர்களை அழைத்தனர். அந்தத் தலித் மாணவனைப் பள்ளியில் இருந்து நீக்க வேண்டும் என்றெல்லாம் அப்பருவத்திற்கே உரிய வேகத்துடனும் மூர்க்கத்துடனும் கூறினர்.

பிரச்சினை பெரிதாவதை உணர்ந்த வகுப்பு ஆசிரியர் தலைமை ஆசிரியரிடம் சென்று கூறினார். அடுத்த நாள் அந்தத் தலித் மாணவனின் பெற்றோரை வரவழைத்து விசாரணை செய்தார்கள். என்னையும் மற்ற நான்கு மாணவர்களையும் அழைத்தனர். நான் கடைசிவரை நோட்டில் வைத்திருந்த பணத்தைக் காணோம் என்று கூறி வந்தேன். தலித் மாணவனும் கடைசி வரை எடுக்கவில்லை என்றே கூறினான். ஆனால் என்னை அவ்வாறு கூறச் சொன்ன மற்ற நான்கு மாணவர்களும் தலித் மாணவன் எங்கள் வகுப்பிற்கு வந்து செல்வதைக் காரணம் காட்டி அவன்தான் எடுத்திருக்க வேண்டும் என்று கூறினர். இதற்கிடையில் அலுவலக ஊழியர் ஒருவர் என்னிடம் பணம் வைத்திருந்தது உண்மை என்றால் சத்தியம் செய் என்றார். அதுவரை நோட்டில் பணம் வைத்திருந்தேன், அதைக் காண வில்லை என்று கூறி வந்த நான் சற்றுத் தயக்கத்துடன் சத்தியம்

செய்யாமல் நின்றிருந்தேன். சுற்றிலும் நின்றிருந்த ஆசிரியர்கள் அனைவரும் பணம் காணவில்லை என்பது உண்மை என்றால் சத்தியம் செய் என்றனர். நான் பயந்து அழுது கொண்டே பொய் சொல்லச் சொன்ன மாணவனைக் காட்டி அவன்தான் பணம் திருட்டுப் போனதாகச் சொல்லச் சொன்னான் என்றவுடன் அம்மாணவன் மயக்கம் வருவதுபோல் நடித்து அச்சூழலில் இருந்து தப்பித்துக்கொண்டான். என்னைத் தலைமை ஆசிரியர், ஆசிரியர்கள், அலுவலக ஊழியர்கள் கடுமையாகத் திட்டி எச்சரிக்கை செய்து அனுப்பினர். அதன் பிறகு அந்தத் தலித் மாணவனைப் பார்க்கும்போதெல்லாம் தாழ்வுணர்வும் குற்ற உணர்வும் இன்றளவும் ஏற்படுகின்றன.

என் பள்ளிக் காலங்களில் பாஸ்கர் என்ற தலித் மாணவனுடன் இயல்பாகப் பழகிச் சுற்றித் திரிவதுண்டு. பள்ளிக்கு, தனி வகுப்பிற்கு ஒன்றாகச் செல்வது எங்கள் வழக்கம். அவனின் தந்தையும் எங்கள் பள்ளியில் அறிவியல் ஆசிரியர். தினமும் காலை ஏழு மணிக்குத் தனி வகுப்பிற்குச் செல்ல வேண்டும். எங்கள் வீட்டிற்கும் தனி வகுப்பு நடத்தும் ஆசிரியர் வீட்டிற்கும் மூன்று கிலோமீட்டர் இருக்கும். எங்கள் வீட்டில் இருந்து ஒரு கிலோமீட்டர் தள்ளி பாஸ்கரின் வீடு உள்ளது. போகிற வழியில் அவனை அழைத்துக்கொண்டு சைக்கிளில் செல்வது வழக்கம். அவனைப் பின்னாடி உட்காரவைத்து ஓட்டிச் சென்றால் என் தாத்தா திட்டுவார். அதனால் சைக்கிள் கேரியரைக் கழட்டி வைத்துவிட்டு ஒருவர் சீட்டிலும் மற்றொருவர் முக்கோணக் கம்பியிலும் உட்கார்ந்து சைக்கிள் ஓட்டிச் செல்வோம். ஒன்பதாம் வகுப்பில் இருந்து பன்னிரண்டாம் வகுப்புவரை எங்கள் நட்பு தொடர்ந்திருந்தது.

நான் பன்னிரண்டாம் வகுப்பு முடித்துக் கல்லூரி முதலாமாண்டு படித்த வருடம். பாஸ்கர் சேலத்தில் பி.ஃபார்ம் சேர்ந்து படித்துக்கொண்டிருந்தான். தீபாவளிப் பண்டிகை அன்று எங்கள் வீட்டிற்கு வந்திருந்தான். நான் டிவி பார்த்துக்கொண் டிருந்தேன். அதற்குமுன் அவன் வீட்டிற்கு வந்தபோதெல்லாம் உள்ளே வந்தது கிடையாது. அவன் வந்த பொழுது என் பாட்டி வீட்டின்முன் உள்ள தொட்டியின் அருகில் குளித்துக்கொண் டிருந்தார். அதனால் பாஸ்கர் நேராக வீட்டின் உள்ளே வந்து என் அருகில் உட்கார்ந்தான். இருவரும் டிவி பார்த்துக்கொண்டே பேசிக்கொண்டு இருந்தோம். அவன் வருவதற்குச் சற்று முன்புதான் பாட்டி குளிக்கச் சென்றிருந்தார். ஆனால் பாஸ்கர் உள்ளே சென்றுவிட்டான் என்பதை அறிந்து விரைவாகக் குளித்துவிட்டு உள்ளே வந்து 'வெளியே போங்கடா சேலை கட்டணும்' என்று

கோபமாகக் கத்தினார். உடனே இருவரும் பயந்து வெளியே சென்று அவன் வந்திருந்த சைக்கிளிலேயே பஸ் ஸ்டாண்ட் போய்விட்டோம். வீட்டிற்குத் திரும்பினால் திட்டு விழும் அல்லது உதையே விழும் என்பதால் அன்று இரவுதான் நான் மறுபடியும் வீட்டிற்குச் சென்றேன். தாத்தா பாட்டி இருவரும் பேசவேயில்லை. அடுத்த நாள் காலையில் எழுந்து என் சொந்த ஊருக்குச் சென்றுவிட்டேன். அதன் பிறகு மூன்று நான்கு மாதம் கழித்துத்தான் தாத்தா வீட்டிற்குச் சென்றேன்.

தாத்தா பாட்டி போன தலைமுறை. ஆனால் எங்கள் வீட்டிலும் அதே நிலைதான் என்பதை உணர்ந்த நிகழ்வும் எதிர்பாராதது. நான் இளங்கலை முடித்து ஒரு பாடத்தில் தோல்வி என்பதால் வீட்டில் ஒரு வருடம் இருந்தேன். பொங்கல் பண்டிகை அன்று கல்லூரி நண்பர் இருவர் வீட்டிற்கு வந்தனர். ஒருவர் எங்கள் ஊரைச் சேர்ந்த தலித் நண்பர். மற்றொருவர் பக்கத்து ஊர் கவுண்டர் சாதி நண்பர். இதற்கு முன்பு இருவருமே தனித்தனியாகப் பலமுறை எங்கள் வீட்டிற்கு வந்திருக்கின்றனர். கவுண்டர் சாதி நண்பர் வந்தால் வீட்டின் உள்ளே வந்து அனைவரிடமும் பேசிவிட்டுச் செல்வார். தலித் நண்பர் வந்தால் வெளியே வராண்டா அல்லது வாசலிலேயே பேசிவிட்டுச் செல்வது வழக்கம். என் அப்பா அம்மா எப்போதாவது படிப்பு பற்றி ஓரிரு கேள்விகள் மட்டுமே அவரிடம் கேட்பர். ஆனால் இம்முறை இருவரும் சேர்ந்து வந்திருந்தனர். முதலில் இருவருமே வராண்டாவில் அமர்ந்து பேசிக்கொண்டிருந்தனர். நானும் அவர்களோடு அமர்ந்திருந்தேன். என் அம்மா வழக்கம் போல் ஓரிரு வார்த்தைகள் பேசிவிட்டுச் சென்றார். கவுண்டர் சாதி நண்பர் வந்தால் வீட்டினுள் அழைத்து ஏதேனும் சாப்பிடுவதற்குக் கொடுப்பதும் தலித் நண்பர் வந்தால் டீ மட்டும் கொடுப்பதும் இதற்கு முன் நடந்தவை. அவர்கள் வருவதற்கு முன்புதான் பொங்கல் வைத்துச் சாமி கும்பிட்டனர்.

அதனால் அவர்களுக்கும் பொங்கல் கொடுக்க வேண்டிய சூழல். என் அம்மாவிற்குச் சிறிது தயக்கம். என்னை உள்ளே அழைத்து எங்கே சாப்பாடு போடுவது என்றார். நான் இங்கேதான் என்று சப்பாட்டு மேசையை நோக்கிக் கை நீட்டினேன். ஆனால் என் அம்மாவிற்குத் தலித் நண்பருக்கும் வீட்டின் உள்ளே சப்பாடு போட மனம் இல்லை. கவுண்டர் சாதி நண்பருக்கு வெளியே வைத்துச் சாப்பாடு போடுவதற்கும் விருப்பம் இல்லை. மனக் குழப்பத்துடனே வாசல் அருகே நின்றிருந்தார். இதற்கு இடையில் தண்ணீர் கொண்டு வந்து இருவருக்கும் கொடுத்து வாங்க சாப்பிடலாம் என்று அழைத்தேன். கவுண்டர் சாதி நண்பர்

கை கழுவின சொம்பை எடுத்துக்கொண்டு உள்ளே சென்றார். தலித் நண்பர் கை கழுவிவிட்டுத் தயக்கத்துடன் வெளியே நின்றார். இதனை அறிந்த கவுண்டர் சாதி நண்பர் 'இங்கேயே காத்தோட்டமாகச் சாப்பிடலாம்' என்று வெளியில் கிடந்த பெஞ்சில் அமர்ந்தார். என் அம்மா சிறிதும் யோசிக்காமல் வேகமாகப் பெஞ்சில் இலையைப் போட்டு இருவருக்கும் சாப்பாடு வைத்தார். நான் மௌனமாய் நின்றுகொண்டு அவர்கள் சாப்பிடும் வரை ஏதும் பேசவில்லை. பண்டிகை நாளில் நண்பர்களைப் பார்த்த மகிழ்ச்சியைவிடச் சாதியின் கோரமுகத்தைப் பார்த்த மன உளைச்சலே என்னை வெகுநாள் பாதித்து இருந்தது.

○ ○ ○

மண்ணுடையார்

பி. எழிலரசி

தொழில்முறையால் வெளிப்படும் சேவைச் சாதியினரில் குறிப்பிடத்தக்கவர் குலாலர் எனப்படும் குயவர். குயவனைப் பேச்சு வழக்கில் 'கொசவன்' என்று சொல்வர். களிமண்ணைக் கொண்டு பண்ட பாத்திரங்கள் செய்தல், மண் சிற்பங்கள் செய்தல், செங்கல் ஓடு அறுத்தல் போன்ற மண்சார்ந்த வேலை களைக் குயவர்கள் செய்வார்கள். இன்று சிற்பம் செய்தல், செங்கல் ஓடு அறுத்தல் ஆகியவற்றை வேறு சாதியினர்கூட மேற்கொள்கின்றனர். ஆனால் சக்கரம் கொண்டு மட்பாண்டங்கள் செய்வது குயவர்களுக்கு மட்டுமே உரிய தொழிலாக உள்ளது. பிறசாதியினருக்கு மண்ணை வனையும் பொறுமை இயலாத ஒன்று. அதனால்தான் இவர்கள் நிலையற்ற உயிர்களைச் சிருஷ்டிக்கும் பிரம்மன்வழி வந்தவர் களாகத் தங்களைக் கற்பித்துக்கொண்டு தங்கள் தொழிலையும் தங்களையும் உயர்வாக எண்ணிக் கொள்கின்றனர்.

தங்களைத் தாங்களே உயர்வாக உணரும் இவர்களைப் பற்றிப் பிறசாதியினரிடையே நிலவும் கருத்து முட்டாள் என்பதும் ஒன்றும் அறியாதவன் என்பதும்தான். 'சரியான கொசவண்டா' என்ற பழிப்புச்சொல் இன்றும் சாதாரணமாகச் சொல்லப் படுகிறது. இவர்கள் ஒவ்வொரு பகுதியிலும் ஒவ்வொரு பெயரில் அழைக்கப்படுகின்றனர்.

உடையார், பத்தர், வேளார், செட்டுக்காரர் என்பன போன்று தமிழ்நாட்டில் பல்வேறு விதமாகக் குறிப்பிடப்படுகின்றனர். வேலூர் மாவட்டத்தில் எங்களை உடையார் என்று சொல்வார்கள். அதில் ஒரு மிடுக்கு இருப்பதாக அப்போது தோன்றும். 'உடையார் வீட்டுப் பொண்ணு' என்ற பீற்றலில் இருந்து விடுபட ஒருசமயம் வாய்த்தது.

என் தம்பி அவனது நண்பன் வீட்டுக்குச் சென்றபோது வழக்கமாகச் சாதி விசாரித்துள்ளனர். அவனும் உடையார் என்று சொன்னானாம். அப்போது சாராய உடையார் என்று சொல்லப்பட்ட இராமசாமி உடையார் வெகுபிரபலம். ஆனால் அவர் குயவர் கிடையாது. அவருடைய சாதியைத் தெரிந்தவர்களோ என்னவோ. அந்த நண்பனின் குடும்பத்தார் என் தம்பியிடம் எங்களது தொழில் முறையை விசாரித்துள்ளனர். இவனும் சட்டிபானை செய்யும் தொழில் என்று கூறியதும் ஏளனமாக 'மண்ணுடையானா?' என்றார்களாம். அவன் இதனை என்னிடம் வந்து கூறியபோதுதான் உணர்ந்தேன். நாம் பொன் உடையவர்கள் அல்ல, வெறும் மண் உடையவர்கள்தான் என்று. சிலருக்கு 'மண்ணு' என்று பெயர் வைப்பதுண்டு. சாதியையே அப்படிக் குறிப்பிடுவது. ஆனாலும் உடையார் என்று அடையாளப்படுத்திக் கொண்டு சிக்கலான சில இடங்களில் எனது நிஜ அடையாளத்தினின்று தப்பிப்பதை இன்றும் பின்பற்றி வருகிறேன்.

திருமணமாகித் திருச்செங்கோடு பகுதிக்கு வந்தபோது ஒருசிலர் என்னிடம் சாதியைக் குறித்து விசாரித்தனர். காரணம் நான் மூக்குத்தி அணிந்திருப்பது. இப்பகுதியில் கவுண்டப் பெண்கள் மூக்குத்தி அணிவது கிடையாது. மூக்குத்தி அணிந்திருந்தால் அப்பெண் பலவற்றைச் சாதி என்பதை எளிதாகக் கண்டுணர்வர். அவ்விதம் சாதியை விசாரிக்கும்போது நானும் 'உடையார்' என்பேன். 'உடையார்னா?' என்பார்கள். 'எங்கள உடையார்ன்னுதான் சொல்வாங்க. மத்தபடிக்குத் தெரியாது' எனப் பேச்சை முடித்துக்கொள்வேன். கொசத்தி என்ற சொல்லுக்கு வேறுபொருளும் இருப்பதுதான் காரணம்.

குயவர்கள் தங்கள் தொழில்முறை வாழ்க்கையில் பழங்காலத்தி லிருந்தே மற்றவர்களைச் சார்ந்து வாழ்ந்தே ஆக வேண்டிய நிலையில் இருந்துள்ளனர். இன்றும் பெருவாரியான கிராமப் புறங்களில் அப்படிப்பட்ட வாழ்க்கை முறைதான் உள்ளது. பணப்புழக்கம் இல்லாத தொடக்கக் காலக்கட்டங்களில் 'மேரை'க்குச் சட்டிப்பானை கொடுப்பதாகிய தானிய மாற்று வாணிகமுறை இவர்களிடையே நிலவியுள்ளது. ஒவ்வொரு

கொசவமூட்டுக்கும் ஒவ்வோர் ஊர் ஒதுக்கப்பட்டு அவ்வூர் மக்களுக்குக் குறிப்பிட்ட வீட்டார்தான் சட்டி பானைகளைச் செய்து தருவார்கள். வீட்டில் புழங்குபவை, திருவிழாக் காலங்களுக்கு உரியவை, திருமண நிகழ்ச்சிகளுக்கு உரியவை என ஆண்டு முழுவதும் மண்பாண்டத் தேவைகள் அப்போதைய காலங்களில் இருந்துள்ளது. அவற்றிற்குப் பிரதியாக அவ்வூர் தானிய தவசங்களை வழங்குவார்கள். அப்படிப் பெறப்படும் அந்தத் தானியங்களைத்தான் 'மேரை' என்பார்கள். 'மேரை வாங்கப் போறேன்' என்பது அறுவடைக் காலங்களில் வீடுதோறும் சென்று தானியங்களைப் பெற்று வருவதைக் குறிக்கும்.

ஒவ்வொரு குயவர் குடும்பத்துக்கும் ஓர் ஊர் என்றால் மேட்டுக்குடி மக்கள், தலித் மக்கள் அனைவரையும்தான் குறிக்கும். மேட்டுக்குடியினரைச் சம்சாரிங்க, குடியானவங்க, நாய்க்கமாருங்க என்று சொல்லுவர். தலித் மக்களைச் சேரி ஜனங்க, சேரி ஆளுங்க என்று கூறுவர். இவர்களுள் பள்ளர், பறையர், சக்கிலியர் அனைவரும் அடக்கம். தொழில் சார்ந்த மக்களில் நாவிதர், வண்ணார் போன்றோர் தலித் மக்களுக்கெனத் தனியாக இருப்பதைப் போன்று குயவர்களில் இல்லை. ஒவ்வொரு கிராமத்திலும் அவர்களுடைய வாழிடம் அதாவது கொசத்தெரு ஊருக்கும் சேரிக்கும் இடையில் இருக்கும். ஏரியிலிருந்து மண் எடுக்கவும் சூளை இடவும் ஊரின் கடைசி இடம் இவர்களுக்கு வசதியாக இருக்கும். தலித் மக்களுடனான வணிகப் பரிவர்த்தனை காரணமாகக்கூடக் 'கொசவன்டா' என்ற கேலிப்பேச்சு உருவாகி இருக்கலாம். இதிலிருந்து தப்பிக்கவோ என்னவோ தங்களின் குல அடையாளங்களைக் கோத்திரங்களாக வரித்துக்கொண்டும் திருமண நிகழ்வில் மணமகன் பூணூல், பஞ்சகச்சம் அணிந்தும் காசி யாத்திரை சென்றும் மணமகள் மடிசார் அணிந்தும் கோவில் பூசை முதல் இழவு நிகழ்ச்சி வரை பார்ப்பன ஐதீகங்களைக் கடைபிடித்து வருகின்றனர்.

சாதியப் படிநிலைகளில் இடைநிலையில் உள்ளவர்கள் தான் தங்கள் சாதி குறித்த அதீதப் பற்றும் ஒடுக்கப்பட்ட சாதியின்மேல துவேஷமும் உடையவர்களாக இருக்கின்றனர். மேல் சாதியினரைப்போல் தங்களைப் பாவித்துக்கொண்டும் அவர்களின் பழக்கவழக்கங்களைப் பரப்பத் துணை புரிபவர்களாகவும் செயல்படுகின்றனர். மேல்நிலை மக்களின் மனநிலைக்குச் செயல் வடிவம் கொடுப்பவர்கள் போன்றும் தங்களைப் பற்றிய பிம்பத்தை உயர்த்திக்கொள்ளவும் தலித் மக்களிடையே அதீதச் சாதி ஒடுக்குமுறைகளைக் கையாளுகின்றனர். 'எல்லாம் ஒன்னுதான்' என்று தலித் மக்கள் கிளம்பிவிடக் கூடாது

என்ற எச்சரிக்கை மனோபாவமாகக்கூட இதனைப் பார்க்கலாம். சாதி முறைகளில் தலித் மக்களோடு நெருங்கி வாழ்கின்ற சூழல் உடையவர்கள்தான் அவர்களை வெகுவாகப் புறக்கணித்துப் பல நிலைகளில் துன்புறுத்தவும் செய்கின்றனர். அவ்வகையில் குயவர்களையும் அப்படிப் பார்க்கலாம்.

இன்றைய காலத்தில்கூட 'எங்க குடும்பத்துக்கு ஒரு ஊரு கெடைச்சாப் போதும் சாப்பாட்டுக்குக் கொறை இல்லாம வாழலாம்' என்று சொல்லக்கூடிய நிலையில் பல குயவர் குடும்பங்கள் உள்ளன. நான் அறிய என் அம்மா சொன்னது குறிப்பிடத்தக்கது. "ஊர்ல சம்சாரிங்களவிடச் சேரி ஜனங்க கொடுக்கற மேரை அதிகமா இருக்கும். அவுங்க கொடுக்கறதத் திங்கக் கொடலு வேணும்" என்பது. இப்போதும் அப்படித்தான். சென்ற வாரம் சேரி ஆட்கள் வீட்டுத் திருமண நிகழ்வுக்கு 'சாலுங்கரகம்' என்று சொல்லக்கூடிய மண்பாடங்களைக் கொண்டு சென்றபோது உரிய பணத்தோடு அரிசி, பருப்பு, புளி, மிளகாய் என்று வஞ்சனையின்றிக் கொடுத்தனுப்பியதாக என் மாமா கூறினார். இப்படி அவர்களோடு வாழ்வாதார நெருக்கம் இருந்தாலும் தங்கள் வீட்டு நிகழ்வுகளுக்குத் தலித் மக்கள் வந்தால் பின் வாசலில் காக்க வைப்பது, அவர்கள் கொடுக்கும் பொருட்களின்மேல் தண்ணீர் தெளித்து வாங்குவது, ஓட்டைப் பானைகளை வைத்திருந்து சோறு கொடுத்தனுப்புவது போன்ற வழங்கங்கள் இன்றும் சில குடும்பங்களில் நிகழ்ந்தவண்ணம் உள்ளன.

ஒருமுறை எங்கள் சித்தப்பா வீட்டில் நடந்த சுபகாரிய நிகழ்வின்போது தலித் ஆட்கள் சிலர் வெகு இயல்பாகச் சாப்பிட வீட்டிற்கு வந்தனர். அப்போது என் அண்ணன் ஒருவர் அவர்களைப் பின்பக்கமா வாங்க என்று தடுத்தார். இதைக் கண்ட என் தந்தையார் 'டேய் எந்தக் காலத்துல இருக்கிற நீ? படிச்ச பையன் வாய்ல இருந்து வர்ர சொல்லாடா இது? நாங்க அப்படி இருந்தாக்கூட எங்களுக்குப் புத்தி சொல்றத விட்டுட்டு நீ இப்படிப் பேசலாமா?' என்றார். வெகுவான உறவினர்கள் என் தந்தையைத்தான் முணுமுணுத்தனர். இவருக்கு எல்லாம் சரி என்று அலுத்துக்கொண்டனர்.

என் தந்தையார் திராவிடர் கழகத்தில் மிகுந்த ஈடுபாடு கொண்டிருந்தவர். அவருடைய இறப்பின்போது என் அக்கா மனக்குறையோடு சாவுக்கு வருகிறார். பெற்ற தந்தையின் இழப்பைவிட மனக்குறையே அவருக்குப் பெரிதாகிவிட்டது. 'பாவி, கமினாட்டி, எப்படிப் படுத்திருக்காம் பாரு? எனக்கு என்னடா செஞ்ச?' என்று கத்தினார். செத்த இடத்தில் வந்தோர்

எல்லாரும் அதிர்ந்து நின்றோம். கொஞ்ச நேரத்தில் வெளியில் இருந்த எங்கள் பெரியக்கா (பெரியப்பா மகள், கூட்டுக் குடும்பத்துக்கு மூத்தவர்) இதைக் கேள்விப்பட்டு வந்து 'என்னாடி அவ இப்படியெல்லாம் பேசி இருக்கறா. ஏண்டி அவள உள்ள விட்டீங்க' என்று கத்தினார். 'இது சாவு நிகழ்ச்சி. பறையன் பத்தெட்டு ஜாதிங்க வர்ற எடம். அப்படி வந்துட்டுப் போறா உடுங்க' என்று கோபத்துதோடு சொன்னது நான். அதற்குள் என் அப்பாவின் உடலை வாசலுக்குக் கொண்டு போய்ப் பலகையில் கிடத்தினார்கள். வாசலில் முதல் ஆளாக நின்று எல்லாவற்றையும் ஒழுங்குபடுத்திக்கொண்டிருந்தார் பறையர் சாதியைச் சேர்ந்த பொன்னமாக்கா.

அந்த நிமிடமே எனக்குச் சுருக்கென்று இருந்தது. நாம் என்ன வார்த்தைகளைச் சொன்னோம். அந்தக்காவின் காதுல விழுந்திருந்தா? நான் வெளியூரில் வாழ்க்கைப்பட்டு ஊருக்குப் போகும் சமயங்களில் பெற்ற தாயைவிட வாஞ்சையோடு விசாரிப்பவர் அவர். 'என்னடா எதுவும் கொறை இல்லையே?' என்று உள்ளிருந்து வரும் அக்கறை நெகிழவைக்கும். அப்படிப் பட்டவரைச் சாதியால் அந்நியப்படுத்தும் பேச்சல்லவா நமது என்று மனம் உறுத்தியது. கூடவே 'படிச்சவங்க வாயில இருந்து வர்ற சொல்லா இது' என்ற அப்பாவின் குரலும் நினைவுக்கு வந்தது. மக்களிடையே வழங்கும் சொல்முறை வழக்காக இருந்தாலும் நம் வாயிலிருந்து வரலாமா என்ற ஆதங்கம் என் தந்தையின் இழப்போடு கூடிய துன்ப நினைவாக அமைந்தது. மேலும் சாதியின் வேர் மிகுந்த வலுவோடு எவ்வளவு ஆழத்திற்கும் போகக்கூடியது என்பதும் படிப்பு வேறு அறிவு வேறு என்பதும் அப்போதுதான் புரிந்தது.

படித்தவர்களிடையேயும் சாதி உணர்வு மிகுதியாக உள்ளது. படித்தவர்களாகவே இருந்தாலும் தன்வீட்டுக்கு வருபவர்களைச் சாதி விவரத்தைத் தெரிந்துகொண்டு அதற்கேற்பக் கவனித்து அனுப்புகின்றனர். வருபவர் தலித் என்று தெரிந்தால் தன்வீட்டு வாசலைக்கூட மிதிக்கவிடாது சாலையில் நின்றே பேசி அனுப்பிவிடுகின்றனர். வெளி வராண்டாவைத் தாண்டி உள்ளே அனுமதிப்பதில்லை. சக பேராசிரியர் ஒருவர் ஒரு மாணவனைக் குறித்துக் கோபத்தோடு பேசிக்கொண்டிருந்தார். நான் அருகிலிருக்கிறேன், என் சாதி என்ன என்று அவருக்குத் தெரியாமலிருக்க வாய்ப்பில்லை. மேலும் இது போன்ற தகவல்களைச் சேகரித்துத் தெரிந்து கொள்வதில் விருப்பம் உள்ளவர். அம்மாணவனை "அவங் கெடக்கரான் கொசப்பையன்" என்று திட்டினார். சாதிகொண்டு பழிப்பதன் வலி எனக்கு அப்போது உறைத்தது.

சமூகத்தில் கரடுதட்டிப்போன பல மரபான விழுமியங்கள் பின்பற்றப்பட்டு வருகின்றன. அவற்றுள் சாதி பற்றிய விழுமியங்களும் பல. அவற்றிலிருந்து விலக நம்மை நாம் உணரும்போதுதான் தெளிவு கிடைக்கும். திராவிடர் கழக ஈடுபாடும் மார்க்சியச் சிந்தனையும் உள்ள குடும்பத்தில் பிறந்து பல தோழர்களோடும் பழகிப் பலதரப்பட்ட நட்புகளோடும் உறவாடிவரும் என்னுள்ளேயே சாதி இருந்தது என்பதை உணர்ந்ததும் எனக்கே அதிர்ச்சியாக இருந்தது. இன்று பறையர் சாதியைச் சேர்ந்தவர்தான் எங்கள்வீட்டு மூத்த மருமகள். திருமண உறவு கொண்டு உறவினர்களாக வாழும்போது என் வாயிலிருந்து வந்த சொற்களை நினைக்கும்தோறும் என்னை நான் உமிழ்ந்து கொண்டதாகவே தோன்றுகிறது.

ooo

எந்தக் கங்கையில் நீராடுவது?

து. கலைச்செல்வன்

என் ஊர் குமரமங்கலம். திருச்செங்கோட்டி லிருந்து நாமக்கல் செல்லும் சாலையில் ஐந்துகல் தொலைவில் இவ்வூர் உள்ளது. முன்னொரு காலத்தில் பெரிய ஜமீன்களுக்கு உரிய இடம் இது. ஜமீன்தார்கள் பல நிலங்களுக்குச் சொந்தக்காரர் களாக இருந்தனர். ஜமீன் பரம்பரையில் வந்தவர் டாக்டர் சுப்பராயன். அவர் ஆங்கில அரசின் கீழ் சென்னை மாகாண முதலமைச்சராக இருந்தவர். அவருக்குப்பின் அவர் மகன் மோகன் குமார மங்கலம் ஊர்ப்பெயரைப் பின்னால் இணைத்தவாறே வெளி உலகத்திற்கு அறிமுகமானார். அதனால் குமரங்கலம் ஊர் பிரபலமானது. குமரமங்கலம் என்பது ஆங்கில உச்சரிப்பில் குமாரமங்கலம் என்றாகிவிட்டது. மோகன் குமாரமங்கலமும் அவருடைய மகன் ரங்கராஜன் குமாரமங்கலமும் கவுண்டர் சாதியைச் சேர்ந்தவர்களைத் திருமணம் செய்துகொள்ளவில்லை. வேற்று மாநிலப் பெண்களை மணம் முடித்தனர்.

வடநாட்டில் வசித்த ரங்கராஜன் குமாரமங்கலம் சேலம் தொகுதியிலும் திருச்சி தொகுதியிலும்

வெற்றி பெற்று நாடாளுமன்ற உறுப்பினராக இருந்த காலங்களில் தமிழ்நாட்டுக்கு வந்தார். தமிழ்ப் பேசப் பழகினார். அவர் என்றாவது ஒருநாள்தான் குமரமங்கலம் வருவார். அவரைப் பார்க்க ஊரே கூடிவிடும். அவர் மக்களைச் சந்திக்கும் இடம் ஈஸ்வரன் கோவில். அவரின் முன்னோர்களால் கட்டப்பட்ட கோவில் அது. ஜமீன் வாழ்ந்த இடம் தற்போது பாழடைந்து கிடக்கிறது. எல்லோரிடமும் சாதிப் பாகுபாடு இல்லாமல் சந்தோசமாகப் பேசிப் பழகும் குணம் உடையவர். ரங்கராஜன் குமரமங்கலம் வரும் நாளில் அனைவருக்கும் ஒருவேளை சாப்பாடு உண்டு. இவரும் வடநாட்டுப் பெண்ணைத் திருமணம் செய்து கொண்டார். உயர்ந்த சாதி என்று கருதப்படும் கவுண்டர்கள் சாதியினரான இவர் குடும்பத்தினர் சாதிக்குரிய பல கட்டுப்பாடுகளையும் மீறிக் கலப்பு மணம் செய்து கொண்டதோடு கவுண்டர்களிடையே பெரும் அங்கீகாரத் தோடும் திகழ்ந்தனர். அவர்கள் படித்தவர்களாகவும் பெரும் பணக்காரர்களாகவும் இருந்ததோடு வெளியில் சென்று வாழ்ந்ததினாலும் இவ்வாறான தன்மை ஏற்பட்டிருக்கலாம்.

அவர்களின் சொந்த நிலங்கள் அனைத்தும் பிற்காலத்தில் மக்களுக்கும் அரசுக்கும் கொடுக்கப்பட்டுவிட்டன. அவ்வாறு அரசுக்குக் கொடுக்கப்பட்ட நிலங்களில் ஒருபகுதி நீர்ப்புறம்போக்கு. சிலர் அப்பகுதியைப் பிரித்து விற்றனர். இருப்பினும் சுப்பராயன் நகர் என்றே பெயர் இட்டிருந்தனர். அப்புண்ணியவான்கள் முயற்சியால் முந்நூறுக்கும் மேற்பட்ட வீடுகள் உற்பத்தியாயின.

தற்போது எங்கள் ஊரில் பெரும்பாலானவர்கள் தறி ஓட்டி அன்றாடம் பிழைப்பு நடத்துபவர்கள். வாரத்தில் ஆறு நாட்கள் இராப்பகலாக உழைப்பர். செவ்வாய்க்கிழமை சந்தையில் தனக்கு வேண்டும் பொருட்களை வாங்குவர். பின் மீதமுள்ள பணத்தை மதுவுக்கும் திரைப்படத்திற்கும் செலவழிப்பர். இடையில் பணம் தேவைப்பட்டால் பட்டறை முதலாளியிடம் 'இடைப் பணமாகக்' குறிப்பிட்ட தொகையைப் பெற்றுக்கொள்வர்.

குமரமங்கலம் முழுவதும் பல சாதியினர் வாழ்ந்தாலும் ஒவ்வொரு சாதியினரும் குறிப்பிட்ட பகுதியில் தனித்தனியாக வாழ்கின்றனர். மையப் பகுதியில் முதலியார்களும் தெற்கே கவுண்டர்களும் அவர்களைத் தொடர்ந்து தலித்துகளும் கிழக்குப் பகுதியில் நாடார்களும் அவர்களைத் தொடர்ந்து தலித் மக்களும் உள்ளனர். மையப் பகுதிக்குக் கிழக்கே சென்று வடக்கே திரும்பினால் சுப்பராயன் நகர் இருக்கிறது. இந்நகர்தான் பலசாதி களின் சங்கமம். இங்கு நாடார், அருந்ததியர், பறையர், பள்ளர்,

முதலியார், கவுண்டர், குறவர் ஆகிய சாதியினர் வாழ்கின்றனர். முதலியார்கள் அதிகமாகவும் கவுண்டர்கள் ஓரிருவரும் மற்ற சாதியினர் சராசரியாகவும் இருக்கின்றனர்.

யார் வீட்டில் எந்த விசேசமானாலும் அனைத்துச் சாதியினரும் செல்வார்கள். திருமணம் நடக்கும்போது அதற்குரிய வேலைகளையும் பகிர்ந்துகொள்வர். சாதிப் பாகுபாடெல்லாம் கிடையாது. இதில் பன்றி வளர்க்கும் குறவர்களுக்கு மட்டும் விதிவிலக்கு. அவர்கள் யாரிடமும் நன்கு பழகுவதும் விசேசங் களுக்குச் செல்வதும் இல்லை. அவர்களின் குடியிருப்புப் பகுதிகூட ஊரின் ஒதுக்குப்புறத்தில்தான் இருக்கும். அவர்கள் இருந்த ஒதுக்குப்புறம் ஊரின் வடகிழக்காய் இருக்கும் சிறிய முள்ளுக்காடு. அது பெண்களுக்கான கழிப்பிடப் பகுதியாகவும் இருக்கிறது. குடியிருப்புப் பகுதியில் ஒருவித நாற்றம் அடித்துக் கொண்டே இருக்கும். நாற்றம் அருவருப்பைக் கொடுக்கும். அதனால் அவர்கள் வீட்டிற்குச் செல்வதற்கு யாரும் விரும்புவதில்லை.

பன்றியை வளர்க்காத குறவர் இனத்தவர்கள் அப்படி அல்ல. அனைவரிடமும் நன்கு பழகுவார்கள். பிற சாதியினரைப் போலவே வீட்டு விசேசங்களுக்குச் செல்வதும் அழைப்பதுவுமாக இருப்பர். அவர்களில் அஞ்சலி என்றவர் தம் குலதெய்வத்திற்குப் ‘பன்றி அடித்து’ விருந்து வைப்பதாக அனைவரையும் அழைத்திருந்தார். ஊரில் உள்ள பெரும்பாலான சாதியினர் சென்றிருந்தோம். சாவு வீட்டில் ஒப்பாரி பாடுவதில் தேர்ச்சி பெற்றவர் அஞ்சலி. அவரின் ஒப்பாரி கல்நெஞ்சையும் கரைய வைக்கும் தன்மை கொண்டது. அவர் இல்லாத இழவுவீடு இழவுவீடாக இருக்காது. அப்படிப்பட்டவர் வீட்டிற்கு எப்படிப் போகாமல் இருக்க முடியும். போனாலும் சாப்பிடாமல் இருக்க முடியுமா? பன்றிக்கறியை விரும்பாத பெண்களும் விழாவிற்குச் சென்று சிறப்பித்தனர்.

எங்கள் பகுதியைத் தவிர்த்து மற்ற பகுதிகளில் சாதி முக்கிய இடத்தைப் பெற்றிருக்கிறது. குமரமங்கலத்தில் உள்ள என் நண்பன் வீட்டிற்கு அடிக்கடி செல்வேன். அவர் எங்கள் பகுதியில் இருக்கும் யாரையாவது அடையாளப்படுத்தும்போது ‘அந்தச் சக்கிலிப் பையனா, அந்தப் பறப்பையனா’ என்றுதான் சொல்வார். அவர் முதலியார் வகுப்பைச் சேர்ந்தவர். தன் சாதியினரை மட்டும் ‘யாரு நம்ம பசங்களா’ என்று கேட்பார். அவர் மட்டுமல்ல அந்தப் பகுதியைச் சேர்ந்த அனைவருமே அப்படித்தான்.

பள்ளியில் நன்றாகப் படிக்கும் மாணவர்கள் தன்னைப் போலவே படிக்கும் மாணவர்களோடு நட்பு வைத்துக்கொள்வர். தலித் மாணவர்கள் சற்றுத் தள்ளி இருக்க வேண்டும் என்ற எண்ணம் இருப்பதில்லை. அவர்களோடு எளிதில் பழக முடியும். எல்லா விசயங்களையும் சாதாரணமாக எடுத்துக்கொண்டு இயல்பாகப் பழகுவர். படிக்கும்போது தலித் என்பதெல்லாம் எனக்குத் தெரியாது. தற்போதுதான் தெரியும். அதுவும் தலித் பற்றிய செய்திகளைப் பதிவு செய்யத் தேடிப் பார்க்கும்பொழுது தான் தெரிகிறது.

தற்போதுள்ள என் நண்பர்களில் பலர் கவுண்டர் இனத்தைச் சேர்ந்தவர்கள். என் நண்பர்கள் சாதி வேறுபாடு பார்த்ததே இல்லை. படிக்கும் காலத்திலிருந்து இன்றுவரை அப்படித்தான் உள்ளனர். ஆனால் நண்பர்களின் பெற்றோர் அப்படி இருக்கவில்லை. சாதியினால் ஏற்பட்ட துன்பங்களைப் படித்தும் பலர் கூறிக் கேட்டுந்தான் இருக்கிறேனே தவிரச் சந்தித்ததில்லை. நான் ஆய்வியல் நிறைஞர் படிப்பை அறிஞர் அண்ணா அரசு கலைக் கல்லூரி, நாமக்கல்லில் பயின்றேன். அப்போது எனக்கு நெறியாளராக இருந்தவர் பெருமாள்முருகன் அவர்கள். ஆய்வுக்காக 'நாவல்களில் நெசவாளர்' என்னும் தலைப்பைக் கொடுத்திருந்தார். அத்தலைப்பிற்கான நாவல்களில் 'உங்க சாதியைச் சேர்ந்தவங்கதான் அதிகமா இருக்காங்க' என்றார். தொ.மு.சி. ரகுநாதனின் பஞ்சும் பசியும் முதலியார் களையும் எம்.வி. வெங்கட்ராமனின் வேள்வித்தீ செளராஸ்டிரர் களையும் சூத்திரதாரியின் அம்மன் நெசவு தேவாங்கச் செட்டியார்களையும் பற்றிக் கூறுபவை. அதனால் இம்மூன்று நாவல்களிலும் உள்ள நெசவாளர்களின் நிலையையும் அவர்கள் அடைந்த சாதி சார்ந்த துன்பங்களையும் பதிவு செய்யச் சொன்னார். அந்த நிகழ்வுதான் நான் முதலியார் சாதியைச் சார்ந்தவன் என்பதை உணர்த்திற்று. என் அம்மா 'இந்த நிதியமைச்சர் நம்ம சாதிதான், இந்த முதலமைச்சர் நம்ம சாதிதான்' என்று என்னிடம் கூறுவார். அதற்கு நான் 'நம்ம சாதிக்காரனால நமக்கு என்ன பிரயோசனம்' என்று என் ஆதங்கத்தை வெளிப்படுத்துவேன்.

சாதி சார்ந்த நிகழ்வு எனக்கும் ஒரு நாள் ஏற்பட்டது. விடுமுறை நாள் ஒன்றில் நாங்கள் அனைவரும் கிரிக்கெட் விளையாடிக் கொண்டிருந்தோம். எனக்குத் தாகம் ஏற்பட்டதால் என் நண்பன் வீட்டிற்குத் தண்ணீர் குடிக்கச் சென்றேன். வீட்டின் முற்றத்தில் ஒரு பெரிய டம்ளர் இருந்தது. என் கண்முன்னே இருந்ததால் அதை எடுத்துத் தண்ணீர் குடிக்க வாசற்படிகளைத்

தொட்டேன். உள்ளே சமயலறையிருந்து இதைப் பார்த்த நண்பனின் தாய் வேகமாக ஓடிவந்தார்.

‘டேய் அங்கியே நில்லு . . . நில்லு . . . வராத’ என்றார். எனக்கு என்ன செய்வதென்று தெரியவில்லை. திடீரென்று கத்திக்கொண்டு வந்ததால் எனக்கு என்னமோ என்று இருந்தது. ‘என்னாச்சு அக்கா’ என்றேன். ‘போ . . . போடா வெளியே’ என்றார். என் கண்களில் கண்ணீர் வருவதுபோல் ஆயிற்று. எப்போதும் பாசமாக இருக்கும் அக்கா இப்படிச் சொல்கிறாரே என்றிருந்தேன். நான் ஏதாவது தப்பு செய்திருப்பேனா? சில வினாடிகள் சிந்தித்தேன். ஒன்றும் இல்லை. எப்போதும் வீட்டின் உள்ளே சென்றுதானே தண்ணீர் குடிப்போம். இப்போது என்ன என்று சில வினாடிகள் யோசித்தேன். உள்ளே செல்லாமல் வாசற்படியருகே நின்று வெறித்துப் பார்த்துக் கொண்டிருந்தேன். பக்கத்தில் வந்த நண்பனின் தாய் ‘போ . . . கேட்டுக்கிட்ட போ’ என்றார். நான் சொல்வதறியாது நடந்தேன். கேட்டின் பக்கத்தில் சென்றேன்.

‘அங்கயே நில்லுடா. அந்த டம்ளரை கேட் ஓரத்தில் போடு’ என்று கூறிவிட்டுச் சிறிய குண்டாவில் தண்ணீர் கொண்டுவந்து ‘இந்தா இதக் கையிலே பிடி’ என்றார். நானும் கையை நீட்டினேன். கையில் தண்ணீரை ஊற்றிச் ‘சக்கிலி தொடரதக் கையில எடுத்துகிட்டு என்ன பழக்கம். ச்சீ . . .’ என்று கூறிக்கொண்டே ‘தலையில மூனு முறை தொளுச்சுக்க’ என்றார். நானும் அவ்வாறே செய்தேன். பிறகு ‘இப்பப் போ’ என்றார். எனக்கு ஒன்றும் புரியவில்லை. என்னவென்று கேட்கவும் எனக்குத் தோன்றவில்லை. முதலில் அவ்விடத்தைவிட்டுப் போனால் போதும் என்றானது. அதனால் தண்ணீர் குடிக்காமலே விளையாடச் சென்றுவிட்டேன்.

இன்று நான் பழகும் நண்பர்கள் பலர் தலித்துகளாக இருக்கின்றனர். அவர்களோடு அதிக நட்பு வைத்திருக்கின்றேன். அனைவர் வீட்டிற்கும் சென்று சாப்பிட்டு வருகிறேன். தலித்துகள் என் உடன்பிறந்த சகோதரர்கள் போல இருக்கின்றனர். நான் அவர்கள் வீட்டில் சென்று சாப்பிடுவது தெரிந்தால் எந்தக் கங்கையில் போய் நீராடி வந்தால் ஏற்றுக்கொள்வார்களோ?

○○○

வெற்று முனகல்

க. காசிமாரியப்பன்

நாடார்கள் நிறைந்த கோவில்பட்டி வட்டாரப் புங்கவர்நத்தம் என் பூர்வீகம். கடை வைத்துப் பிழைக்க அம்பாசமுத்திரம் வட்டம் சிவந்திபுரத்துக்குக் குடிபெயர்ந்தோம். அங்கு பிள்ளைமார், தேவமார், கோனாக்கமார், செட்டியார், ஆசாரிமார் தனித் தெருக்களில் இருப்பார்கள். மண உறவுகள் இல்லாவிட்டாலும் மாமா, சின்னையா என்று முறை சொல்லிக் கூப்பிட்டுக்கொள்வார்கள். ஒரு நாடார்கூடக் குடியிருக்காத நடுச்சிவந்திபுரத்தில் கடையையும் வீட்டையையும் வாடகைக்குக் கொடுத்த பிச்சைக்கோனாரைப் பெருமையாகத்தான் சொல்ல வேண்டும். அவர் மகன் பரமசிவன் இளம்பருவத்துத் தோழர். கொல்லைக்கு ஒன்றாகப் போவோம்.

காமராஜர் பள்ளியில் இரண்டாம் வகுப்பு சேர்ந்தேன். தமிழில் நல்லதம்பிப் பாடத்தைப் படித்துக்காட்டிய ஞாபகம். நான் 'நல்லாப் படிக்கேன்' என்று பிச்சம்மா டீச்சர் பெருமையாகச் சொல்வதுண்டு. பச்சேரியை ஒட்டிப் பள்ளிக்கூடம். பெரிய ஆலமரம். சுடலைமாடன் கோவில். ஒன்றுக்கிருக்க பரந்த இடம். நல்ல சவ்வுமிட்டாய் விற்கும் பாட்டி. பச்சேரி ரவி வீடு தெரியும்.

பத்தாம் வகுப்புக்குப் பிறகுதான் தேவமார்களைவிட நாடார்கள் குறைந்த சாதி என்பதைத் தெரிந்துகொண்டேன். அடுத்த வீட்டு உமையம்மாள் என் அம்மாவைப் 'பொன்னம்மா' என்று கூப்பிடுவார். தெருச் சண்டையில் பிரியம் அதிகம். சண்டை போடும் பெண்களிடம் 'பள்ளப்பய, பறப்பய, சாணாப்பய, சக்கிலியபயலப்' போட்டுக் கிடக்கச் சொல்வதுண்டு. கிடந்தால் உறுப்புக்குப் பங்கம் வருமோ என்னமோ? அப்பொழுது தெரியாது. உறுப்பும் பெரிதாக வளரவில்லை.

ஊருக்குள் மாலையம்மாள் டீக்கடை. தேவமார். மாலையம்மாள் இட்டிலிமேல் பெரு விருப்பம் உண்டு. செயற்கைப் பஞ்சு போல இட்டிலிக்குள் இருக்கும் பகுதி சரவணபவனில்கூடக் கிடையாது. சட்டினியும் சாம்பாரும் இருக்கும் அளவுக்கு டீ இருக்காது. மாலையம்மாள் கணவர் போடுவார். மாலையம்மாள் மகனுக்கும் எனக்கும் சண்டை. பதிலுக்குப் பதில் ஏச்சு. கைகலப்புக்கு முன்னால் வளவில் இருந்த பெண்கள் வந்தார்கள். 'எப்படி ஏசலாம் நீ' என்று கேட்க, 'அவன் ஏசுனான் நான் ஏசுனன்' என்ற என் பதில் எடுபடவில்லை. 'அவன் பேசலாம் நீ பேசலாமா' என்று சந்தனம்மாள் கேட்டபோது எனக்குப் புரியவில்லை அந்த நியாயம். பிற்காலத்தில் அவர் மகன் நன்றாகப் பேசுவார்.

சந்திக் கிணத்துக்கு முன்னால் அய்யாவின் கடை. கிராமத்துக்கடை. சீரெட்டு, பீடி வெத்தலை உண்டு. குடித்துவிட்டு வரும் தேவமார்களின் இம்சைக்கு அளவே இருக்காது. கடைக் காய்கறிகளை எடுத்து வீசுவது, குடிக்கப் பணம் கேட்பது, அரட்டுவது. பரிதாபமான முகத்தோடு அய்யா எதிர்கொள்வார். குரல் தழுதழுக்கும். முகம் கோணும். கோபம் வராது. எதிர்த்துக் கேட்க வேண்டியதுதானே என்று கேட்பேன். ஒத்தப்புரம் கூட்டாளி. அவனுக்குத்தான் ஆள் அதிகம் என்பார். முப்பது வருடங்களுக்கு மேலாக அடிமையாக இருந்தார். செக்கடியான், மூக்காண்டி, முருகன், கோமு இன்னும் சில சண்டியர்கள். மருந்தைக் குடித்தும் பிற காரணங்களுக்காகவும் சீக்கிரமாகச் செத்துப் போனார்கள். ஆனால் தேவமார்ப் பெண்களும் தொடர்ந்து பிள்ளைகள் பெறுவதால் தகராறுக்குக் குறைவிருக்காது.

ஓய், நாடாரே, கந்தா என்ற விளிகள் பொது. அண்ணாச்சி என்று அழைப்பது அபூர்வம். அய்யாவின் பெயர் கந்தசாமி. அழகாக எழுதுவார். படிப்பு எட்டாம் வகுப்பு. கணக்கை மனதில் போடுவார். இரண்டாயிரத்தில் காலமானார். பெண்பிள்ளைக் கவலைகள். இன்னும் இருந்திருக்கலாம். முத்தாச்சியம்மாள்

'கந்தா கந்தா' என்று கூப்பிடும். பதிலுக்கு அம்மா என்பார் அய்யா. அம்மாவழித் தாத்தா குழந்தைவேலு எரிச்சல்படுவார். 'என்ன கந்தா நொந்தான்னு. கந்தசாமின்னு கூப்புட வேண்டியது தானே' என்பார். தொண்ணூறுகளில்தான் தாத்தாவின் கேள்விக்கான விடையைக் கண்டுபிடிக்க முடிந்தது. பெயர்களின் அரசியல்.

குழந்தைவேல் தாத்தா வளர்ந்த உருவம். குத்தவைத்துச் சோறு தின்னும்போது இரைதேடும் கழுகு அமர்ந்திருப்பது மாதிரி இருக்கும். புங்கவர்நத்தத்திலிருந்து எட்டயபுரத்துக்குத் தலைச்சுமையாக வத்தல் எடுத்துச் சென்று விற்றுவருவார். பெருவிரல் நுனியில் இருந்து தெறித்து விழும் மிட்டாய்த் துண்டுகள். எனக்கும் சொல்லித் தந்தார். ஸ்டிரைக்கில் டிஸ்மிஸ் ஆனபோது சவ்வுமிட்டாய் விற்றுப் பிழைக்கலாம் என்ற எண்ணம் வந்தது. தாத்தா எட்டயபுரத்துக்குப் போகும் வழியில் திரட்சியான நாயக்கமார் கிராமங்கள் உண்டு. நல்ல தண்ணீர்க் கிணறுகளில் வாளியை நிறைத்து உயரே தூக்கிப் பெண்கள் ஊற்றுவார்கள். அவமானம்தான். சட்டை வேட்டி நனையும். முகத்தில் படும். எதிர்த்தால் தொலைத்துவிடுவார்கள். நாயும் விடாது குரைக்கும். சாதி தெரியுமோ என்னமோ. ஒரு நாள் யாருமற்ற இரவில் பொறுக்க முடியாத தாத்தா தராசை வீசி நாயைக் கொன்று கிணற்றில் வீசிவிட்டு நல்ல பிள்ளையாக ஊர் வந்து சேர்ந்தார். மூச்சு விடவில்லை. விட்டால் நிறுத்திடுவார்கள். செத்த நாய் ஊறிய நல்ல தண்ணீரைக் குடித்துவிட்டு ஓங்கரித்த பெண்களைக் கண்டு சத்தமில்லாமல் போனார் தாத்தா. எனக்கு அந்த வலு இல்லை. அய்யாவின் குணம் இறங்கியிருக்கும் போல.

சைவப்பிள்ளைமார் வீடுகள் தெற்குத் தெருவில் அதிகம். மடத்துத் தெருவிலும் உண்டு. பெரியநாயகத்தின் அப்பா ஹார்விமில்லில் ரைட்டர். மலைக்கோவில் தர்மகர்த்தா சுப்பையாவுக்கு மச்சினன் நூற்றியெட்டுப் போற்றிகளைப் பாராமல் மைக்கில் சொல்லுவார். ஏராளமான பேர் மில்வேலை பார்த்தார்கள். அவர்களுக்குச் சம்பளம் போடும் ஆபிஸில் ரைட்டர் என்றால் கொம்புதான். பெரியநாயகம் அப்பா ரைட்டர். பெரியநாயகம் வெல்பர் ஸ்கூலில். நான் சென்மேரிஸில். அவன் நன்றாகப் படிப்பான். என் லட்சியம் மில்வேலை. ராலி சைக்கிள், ஆற்றுக்குளியல், வாரத்துக்கு ஒரு தடவை சர்தார் புரோட்டா ஸ்டாலில் வித்அவுட் ஆம்லேட்டுடன் புரோட்டா, புகை படியாத ஓட்டு வீடு, மூட்டை இல்லாத கட்டில். மில், ராலி சைக்கிள், புரோட்டா போடும் சர்தார், புகையடுப்புகளின் காலம் முடிந்துவிட்டது. தாமிரபரணி ஆறு மீதமிருக்கிறது.

பெரியநாயகம் என்மீது பிரியமாக இருப்பான். அவனுக்குக் கெட்ட வார்த்தைகள் குறைவாகத் தெரியும். முட்டாள், பன்னி, மாடு என்று. அவன் வீட்டுக்கு விளையாடப் போவேன். மச்சியில் ஏறிக் கொய்யாப்பழம் பறித்துத் தருவான். காலைக் கழுவி விட்டு வீட்டுக்குள் வரச் சொல்வார் அவன் அப்பா. என்னுடன் லட்சுமணனும் வருவான். அவன் அப்பா தலையாரி ராஜாத்தேவர். பிறந்த நாளையும் கொண்டாடுவார்கள் என்பது பெரிய நாயகத்தின் பிறந்த நாளின்போதுதான் எனக்குத் தெரியும். கடையில் கொஞ்சம், வீட்டில் கொஞ்சம் சேர்த்துப் பேனா வாங்கி அன்பளிப்பாகக் கொடுத்தேன். பாயசம் வைத்திருந்தார் அவன் அம்மா. கக்கூஸுக்கும் புறவாசலுக்கும் இடையில் இலையைப் போட்டுப் பாயசம் தந்தார் அவன் அம்மா. விருந்துக்கு வருபவர் களுக்கு – தாழ்ந்த சாதிகளுக்கு இலை போடுவது நல்லது. தின்றவரே சுருட்டி வெளியே போட வேண்டும். அன்று நாயைப் போல எந்த இடத்தில் வைத்து எதைப் போட்டாலும் தின்றது உறுத்தியது.

புங்கவர்நத்தம் மாரியம்மன் கோவில் பொங்கலுக்குப் பங்குனி மாதம் போவோம். பஞ்சம் பிழைக்க நகரத்துக்குப் போன நாடார்களும் அவர்தம் உறவின் முறையும் காரிலும் பஸ்ஸிலும் வந்து குவிவார்கள். கம்மாக்கரைச் சகதியைப் பூசி அளிவேசம் போட்டு ஆடுவதும் மஞ்சள் கரைத்த நீரை ஊற்றுவதும் விலாவில் கயிறு குத்துவதும் ஓலைக் கொழக்கட்டை தின்பதுமாக இருக்கும். காலையில் தொடங்கி இராத்திரிவரை கடைக்குள் முடங்கிக் கிடக்கும் நாடார்கள் பங்குனிப் பொங்கலுக்காக ஆண்டு முழுதும் காத்திருப்பார்கள்.

பொங்கலை ஒட்டி முழுவாண்டுத்தேர்வு வரும். ஒன்பதோ பத்தோ படித்துக் கொண்டிருந்த சமயத்தில் எல்லாரும் பொங்கலுக்குப் போனார்கள். பரிட்சை என்பதால் போக முடியவில்லை. என்னைப் பார்த்துக்கொள்வதாகப் பக்கத்துவீட்டுச் சரஸ்வதி அக்கா சொன்னார். தேவமார் பெண். அவர் கணவன் எனக்கு அண்ணன். சிவந்திபுரத்தில் குமுதம் வாங்கும் அவர்கள் வீட்டுக்குள் போய்க் குமுதம் படிப்பேன். ஒன்றும் சொல்ல மாட்டார்கள். நன்றாகப் படிக்கிற புள்ளையாம் நான். இரவில் படுப்பதில் பிரச்சினையில்லை. அந்த அக்காவும் அண்ணனும் வீட்டுக்குள் படுத்துக்கொள்வார்கள். எங்கள் வீட்டில் நான் படுப்பேன். அவர்கள் வீட்டுக்குள் பேழ, மோள, குளிக்க அவசியமில்லை. அரசங்கிடங்குக்குப் போகும் வழியில் முடித்துக் கொள்ளலாம்.

காலையில் காப்பி. நன்றாக ஆற்றிக் கரிசனத்துடன் தந்தார் அக்கா. ஆற்றிக் கொடுத்தால்தான் அண்ணாந்து குடிக்க முடியும். அண்ணாந்தேன். சோறு போட இலை வேண்டும். கடை இல்லை. கொஞ்ச நேரத்தில் தட்டு வந்தது. எனக்குச் சோறு போட. உள்ளும் புறமுமாக நீலமும் வெள்ளையும் பூசப்பட்ட பீங்கான் தட்டில் சோறு வந்தது. ஏதோ குடைந்திருக்க வேண்டும் போல. ‘அது ஒண்ணுமில்ல காசி. அண்ணன் இதுலதான் முந்திச் சாப்டும். இப்பச் சாப்புடுறதில்ல’ என்றார். அண்ணாந்து குடித்த காப்பியும் பீங்கான் தட்டுச்சோறும் செரித்து வெளியே போனதில் பிரச்சினையில்லை.

கஸ்பா என்பது நடுச்சிவந்திபுரம். கால்வாய்க்கு அந்தப் புறமும் கிழக்கிலும் பஸ் வரும் மெயின் ரோட்டிலும் திரட்சியாக நாடார்கள் வீடு. மேலச்சிவந்திபுரத்தில் அய்யா முடிவெட்டுவார். அங்குதான் நானும் வெட்டுவேன். பின் மண்டையைக் கரும்பும் மிஷின் மயிரை இழுத்துப்பிடிக்கும். நடுச்சிவந்திபுரம் கஸ்பாவில் நாடார் அல்லாத சாதிகளுக்கு முடி வெட்டும் சலூன் இருந்தது. என் வகுப்புத் தோழன் பாலசுப்பிரமணியத்தின் அப்பா சேது முடி திருத்துவார். கழகத் தீவிர அனுதாபி. மட்டப்பா போட்ட வீடு. ரோட்டிலிருந்து உயரத்தில் இருக்கும். அவன் வீட்டருகே வரும் வெள்ளாவி மணம் உகந்ததாக இருக்கும். பாலு நன்றாகச் சிரிப்புக் காட்டுவான். அவன் அக்கா மாப்பிள்ளை ஆனந்தன் கசாப்புக்கடை ஏத்தத்தில் பெருமாள் கோவில் எதிரில் தனிக்கடை வைத்திருந்தார்.

குளத்துக்கு வெளிய போகும்பொழுது பார்த்திருக்கிறேன். ஆனந்தனின் புடுக்கு தேன்கூடு மாதிரி கீழே தொங்கும். ஓதம். பையன்களின் ஒத்தக்காலைப் பிடித்து ஓங்கி இழுத்தால் ஓதம் வருமாம். யார் இழுத்தார்களோ? ‘அய்யா அய்யா’ என்று தேவமாரை அவர் பணிவார். பிறருக்குச் சேவிங் பண்ணி முகம் துடைக்கும் துணியைத் தன் தோளில் போட்டுக்கொள்வார். சட்டை போடுவதில்லை. பன்னிரண்டாம் வகுப்பில் படிக்கும்போது நவீனமாக முடிவெட்டிக் கொள்ளும் ஆசையில் அவர் கடைக்குப் போனேன். ‘இந்தத் தடவ முடிவெட்டிக்கோ. இனி வரக் கூடாது. யாராவது பாத்தா ஏசுவாங்க’ என்றார். முடிவெட்டாமல் திரும்பியிருக்க வேண்டும். எப்பொழுதும் பட்டு முடித்த பிறகுதான் இப்படிச் செய்திருக்கலாம், அப்பிடிப் பேசியிருக்கலாம் என்று யோசனை வருகிறது. எண்ணாமல் செய்யும் கருமம். பின்னாட்களில் நாடார்களுக்கு வெட்டுகிற முருகேசனிடம் முடிவெட்டுவேன். பள்ளித் தோழன். பேண்ட் போட்டு வேலைக்குப் போகும் என்னைப் பெயர் சொல்லி அழைப்பதில் தயக்கம். நீ நான் என்று பேசச் சொன்னேன்.

ஆழ்வார்குறிச்சியில் படிக்கும்போது பிள்ளைமார் எனக்கு மாப்பிள்ளையானான். இன்றுவரை மாப்பிள்ளைதான். மதுரைப் பல்கலையில் எனக்கு இரண்டு மாப்பிள்ளைகள் கிடைத்தார்கள். கச்சைகட்டி நடராஜன் என்னை மாப்பிள்ளை என்றும் மணிவண்ணனை அண்ணன் என்றும் சொல்லுவான். அவன் பறையன். கோனாக்கமார் பிள்ளை ஒன்றைப் பார்த்து அக்கா அக்கா என்று உருகினான். பிறகு அவள் டாட்டா காட்டிப் போனது தனிக்கதை. பரமேஸ்வரியைக் காதலித்துத் திருமணம் செய்துகொண்ட சிலுக்குவார்ப்பட்டி முருகனும் இன்றுவரை மாப்பிள்ளை என்றுதான் அழைப்பான். அவனுக்கு நிரந்தர வேலை இல்லை. அவனுடன் இருப்பது மாதிரி சந்தோசம் வேறு எங்கும் கிடைக்காது. குவார்ட்டர் போதும்.

முருகன் கோவில், அலங்காரி அம்மன் கோவிலுக்குச் சாதிவரிகள் உண்டு. ஒவ்வொரு பட்டறையினரும் மாசி மாதம் மலைக்கோவில் முருகனுக்குச் சப்பரம் இழுப்பார்கள். பட்டறை என்பது சாதியின் வேறுபெயர். பலவட்டறை என்று பெண்களை ஏசும் வழக்கம் உண்டு. பல பட்டறைச் சாதி ஆண்களைப் புணர்பவள் பலவட்டறை. பல பட்டறைச் சாதியினர் சாதிகளுக்கு ஏற்ப மாமன், சின்னையா, மாப்பிள்ளை என்று முறை சொல்வார்கள். எனக்கு எல்லாருமே அண்ணனும் அக்காவும்தான். மாப்பிள்ளை மச்சான் கிடையாது. மைத்துனர் என்ற சொல்லிலிருந்து மச்சான் மருவி வருகிறது. மைதுன உறவுக்குரியவர்களே மைத்துனர் மைத்துனி. மைதுனம் எனில் புணர்ச்சி. கரமைதுனம் என்றால் தெற்றென விளங்கும். தாழ்ந்த சாதிக்காரனை மைத்துனர், மச்சான் என்றால் அவர்களுடன் புணர்ச்சி உறவு வந்துவிடும் என்ற ஜாக்கிரதை உணர்வு காரணமாக இருந்திருக்கலாம். வயது ஏறிய பிறகு எல்லோரும் சார்களாகவும் மேடம்களாகவும் மாறிவிட்டார்கள்.

பல்கலைக்கழகத்தில் நந்தினி, சாந்தி என்ற இரண்டு அக்காமார்கள் உண்டு. மதுரையில் படித்தபோது சந்திரா வகுப்புத் தோழி. கவிதை எழுதுவார். திருத்தமான அழுத்தம். நானும் சௌந்தரும் மதுரை மொட்டைக்கோபுரம் பக்கத்திலுள்ள அவர்கள் வீட்டுக்குப் போயிருக்கிறோம். நாங்கள் இருவரும் சைவப் பிள்ளைமார்களால் புறந்தள்ளப்படும் சாதிகள். ஆனால் சந்திராவின் அம்மா முகம் சிரிக்கச் சோறு போடுவார்கள். அவர்கள் இப்பொழுது இல்லை. சோறும் குழம்பும் மனதில் இருக்கின்றன. மற்றொரு தோழி அமிர்தா. கம்பநாட்டு இளவரசி. நல்ல வேலை கிடைக்கவில்லை. மண வாழ்க்கையிலும் சிக்கல் என்றார்கள். பிள்ளைமார். அவள் அம்மாவின் பிரியம் திகைப்பூட்டும். அவர்கள் வீட்டில் சாப்பிட்ட தாமரைத்தண்டு

வற்றலை வேறெங்கும் பார்த்ததுகூட இல்லை. அந்த இரு பிள்ளை மாரும் வீடுகளின் உள்ளறைகளில் சோறு போட்டார்கள்.

ஆழ்வார்குறிச்சியில் படிக்கும்போது கடையத்திலிருந்து பிராமணப் பையன் கணேஷ் படித்தான். பாம்புகளைப் பிடிக்க ஆர்வம் காட்டுவான். அவன் அம்மா டீச்சர். சிவராத்திரி கொலு என்ற ஒன்று அவன் வீட்டில் பார்த்ததுதான். நடுவீட்டில் அமர்ந்து தின்பண்டம் தின்றோம். எப்படி உள்ளே விட்டார்கள்? ஆச்சரியமாக இருக்கிறது எனக் கேட்டேன். போன பிறகு தண்ணீர் விட்டுக் கழுவி விடுவார்கள் என்றான் திருமலைச்சாமி. நான் பார்த்த முதல் பிராமண வீடு அதுதான்.

பல்கலைகழகத்தில் பேராசிரியர் தூ.சேது பாண்டியன் சகஜமாகப் பேசுவார். அவனியாப்புரத்தில் வீடு. வீட்டுக்கு அழைத்திருந்தார். சாப்பிடப்போகும் அவசரத்தில் கைக் கழுவ கழுநீர்ப் பானைக்குள் கையை விட்டேன். சிரித்தார் துசேபா. பிறிதொரு சந்தர்ப்பத்தில் என் சாதியைச் சொன்னபோது ‘நீ பறையாஸ்னு நெனச்சேண்டா’ என்றார். பார்த்தாலே தெரியும் போல.

தலித்தியம் பற்றித் திருச்சி பிஷப் ஹீபர் கல்லூரிக் கருத்தரங்கில் கட்டுரை படிக்கப் பேரா.பூரணச்சந்திரன் அழைத்திருந்தார். தமிழாசிரியர்களை நக்கலாகப் பேசினார் எழுத்தாளர் இமையம். கிறிஸ்துதாஸ் காந்தி போன்ற சிறப்பு அழைப்பாளர்களுக்கான விருந்து மேசை தனியே ஒழுங்கு செய்யப்பட்டிருந்தது. தனிப்பந்தி. விமர்சகர் பொ.வேல்சாமி எனக்கு அதைக் காட்டினர். நன்றாகக் கட்டுரை இருந்ததாகப் பலர் அபிப்ராயம் சொன்னார்கள். தலித் பற்றிய என் கட்டுரை பற்றி அறிந்த என்னுடன் பணிபுரியும் கல்லூரிப் பேராசிரியர் தலித்தாக நான் இருக்கலாம் என்ற அனுமானத்தில் கட்டுரையைப் புகழ்ந்தார். அப்புறம் கட்டுச்சோறு விரிந்தது. என் சாதியைச் சொன்னேன். கொஞ்சம் முகம் வாடியிருந்தது அவருக்கு. பாவம்.

பாளையங்கோட்டை கல்லூரிப் பேராசிரியர் ஒருவரும் என் பிஎச்டி ஆய்வுத் தலைப்பு தலித்தியம் தொடர்பாக இருப்பதைக் கேட்டுவிட்டு ‘நம்ம பையன் ஒருத்தனும் இதே மாதிரி பல்கலைக்கழகத்தில் பண்றான்’ என்றார். பிடிமானமான பேச்சு. கொஞ்ச காலத்திற்குள் எலி அம்மணமாக வெளியே வந்தது. அப்புறம் சிநேகம் தளர்ச்சியுற்றது.

பாளையங்கோட்டை சவேரியார் கல்லூரியில் பிஎச்டி படித்தேன். நானும் நண்பர் மனோகரனும் கருத்தரங்க

ஆக்டிவிஸ்டுகள். முனைவர் பட்ட ஆய்வாளர்களைப் பிதுக்கி எடுத்துவிடுவோம். நண்பர் மனோகரன் சமுத்திரம் நாவல்களை ஆய்வு செய்தார். அவர் தலித். நான் தலித் நாவல்களை எடுத்துக் கொண்டேன். என்னை முழுமையாக அங்கீகரித்தவர் நண்பர் மனோகரன். நல்ல அழகர். கூடுதலாகச் சிவப்பு. சிரித்த முகம். நாங்கள் பொழுதன்னைக்கும் பிஎச்டி வகுப்பறையிலேயே இருப்போம். அவரது துணைவியார் பிஎச்டி வகுப்பறை இடிந்து விழப் பிரார்த்தனை செய்தார். இப்பொழுது ஆசிரியர் இயக்கங்களில் தீவிரம். பேச வாய்ப்புக் கிடைக்கவில்லை. திருநெல்வேலியில் தங்கியிருந்த நாவலாசிரியர் சு.சமுத்திரத்தைத் துறைக் கருத்தரங்கிற்கு அழைப்பதற்காக நானும் மனோகரனும் சுற்றுலா மாளிகைக்குப் போனோம். சமுத்திரம் அரசு ஊர்தியில் எங்களையும் கூட்டிக்கொண்டார். மதிய நேரம் ஜீப்புக்கு முன்னால் செல்லும் கருவாட்டு லாரியை முந்திச் செல்லுமாறு டிரைவரிடம் நான் சொன்னேன். 'வேண்டாம். கருவாட்டு வாசம் ஒன்றும் செய்யாது' என்றார். எங்களின் ஆய்வைப் பற்றிக் கேட்டார். உங்களைப் பார்த்தால் தலித் மாதிரியும் மனோகரனைப் பார்த்தால் பிசி போலவும் இருக்கிறீர்கள் என்றார். பெரிய மூக்கும் கருத்த நிறமும் உடைய என்னுடைய தோற்றம் பல இடங்களில் சாதி ஆராய்ச்சிக்குரியதாக இருக்கும். தோற்றத்தை வைத்துச் சாதியை ஓரளவு கணிக்க முடியும் என்பார் உடன் பணியாற்றும் பேராசிரியர். எனக்கு அந்த ஆற்றலில்லை.

கருத்தரங்க அறைக்குள் நுழைந்தவுடன் 'மேலும், பத்திரிகை நடத்துற சிவசு இருக்கானா' என்று சமுத்திரம் கேட்டார். பலருக்கும் திக்கென்றது. அன்று சிவசு சார் வரவில்லை. மேலும் சமுத்திரம் சொன்னார். 'நான் எழுதியதைக் குப்பைங்கறான். எப்படிக் குப்பைன்னு படிச்சுட்டுச் சொல்லனும். படிக்காமல் சொன்னால் எப்படிச் சரியாகும்? நேருக்கு நேர் வரட்டும் பாக்குறேன்' என்று முழங்கினார். தலித் பெண்ணிடம் பால் குடித்து வளர்ந்த நாடார் பற்றியும் சொன்னார்.

சவேரியார் கல்லூரியில் படித்தபோது நாட்டார் வழக்காற்றியல் மையத்தில் களப்பணியாற்றி வந்தார் ஒரு தலித் கவிஞர். கலை இலக்கியப் பெருமன்ற முகாம்களில் அவரிடம் பேசிப் பழகியிருக்கிறேன். எங்கள் அறைக்கு வருவார். கவிதையில் அவர் தீவிரமான நேரம் அது. என் பக்கத்து ஊர் நாடார் பெண் எம்.ஏ. நாட்டார் வழக்காற்றியல் படித்தார். நான் வரும் ரயிலில் வருவார். அவரின் அண்ணன் எனக்குப் பழக்கம். கவிஞரும் அப்பெண்ணும் காதல் வயப்பட்டார்கள். காதல் வீட்டுக்குத் தெரியப் படிப்பை நிறுத்திவிட்டார்கள். கல்லூரிக்கு

அனுப்பவிடாமல் தடுத்ததற்கு நாங்கதான் காரணம் என்பது போல் அவர் கவிதைகள் எழுதினார். காதலுக்கு நான் எதிரி அல்ல. ஆயின் என்னைக் குற்றவாளியாக்க என் சாதி போதுமான தாக இருந்தது. பதினைந்து ஆண்டுகளுக்கு மேலாகச் செய்யாத தவறுக்கு நான் அனுபவிக்கும் குற்றவுணர்ச்சி கவிஞருக்குத் தெரியாது. கவிதைகளில் போராடும் கவிஞர் காதலுக்காகப் போராடினாரா என்பது தெரியவில்லை. எளிய சாதியைச் சார்ந்தார் என்றால் வேறு சாதியினரைப் போட்டுத்தள்ளலாமா? அது எப்படிச் சரியாகும். குற்றமற்றவன் என்பதை அவரின் நியாயமன்றத்தில் நிறுவவே முடியவில்லை. 'இது ஒரு பெரிய விஷயமா? விடுமய்யா' என்றார் வேறொரு தலித் கவிஞர். கவிதைகள் ஆளைக் காலி செய்துவிடும் என்பது கவிஞர்களுக்குத் தெரியாது. காரணம் இல்லாமல் குற்றஞ்சாட்டப்பட்டவர் களுக்குத்தான் தெரியும்.

முப்பதாண்டுகளுக்கு மேலாகச் சிவந்திபுரத்தில் ஆயுளைக் கழித்த என் அய்யா மாரடைப்பில் காலமானார். அவர் செத்தபோது அழுத பிறசாதிப் பெண்களைக் கண்டு நெகிழ்ந்தேன். சிவந்திபுரச் சாதி இந்துக்கள் செத்தால் தாமிரபரணிக் கல்யாணித் துறையில் எரிக்கலாம்; புதைக்கலாம். வெகுகாலம் சிவந்திபுரத்தில் வாழ்ந்த அண்ணாச்சியைக் கல்யாணித்துறையில் வைக்கலாம் என்று கசமுத்துக் தேவர் மகன் சங்கரனும் பிறரும் சொன்னார்கள். சேதுத்தேவர் முறுக்கிக்கொண்டு நின்றார். சாணாப்பயலை இங்குப் புதைப்பதா? அவருக்கு எதிராகத் திமிறும் தோழர்களைக் காண முடியவில்லை. எந்தக் காலத்திலும் கீழச்சிவந்திபுரம் நாடாக்கமார்களுக்கு – வியாபார சங்கத்துக்கு வரியோ சந்தாவோ கொடுக்காமல் இருந்த அய்யா நாடாக்கமார் கொண்டு வந்த வண்டியில் பயணித்து நாடார் பூமியில் அடக்கமானார். யதார்த்தம் ரொம்பத்தான் சுடுகிறது.

உறக்கத்தையும் வாழ்க்கையையும் சொற்ப லாபத்துக்காகச் சிவந்திபுரத்துக்குத் தந்த என் அய்யா எந்தனையோ ஜாமங்களில் கடை திறந்து இஞ்சியையும் பூண்டையும் இன்ன பிற மருந்து களையும் ஊர்க்காரர்களுக்குத் தந்தவர். உள்ளூர் அலங்காரி அம்மனும் சப்பாணி மாடனும் மலைக்கோவில் முருகனும் அய்யா சுமந்து கொடுத்த பழக்குலையைத் தின்று அவர் ஊற்றிய எண்ணெயில் முகம் பொலிந்தவர்கள். வரி கொடுக்காத அய்யாவுக்குப் புதைவிடத்தை நாடார்கள் மறுத்திருந்தால் நான் எங்குச் செல்வது? தான் ஆடாவிட்டாலும் சதை ஆடும் போல.

வீடு பார்க்கப்போன முற்றங்களில் எல்லாம் பல்லை இளிக்கிறது சாதி. கல்லூரிகளில் சாதித்திரட்சி கொண்ட எச்சாதி யினரும் கூட்டம் கூட்டமாக ரகசியமாகப் பேசுகிறார்கள். அதிகாரத்தைக் கைப்பற்ற ஆலோசனைகள். பயமாக இருக்கிறது. குடிவெறிக் கண்களுடன் ரிப்பன் கட்டிய தலைக்கு மேல் உயரும் கைகளைத் தாண்டி விழும் கோஷங்கள் மன அமைதியைக் குலைத்துவிடுகின்றன. நூற்றுக்கணக்கான வாகனங்களில் இளைஞர் கூட்டம். சதுர்த்தி ஊர்வலங்களையும் சாதிப்பேரணி களையும் கண்டால் ஈரக்குலை பதறுகிறது.

நூறு இளைஞர்கள் நாட்டை நிர்மாணித்துவிடுவார்கள் என்பதெல்லாம் வெற்றுக்கதை. மாணவர்கள் சாதியற்றவர்கள் என்பதெல்லாம் இலட்சியக் கூற்று. நடப்பன்று. சாதிக் கட்டளைக்காக ஏவி விடப்படும் இளஞ்சிங்கங்களின் முகத்தில் தெறிக்கின்றன வன்மமும் வெறியும். தன் சாதிப் பெண் கேலிக்கு ஆளாக்கப்படும்போது வரும் வேகம் பிற சாதிப் பெண்கள் இழிவுறும்போது பொங்குவதில்லை. சாதியச் சமூகத்திலிருந்து வெளிப்போந்தவர்களை டிகிரிப் படிப்பு மாற்றிவிடுமா என்ன? கற்பிக்கிறவர்கள், பாடநூல்கள் சாதிக்கு எதிரானவர்கள் அல்லர்.

சாதிகளைப் பற்றிய பேச்சுக்குள் என் சாதி வரும்போது இன்னசாதி நான் என்ற உணர்வைத் தவிர்க்க முடியவில்லை. என் மகன் வேறு சாதிப் பெண்ணை மணக்க மனத்தடை இல்லை. சாதியின் சல்லிவேர்கள் எனக்குள்ளும் போயிருக்கலாம். சமூக உளவியலின் தாக்கம். என் வீட்டுக்கு வருகிறவர்களின் சாதியை இப்பொழுது என் அம்மா கேட்பதில்லை. எல்லாருக்கும் சோறு போடுகிறாள். தின்ற வட்டிலைக் கழுவுகிறாள். ஊரில் என் அம்மாவைப் பெயர் சொல்லிக் கூப்பிடும் வயது குறைந்த சாதிப் பெண்களிடம் அவள் முறைத்ததில்லை. மாறாக 'நீங்கள்' என்பாள். தனக்குக் கீழ் என்று கருதுபவர்களைப் பெயர் சொல்லிக் கூப்பிட ஆசைப்படாமலும் இல்லை. சொந்தச் சாதிக்குள்தான் எங்கள் குடும்பத் திருமணங்கள். எங்கள் தலைமுறை கல்யாணப் பத்திரிகைகளில் சாதி போடாமல் பார்த்துக்கொண்டேன். சாதி நெருக்கமுடைய நண்பர் குழாம் எனக்கு இல்லை. காமராசர் பற்றிய விவாதங்களில் அவர் சார்பாக நிற்கக்கூடத் தயக்கங்கள் உண்டு.

நாவல் எழுதும் அளவுக்கு இன்னும் சம்பவங்கள் உண்டு. நாடார்களுக்கும் துயரங்கள் உண்டு. சாதி ரீதியான அவமானங்கள் ஏதும் சந்திக்காதவள் என் மனைவி. மாநகரப் பள்ளியில் பயிலும்

என் மகனுக்கு இப்பொழுது சாதி பெரிதில்லை. கறுத்த நிறம்தான் தலைகுனிவாக இருக்கிறது. ஊரில் 'நாடார் அய்யா நாடாரு. நாடு போற்றும் நாடாரு' என்று ஒலிக்கும் பாடலின் இசைக்குள் அவனின் காதுகள் மாட்டிக் கொண்டிருக்கின்றன. மனது மாட்டக் கூடாது என்பது இல்லாத கடவுளுக்கான என் பிரார்த்தனை. உருக்கமான கவிதையோடோ வரிகளோடோ கட்டுரையை முடிக்க வேண்டும் என்பது விதியல்ல. முடிக்கிறேன் வெற்று முனகலோடு.

○○○

தீட்டும் தீண்டாமையும்

வ. கிருஷ்ணன்

ஒவ்வொரு மனிதனுக்கும் அவனைச் சுற்றி நிகழும் நிகழ்வுகள் ஏதோ ஒருவகையில் சில பாதிப்புகளை உண்டாக்கிவிடுகின்றன. அப்பாதிப்புகள் இனிமையானவையாகவோ கசப்பானவையாகவோ மறக்க முடியாதனவாகவோ அமைந்துவிடுவதுண்டு. நிகழ்வுகள் நேரடி அனுபவமாகவும் மற்றவர்களைத் தாக்கிய செயல்களாகவும் இருக்கலாம். இவை மனிதனின் சாதி சார்ந்த நிலையில் அழுத்தம் பெறுவனவாகவும் இருக்கும். ஆதிக்க சாதி, ஆதிக்கத்திற்கு ஆளான சாதி என்ற வரையறை இல்லாமல் மனிதனுக்கு நேருகிற அழுத்தங்கள் சில தாக்கங்களை உண்டாக்கி விடுகின்றன. ஆதிக்கத்திற்கு ஆளான சாதி சார்ந்த வருக்கு உண்டான அனுபவங்கள் பொதுவாக ஆறாத வடுவாக இருப்பதற்கு வாய்ப்புகள் அதிகம். ஆதிக்க சாதியினரின் அனுபவங்கள் சாதிப் பெருமை சார்ந்தவையாகவும் பிற சாதியினர் தம்மைப் போற்றித் துதிப்பது அல்லது அடங்கிப் பணிவது போன்ற தன்மையை வெளிப்படுத்துபவையாகவும் இருக்கலாம்.

இத்தகைய நிலையில் இல்லாமல் எனக்கு ஏற்பட்ட, என்னைச் சுற்றி நிகழ்ந்த நிகழ்வுகளை நான் உணர்ந்த வகையில் இன்னும் எனக்குள் ஏன் என்று கேள்விகள் கேட்டுக்கொண்டே இருக்கக்கூடிய நிலையிலான அனுபவங்களை, பதிவினை இங்கே தர முயன்றிருக்கிறேன்.

என்னுடைய தாத்தா ஊரான குளித்தலையில் எனது பள்ளி வாழ்க்கை கழிந்தது. பிராமணர்கள் மட்டும் வசிக்கின்ற அக்ரஹாரங்கள் மூன்று இருந்தன. அதில் ஒன்று வைகநல்லூர் அக்ரஹாரம். அங்கு இரண்டாம் எண் இலக்கமிட்ட பீங்கான் கோட்டை ஸ்டோர் ஏழு குடித்தனங்களைக் கொண்ட வீடு. பீங்கான் கோட்டை என்று ஏன் பெயர் வந்தது என்று இன்னும் எனக்கு விளங்கவில்லை. தென்வடலாக எதிர்ச்சாரியாக ஏழு குடித்தனங்கள் கொண்ட வீட்டிற்கு (ஒரு பெரிய ஹால், அடுத்துச் சமையலறை கொண்டது) கதவுகள் வாசலில் ஒன்றும் அதற்கு நேராகப் பின்புறம் ஒன்றும் அமைந்திருக்கும். இருவாசல்களுக்கும் நேராக ஒவ்வொரு வீட்டிற்கும் முன்முற்றம் இருக்கும். பின்புறம் கிணறு ஒன்று. அதற்குப் பின்னால் ஒரு பெரிய பூவரச மரம். பத்து இருபது தென்னை மரங்கள் அடர்ந்த முட்செடிகள்.

முட்செடிப் புதர்கள் குழந்தைகளுக்கும் பெண்களுக்கும் இரவில் திறந்தவெளிக் கழிப்பறை. ஆண்களுக்கு அது பகல் நேரக் கழிப்பறையாக இருக்கும். வாசலில் வீட்டின் சுவரை ஒட்டி இரு பெரிய திண்ணைகள் வெளியில் இருக்கும். முன் வாசல் கதவைத் திறந்து உள்ளே நுழைந்தவுடன் அங்கும் இரு பக்கங்களில் திண்ணைகள் இருக்கும். அவற்றின் வடபுறம் அமைந்த பெரிய திண்ணையின் உள்ளே பதினாறுக்குப் பத்து என்ற அளவில், கதவு இல்லாமல், முழுமையாக மேற்கூரையை அடைக்காமல் சுவர் இருக்கும். அந்த அறை இருட்டாகவும் எவ்விதக் காற்றோட்ட வசதியும் இல்லாமல் இருக்கும். இந்த அறைக்கு முன் அந்த ஸ்டோரில் உள்ளவர்கள் பயன்படுத்தும் சைக்கிள்கள் நிறுத்தும் இடமாகவும் வேண்டாத உடைந்த மர நாற்காலிகள், பெஞ்சுகள் போன்றவற்றை வைக்கும் இடமாகவும் இருக்கும்.

பதினாறுக்குப் பத்து என்ற அளவில் இருந்த அந்த அறைதான் என்னை முதலில் பாதிப்புக்கு உள்ளாக்கியது. பிராமணர்களின் பழக்கவழக்கங்களில் குறிப்பிடத்தக்க ஒன்றாக இருப்பது மாதவிலக்கான பெண்களை மூன்று நாட்கள் ஒதுக்கி வைத்திருப்பதாகும். ஒரு வகையில் மற்ற சாதிப் பெண்களை விடப் பிராமணப் பெண்களுக்குக் குடும்ப வேலைகள் எதுவுமில்லாத ஓய்வு கிடைக்கும். இருந்தாலும் தனியாக ஒதுக்கப்பட்ட, காற்றோட்டம் இல்லாத, வெளிச்சம் இல்லாத இருட்டறை போன்ற இடத்தில்தான் விலக்கான பெண்கள் தங்கியிருக்க வேண்டும். பீங்கான் கோட்டை ஸ்டோரில் வடபுறம் உள்ளே இருந்த அறையில் சராசரியாக ஒருசில நாட்களைத் தவிர்த்துப் பெரும்பாலும் யாரேனும் ஒருவர் இருப்பர். சில சமயங்களில் ஒரே நேரத்தில் நான்கைந்து பேர்களும் இருந்திருக் கின்றனர்.

ஒதுங்கி இருக்கும் நிலையில் அவர்களுக்கு அரவரவர் வீடுகளில் இருந்து உணவு பரிமாறும் காட்சி மிகவும் பரிதாபத்திற்குரியது. சாப்பிடுவதற்கு ஒரு தட்டு, தண்ணீர் குடிக்க ஒரு டம்ளர் அல்லது ஒரு சிறிய சொம்பு அப்பெண்ணிற்கு அவர்கள் வீட்டார் கொடுப்பர். சாப்பாடு கொண்டு வரும்போது வீட்டுவிலக்கான பெண் தட்டையும் டம்ளரையும் கீழே வைத்துவிட்டு ஐந்தடி தூரமாவது விலகியிருக்க வேண்டும். தட்டிற்கும் உணவு இடுவதற்கும் இடையில் இரண்டடி உயரம் இருக்கும். ஏதோ கடுமையான நோய் பீடிக்கப்பட்டவருக்குப் பிச்சை போடுவது போலச் சோறு போடுவதும் குழம்பு ஊற்றுவதும் நடக்கும். அதுவும் அப்பெண்ணின் வீட்டில் உள்ள பெரியவர்கள் சாப்பிட்ட பிறகே அப்பெண்ணிற்கு உணவு கொடுப்பார்கள். விரைவில் தீரக்கூடிய நிலையில் வைத்திருக்கும் ஊறுகாய் மட்டுமே மோர்சாதத்திற்குத் தொட்டுக்கொள்ளக் கிடைக்கும். விரைவில் தீர்ந்து போகக்கூடிய நிலையில் இல்லாத ஊறுகாய் வீட்டுவிலக்கான பெண்ணிற்குக் கிடைக்காது. காரணம் வீட்டில் மிகுதியாக இருக்கும் ஊறுகாயில் சிறிய அளவை அப்பெண் உண்டால் அது 'சேஷம்' (குறைவு பட்டுவிடுதல்) ஆகிவிடுமாம். அது போலவே மற்ற உணவுப் பொருட்களும்.

உரிய நேரத்திற்கு அல்லது பசித்தபோது உணவு கிடைக்காத நிலையே அப்பெண்களுடையது. அதுவும் வீட்டுவிலக்கான பெண்களின் வீட்டில் முன்னோர் இறந்த தினத்தில் அதாவது தெவசம் நடைபெறும் தினத்தில் காலை உணவை மாலையில்தான் உண்ண நேரிடும். உணவு இப்படி என்றால் உறங்குவதற்குத் தேவையான பாய், தலையணை முதலியனவும் கிடைக்காது. சிறிய பலகை அல்லது செங்கல் வடிவிலான கட்டைதான் தலையணை. பழைய புடவைகள் இரண்டு தரப்படும். ஒன்று படுக்கை விரிப்பு. மற்றொன்று போர்வை. பகல் நேரமாக இருந்தால் வீட்டின் வெளியில் வந்து செல்லத் தனிப்பாதை இருக்கும். அப்பாதை வழியாகத்தான் செல்ல வேண்டும். இரவு நேரமாக இருந்தால் வெளியில் வந்து பின்புறம் வர முடியாது. தென்வடலாக இருபுறமும் அமைந்த குடித்தன வீட்டின் முன்பகுதி வழியாகச் செல்ல வேண்டும். அப்போது உள்ளே உள்ள ஏழு வீடுகளின் கதவுகளும் அடைக்கப்படும். பத்தடித் தூரம் சிம்னி விளக்கோ டார்ச் லைட்டோ எடுத்துக்கொண்டு பெண்ணின் தாய் அல்லது சகோதரி செல்வாள். காரணம் வேத ஆசார ஒழுக்கங்கள்.

மற்ற சாதிகளில் மாதவிலக்கான பெண்களின் நிலை எப்படியோ தெரியாது. ஆனால் பிராமணர்கள் வீட்டுப்பெண்கள் மாதவிலக்கானால் குறைந்தபட்சம் அக்கம்பக்கமுள்ள

நான்கைந்து வீட்டு நபர்களுக்குக் கண்டிப்பாகத் தெரிந்துவிடும். உறவினர்கள் யாரும் எளிதில் அருகில் வரமாட்டார்கள் என்பதால் திருமணமாகாத, மாதவிலக்கான இளம்பெண்களிடம் விடலைகள் தொந்தரவுமிருக்கும். மாதவிலக்கின்போது பிராமணப் பெண்களுக்கு வீட்டு வேலைகள் மட்டும் இல்லையென்று கூறலாம். ஆனால் நரக வாழ்க்கையை அவர்கள் அந்த மூன்று நாட்கள் வாழ வேண்டும். என்னுடைய பாட்டியிடமும் பெரியம்மாவிடமும் வீட்டுவிலக்கான பெண்களை ஏன் அப்படி நடத்துகிறீர்கள் என்று பலமுறை கேட்டிருக்கிறேன். அதற்கு அவர்கள் சொன்ன பதில் “எல்லாம் அப்படித்தான். பெரியவா சொல்லியிருக்கா.” எனக்கு எதுவும் அப்போது புரியாது. வளர்ந்தபின் மற்ற சாதியினரைவிடப் பிராமணப் பெண்களின் நிலை மோசமானது என்பது மட்டுமே புரிந்தது.

மாதவிலக்கான பெண்களின் பக்கத்தில் மற்றவர்கள் செல்லக் கூடாது. அப்படி யாரேனும் பக்கத்தில் வந்துவிட்டால் அவர்கள் உடனடியாகத் தலைக்குக் குளிக்க வேண்டும். சிறுவர்களோ குழந்தைகளோ வந்துவிட்டால் அவர்களது உடையை அவிழ்த்து விட்டு வேறு உடையை உடுத்த வேண்டும். எனவே சிறுகுழந்தைகளுக்கு நீரில் நனைக்காமல் இருக்கும் புதிய ஆடைகளை உடுத்துவர். புதிய துணிக்குத் தீட்டு இல்லையாம். ஆடையே அணிவிக்காமலும் சுதந்திரமாகத் திரிய விடுவர். மாதவிலக்கான பெண் தூரமாக வைக்கப் படுவதால் அவள் ‘தூரம்னாள்’ என்று அழைக்கப்படுவாள். அவள் காரணமாக வருகிற தீட்டுத் ‘தூரம்னாள்’ தீட்டாகிறது.

ஒன்பதாம் வகுப்பில் நான் படிக்கின்றபோது எனக்கு ஏற்பட்ட அனுபவம் இது. என் சாதியினரின் பழக்கத்தை என் நண்பர்களிடம் சொல்லி அவர்களுடைய ‘உயர்ந்த கருத்தை’ மாற்றிக்கொள்ளச் சொல்லியிருக்கிறேன். எனக்கு அறிவியல் பாடம் நடத்திய ஆசிரியை ஒருவர் பிராமணர். திருமணம் செய்துகொள்ளாமல் இருந்தார். மிக நன்றாகப் பாடங்களைக் கற்பிப்பார். நுரையீரல், சிறுநீரகம் போன்ற உயிரியல் பாடங்களை நடத்தும்போது அவற்றைக் கசாப்புக் கடையிலிருந்து மாணவர் மூலம் வாங்கி வந்து எந்தவித அருவருப்புமின்றிக் கையால் தொட்டு விளக்கம் சொல்வார். நுரையீரலை வாயில் வைத்து ஊதிச் செயல் விளக்கம் காட்டுவார். தாவரங்களாக இருந்தால் இலை, செடி, பூக்களை வகுப்பிற்குக் கொண்டு வரச் சொல்வார். ஒருமுறை நான் நிறைய இலை, செடி, பூக்களை எடுத்துச் சென்று அவரிடம் கொடுத்தேன். பள்ளி முடிந்து மாலை வீட்டிற்கு வந்ததும் என் பக்கத்து வீட்டுக்காரர் என்னிடம்

வந்து அறிவியல் ஆசிரியையின் வகுப்பு இருந்ததா என்று கேட்டார். இருந்தது என்றேன். உடனே பாட்டியிடம் சொல்லி என் உடைகளைச் கழற்றி நனைக்கச் செய்து என்னையும் குளிக்கும்படி செய்தார். ஏன் என்று நான் கேட்டதற்குத் 'தூரம்னா தீட்டு' என்றார். அந்நிகழ்விலிருந்து அடுத்தடுத்த மாதங்களில் அடுத்த வீட்டுக்காரர்களோ எதிர்வீட்டுக்காரர்களோ அறிவியல் வகுப்பு இருந்ததா என்று கேட்டால் நான் ஆசிரியையின் பக்கத்தில் போகவில்லை என்று பொய் சொல்லிவிடுவேன் அல்லது அன்று நான் புதிய துணி உடுத்தியிருந்ததாகக் கூறிவிடுவேன். தொண்ணூறுகளுக்குப் பிறகே இந்த நிலை சற்று மாறியது. பக்கத்தில் வருவது தீட்டு இல்லை. தொடாமல் இருந்தாலும் தீட்டு இல்லை என்றாயிற்று.

பிராமணர்களின் பழக்கவழக்கங்கள் எல்லாம் உயர்ந்தது என்ற ஒரு கருத்துப் பரவலாக இருந்ததை என்னுடைய நண்பர்கள் வாயிலாக அறிந்திருக்கிறேன். என்னுடைய நண்பர்கள் பெரும்பாலும் பிராமணர்கள் கிடையாது. என்னுடைய நட்பு வட்டத்தில் நான் மட்டுமே பிராமணப் பையன். அதனால் என்னுடைய நண்பர்கள் பிராமணர்களை மிகவும் உயர்வாகப் பேசுவார்கள். சில நேரங்களில் நான் மறுத்துக் கூறினாலும் ஏற்க மாட்டார்கள். அதற்காகவே பிராமணர்களின் பழக்க வழக்கங்களிலுள்ள ஓட்டைகளைப் பார்க்கத் துவங்கினேன். சுத்தபத்தமாகவும் பயபக்தியுடனும் இருப்பதாகத் தெரியக்கூடிய பிராமணர்களின் உணவு சாப்பிடும் முறையையும் சமையலறையையும் யாரேனும் பார்க்க நேர்ந்தால் தங்கள் கருத்துகளை மற்றிக்கொள்ள நேரிடும்.

சாப்பிடக்கூடிய இடத்தில் உணவுப் பொருட்களை வைத்துப் பரிமாறிக் கொண்டிருக்கும்போது அந்த இடத்தை யாரேனும் கடந்து செல்ல முயன்றால் உணவுப் பொருட்கள் வைத்திருக்கும் பாத்திரங்களைத் தாண்டிச் செல்வர். காலிலிருந்து தூசுகள் உணவுப் பாத்திரங்களில் விழலாம். அதனைக் கவனத்தில் கொள்வது கிடையாது. சாப்பிட்டுக் கொண்டிருப்பவரோ மற்றவரோ தும்மினால் திறந்து வைத்திருக்கும் உணவுப் பொருட்களில் கலக்குமே என்ற சிந்தனை இன்றித் தும்முவர். சளிப் பிடித்திருந்தால் இடது கையால் சிந்திப் பக்கத்தில் தரையிலோ சுவரிலோ துடைப்பர். இதைப் பார்த்து நான் சாப்பிடக்கூட முடியாமல் இருந்திருக்கிறேன். அல்லது பாதியில் சாப்பிடாமல் எழுந்து சென்றிருக்கிறேன். சோறு, குழம்பு, பொரியல் போன்றவற்றைப் பரிமாறியபின் மோர் அல்லது ஊறுகாய் தேவைப்பட்டால் அதை எடுக்கக் கைகளைத் தண்ணீரில் கழுவ வேண்டும் அல்லது தண்ணீரைத் தொட்டுக்கொள்ள வேண்டும்.

அதன்பிறகு அவற்றை எடுக்கலாம். காரணம் அவை 'பத்து' என்று கூறப்படுகின்றன.

உப்பு சேர்த்த உணவுப் பொருட்கள், சப்பாத்தி, பூரி, முறுக்கு வகைகள் தவிர மற்ற உணவுப் பொருட்கள் 'பத்து' (கையில் ஒட்டக் கூடிய உணவுப் பொருட்கள்) எனப்படும். ஊறுகாய் இந்த வரையறையில் வராது. பத்தைப் போக்கு வதற்குத் தண்ணீரைத் தொடுவது அல்லது அப்பாத்திரத்தி லிருந்து சிறிது தண்ணீரைக் கீழே சாய்த்து அதில் கையை நனைப்பது போன்ற செயல்களால் தரையில் அமர்ந்து சாப்பிடக் கூடிய இடத்தில் சுத்தமான நல்ல சூழல் இருக்க வாய்ப்பில்லை. அடுப்பு மட்டுமே சுத்தமாக இருக்கும். மேற்கூரையில் ஒட்டடைகள் எந்த நேரத்திலும் கீழே விழலாம் என்ற நிலையில் இருக்கும். புகைபோக்கிகளில் எண்ணெய்ப் பிசுக்குகளுடன் கூடிய ஒட்டடைகளும் இருக்கும். எழுபது எண்பதுகளில் பெரும்பாலான பிராமண வீட்டுச் சமையலறைகள் இப்படித்தான் இருக்கும்.

இறப்புடன் தொடர்புடைய தீட்டும் என்னைப் படாதபாடு படுத்தியிருக்கிறது. உறவுகளில் நெருக்கமான உறவினர் இறந்தால் பத்து நாட்கள்வரை தீட்டு இருக்கும். நெருக்கம் குறையக் குறைய மூன்று நாட்கள் அல்லது ஒருநாள் தீட்டு இருக்கும். நெருக்கம் குறைந்த உறவுகளுக்கு இறப்புச் செய்தி கேட்டவுடன் குளித்தால் தீட்டு விலகிவிடும். ஒருநாள், மூன்று நாட்கள், பத்து நாட்கள் தீட்டுக் காப்பவர் வீட்டில் தனித்து இருக்க வேண்டும். அவரைக் குழந்தைகளோ மற்றவர்களோ தொட்டு விட்டால் குளிக்க வேண்டும். குழந்தைகளாக இருந்தால் வேறு உடையை அணிந்துகொள்ள வேண்டும். இறப்புத் துக்கம் விசாரிக்கச் செல்வது கடுமையான விதிகளுக்கு உட்பட்டதா யிருக்கிறது. இறந்த உடல் எடுக்கப்படாமல் இருந்தால் இறப்பு வீட்டிற்குச் செல்வதில் எந்த நாளும் தடையாக இருக்காது. ஆனால் துக்கம் விசாரிக்கச் செல்லும் நாள் வியாழன் மற்றும் ஞாயிற்றுக்கிழமையாக இருக்க வேண்டும். இரட்டைப்படை நாளாக மேற்கண்ட கிழமைகள் வந்தால் அந்நாட்களில் விசாரிக்கக் கூடாது. இந்த நாள்கணக்குப் பார்த்துத் துக்கம் விசாரிக்கப் போகும்போது கிட்டத்தட்ட இறப்பு நிகழ்ந்த வீடுகளில் துக்கமே மறைந்து போயிருக்கும். வீட்டில் இருக்கும் பெரியவர்கள் மட்டுமே துக்கம் விசாரிக்கப் போக வேண்டும். மற்றவர்கள் போகக் கூடாது. இந்த விதிமுறைகளால் என்னுடைய நெருங்கிய நட்பு வட்டாரங்களில் இறப்புக்கோ இறப்பு நிகழ்ந்த ஓரிரு நாட்கள் இறப்பு வீடுகளுக்கோ செல்ல இயலாமல் இருந்திருக் கிறேன். என்னுடைய பெற்றோர்களும் காலம் கடந்து துக்கம்

விசாரிக்கச் சென்று கேலிக்கு ஆளான சூழ்நிலையும் ஏற்பட்டிருக் கிறது. கல்லூரியில் படிக்கின்றபோது இந்த விதிமுறைகளை நான் மீறியிருக்கிறேன். இன்றும் மீறி வருகிறேன். அதாவது நாள்கணக்கை நான் பார்ப்பது இல்லை.

பிராமணர் அல்லாதவர்கள் வீட்டில் சாப்பிட்டதற்காகத் தீட்டாகி இருக்கிறேன். அந்த நிகழ்வு என்னைக் கடுமையாகப் பாதித்திருக்கிறது. என்னுடைய தாத்தா வீட்டிற்கு அருகில் ஒரு மரக்கடை இருந்தது. அங்கு செவ்வாய், வெள்ளிக்கிழமைகளில் பூசை செய்து பொட்டுக்கடலை, சர்க்கரை (வறுகடலையும் கரும்புச் சர்க்கரையும்) தருவார்கள். அதை வாங்கிச் சாப்பிட நானும் என் நண்பர்கள் குழுவுடன் நிற்பேன். நண்பர்களுடன் கூட்டாகச் சாப்பிடுவதில் ஒரு மகிழ்ச்சி. ஒருமுறை புதிய மர அறுவை இயந்திரம் வாங்கியதற்காகப் பூசையிட்டு உணவு வழங்கினார். புளிசாதம் வழங்கியதை ஆசையுடன் வாங்கி நண்பர்களுடன் அமர்ந்து சாப்பிட்டேன். அன்று என்னவோ பசி அதிகம் இருந்ததால் கேட்டு வாங்கிச் சாப்பிட்டேன். ஏழு குடித்தனங்கள் கொண்ட ஸ்டோரில் எங்கள் உறவினர் குடும்பமும் ஒன்று. மரக்கடையில் நான் உணவு சாப்பிட்டதை அறிந்த என் உறவினர் என்னைக் கடுமையாகத் திட்டியதுடன் குளிக்க வைத்தார். பிராமணர் அல்லாதார் வீட்டில் சாப்பிட்டதால் ஏற்பட்ட தீட்டு குளித்தால் போய்விடுமாம். கல்லூரி வேலைக்கு வந்த பிறகு இந்த நிகழ்வை என் நண்பர் வேறுவிதமாக நினைவூட்டினார். கல்லூரி ஆசிரிய நண்பர் வீட்டிற்கு ஒருமுறை மற்ற ஆசிரிய நண்பர்களுடன் சென்றிருந்தேன். அன்று ஆசிரிய நண்பர் “எங்கள் வீட்டில் தாராளமாக நீங்கள் சாப்பிடலாம். என் அம்மா உங்களைப் போலத்தான். ரொம்பச் சுத்தம். கறி சாப்பிடமாட்டாங்க. அந்த வாடையே ஆகாது. கறி சமைத்த பாத்திரத்தைக்கூடத் தள்ளி வச்சுடுவாங்க” என்றார்.

பத்தாம் வகுப்புவரை அக்ரஹாரத்தில் (தாத்தா வீட்டில்) வளர்ந்த நான் பன்னிரண்டாம் வகுப்புப் படிக்கும்போது அப்பாவிடம் வந்துவிட்டேன். பொதுப்பணித் துறையில் அப்பா வேலை பார்த்ததால் குவார்ட்டர்ஸில் இருந்தோம். குவார்ட்டர்ஸில் யார் என்ன சாதி, என்ன மதம் என்று அறிந்திருந்தாலும் வேற்றுமை பார்க்காமல் ஒன்றாகவே இருந்தோம். தாத்தா வீட்டிலிருந்து அப்பாவிடம் வந்ததும் என்னை அக்ரஹாரவாசியாகவே பார்த்தனர். நடைமுறையில் நான் அவ்வாறு இல்லாமல் இருப்பதை என் நெருங்கிய உறவுகளாலேயே ஏற்க முடியவில்லை. குவார்ட்டர்ஸிலும் எனக்குப் பிராமண நண்பர்கள் இல்லை. இதுவே எனக்கு இயல்பான சூழலை நீடிக்கச் செய்தது எனலாம்.

திருமணத்திற்குப் பெண் பார்த்து நிச்சயம் செய்வதற்கு முன் நடந்த நிகழ்வு ஒன்று ஏழு எட்டாண்டுகள் கழித்து எனக்குத் தெரிய வந்தது. என்னுடைய நட்பு வட்டாரம் அப்பாவின் வேலையால் வசித்த குவார்ட்டர்ஸ் காரணமாக என்னுடைய பேச்சு, பழக்கவழக்கங்கள் வழியாக என் சாதி அடையாளம் என்னிடம் இருக்காது. இன்றுவரை நிறையப் பேர் இதனை என்னிடம் கூறியிருக்கிறார்கள். என்னுடைய மனைவிக்கும் இந்தச் சான்றிதழ் உண்டு. என் திருமண நிச்சயத்தார்த்தம் நடைபெறுவதற்குமுன் நடந்தது இது. என் தாய்மாமாவின் நண்பர் நான் பணியாற்றுகின்ற கல்லூரியில் இருந்தார். அவரும் ஆசிரியர். அவரிடம் என்னைப் பற்றி விசாரணை நடந்திருக்கிறது. அவருக்கு என்மேல் சந்தேகம். பேச்சு பிராமணப் பேச்சாக இல்லை. மற்ற பழக்கவழக்கங்களும் வேறு சாதி அடையாளமாக இருப்பதாக உணர்ந்த ஆசிரியர் நட்பு முறையில் பேசுவதுபோல் முதுகைத் தடவிச் சோதித்துப் பார்த்துத் திருப்தி அடையாத காரணத்தால் கல்லூரி அலுவலகத்தில் என்னுடைய பணிப் பதிவேட்டினைப் பார்த்து என் சாதியை உறுதி செய்திருக்கிறார்.

பெண்களையும் பெண் குழந்தைகளையும் பெரும்பாலான ஆண்கள் வயது வித்தியாசம் இன்றி 'டி' போட்டுப் பேசுவதும் பிராமணர் அல்லாதோருக்குப் பிராமணர் வீட்டிலிருந்து குடிக்கத் தண்ணீர் கொடுத்தால்கூடத் தண்ணீர் குடித்த டம்ளரைக் கழுவியபின் எடுத்துச் செல்வதும் திருமணச் சடங்கில் மாமனார் வயது குறைவான மணமகன் கால்களைத் தம் கைகளால் கழுவுவதும் இறப்புச் சடங்கில் பங்கு பெற வரும் ஏழைப் பிராமணர் களை மனிதாபிமானமின்றிக் கீழ்த்தரமாக நடத்துவதும் தெவசம் செய்வதற்காக ஈரச்சேலையுடன் உணவு சமைப்பதும் உணவு உண்ண வரும் பிராமணர்களுக்கு உணவளிக்கும்வரை இயற்கை அழைப்புகளுக்குக்கூடச் சொல்லாமல் இருப்பதும் மீறிக் கழிவறைக்குச் சென்றால் மீண்டும் குளிப்பதும் மாதவிலக்கை முன்கூட்டியே வரச் செய்யவும் தள்ளிப் போடவும் மருந்துகள் உண்பதும் நல்லது கெட்டது என ஏதாவது ஒரு நிகழ்விற்கு ஒரு பெண் ஏன் வரவில்லை என்றால் மாதவிலக்கான காரணத்தால் வரவில்லை என்று எல்லோருக்கும் பகிரங்க அறிவிப்பு செய்வதும் போன்ற பல நிகழ்வுகள் என் மனதை வலிக்கச் செய்கின்றன. மேற்கூறிய அனுபவங்கள் சக மனிதர்களை மதிக்கவும் அடுத்தவர்களின் உணர்வுகளைப் புரிந்துகொள்ளவும் எனக்கு வழிவகை செய்தன எனக் கூறலாம்.

○○○

பல்லிளிப்பு

பெ. குணசேகரன்

என் ஊரில் ஊராட்சி ஒன்றிய நடுநிலைப் பள்ளி இருந்தது. எட்டாம் வகுப்புவரை அந்தப் பள்ளியில்தான் படித்தேன். நான் உடையார் சாதியைச் சேர்ந்தவன். என் சாதிக்கார ஆசிரியர்களே பள்ளியில் அதிகமாக இருந்தனர். மாணவர்களும் உடையார் சாதியைச் சேர்ந்தவர்களே அதிகம். கணக்கு வாத்தியார் என் சாதிக்காரர். வகுப்பில் கணக்குப் போடத் தெரியாத மாணவர்களை அடிக்கும்போது கீழ்ச்சாதி மாணவர்களுக்குச் சற்றுப் பலமான அடியும் என் சாதி மாணவர்களுக்கு லேசான அடியும் கொடுப்பார். ஆசிரியர்கள் மத்தியிலும் சாதிய ஏற்றத்தாழ்வு வலுவாகவே இருந்தது. மதிய உணவு சாப்பிடும்போது என் சாதிக்காரர்கள் ஒன்றாகவும் மற்ற சாதிக்காரர்கள் தனியாகவும் அமர்ந்திருப்பர். சுதந்திர தின விழா பள்ளியில் கொண்டாடப்படும் ஒவ்வொரு ஆண்டும் உடையார் சாதியைச் சேர்ந்தவரே கொடி ஏற்றுவார். இந்த வழக்கம் இன்றுவரை மாறவில்லை.

நான் ஏழாம் வகுப்புப் படிக்கும்போது புதிதாகக் கணக்கு வாத்தியார் ஒருவர் வந்தார். அவர் கவுண்டர். பள்ளியில் பணியாற்றியவர்கள் பெரும்பான்மையினர் இடைநிலை ஆசிரியர்கள் என்பதால் ஒவ்வொருவரும் இரண்டு மூன்று பாடங்களைக் கற்பித்தனர். புதிதாக வந்திருந்த வாத்தியார் கணக்குப் பாடத்தையும் சமூக அறிவியல் பாடத்தையும் கற்பித்தார். ஒரு பாடவேளையில் இரண்டு பாடங்களையாவது

நடத்திவிடுவார். ஒரே மூச்சில் கடகடவென வாசித்துக் காண்பிப்பது அவருக்கே உரித்தான கற்பித்தல் பாணி. எல்லாச் சாதி மாணவர்களும் அவரைக் கண்டு பயப்படுவர். அவர் வகுப்பில் தினமும் இரண்டு மாணவர்களுக்காவது அடி விழும். மாணவிகளை அவர் அடித்ததே கிடையாது.

நான் மிகவும் மெதுவாகப் பேசுவேன் என்பதால் அவர் கேட்ட கேள்விகளுக்கு அவர் காதில் விழாதவாறு பதில் சொல்லிப் பலமுறை அடி வாங்கி இருக்கிறேன். அவரிடம் அடிவாங்கிய மாணவன் ஒருவன் எட்டாம் வகுப்புப் படிப்பை முடித்துவிட்டுச் செல்லும்போது பள்ளியின் சுற்றுச்சுவரில் அவரைப் பற்றிக் கெட்ட வார்த்தைகளில் திட்டி எழுதிவிட்டான். அடுப்புக்கரியால் எழுதப்பட்டிருந்த வாக்கியங்களைப் படித்த மாணவர்கள் மற்ற நண்பர்களிடம் சொல்லிச் சொல்லிப் பூரிப்படைந்தார்கள். கடைசியில் யார் அவரைத் திட்டி எழுதியவன் என்று பார்த்த போது கவுண்டர் சாதி மாணவன் என்பது தெரிந்தது. கவுண்டரால் பாதிக்கப்பட்ட மாணவர்கள் தீவிர யோசனைக்குப் பிறகு அவருடைய டிவிஎஸ் 50 பெட்ரோல் டேங்க்கில் ஒரு கைப்பிடியளவு சர்க்கரையைக் கொட்டிவிட்டால் பெட்ரோல் டேங்க் வெடித்துச் செத்துவிடுவார் என்றார்கள். ஏனோ அம்முயற்சி பேச்சளவிலேயே நின்றுவிட்டது.

இன்றைக்கு வரையிலும் கவுண்டர்கள் என்மீது ஆதிக்கம் செலுத்துபவர்களாகவே உள்ளனர். பள்ளி வயதில் கவுண்டர் சாதி ஆசிரியரிடம் உதை வாங்கிய அதே காலகட்டத்தில் கவுண்டர் வீட்டுப் பிள்ளைகளோடு ஒப்புமைப்படுத்தப்பட்டு அம்மாவிடம் திட்டு வாங்கியிருக்கிறேன். எங்கள் நிலத்தைச் சுற்றிக் கவுண்டர்களின் நிலம். கவுண்டர் வீட்டுப் பிள்ளைகள் வேலை செய்வதைப் பார்த்து ‘வெள்ளாளப் பிள்ளைங்களப் பாரு வெங்காயக் குருத்தாட்டம் எப்பிடி வேல செய்யுதுங்க, வரப்பு வெட்டறதும் கர புடிக்கிறதும் மாடு மேய்க்கிறதும்’ என்று ஒப்புமைப்படுத்தி என்னையும் என் தம்பியையும் தாழ்த்திப் பேசுவார். இன்றைக்கு வரைக்கும் அம்மா ஒப்புமைப்படுத்திப் பார்ப்பதை மாற்றிக் கொள்ளவேயில்லை. நாங்கள் வளர்ந்துவிட்ட பிறகும் இந்த ஒப்புமைப்படுத்துவது தொடர்ந்தது. ஒரு தடவை ‘வெள்ளாளப் பிள்ளைங்க வெட்டிக்கிட்டு வான்னாக் கட்டிக்கிட்டு வருது, கட்டிக்கிட்டு வான்னா வெட்டிக்கிட்டு வருது. நீங்களும்தான் இருக்கீங்களே’ என்று திட்டினார். நான் எதுவும் பேசாமல் அமைதியாக இருந்தேன். என் தம்பியோ சட்டென்று ‘ஏன் வெள்ளாளப் பிள்ளைங்க சொல்ற வேலையச் செய்யாதா? வெட்டிக்கிட்டு வான்னா வெட்டிக்கிட்டுதான் வரணும். எதுக்குக் கட்டிக்கிட்டு வருது’ என்று சொல்லிக் கிண்டலடித்தான்.

சுற்றி இருப்பவர்கள் கவுண்டர்கள் என்பதால் அடிக்கடி நிலத்தகராறு வரும். ஒரு கட்டத்தில் காவல் நிலையத்திற்குப் பணம் கட்டி 'எந்த வேலைக்கும் போக முடியாம பண்ணிருவேன்' என்று இன்ஸ்பெக்டர்வழி மிரட்டல் விடுத்தார்கள். கவுண்டர் களைச் சேர்த்து வந்து என் தந்தையைப் பலமாகத் தாக்கிவிட்டு அவர்கள் விரைவாகச் சென்று காவல் நிலையத்தில் புகார் தெரிவித்துவிட்டு அரசு மருத்துவமனையில் சேர்ந்துகொண்டனர். ஒவ்வொருமுறையும் காவல் நிலையத்தை முன்கூட்டிக் 'கவனித்துவிட்டுத்' தாக்கியதால் எங்கள் தரப்புப் பேச்சு எங்கேயும் செவிசாய்த்துக் கேட்கப்படவில்லை. கவுண்டர்களிடம் இனி எந்தப் பிரச்சினைக்கும் போக மாட்டோம் என்று காவல்நிலையத்தில் எங்களிடம் எழுதி வாங்கிக்கொண்டார்கள்.

உள்ளூரில் எட்டாம் வகுப்பை முடித்துவிட்டு ஒன்பதாம் வகுப்பிற்குச் சேந்தமங்கலம் அரசு மேல்நிலைப் பள்ளிக்குச் செல்ல வேண்டியிருந்தது. வகுப்பில் பள்ளர் சாதி மாணவர்களும் வன்னிய சாதி மாணவர்களும் மற்ற சாதி மாணவர்களை மிரட்டுபவர்களாக இருந்தார்கள். சில மாணவர்கள் ஆசிரியர்களை மிரட்டுபவர்களாகவும் இருந்தனர். ஊர்ப் பெயரைச் சொன்னாலே அவர் எந்தச் சாதிக்காரர் என்பதைச் சொல்லிவிடுவார்கள். ஆசிரியர்கள் மாணவர்களிடம் ஊர்ப்பெயரை மட்டும் கேட்பார்கள். சேந்தமங்கலம் ஒன்னாவது வார்டு என்றால் பள்ளர், ஜங்களாபுரம் புதூர் என்றால் உடையார், காந்திபுரம் என்றால் கவுண்டர், பள்ளிப்புதூர் என்றால் படையாச்சி, காந்திபுரம் மாதாகோவில் என்றால் பறையர், சேந்தமங்கலம் கடைவீதி என்றால் செட்டியார், கொல்லர் தெரு என்றால் ஆசாரி. சில மாணவர்கள் 'காந்திபுரம்' என்று மட்டும் சொன்னால் ஆசிரியர்கள் எந்தச் சாதி என்பதைத் தெளிவுபடுத்திக்கொள்ள காந்திபுரம் கோட்டையா, மாதாகோவிலா என்று கேட்பார்கள். சேந்தமங்கலம் என்று சொன்னால் 'சேந்தமங்கலத்துல எங்க?' என்று கேட்பார்கள்.

பதினொன்றாம் வகுப்புப் படிக்கிற காலத்தில் என் வகுப்புத் தோழர்கள் சிலர் சாராயம் காய்ச்சும் வேலைக்குச் சென்றுவிட்டு வருவார்கள். அவர்கள் பள்ளர் சாதியைச் சேர்ந்தவர்கள். சில மாணவர்கள் காலையில் பள்ளிக்கு வருவதற்கு முன்பு லாரி டியூப்பில் சாராயத்தை நிரப்பி காய்ச்சும் இடத்திலிருந்து விற்கும் இடத்திற்கு டிவிஎஸ்50இல் கொண்டுவந்து போட்டுவிட்டு வருவார்கள். வகுப்பிலேயே சிலர் உறங்கிவிடுவார்கள். இரவு வேலைக்குச் சென்றதால் உறங்கிவிட்டதாகச் சொல்வார்கள். பள்ளர்கள் திருட்டு வேலைகளிலும் கில்லாடியாக இருந்தார்கள். சேந்தமங்கலம் சந்தைக்கு வருபவர்களைக் குறிவைத்துச் சைக்கிள்,

டிவிஎஸ்50 எனத் திருடிச் செல்வர். காணாமல் போய்விட்டால் அது பள்ளர் வசிக்கும் ஒன்னாவது வார்டில்தான் இருக்கும் என்பது பலருக்கும் தெரியும். சிலர் வாகனத்தை விட்டுப் பின்பு நான்காயிரமோ ஐந்தாயிரமோ கொடுத்து அதே வாகனத்தைப் பெற வேண்டியிருக்கும்.

எங்கள் ஊரைச் சேர்ந்த மாணவர்கள் சேந்தமங்கலத்தில் தனிப் பயிற்சி வகுப்பிற்குச் சென்றுவிட்டு இரவு எட்டு மணிக்குத்தான் வீடு திரும்புவோம். பதினொன்றாம் வகுப்பு மாணவர் இருவர் சைக்கிளைத் தொலைத்தனர். அந்தச் சைக்கிள் பள்ளர் தெருவில்தான் இருக்கும் என்றார்கள். ஆனால் என்ன முயற்சி செய்தும் சைக்கிளைக் கண்டுபிடிக்க முடியவில்லை. பள்ளி வளாகத்தில் சைக்கிள் நிறுத்த ஓட்டுக் கொட்டகை ஒன்று இருந்தது. அங்கு நிறுத்தப்பட்டிருக்கும் சில சைக்கிள்களில் வால் டியூப், மவுத்தைக் கழட்டித் தூக்கி எறிந்துவிடுவார்கள். காற்றைப் பிடுங்கிவிடுவதும் காம்பஸ் கொண்டு டயரில் குத்திப் பஞ்சர் செய்வதும் பள்ளர், படையாச்சி மாணவர்களின் வேலை.

பன்னிரண்டாம் வகுப்பை முடித்துவிட்டு நாமக்கல் அறிஞர் அண்ணா அரசு கலைக்கல்லூரியில் இளங்கலைப் படிப்பைத் தொடர்ந்தேன். பள்ளியைக் காட்டிலும் கல்லூரியில் சாதியின் வக்கிரம் வேரூன்றி இருப்பதைக் காண முடிந்தது. கல்லூரியில் பேரசிரியர்கள் எவரும் மாணவர்களின் சாதியை அறிந்துகொள்ள முற்படவில்லை. மாறாக மாணவர்களே சாதி ரீதியாகத் தனித்தனிக் குழுக்களாக இருந்தனர். உயர் சாதி மாணவர்கள் தாழ்த்தப்பட்ட சாதி மாணவர்களைக் கல்லூரிக்கு உள்ளேயும் கல்லூரிக்கு வெளியேயும் தாக்கியுள்ளனர். மாணவப் பேரவைத் தேர்தலில் கவுண்டர் சாதியோ அல்லது வேறொரு பிற்படுத்தப்பட்ட சாதியோ வெற்றிபெற வேண்டுமென்றே நினைப்பார்கள். தாழ்த்தப்பட்ட மாணவர்கள் தேர்தலில் போட்டியிட்டு வெற்றி பெற்றதாகத் தெரியவில்லை. எப்போதும் வெள்ளிக்கிழமைகளில்தான் தேர்தல் நடக்கும். தேர்தலன்று எத்தனை பேருக்கு மண்டை உடையும் என்பது தெரியாது.

தேர்தலுக்கு ஒருநாள் முன்பாகப் போட்டியிடும் மாணவர் தன்னால் முடிந்த அளவிற்கு மாணவர்களைத் திரட்டிக் கொண்டு போய் ஏதாவதொரு மண்டபத்தில் அடைத்து வாக்காளர்களுக்கு (மாணவர்களுக்கு) நீலப்படங்களைப் போட்டுக் காண்பித்தும் கிடா விருந்து வைத்தும் மதுபானங்களை வாங்கி ஊற்றியும் திருப்திப்படுத்திவிட்டுத் தேர்தலன்று தனி வாகனத்தில் அழைத்து வந்து கல்லூரி விடுதிக்கு அருகில் இறக்கிவிடுவது

வழக்கம். நான் முதலாமாண்டு சேர்வதற்கு முன்பாக அந்த ஆண்டிற்கான பேரவைத் தேர்தல் முடிவடைந்துவிட்டது. இரண்டாமாண்டில் என்னை நைனாமலை அடிவாரத்தில் உள்ள கல்யாண மண்டபமொன்றில் அடைத்திருந்தார்கள். இரவு அங்கேயே தங்க வேண்டும் என்றார்கள். கல்லூரி சேர்ந்த காலத்திலிருந்து மதிய உணவு எடுத்துச் சென்றதில்லை. அதனால் ஒரே ஒரு நோட்டு மட்டும் அன்றைக்கு எடுத்துச் சென்றிருந்தேன். என் நண்பனிடம் நோட்டைக் கொடுத்துவிட்டுக் கடைக்குப் போய்விட்டு வருகிறேன் என்று பொய் சொல்லிவிட்டு எங்களூர் செல்லும் பேருந்தைப் பிடித்து வீடு வந்து சேர்ந்தேன்.

நைனாமலை மண்டபத்தில் அடைத்து வைத்திருந்த வேட்பாளர் மின்னாம்பள்ளி உடையார் சாதியைச் சார்ந்தவர் என்பதும் அவர் மூன்றாமாண்டு பொருளாதாரம் படிப்பவர் என்பதும் பின்னால் எனக்குத் தெரிந்தது. உடையார் சாதியைச் சேர்ந்த அரசியல் பிரமுகர் ஒருவரின் ஆதரவு இருப்பதாகவும் சொன்னார்கள். இறுதியில் எங்களை அடைத்து வைத்திருந்தவர் குறைவான வாக்குகள் வித்தியாசத்தில் தோல்வியடைந்தார். வாக்குகளைப் பிரித்த வேட்பாளர்களின் மண்டையை ஹாக்கி ஸ்டிக் பதம் பார்த்தது. அதில் தாழ்த்தப்பட்ட மாணவர்கள் தாக்கப்பட்டனர்.

என் ஊரைச் சேர்ந்த மாணவர்கள் பறையர் சாதி மாணவர்களைத் தாக்குவதும் அவர்கள் கல்லூரியில் போராட்டம் நடத்துவதும் அவ்வப்போது நடைபெறும். நான் இரண்டாமாண்டு படித்துக்கொண்டிருந்தபோது என் சாதியைச் சேர்ந்தவர்கள் மூன்றாமாண்டு படித்துக்கொண்டிருந்த தாழ்த்தப்பட்ட மாணவர் ஒருவரைத் தாக்கினர். காரணம் கேட்டபோது உடையார் சாதியைச் சேர்ந்த முதலாமாண்டு மாணவர் ஒருவரை ராக்கிங் செய்துவிட்டதாகவும் அவன் எப்படி ராக்கிங் செய்யலாம் என்றும் குதித்தனர். கல்லூரி நுழைவாயிலுக்கு முன்பு மாணவர் சுற்றி நிற்க ராக்கிங் செய்த மூன்றாமாண்டு மாணவரை முதலாமாண்டு மாணவர் கன்னத்தில் ஓங்கி அடித்தார். அடுத்தநாள் கல்லூரி வளாகத்திற்குள் தாழ்த்தப்பட்ட மாணவர்கள் நடத்திய போராட்டத்தில் நானும் பங்கேற்றேன். இதைப் பார்த்த என் ஊர்க்கார மாணவர்கள் அன்றிலிருந்து என்னை ஒதுக்கி வைத்தனர். என்னோடு பேசுவதைத் தவிர்த்தனர். ஊரிலும் என்னிடம் பேசுவதைத் தவிர்த்தனர்.

என் வகுப்புத் தோழர்களில் கவுண்டர் சாதியினர் அதிகமாக இருந்தனர். அவர்கள் தங்கள் சாதிப் பெண்கள் யாரெல்லாம் இருக்கிறார்கள் என்பதை முதலில் கண்டுபிடித்தார்கள். பின்பு எந்தக் குலத்தைச் சார்ந்தவர்கள் என்பதையும் கண்டறிந்து

தங்கள் குலம் அல்லாத மாணவிகளைக் காதலிக்கத் தொடங்கினர். இறுதியில் ஒரே ஒரு காதல் மட்டும் திருமணத்தில் முடிந்தது. கவுண்டர் சாதி மாணவர்களில் ஒரு குழுவினர் ஒரே பெஞ்சில் அமர்வதும் ஒன்றாக ஊர் சுற்றுவதும் திரைப்படத்திற்குச் செல்வதுமாக இருப்பார்கள்.

இளங்கலைப் படிப்பை முடித்துவிட்டு இரண்டாண்டுகள் சேலத்திலுள்ள நகலகம் ஒன்றில் பணியாற்றினேன். நண்பர் பிரபாகர் என்னை நகலகத்தில் சேர்த்துவிட்டார். நகலக உரிமையாளர் ரெட்டியார். நான் உடையார் என்பதையறிந்து கடை நிர்வாகத்தைப் பார்த்துக்கொள்ளச் சொன்னார். சேலத்திலிருந்த மூன்று கடைகளின் நிர்வாகத்தையும் மேனேஜரோடு சேர்ந்து கவனித்து வந்தேன். அருந்ததியர் சாதிப் பெண்கள் நிறையப் பேர் வேலை பார்த்தனர். தவறாக நகலெடுத்துவிட்டால் ரெட்டியார் 'பேப்பரு மரத்துலயா காய்க்குது? இப்புடி வேஸ்ட் பண்ணுனா ஒங்கப்பனா வாங்கித் தருவான்' என்று திட்டுவார். சிலருடைய சம்பளக் கணக்கில் முன்பணமும் வாங்கியதாக எழுதிக் கழித்துவிடுவார். திட்டும் போது அருந்ததியப் பெண்களைக் கடுமையாகவும் மற்ற சாதிப் பெண்களை அறிவுரை கூறுவது போலவும் திட்டுவார்.

நகலகத்தில் இரண்டாண்டுகள் வேலை பார்த்துவிட்டுப் பின்பு பல்கலைக்கழகமொன்றில் என்னுடைய முதுகலைப் படிப்பைத் தொடர்ந்தேன். ஒரே ஒரு பேராசிரியர் மட்டும் மாணவர்களின் சாதியை அறிந்துகொள்வதில் ஆர்வமாக இருந்தார். எந்த மாணவனையும் எழுப்பி 'நீ எந்த cast?' எனக் கேட்பார். இந்த மாதிரி வெளிப்படையாகக் கேட்பதைப் பற்றி நான் துறைத்தலைவரிடம் சொல்லிப் புலம்பினேன். ஒரு வாரத்திற்குப் பிறகு அந்தப் பேராசிரியர் வகுப்பிற்குள் வந்ததும் என்னை எழுப்பி 'நீ என்ன கேஸ்ட்' என்றார். நான் பிசி என்றேன். 'பிசின்னா எனக்குத் தெரியல. விளக்கமாச் சொல்லு' என்றார். 'உடையார்' என்றேன். உடனே 'உடையாருன்னா? அதுல என்ன பிரிவு?' என்றார். 'மலையமான்' என்றேன். இப்படி என்னை மட்டும் கேட்டதற்கான காரணம் நான் அந்தப் பேராசிரியர் ஒவ்வொரு மாணவனையும் சாதியின் உட்பிரிவுவரை கேட்டுத் தெரிந்துகொள்ள நினைக்கிறார் எனக் குற்றம் சாட்டியதே என்பதை அறிந்துகொண்டேன். அன்றைக்கு என்னை அவ்வாறு கேட்டது 'நான் அப்படித்தான் வெளிப்படையாகக் கேட்பேன். உன்னால் என்ன செய்ய முடியும்?' என்பது மாதிரியான தொனியில் இருந்தது.

அப்பேராசிரியர் சாதிரீதியாக மாணவர்களிடம் பழகுவதாகவும் சாதியை வைத்துப் பாலிடிக்ஸ் செய்வதாகவும்

அவ்வாறு நான் கூறியதாகவும் பலரிடமும் என் நண்பர்கள் சொன்னார்கள். இந்தப் பிரச்சினை முழுவதற்கும் நான்தான் காரணம் என்று முடிவு செய்தார்கள். வகுப்பில் நேரடியாக மாணவர்களைச் சம்பந்தப்பட்ட பேராசிரியர் மிரட்டுவார். 'காலி பண்ணிப்புடுவன். நான்தான் ஒங்க பேப்பரத் திருத்துவன் ... பாத்துக்கறேன். படிப்ப முடிச்சுட்டு நீங்க எங்க வேலைக்குப் போனாலும் செலக்சன் கமிட்டியில நாங்கதான் ஒக்காந்திருப்பம். பாத்துக்கறம்' என்பார். சொன்னபடியே சில மாணவர்களைக் காலி செய்தார். அதில் நான் பெரிதும் பாதிக்கப்பட்டேன். முதல் பருவத்தில் முதல் மதிப்பெண் பெற்ற நான் அடுத்தடுத்த பருவங்களில் இரண்டாமிடத்திற்குத் தள்ளப்பட்டேன். இறுதியில் பல்கலைக்கழகத்தில் இரண்டா மிடத்தையே பெற முடிந்தது. படிக்காதவர்களிடமிருக்கும் சாதிய உணர்வைக் காட்டிலும் படித்தவரிடம் இருக்கும் சாதிய உணர்வு ஆபத்தானது.

எங்கள் ஊர்ப் பள்ளி இப்போது உயர்நிலைப் பள்ளியாகி விட்டது. நான் படித்த நடுநிலைப்பள்ளி தற்போது தொடக்கப் பள்ளியாக மாறிவிட்டது. வேறொரு இடத்தில் உயர்நிலைப் பள்ளி செயல்படுகிறது. எங்கள் ஊர் உயர்நிலைப் பள்ளியில் சிறிதுகாலம் இளநிலை உதவியாளராகப் பணியாற்றும் வாய்ப்புக் கிடைத்தது. பள்ளியில் பணியாற்றியதைவிட மற்ற அலுவலகங் களுக்குச் சென்று மாற்றுப்பணியில் பணியாற்றியதே அதிகம். அவ்வாறு நான் மாற்றுப்பணி அனுபவங்களை ஆசிரியர்களிடம் பகிர்ந்துகொள்ளும்போது அந்த அலுவலகங்களில் பணிபுரியும் யாராவது ஒருவரைச் சொல்லி 'அவரைத் தெரியுமா?' என்பார்கள். 'ம்' என்பேன். பேச்சின் முடிவில் 'நம்மாளுங்கதான்' என்பார்கள். யாரைப் பற்றிப் பேசினாலும் இறுதியில் அந்த நபர் எந்தச் சாதிக்காரர் என்பதில் போய்த்தான் முடிவுபெறும். ஏதாவது வேலை நிமித்தமாக எந்த அலுவலகத்திற்குச் சென்றாலும் அங்கு பணியாற்றும் நபரின் அடையாளங்களைக் கூறிவிட்டுக் கடைசியில் 'நம்மாளுதான். நீங்க போங்க பாத்துக்குவாங்க' எனக் கூறுவார்கள்.

என் நண்பர்கள் வீட்டிற்கு வரும்போது அவர்கள் என்ன சாதி என்பதை அறிந்துகொள்வதில் என் தந்தை மிகவும் ஆர்வமாக இருப்பார். நண்பர்கள் சாப்பிடும்போது அவர்கள் எதிரிலேயே அமர்ந்துகொண்டு 'நீங்க ஒடையார்தான?' என்பார். இல்லை என்று தலையாட்டினால் 'கவுண்டரா?' எனக் கேட்பார். பதில் வரும்வரை சலிக்காமல் கேட்டுக்கொண்டே இருப்பார். இவ்வாறு கேட்டது எனக்கு மிகவும் மன வருத்தத்தைத் தந்தது. சில நண்பர்கள் என்னிடம் 'ஒங்கப்பா சாதியத் தெரிஞ்சுக்காம விடமாட்டாறாட்டுகுது ... எதிருலயே ஒக்காந்துக்கிட்டுக்

கேக்கறாரு' என்று கூறி வருத்தப்பட்டபோது வேதனை அதிகமானது. என் தம்பி இதற்காகப் பலமுறை அவரிடம் சண்டை போட்டிருக்கிறான். அவரால் சாதியை அறிந்துகொள்ள முடியாதபோது வந்தவர்கள் என்ன சாதி என்று என்னிடம் கேட்பார். 'என்ன சாதியா இருந்தா என்ன? அதத் தெரிஞ்சுக்கிட்டு என்ன பண்ணப் போற?' எனக் கூறிவிடுவேன்.

கல்லூரிப் படிப்பிற்குப் பிறகு வீட்டிற்கு வந்த ஒன்றிரண்டு நண்பர்களின் வருகையும் இல்லாமல் போய்விட்டது. இப்போது வெறும் தொலைபேசி அழைப்பிலேயே நட்பு நின்றுவிடுகிறது. நண்பர்களின் வீட்டு விசேசங்களுக்குக் கிளம்பினால் 'அந்தப் பையன் என்னா சனம்?' என்று கேட்பார் என் தந்தை. எவ்வளவு மகிழ்ச்சியோடு புறப்பட்டாலும் ஒற்றைக் கேள்வியில் அத்தனை மகிழ்ச்சியையும் குழிதோண்டிப் புதைத்துவிடுவார்.

வீட்டில்தான் இந்தச் சூழல் என்றால் நான் செல்லுமிடங் களிலும் இதே சூழல்தான். முனைவர் பட்ட ஆய்விற்கான தகவல் சேகரிப்பிற்காக ஊராட்சி ஒன்றிய அலுவலகம் செல்ல வேண்டி இருந்தது. அங்கு சென்றபோது 'எதற்காகத் தகவல் சேகரிக்கற? எங்க படிக்கற? என்ன படிக்கற?' என்ற கேள்விகளைத் தொடர்ந்து 'நீ எந்த ஊரு?' என்றார் அலுவலர் ஒருவர். 'ஆர்.பி. புதூரு' என்றேன். 'நாமக்கல் ஆர்.பி. புதூரா' என்றார். 'இல்ல சேந்தமங்கலம் ஆர்.பி. புதூர்' என்றேன். உடனே 'ஒடையாரா?' என்று கேட்க 'ம்' என்றேன். 'அங்க சேர்மேனா இருந்தாரே அவரத் தெரியுமா?' என்றார். ஆம் தெரியும் என்றதும் தகவல் சேகரிப்புக் குறித்த விவரத்தைக் கேட்டுக் கணினி அறைக்கே அழைத்துச் சென்று கணினியில் அமர்ந்திருந்த பெண்ணிடம் தேவையான தகவல்களைத் தரும்படி கூறினார். அத்தோடு இன்னும் சில ஊராட்சி ஒன்றிய அலுவலகங்களில் பணியாற்றும் நபர்களின் பெயர்களைச் சொல்லி 'நான் சொன்னதாச் சொல்லு. புதூருன்னு சொல்லு. தகவல் தருவாங்க' என்றார்.

சாதி அடையாளத்தை நான் மறுத்தாலும் மறைத்தாலும் சுற்றியுள்ள மனிதர்களுடைய பேச்சும் சூழலும் நீ இன்ன சாதிக்காரன் என்பதை அடையாளப்படுத்திக் கொண்டே யிருக்கின்றன. சாதி என் வாழ்வின் ஒவ்வொரு கட்டத்திலும் வளர்ந்து என் முன்னே பல்லிளித்துக்கொண்டு வருவதாகவே நினைக்கிறேன்.

○○○

ஏதோ ஒரு வலி

ப. குமரேசன்

மனிதன் உணவில்லாமல்கூட உயிர்வாழ முடியும். சாதியில்லாமல் இந்தச் சமூகத்தில் உயிர்வாழ முடியாது. வாழவும் விடாது. அதனால் எல்லோருக்கும் சாதி என்னும் அடையாளம் தேவைப்படுகிறது. இன்றைய தலைமுறையினர் சாதியைப் பற்றி அதிகம் கவலைப்படுவதில்லை என்ற மாயத்தோற்றம் உருவாக்கப்பட்டுள்ளது. அது உண்மையல்ல. சாதியின் அடையாம் பதிவு செய்யப்படும் இடம் பள்ளிக்கூடமே. ‘அகமுடையர்’ என்ற என் சாதிப் பெயரும் பள்ளிப் பதிவேட்டில் இருக்கும். என் பள்ளிப் படிப்பு கும்பக்கொட்டாயில் உள்ள பள்ளியில்தான் தொடங்கியது. இந்தப் பள்ளிக்குக் கோறையாறு, கட்டப்புளியமரம், மேற்குக் கும்பக்கொட்டாய், தண்ணீர்ப்பந்தல்காடு, மாரியம்மன் கோவில் ஆகிய ஊர்களிலிருந்து மாணவர்கள் படிக்க வருவார்கள். பள்ளியில் ‘சிவப்பிங்க் பசங்க, சிவப்பிங்க் புள்ளைங்க’ என்று ஆசிரியர்கள் சில மாணவர் களைக் குறிப்பிட்டுச் சொல்வார்கள். மூன்றாம் வகுப்புப் படிக்கும்போது இந்தச் சொல்லாடல் என் மனதில் நன்றாகப் பதிந்துவிட்டது.

பெரிய வாத்தியார் (தலைமையாசிரியர்) சில சமயங்களில் தன் அறைக்குச் ‘சிவப்பிங்க் மாணவர் களை’ வகுப்புவாரியாக அழைத்துப் பேசுவார். பள்ளியில் பாடப்புத்தகம், சீருடை, செருப்பு, குறிப்பேடு, துணிப்பை போன்றவை வழங்க ஆசிரியர்

‘சிவப்பிங்குக்காரப் பசங்க யார் யாரு’ என்று கேட்பார். மாணவர்கள் எழுந்து நின்றவுடன் ‘நாளைக்கு மறக்காம வந்துடனும். புத்தகம் தராங்க. சரியா ..?’ என்று அறிவுறுத்துவார். மேலதிகாரி வருகின்ற நாட்களில் ‘சிவப்பிங்குக்காரப் பசங்க லீவு போடக் கூடாது. கட்டாயம் வரணும்’ என்று எச்சரிக்கை செய்யப்படும். சத்துணவு அமைப்பாளர் மதியம் சிவப்பிங்குக்கார மாணவர்களை எண்ணுவார். புத்தகம், குறிப்பேடு போன்றவை எனக்குக் கொடுக்கப்படுவதில்லை. அது மிகுந்த ஏமாற்றத்தை உண்டாக்கியது. அத்தகைய சமயங்களில் நானும் சிவப்பிங்குக் காரனாகப் பிறந்திருந்தால் பரவாயில்லை என்றே தோன்றும்.

முழு ஆண்டுத் தேர்வைச் ‘சிவப்பிங்க்’ மாணவர்கள் பென்சிலால்தான் எழுத வேண்டும். படிக்காத அத்தகைய மாணவர்களுக்கு ஆசிரியர்கள் தனியாகச் சொல்லிக் கொடுப்பார்கள். சில சமயங்களில் தவறாக எழுதியிருக்கும் விடையை அழித்துவிட்டுச் சரியான விடையை எழுத வைப்பார்கள். எனக்குத் தெரிந்து அத்தகைய மாணவர்கள் தேர்ச்சி பெறாமல் இருந்ததில்லை. ‘சிவப்பிங்க்’ மாணவர்கள் என்று பெயர் வரக் காரணம் வருகைப் பதிவேட்டின் சாதி பற்றிய பிரிவில் எஸ்சி/ எஸ்டி மாணவர்களின் பெயர்களுக்கு நேரே சாதியைக் குறிக்கச் சிவப்பு மை பயன்படுத்தப்பட்டிருப்பது தான். மற்ற மாணவர்களுக்கு ஊதா மை பயன்படுத்தப்பட்டிருக்கும். ஆனால் இவர்கள் ‘புளு இங்க்’ மாணவர்கள் என்று அழைக்கப் படுவதில்லை.

இந்தச் ‘சிவப்பிங்க்’ மாணவர்கள் அதிகமாக இருக்கும் ஊர் மாரியம்மன் கோவில். இங்கு பெரும்பாலும் பேருந்து நிற்பதில்லை. அருகில் உள்ள எங்கள் ஊரான தண்ணீர்ப்பந்தல் காட்டில்தான் நிற்கும். அங்கு இறங்கி மாரியம்மன் கோவில் நிறுத்தத்திற்கு நடந்து செல்ல வேண்டும். இது வழக்கமாகிவிட்டது. இந்த வழக்கம் வயதானவர்களை வாட்டி எடுத்தது. அதனால் இரண்டு மூன்று முறை சாலைமறியலில் ஈடுபட்டனர். அதன் விளைவாகச் சில பேருந்துகள் மாரியம்மன் கோவிலில் நிற்கத் தொடங்கின. மாரியம்மன் கோவில் – தண்ணீர்பந்தல்காடு என்றால் மாரியம்மன் கோவில் பேருந்து நிறுத்தத்தையும் தண்ணீர்பந்தல்காடு – அரசமரம் என்றால் தண்ணீர்பந்தல்காடு பேருந்து நிறுத்தத்தையும் குறிக்கும். பயணிகள் நடத்துநரிடம் இதைச் சரியாகச் சொல்லி ‘டிக்கெட்’ பெற வேண்டியதாயிற்று.

மாரியம்மன் கோவிலில் 135க்கும் மேற்பட்ட தலித் குடும்பத்தினர் வாழ்கின்றனர். இவர்கள் மாசி மாதத்தின் கடைசி வாரத்தில் திருவிழா நடத்துவார்கள். கோவில்வரியாக வீட்டிற்கு

ஆயிரம்முதல் ஆயிரத்து ஐந்நூறுவரை வசூலிக்கப்படும். வரியில் யாருக்கும் தளர்வு கிடையாது. வருடத்தில் ஒருமுறை நடைபெறும் பண்டிகை என்பதால் வருமானம் குறைந்தபோதிலும் செலவு செய்யத் தயக்கம் காட்டுவதில்லை. சாலையின் இருபுறங்களிலும் மின்விளக்கு அலங்காரம் பிரம்மாண்டமாய் இருக்கும். ஒருவாரத்திற்குக் களைகட்டும்.

பேருந்து நிறுத்தத்தில் உள்ள கோவிலின் பெயரும் மாரியம்மன் கோவில். ஆனால் அக்கோவிலின் உள்ளே இரண்டு சாமிகள் உள்ளன. ஒன்று மாரியம்மன். மற்றொன்று மதுரைவீரன். திருவிழாப் பூசையின்போது மதுரைவீரனுக்கே முக்கியத்துவம் கொடுப்பர். பண்டிக்கை நாட்களில் வேடிக்கை நிகழ்ச்சிகளுக்குக் குறைவு இருக்காது. குறிப்பாகக் குறவன் குறத்தி, நடன நாட்டிய நிகழ்ச்சிக்கு மக்கள் கூடிவிடுவர். மாவட்ட நிர்வாகம் நடன நாட்டியத்திற்குத் தற்போது தடை விதித்துள்ளது. இந்த நிகழ்ச்சி களைக் காண அருகிலிருக்கும் பிற சாதியினர் வருவார்கள். நிகழ்ச்சிகளைக் காணுவதோடு விசில் அடிப்பதிலும் கத்துவதிலும் ஆர்வம் காட்டுவார்கள். தலித் வழிபடும் கோவிலான இதில் விழாவின்போது பிற சாதியினரும் வந்து பூசை செய்வர். மற்ற நாட்களில் வழிபடுவதோ பூசை செய்வதோ கிடையாது.

சித்திரை மாதத்தில் நாமகிரிப்பேட்டையில் இருக்கும் மாரியம்மனுக்குத் தேர்த்திருவிழா நடைபெறும். தண்ணீர்ப்பந்தல் காடு, கும்பக்கொட்டாய், மேற்குக் கும்பக்கொட்டாய், கோறையாரு ஆகிய இடங்களில் இருந்து தீர்த்தக் குடமும் பூங்கரகமும் எடுத்துச் சென்று வழிபடுவார்கள். தண்ணீர்ப்பந்தல்காட்டிலிருந்து வடக்கு நோக்கிச் செல்லும் சாலையில் ஒருகல் தொலைவில் இருக்கும் கிராமமே மேற்குக் கும்பக்கொட்டாய். திருவிழாக் காலத்தில் மாரியம்மனுக்குக் கும்பம் எடுத்து ஆடுவதால் இப்பெயர். பூங்கரகத்திற்குப் பெயர் பெற்ற ஊரும்கூட. அவ்வூரின் மேற்கே மலை ஒன்று உள்ளது. அந்த மலை அடிவாரத்தில் உள்ள ஒரு கோவிலில் தீர்த்தம் எடுத்துக் கும்பம் செய்வார்கள். அங்கேயே பூங்கரகத்திற்கும் ஜோடனை செய்யப்பட்டு ஊரின் முற்றத்திற்குக் கொண்டுவந்து ஆடுவார்கள். மேலும் பல வேடிக்கை நிகழ்ச்சிகள் நடைபெறும்.

குறவன் குறத்தி ஆட்டத்திற்கு இளவட்டத்தினர் அதிகமாகக் கூடுவார்கள். அதில் மாரியம்மன் கோவிலைச் சேர்ந்த இளைஞர்கள் சொற்ப எண்ணிகையில்தான் இருப்பார்கள். ஆட்டத்தை அவர்கள் அமைதியாகப் பார்க்க வேண்டும். விசில் அடிப்பதும் கத்துவதும் கூடாது. மீறினால் அவ்விடத்திலிருந்து அப்புறப்படுத்தப் படுவார்கள். குடியான இளவட்டங்களுக்கு இக்கட்டுப்பாடு

கிடையாது. இது என்னுள் சுய சாதி பற்றிய விமர்சனத்தை உண்டாக்கியது. மேடைகளில் சாதியைப் பற்றி வீர ஆவேசமாகப் பேசிப் பரிசு வாங்கிய என்னைச் சொந்த ஊரில் எதுவும் பேச முடியாமல் முடமாக்கியது என் சாதி ... என் சாதி.

பழம்பெரும் பல்கலைக்கழகத்தில் முதுகலை படிக்க நேர்ந்தது. வகுப்பில் மொத்தம் இருபது பேர். இருபதுபேரும் இருபது விதம். யாரும் யாருடனும் நெருங்கிப் பழக முடியாது. அதற்குக் காரணம் அவரவர் இயலாமை. முதல் ஆறு மாதத்தில் ஒரு மாணவன் என்ன சாதி என்று தெரிந்துகொள்வதற்காக ஒரு 'குரூப்' இருந்தது. சாதியை நேரடியாகக் கேட்காமல் மறைமுகமான கேள்விகளால் தெரிந்துகொள்வார்கள். 'நீ பிஏவுல எவ்வளவு ஸ்காலர்ஷிப் வாங்குன, இப்ப எங்க தங்கி இருக்க, எந்த எழுத்தாளர் உனக்குப் புடிக்கும், எம்ஏ அட்மிஷன் பீஸ் எவ்வளவு' என்று வரிசையாகக் கேள்விகள் வரும். இந்தக் கேள்விகளுக்குச் சரியான பதிலைச் சொல்லிவிட்டால் எந்தச் சாதியினர் என்பதை எளிமையாகக் கண்டுபிடித்து விடுவார்கள். 'உனக்குப் பெரியாரைப் புடிக்குமா, அம்பேத்காரைப் புடிக்குமா?' எனச் சக வகுப்புத் தோழர்கள் மட்டுமில்லாமல் முனைவர் பட்ட ஆய்வாளர்கள் சிலரும் கேட்பார்கள். இதன் மூலமும் ஒருவர் தலித்தா, தலித் இல்லையா என அடையாளம் கண்டுகொள்வார்கள்.

எனக்குச் சிற்றிதழ் படிக்கும் பழக்கம் உண்டு. ஒருமுறை தலித் முரசு இதழை வாசித்துக் கொண்டிருந்தேன். எப்படியோ அதைக் கவனித்த என் வகுப்புத் தோழி மறுநாள் என்னிடம் வந்து 'நீ கவுண்டர்ன்னு நினைச்சன். நீ எஸ்சியா?' என்று கேட்டாள். கேள்விக்கு உடனே பதிலைச் சொல்லாமல் அவளைப் பார்த்தேன். இப்படியொரு கேள்வி கேட்க வேண்டிய அவசியம் என்ன என்பது அப்போது புரியவில்லை. பின் 'ஏன் இப்படிக் கேட்கற' என்றேன். 'இல்ல ... நீ கறுப்பா இருக்கற, தலித் முரச வேற படிக்கிற ... அதான் கேட்டேன்' என்று பதில் சொன்னாள். பிறகுதான் அக்கேள்வியின் உள் அர்த்தம் தெரிந்தது.

அங்கு பயின்ற மாணவர்கள் பலரும் சாதியைப் பற்றியும் சாதியின் உட்பிரிவைப் பற்றியும் தெரிந்துகொள்ள ஆர்வம் காட்டினர். முதலாம் ஆண்டு முடிவதற்குள் சாதிப் பற்றுப் பெரிதாகித் தனித்தனிக் குழுவாகப் பிரிந்து சாதியைப் பேசுவது வரை சிந்தனை விரியும். உடன் பயிலும் மாணவர் ஒருவர் "சக்கிலி கார்த்தி, படையாச்சி வேல்" எனப் பெயருக்கு முன் சாதிப் பெயரை வைத்துக் கூப்பிடுவார். என்னைப் போன்ற சில மாணவர்கள் சேர்ந்து 'நீ இப்பிடிக் கூப்பிடறது எங்களுக்குப்

பிடிக்கல. இனிமே இப்பிடிக் கூப்படாத' என்று நேரடியாகச் சொன்னோம். அதன்பின் அவ்வாறு அழைப்பதை நிறுத்திக் கொண்டார்.

சாதியின் இழிநிலையைப் பற்றி ஒரு பேச்சுப் போட்டியில் பேசினேன். அதற்குப் பரிசும் கிடைத்தது. அப்போது சக போட்டியாளன் ஒருவன் 'என்னதான் பேசினாலும் எழுதினாலும் தலித்துக்கு இருக்கிற வலிய உன்னால உணர முடியுமா? முடியாது. அதுமாதிரிதான் உங்க சிந்தனை எல்லாம்' என்று கன்னத்தில் அறைந்ததைப் போலச் சொன்னான். அதைக் கேட்டதுமுதல் மிகப்பெரிய குற்ற உணர்வு என்னைப் பீடித்தது. ஆதிக்க சாதியில் பிறந்தவன் என்பதையும் சாதிய அடக்குமுறையைக் கையாண்டிருக்கிறேன் என்பதையும் பளிச்செனக் காட்டியது. ஏதோ ஒரு வலி. ஏதோ ஒரு குற்ற உணர்வு நீடிக்கிறது.

○○○

கல்யாணமும் கறிச்சோறும்

செ. கோபி

நாமக்கல் மாவட்டம் எருமப்பட்டி ஒன்றியத்திற்கு உட்பட்ட பவித்திரம் என்னும் கிராமத்தில் பள்ளர், பறையர் எனப் பல சாதியினர் உள்ளனர். அவர்கள் 'பவித்தரத்தான்' என்கிற ஒற்றை அடையாளத்தோடு வாழ்கின்றனர். நான் பறையர் சாதியைச் சேர்ந்தவன். என் குடும்பத்தினர் தன் சாதித் தொழிலைச் செய்யாமல் தினக்கூலி வேலை செய்து வந்தனர். நான் முனைவர்பட்ட ஆய்வாளராக உள்ளேன். இந்நிலையில் எனக்குத் திருமண ஏற்பாடாயிற்று.

என் திருமணத்தை ஆதிக்க சாதியினர் கொண்டாடுவது போலக் கோலாகலமாக நடத்த விரும்பினேன். பெற்றோரும் மறுப்புச் சொல்ல வில்லை. அதன் விளைவாகத் திருமண மண்டப முன்பதிவை முதலில் செய்துவிட வேண்டும் என நினைத்தேன். என் ஊருக்கு அருகில் உள்ள நவலடிப்பட்டியில் ஒரு மண்டபத்திற்கு முன்பதிவு செய்ய நானும் அரசுப் பள்ளி ஆசிரியர் ஒருவரும் போனோம். அவர் வேறு சாதி. அம்மண்டபம் ரெட்டியார் ஒருவருக்குச் சொந்தமானது.

நான் அந்த மண்டப உரிமையாளரிடம் 'ஐயா, நாங்க பவுத்தரத்தில இருந்து வாறோம். சார் வரகூர் பள்ளிக்கூடத்தில பதினொன்னாவது பனிரெண்டா வதுக்குப் பாடம் நடத்துறார். மண்டபம் வாடகைக்கு

வேணும். அதான் வந்தோம்' என்றேன். என்னைப் பார்த்து 'நீங்க என்ன பண்றீங்க' என்று கேட்டார். நான் 'ஒரு பல்கலைக்கழகத்துல ஆய்வு மாணவரா இருக்கேன்' என்றேன். பின் 'எனக்குத்தான் கல்யாணம். நான் பறையர் சாதியைச் சேர்ந்தவன். எங்களுக்கு மண்டபம் கொடுப்பிங்களா?' என்று எடுத்த எடுப்பிலேயே கேட்டுவிட்டேன். இதைக் கேட்ட ஆசிரியர் என்னை ஒருமாதிரியாகப் பார்த்தார். அந்தப் பார்வை 'இந்தக் காலத்திலேயும் சாதியச் சொல்லணுமா? அதெல்லாம் எதுக்கு' என்பதுபோல இருந்தது.

'அப்பறம் இன்னொரு விசயம்' என்று தொடர்ந்தேன். 'நாங்க கல்யாணத்துல கறிச்சோறுதான் போடுவோம். அதில உங்களுக்கு ஏதாவது ஆட்சேபம் இருந்தாச் சொல்லுங்க' என்று தெள்ளத்தெளிவாகச் சொன்னேன். மண்டப உரிமையாளர் 'நீங்க எந்தச் சாதியா இருந்தா என்ன? இது எங்க மண்டபம். நாங்க பாத்து யாருக்கு வேணாலும் கொடுப்போம்' என்றார். அதோடு நில்லாமல் 'போன வாரம்கூட ஒரு கிடா வெட்டு இங்க நடந்தது. அதெல்லாம் எங்களுக்குக் கவலை கிடையாது' என்று மீண்டும் ஒருமுறை அழுத்தமாக ஒப்புதல் கொடுத்தார். உடன் வந்த ஆசிரியர் முன்தொகை கொடுத்துவிடலாமே என்கிற பாவனையோடு பார்த்தார். நான் எது எதுக்கு எவ்வளவு தொகை என்பதையெல்லாம் விலாவாரியாகக் கேட்டறிந்தேன். பின்பு முன்தொகையாக ஆயிரம் ரூபாயை நான் ஆசிரியரிடம் கொடுக்க அவர் மண்டப உரிமையாளரிடம் கொடுத்தார். உரிமையாளரின் வழிகாட்டுதலோடு மண்டபம் முழுவதையும் சுற்றிப் பார்த்த பிறகு எங்கள் ஊரை நோக்கிப் புறப்பட்டோம். வருகின்ற வழி நெடுகிலும் அந்த மண்டபத்தைப் பற்றிய சிலாகிப்புடன் உரிமையாளரின் சாதிய மறுப்பு நிலை குறித்து இலாவகமாகப் பேசிக்கொண்டே சென்றோம். திருமணத்திற்கான மற்ற ஏற்பாடுகள் நடைபெற்றுக் கொண்டிருந்தன.

திருமண மண்டப உரிமையாளரிடம் இருந்து எனக்குப் போன் வந்தது. அந்த அழைப்பு இருபத்தோராம் நூற்றாண்டின் மனித நாகரிகத்தின் உயர்நிலையை அடையாளப்படுத்துவதாக உணர்ந்தேன். 'நீங்க சொன்ன தேதியில மண்டவம் புக் ஆயிருச்சி. உங்க அட்வான்ஸ வந்து வாங்கிக்கங்க' என்று அலைபேசியில் சொன்னார். 'ஏங்க அப்படிச் சொல்றீங்க? தெளிவாத்தானே சொல்லிட்டு வந்தேன். இப்பப்போய் இப்படிச் சொன்னா நா என்ன பண்ணுறது? நாளு சீக்கிரமே வரதால வேற எங்கயும் மண்டபம் கிடைக்காது. ஏங்க இப்படிப் பண்றீங்க' என்று கேட்கும்போதே அலைபேசியைக் 'கட்' செய்துவிட்டார்.

மறுபடியும் இரண்டு மணிநேரம் கழித்து அலைபேசியில் 'என்னங்க விசயம். தெளிவாச் சொல்லுங்க' என்று கேட்டேன். அவர் 'கறி சமைக்கக் கூடாதுன்னு ஓனர் சொல்லிட்டார். அதனால நீங்க வேற மண்டபம் பாத்துக்கங்க' என்றார். அதோடு முன்னுக்குப்பின் முரணான பதிலையும் தந்தார். உடனே நான் அந்த ஆசிரியரிடம் போன் போட்டுப் புலம்பித் தள்ளினேன். அவர் விவரமானவர். 'சரி விடுங்க, நடந்தது நடந்து போச்சி. நீங்க வேற மண்டபம் பாக்குற வேலையப் பாருங்க. ஏன்னா கல்யாணத்துக்கு நாள் நெருங்கி வருது. இப்பப்போய் நாம அவனப் பாத்தோம்னா கல்யாணத்தச் சிறப்பா நடத்த முடியாது. வெளில வேற யார்கிட்டையும் சொல்லலேயே? அப்ப என்ன. நமக்கு மட்டுந்தான் தெரியும். விட்டுருங்க. கல்யாணம் முடிஞ்சி அவன வச்சிக்கலாம்' என்றார். என்னுடைய வேகமும் அப்போதைக்குக் குறைந்தது.

என் வீட்டாரிடம் நடந்ததைச் சொல்லி வேறு மண்டபம் பார்த்துக்கொள்வோம் என்றேன். ஒரு வழியாகத் திருமணம் வேறு மண்டபத்தில் நான் நினைத்ததைப் போலவே நடந்தேறியது. திருமணம் முடிந்து ஒரு மாதம் கழித்து 'அட்வான்ஸைத்' திரும்பப் பெறுவதற்காக நானும் என் மனைவியும் காரில் சென்றோம். அந்த மண்டப உரிமையாளரைச் சந்தித்தோம். முதல் சந்திப்பில் 'வாங்க' என அழைத்த மண்டப உரிமையாளரின் மீசை இல்லாத முகம் இப்போது முறுக்கிக் கொண்டு 'என்ன?' என்ற தொனியில் பார்வையை மட்டும் பதிலாய்த் தந்தது. 'அட்வான்ஸ் எங்க?' என்று கேட்டதும் பதறிப்போன முகம் 'நாளைக்கு வா' என்றது. 'நா என்ன ஓங்கிட்டக் கடன் கேக்க வந்தனா? வாங்குன காசக் குடுடா கேனக்கூதி' என்று அழுத்தமாகவே பேசினேன். அவன் மறுபேச்சு எதுவும் பேசவில்லை. அவனுடைய வீடு தனிமையாக ஊரை விட்டுத் தள்ளி இருந்தது. 'இப்ப என்கிட்டக் காசு இல்ல. ஓனர்கிட்டக் கொடுத்துட்டேன். அவர் வந்தா வாங்கி வைக்கிறேன். நீ போ' என்றான். 'அட்வான்ஸ் வாங்கும்போது நான்தான் ஓனர்ன்னு சொல்லிட்டு வாங்குன? இப்ப என்ன வேற ஆளு மாதிரி சொல்ற. இப்பக் காசு வரணும். இல்ல கோயஒழுக்க இங்க ஒரு கொல நடக்கும்டா' என்று படபடத்த குரலோடு கத்தினேன். அவன் பயத்தின் உச்சத்திற்குச் சென்றுவிட்டான். பணம் எடுக்க வீட்டின் உள்ளே போய் விட்டான். போனவன் எதுவும் பேசவில்லை.

அவனுடைய மனைவி வந்து 'என்னா இப்படிப் பேசுற? படிச்சவனாட்டமா பேசுற?' என்றாள். 'உன் புருசன் பண்ணுன காரியத்துக்கு வேற எப்படிப் பேசுறது. போமா மொதல்ல.

நா அட்வான்ஸ் கொடுக்கும்போது என்னமா சொல்லிக் கொடுத்தன்? நா இந்தச் சாதியச் சேந்தவன், கறிச்சோறுதான் போடப்போறேன்னு சொல்லித்தாம்மா மண்டபம் கேட்டேன். அப்பெல்லாம் சரின்னு சொல்லிட்டுக் கல்யாணத்துக்குப் பத்து நாளைக்கு முன்னாடி போனப் போட்டு வேற மண்டபத்தப் பாத்துக்கோன்னு உன் ஊட்டுக்காரன் சொன்னா நா எங்கம்மா போவேன்?' என்றேன். 'தம்பி அதெல்லாம் பேசாத. உன் அட்வான்ஸ வாங்கிக்கிட்டுப் போ. என்னோட தம்பிதான் ஓனர். நா என்னா பண்றது?' என்று இடையில் வந்து பேசினார். 'யோ அட்வான்ஸ் கொடுக்கும்போதே நா சொல்லித்தானேயா கேட்டேன். அப்போ ஏன் நீ ஓனரக் கேட்டுச் சொல்றேன்னு சொல்லல?' என்றேன்.

இப்படியே இருவருக்கும் வாக்குவாதம் முற்றிவிட்டது. பதில் சொல்லத் திராணியற்ற அவன் வீட்டிற்குள் சென்று வீட்டைத் தாழிட்டுக்கொண்டான். நான் என் மனக்கோபம் எல்லாம் குறையும் அளவுக்குக் கோய, கொம்மா என்று திட்டித் தீர்த்துவிட்டு வந்துவிட்டேன். அவன் கொடுத்த பணத்தையும் அவனால் பட்ட அவமானத்தையும் கனமாகச் சுமந்துகொண்டு நானும் என் மனைவியும் சாதியத்தின்மீது மக்கள் கொண்டுள்ள கொடூரங்களைப் பொருமிக்கொண்டே வீட்டிற்குச் சென்றோம்.

இந்த நிகழ்வால் மண்டப உரிமையாளரின் மனநிலையை என்னால் ஓரளவு ஊகிக்க முடிந்தது. முதலில் மண்டபம் கொடுக்கிறேன் என்றவர் பின் வேறு மண்டபம் பார்த்துக்கொள் என்று சொன்னதற்கான காரணம் என்ன? அசைவம் செய்யாதே, சைவ உணவு செய்தால் திருமணத்தை நடத்திக்கொள் என்று சொல்ல வேண்டிய அவசியம்? சாதிய இறுக்கம் மேலோங்கிய நவலடிப்பட்டியில் உள்ள மண்டபத்தில் வெகு விமர்சையாகத் தாழ்த்தப்பட்ட சாதியைச் சார்ந்த ஒருவன் திருமணம் செய்தால் சுற்று வட்டாரத்தில் உள்ள அனைவருக்கும் இச்செய்தி பரவிவிடும். இதனால் பள்ளு பறைகளெல்லாம் புழங்கும் சமையல் பாத்திரத்தை மற்ற ஆதிக்க சாதியினர் பயன்படுத்தத் தயங்குவர். எனவே ஆதிக்க சாதியினர் மண்டபத்தைப் பயன்படுத்தாத நிலை வருமோ என்ற அச்சமாக இருக்கலாம்.

சைவ உணவு சமைத்தால் திருமணம் நடத்த அனுமதி அளிக்கிறேன் என்கிற மனநிலை எப்படி வந்தது? அசைவ உணவு திருமணத்தில் சமைப்பது எங்கள் பகுதியில் வழக்கம் இல்லை. எனவே வழக்கமில்லாத ஒரு செயல் எல்லோருடைய காதுகளுக்கும் செல்லும். அப்போது ஊரார் இந்த அளவுக்குச் செய்தது யாரு என்ற வினா எழுப்பும்போது இந்த ஊரைச்

சேர்ந்த இந்தச் சாதிக்காரன் கல்யாணம்தான் இப்படி நடந்தது என்று செய்தி படுவேகமாகப் பரவும். எனவே சைவ உணவு போட்டால் நடத்தவிடலாமே தவிர அசைவ உணவு போட்டால் நடத்தவிடக் கூடாது என்பதில் சனாதனத்தின் மனம் ஊடாடுவதை அறியமுடிகிறது.

மற்றொரு முக்கியமான செய்தி என்னவென்றால் பறையன் கல்யாணத்துல கறி போடுறேன்னு சொல்றானே, அவனுடைய சாதிப் பொருளாதாரத்திற்கு அவன் போடுற கறி நிச்சயம் மாட்டுக்கறியாகத்தான் இருக்கும் என்கிற நிலைப்பாடுதான் அவர்களை முன்னுக்குப்பின் முரணாகப் பேச வைத்திருக்கும். என்னதான் அரசும் அரசு சார்ந்த நிறுவனங்களும் ஒடுக்கப்பட்ட மக்களின் மேன்மைக்காகப் பற்பல திட்டங்களைப் போட்டாலும் சட்டங்களை வகுத்தாலும் சாதி ஒடுக்கம் என்பது இன்னும் நீக்கமற நிறைந்துதானிருக்கிறது.

சாகும் போதும் ஜம்பம்

கோவிந்தராஜ்

சாதி எனக்கு நினைவு தெரிந்த நாளில் இருந்தே என்மீது படிந்து கிடக்கிறது. சின்ன வயதில் விளையாடப்போகும்போதே கவுண்டமூட்டு பசங்ககிட்ட வெளயாடாதே என எச்சரிப்புகள் இருக்கும். கவுண்டர் வீட்டுப் பசங்களைப் பெரிய கவுண்டர், சின்னக் கவுண்டர் என்றுதான் கூப்பிட வேண்டும்.

என் சாதி நாவிதர். மருத்துவர் அல்லது இந்து மருத்துவர் என்று குறிப்பிடப்படும். மருத்துவர், நாவிதன், அம்பட்டன், சக்கரக் கத்தி, குடிமகன் என்ற வழக்குப் பெயர்கள் ஊருக்கு ஊர் வேறுபடும். செரைக்கும் வேலை எங்கள் குலத்தொழில். பலர் நெசவாளிகளாவும் வேறுவேறு வேலைகளைச் செய்பவர்களாகவும் இருந்திருக்கிறார்கள். ஆடு வளர்ப்பு, மாட்டுச் சந்தைக் கமிசன் ஆள், மில் வேலை என்று கிடைத்த இடத்தில் அடைக்கலமாகி இருக்கிறார்கள். கொங்குக் கவுண்டர் கூட்டத்தில் நாவிதன் இன்றி எந்தச் சடங்கும் நடைபெறாது. ஊர் அழைப்பதில் தொடங்கி இறுதிச் சடங்கு வரைக்கும் நாவிதன் முக்கியப் பங்கு வகிக்கிறான். சிரைப்பதுடன் மருத்துவமும் இயல்பாய்க் கைவரும். நான் நகரத்தில் பிறந்து வளர்ந்தாலும் கிராமங்களுக்குப் போகும்போது சாதியத்தின் இறுக்கத்தை மிகத் தெளிவாக உணர்ந்திருக்கிறேன்.

என் பெரியம்மா வீடு பூசாரிபாளையத்தில் இருந்தது. அங்கே போகும்போதெல்லாம் யாரையும் பேர் சொல்லிக் கூப்பிடக்கூடாது, டேய் போடான்னு கூப்பிடக்கூடாது, பக்கத்து வீடுகளுக்குள் "நெருநெருன்னு" போயிடக்கூடாது என்றெல்லாம் பெரியம்மா எச்சரித்துக்கொண்டே இருக்கும். பெரியம்மா சந்தை சந்தைக்குக் காய் விற்கும். பெரியப்பா ஊர்க் குடிமகன். தோட்டம் தோட்டமாய்ப் போய் முடி வெட்டுவார். ஊர்த் திருவிழாவிலோ கல்யாணங்களிலோ ஊர்ச் சாப்பாடு வாங்கி வருவார்கள். சாப்பிட மிகச் சுவையாக இருக்கும். கல்யாண வீடுகளில் கிடைக்கும் வெங்காயச் சாம்பார் இன்றும் என் நினைவுகளில் ஊறிக்கொண்டே இருக்கிறது.

எனக்கு நினைத்தால் ஆச்சரியமாக இருக்கிறது. என் அப்பாவின் பெயர் சுப்பன். அவருடைய சோட்டாளிகள் "மொண்டிச் சுப்பன்" என்பார்கள். காலில் ஆணி இருந்ததால் சற்று கால் விந்தி நடப்பார். ஆணி, ஆடு மேய்ப்பவர்களுக்குக் கிடைக்கும் போனஸ். எனது பள்ளிச் சான்றிதழில் சுப்பன் என்றே கையெழுத்துப் போட்டிருந்தார். அவருடைய 67ஆவது வயதில் வெற்றிலை ஜோசியம் பார்க்கப் போனபோதுதான் அவரின் முழுமையான பெயரை அறிந்துகொள்ள முடிந்தது. அப்பனின் பெயர் பாலசுப்பிரமணியன். சுப்பன் ஆகிவிட்டது. இந்தப் பெயரை மொண்ணையாக்குவது எல்லாச் சாதிகளிலும் உள்ளதுதான். உதாரணமாக ராமசாமி என்ற பெயரை எடுத்துக் கொள்வோம். பஞ்சம சாதியாய் இருந்தால் ராமன் என்றே அழைக்கப்படுவான். கவுண்டர்கள், பண்ணாடிகள், தேவர்மார்கள் போன்ற ஆதிக்க சாதியாய் இருந்தால் ராமசாமி என்றே அழைக்கப்படுவார்கள். பிராமணர்கள் போன்ற உயர்குடி மக்கள் "ராமஸ்வாமி" ஆவார்கள். எல்லாப் பெயர்களிலும் இப்படியான உச்சரிப்பைப் பரவலாகப் பார்க்கலாம்.

அப்பாவின் அப்பா அப்பாரு. அவர் பெயர் ராமன். என் அப்பா இந்தக் குலத்தொழில் வேண்டாம் என்ற முடிவிலிருந்து மில் வேலைக்குப் போய்விட்டார். அவரின் கடைசிகாலம் வரைக்கும் கத்தியைத் தொடவே இல்லை.

நாவிதன் என்ற சொல்லுக்கு நாவால் வித்தகம் செய்பவன் என்று புலவர் ஒருவர் பொருள் கூறினார். ஆம். தொழில் பண்பு அந்தச் சாதியின் பண்பாக மாறுகிறது. என் குடிகள் ஊர் சுற்றும் தொழில், மனிதர்களுக்கு வேலை செய்வது. தோழர் காரல் மார்க்ஸ் சொல்வது போல, "தொழில் புரியும் திறனே அவனின் பண்பை உருவாக்கிவிடுகிறது." நாவால் வித்தகம் செய்யும் பண்பு இன்றைய ரியல் எஸ்டேட் வரைக்கும் பரவிக் கிடக்கிறது. நாவிதர் சமூகம் அப்படித்தான்.

தனது தொழிலின் தன்மையால் சமூகத்தின் விலக்கி விட முடியாத ஒரு கண்ணியாய் மாற்றிக்கொண்டார்கள். ஒவ்வொரு ஊரிலும் வீட்டிலும் நடக்கும் நல்லது கெட்டதுகளில் பங்கு கொள்வதுடன் அவற்றைப் பற்றிய புரிதல்களை உருவாக்கிக் கொண்டார்கள். கொங்கு வேளாளக் கவுண்டர்களின் சடங்கில் மிக முக்கியப் பங்கு இருந்துகொண்டே இருக்கும். திருமணங்களில் "மங்கல வாழ்த்து" சொல்லுவது மிக முக்கியம். இந்த மங்கல வாழ்த்தை எழுதியவன் கவிச்சக்கரவர்த்தி கம்பன். இதனாலேயே கம்பன் பிறப்பால் ஒரு நாவிதன் என்ற கதையும் வழங்கப்படுகிறது.

என் குழந்தைப் பருவத்திலும் பதின்பருவ வயதிலும் கொஞ்சம் அழகாய் இருப்பேன் (சிரிக்க வேண்டாம்). 5 – 7 வயதுகளில் பார்க்கிற எல்லோரையும் விடுகதை போட்டு மிரட்டுவேன். அது எனக்கு நிறைய நண்பர்களையும் எதிரிகளையும் உருவாக்கியே வந்தது. என் விடுகதைக்கு உறவினர்கள் மத்தியில் நிறைய வரவேற்பு இருக்கும். பெரியம்மாமார்கள், சித்திகள், மாமன்கள் என எல்லாப் பக்கம் இருந்தும் கொஞ்சல்கள், செல்லங்கள் கூடி வரும். என் விடுகதைக்குப் பதில் சொல்ல முடியாதவர்கள் "நாசுவனுக்கு வாய்க்கொழுப்பு" என்று முகத்தின் முன்பே கூசாமல் பேசுவார்கள். அந்த வயதில் நான் அதைப் பெரிதாக்கிக் கொண்டதாய் நினைவில் இல்லை.

நான் கம்பெனியில் வேலை செய்யும்போது என் பதின்பருவ வயதில் லா.ச.ராவை வாசித்து வாசித்துச் சௌந்தர்ய உபாசகனாய் மாறி இருந்தேன். அப்போது எல்லாம் சில பெண்கள் நெருங்கி வந்து "நீங்க என்ன சாதி" என்பார்கள். "நா நாசுவம் புள்ள" என்பேன். "சும்மா வெளயாடாதீங்க, எப்பப் பார்த்தாலும் இப்படித்தான்." இந்தச் சிணுங்கல்கள் கொஞ்சம் கொஞ்சமாய்த் தேய்ந்துபோய் – உண்மை தெரிந்து – "அண்ணா நாளைக்குக் கம்பெனி லீவா?" என்பதில் முடியும். அந்த மாமேதை மனுவின் எச்சம், முகிழ்த்துவரும் எல்லா நேசங்களையும் மக்கிப்போக வைத்ததை நேரில் அனுபவித்து வந்தேன், வருகிறேன்.

நகரத்தில் சாதி வெளிப்படையாய் இல்லை என்பது உண்மைதான். ஆனால் அது நுணுக்கமானதாய் மாறிவிட்டது. சாதி தெரியும்வரை ஒரு அணுகுமுறையும் அது தெரிந்துவிட்டதன் பின்னர் வேறு அணுகுமுறையும் வெகு சுலபமாய் வருகின்றது. சிறுவயதிலிருந்தே நான் சமூகத்தின் வழமைகளோடு ஒத்துப் போனவன் அல்ல. அதை எதிர்ப்பது எனது நோக்கம் அல்ல என்றாலும் ஒத்துப்போகாதபோது எதிர்ப்பது இயல்பாய் இருக்கிறது. சிறு வயதில் வெளியே போகும்போது சாதியை எல்லாருமே கேட்பார்கள். பல இடங்களில் பொய் சொல்லி

சாதியும் நானும் 107

இருக்கிறேன். "சக்கர கத்தியா நீ" என்பது கிராமத்தின் கேள்வி. "மருத்துவரா நீங்க" இது நகரத்தின் கேள்வி. வார்த்தை மாறாமல் கேள்விகளின் ஆன்மா ஒன்றுதான்.

எனது மருத்துவத் தொழிலில் 'eardial Asthma' நோயாளி ஒருவரைப் பார்க்கக் கூப்பிட்டிருந்தார்கள். அவருடைய மகள் "எங்க புள்ளைக்குச் சீர் வெச்சுருக்கோம் டாக்டர், அப்பா ரொம்ப சீரியசா இருக்குது. நீங்க வந்து பார்த்து ஒரு மூனு நாளைக்குக் காப்பாத்துங்க. சீர் முடிஞ்சா நிம்மதி" என்று அழைத்தார். நானும் அங்கே போய் எல்லா நோய்க்குறிகளையும் சேகரிக்கத் தொடங்கினேன். கட்டிலைச் சுற்றிலும் சிறுநீர் வாடை. பக்கத்தில் மணல் நிரப்பிய கோழைக்குப்பி, கைத்தடி. முகம் சுளிக்கும் மருமகள், கடமை உணர்ந்த மகன் என அந்தச் சூழலை மனம் படம் பிடித்துக்கொண்டிருந்தது. நான் கேள்வி கேட்டுக்கொண்டிருக்கும்போதே அந்த நோயாளி என்னைக் கேட்டார். "நீங்க மொல்... லியாரா" வாய் குழறியது. எனக்குச் சரியாய்ப் புரியாமல் அவர் மகனைப் பார்த்தேன். நீங்க முதலியாரா என்று கேட்கிறார் என்றார். என் நாபியிலிருந்து கோபம் எகிறியது. "ஏ, முதலியாரா இருந்தாத்தான் மருந்து சாப்பிடுவீங்களா" என்றேன். கையை ஆட்டி மறுத்தார். "அப்டிஞ்... இருந்தாஞ்... சௌரியம்" என்றார். நான் அந்தச் சூழலில் இருந்து தள்ளி நின்று யோசிக்க பிரயத்தனப்பட்டேன். சாகும் தருணத்திலும் அந்த மனிதரைச் சாதியின் வேர்கள் பிடித்துக்கொண்டிருக்கின்றன. என்ன மாதிரி ஒரு சாதிப்பித்து! மருந்து வைத்துக் கொல்லவா முடியும்? Ars-alb என்ற மருந்தை அவருக்குக் கொடுத்தேன். பேத்தியின் பூப்புனித நீராட்டைக் கண்குளிரப் பார்த்துவிட்டு ஐந்தாம் நாள் மறைந்தார் அவர்.

நான் சிறுவனாய் இருந்தபோது என் சொந்தக்காரர்கள் பெரும்பாலும் திமுகவில் இருந்தார்கள். அதன் அனுதாபிகள். என் மாமா ஒருவர் கொங்கு நகரில் தீவிரமான திமுகவில் இருந்தார். அவர் குலுக்கல் பிரைஸ் சீட்டு நடத்தியபோது முதல் பரிசு என் பெயரில் விழுந்தது. அந்தப் பரிசைக் கொடுத்தவர் அப்போதைய எம்.எல்.ஏ. துரைசாமி. கலைஞர் கருணாநிதி நாசுவன் என்றே அவரின் அரசியல் எதிரிகள் பேசுவதை நீண்ட நாள்களாகத் தமிழகம் கேட்டுவருகிறது. அதன் உண்மை பொய் பற்றியெல்லாம் நான் கவலைப்படவில்லை. ஆனால் இழிவை உருவாக்கவே அது பயன்படுகிறது என்பது வெளிப்படை.

கவிஞர் இன்குலாப் ஒருமுறை எழுதினார், "சாதிப் பெயரைக் கேட்டால் முகத்தில் அறைவதுபோல் சாதியின் பெயரைச் சொல்" என்று. நான் அதைப் படித்ததிலிருந்து

யாராவது நீங்க என்ன சாதி என்று சாதாரணமாகப் பேச்சைத் தொடங்கினால் நான் தெளிந்த உச்சரிப்போடு சொல்லுவேன் “நாசுவன்.” “ஓ சாரி சார் சும்மாதான் கேட்டேன்” என்று கேட்டவர் மழுப்புவார். திருமணங்களிலும் இழவு வீடுகளிலும் சாதி தன்னைப் புனரமைத்துக்கொண்டே வாழ்ந்து வருகிறது. இந்தச் சடங்குகளையும் அதன் மௌடீகத்தையும் எடுக்காத வரை அதை அசைத்துப் பார்ப்பவரை நினைத்துக்கூடப் பார்க்க முடியாது.

சிறுவயதில் சாதியைக் கேட்பவரைப் பார்த்துச் சுருங்கிப் போனது உண்டு. ஆனால் இப்போது அது எந்த விதத்திலும் என் உள்நிலையைப் பாதிப்பதிலிருந்து விலகி நிற்கிறேன். சாதியின் அடையாளம் எனக்கான நல்ல வாய்ப்புகளைத் தடுக்கிறது என்பது உண்மை. அதையும் தாண்டி எனது செயல்களே என்னை மேலும் மேலும் எடுத்துச் சொல்லும் என்பதில் உறுதியாய் இருக்கிறேன். சாதியை எதிர்ப்பின் மூலம் வேரறுக்க இயலாது. அது வேறுவேறு வடிவங்களை எடுத்துக்கொண்டே இருக்கும். அதைக் கண்டுகொள்ளாமல் மனிதர்கள் வாழப் பழக வேண்டும். அதை உலர வைக்க வேண்டும். ஒவ்வொரு தனிமனிதனும் சாதியிலிருந்து விலகி நின்றால் மட்டுமே அது சாத்தியம்.

இறுதியாய் எனது மதிப்பிற்குரிய பகவான் ஓஷோ சொன்னதைக் குறிப்பிடாமல் இக்கட்டுரை நிறைவாகாது. அவர் ஒரு முறை எழுதினார் “இப்போது என் எதிரே, அவன், அந்த மனு வந்தால், எனது ஞானத்தையும் அருளையும் தள்ளி வைத்துவிட்டு அவனைச் சுட்டுக்கொல்வேன்.”

இந்தியச் சமூகம் கண்டெடுத்த ஒரு மகாஞானியின் கூற்றுக்கள் இவை. இயல்பாய் மலர வேண்டிய எல்லா விசயங்களையும் சாதி ஒரு தடையாய்த் தடுத்துக் கிடக்கிறது. அதைத் தாண்டும் யுக்தியை நான் கண்டுகொண்டேன். ஆகவே அதிலிருந்து விலகியே நிற்கிறேன். இன்று மட்டுமல்ல எப்போதும்.

○○○

அடையாளம் ஏற்படுத்தும் பெருவலி

செ. சதீஸ்குமார்

இந்தியச் சாதி அமைப்புகள் குறித்தோ அதன் உள் அடுக்குகள் குறித்தோ எந்தவொரு ஆர்வமும் பார்வையும் எனக்கு இருந்ததில்லை. பல நேரங்களில் மன உளைச்சலையும் காயத்தையும் உண்டு பண்ணும் ஒரு தீவிரமான வெறுப்புக்குரிய 'சாதி' குறித்து ஏன் சிரத்தை எடுத்துக்கொள்ள வேண்டும் என்ற உள்ளார்ந்த கேள்வியே என் இந்த நிலைப்பாட்டுக்குக் காரணம். சிறுபிராயத்தி லிருந்தே பல எழுச்சிக் கவிஞர்களின் எழுத்துகள் சாதிகள் இல்லையடி பாப்பா என்று சொன்ன பொய்யை நம்பி ஏமாந்த வலியும் என்னிடம் இல்லாமல் இல்லை.

திக்கித் திணறி, முட்டிமோதி வெந்துநொந்து எந்த உயரத்துக்குப் போனாலும் என் சரீரத்தின் மீதும் உயரத்தின் மீதும் வைக்கப்படும் 'வண்ணான்' என்கிற உருப்பெருக்கி எப்போதும் என்னைத் தொடரும் என்ற விரக்தி மனநிலை என்னிடம் எப்போதும் உண்டு. ஆனாலும் வண்ணார் இனம் தொடர்பான எழுத்துப் பதிவுக்காக அமர்ந்தபோது ஆழ்மனதில் நிழலாடிய சில எண்ணவோட்டங்கள் இங்கு பதிவு பெறுகின்றன.

பன்னிரண்டாம் நூற்றாண்டில் எழுந்ததாகச் சொல்லப்படும் பெரியபுராணத்தில் திருக்குறிப்புத் தொண்ட நாயனார் புராணம்வழி ஒரு சலவைத் தொழிலாளர் மரபின் தொன்மைக் கூறு வெளிப்படையாக அறியப்படுகிறது. முற்கால இலக்கியங்களிலும் கல்வெட்டுச் செய்திகளிலும் வண்ணார் பற்றிய குறிப்புகள் காணக் கிடக்கின்றன. எங்கள் மாவட்டத்தின் (ஈரோடு) வடமேற்குப் பகுதியில் உள்ள பண்ணாரி அம்மன் குறித்த வாய்மொழிக் கதை ஒன்றும் என் ஆத்தா சொல்லக் கேட்டிருக்கிறேன். முன்பொரு காலத்தில் 'ஒரு சலவைத் தொழிலாளி' ஆற்றங்கரையில் துணிகளைச் சலவை செய்துகொண்டிருந்தபோது துணிகளுக்கு நீலச்சாயம் போடப் பயன்படும் தாழிப்பானையை வைத்துத் தொழிற்கருவிகளை மூடி வைத்திருக்கிறார். மதிய உணவு முடிந்தபிறகு கவிழ்த்து வைக்கப்பட்ட தாழிப்பானையை எடுத்துப் பார்க்கும் பொழுது அது கற்சிலையாக மாறியிருந்ததாம். அந்தச் சிலையே 'வண்ணாரி அம்மன்' என்று கொண்டாடப்பட்டு இன்று 'பண்ணாரி' அம்மனாக உள்ளது – என்ற வாய்மொழி மரபு இந்த இனம் சார்ந்த மக்களிடம் வெகுவாக உள்ளது.

தொழில்ரீதியாக அடையாளப்படுத்தப்பட்ட வண்ணார் சாதி கொங்கு மண்டலத்தின் குறிப்பிடத்தக்க சாதிகளான வேளாளக் கவுண்டர், வேட்டுவக் கவுண்டர், முதலியார், நாடார் முதலானவற்றிற்கு சேவைச் சாதியாக இன்றளவும் திகழ்ந்து வருகிறது. குறிப்பாக இப்பகுதியின் ஆதிக்க சாதியான வேளாளக் கவுண்டர்களுக்குச் சலவை செய்வது மட்டுமல்லாமல் அவர்களின் மங்கல, அமங்கல நிகழ்வுகளில் வண்ணார் சாதி தவிர்க்கமுடியாத அங்கம்.

வண்ணார் இனத்து மக்கள் தாம் சார்ந்திருக்கும் கவுண்டர் இனத்தவரைக் கடும் விசுவாசத்துடனும் இன்னும் சொல்லப் போனால் பெரும் எஜமானர்களாகவும் மதிக்கும் போக்கு இன்றளவும் உள்ளது. இதற்குக் காரணமும் உண்டு. வண்ணார் களுக்குத் தொழிற்கூலி கொடுப்பது மட்டுமல்ல. மகிழ்ச்சியான தருணங்களில் மாராயம் கொடுப்பது, மங்கல நிகழ்வுகளின் போது புத்தாடை தானியங்கள் கொடுப்பது, வண்ணார் குடும்பப் பிரச்சினைகளில் நல்ல தீர்வுகளைக் கொடுப்பது, அவர்களின் குழந்தைகளின் கல்விச் செலவினங்களுக்கு உதவுவது என்று பலநிலைகளில் கவுண்டர் இனத்தைச் சார்ந்தே உள்ளனர். வண்ணார் இனம் இவ்வாறு பன்னூறு ஆண்டுகளாக அவர்களைச் சார்ந்தே பழக்கப்பட்டுவிட்டது. கவுண்டர்களுக்கு நன்றியுணர்வு மிக்க ஏவலர்களாகவும் தமக்குப் படியளந்த அவர்களுக்கு

அடிமைகளாகவும் இருப்பதைச் சுகானுபவமாகக் கருதுவது மிகையற்ற உண்மை.

வண்ணாருக்குத் தம் ஆதிக்கச் சாதிகளாலோ பிற இனத்தவராலோ ஏற்படும் காயத்தைவிட உட்சாதி மன உளைச்சலும் முட்டாள்தனமான வாழ்முறையும் கடும் எரிச்சலுக் குரியவை. வண்ணார் எனும் அடையாளம் ஏற்படுத்தும் என்னளவிலான பெருவலிகள் பல.

தாம் சார்ந்த வேளாளக் கவுண்டர்கள் கடைபிடிக்கும் எல்லாவிதமான சடங்குகள், சாதிக்கட்டுப்பாடுகள், சம்பிரதாயங்கள் முதலியவற்றை வண்ணாரும் கடுமையாகக் கடைபிடித்து வருகின்றனர். தொழில் மற்றும் பண்பாட்டுப் புரட்சிகள் நடந்த பின்னரும் வேளாளர்கள் இந்தத் தன்மைகளில் நீர்த்துப் போனாலும் வண்ணார்கள் குருட்டுத்தனமான பின்பற்றுதலைக் கொண்டிருக்கின்றனர்.

தம் குலதெய்வங்களான கருப்பண்ணசாமி, அங்காடி, ஆண்டிச்சி, முப்பாட்டுக் கருப்பன் போன்றவர்களின் திருவிழாக் களுக்கு வரும் மாமன் மைத்துனன் முறையுள்ள உறவினர்கள் ஒவ்வொருவரும் ஒரு குடும்பத்தில் பதினைந்து பேர் இருப்பினும் அனைவருக்கும் புத்தாடை எடுத்து வந்து வழங்க வேண்டும். அதேபோல் தம் இல்லத் திருமண நிகழ்வுகள், மங்கல விழாக்களின் போது உறவினர்களுக்கு விழா வீட்டார் புத்தாடைகளை வழங்க வேண்டும். இப்படி வழங்கப்படும் துணிமூட்டைகள் ஒரு சரக்குந்து அளவுக்குக் குவிந்துவிடும். தாலிக்குண்டுமணிகள், விரல் மோதிரம், வட்டிக் கடன்களால் இத்தகைய சம்பிரதாயங்கள் நடைபெறுவது என் இருபத்தைந்து ஆண்டுகால அவதானிப்புக்கு உள்ளான நிகழ்வாகும்.

திருமணம் நடைபெறும் வீடுகளில் திருமண நிகழ்வென்பது ஜாதகம் மாற்றுதல், பொருத்தம் பார்த்தல், உறுதி வார்த்தை கொடுத்தல், மாப்பிள்ளை வீடு பார்த்தல், பெண்வீடு பார்த்தல், திருமண மண்டபத்திற்குப் பணம் கட்டுதல், பங்காளி விருந்து என்ற நீண்ட பட்டியலை உடையது. இது பொதுவான எல்லாச் சாதிகளுக்குமான சிக்கல் என்றாலும்கூட வண்ணார் சமுதாயச் சிறப்பு என்பது இந்த ஒவ்வொரு நிகழ்வுக்கும் குறைந்தபட்சம் இருபத்தைந்து பேரிலிருந்து அதிக பட்சம் இரண்டாயிரம் வரையிலான உறவினர்களைக் கூட்டியே ஆக வேண்டும். குறிப்பாக மணப்பெண்ணுக்கு முகூர்த்தப் புடவை வாங்க ஜவுளிக் கடைக்கு ஐம்பதுமுதல் நூறு பேர்வரை செல்ல வேண்டும். இவ்வளவு பேருக்கான அன்றைய ஒருநாள் சிற்றுண்டி,

மதிய உணவுச் செலவைத் திருமண வீட்டாரே செய்ய வேண்டும். இச்செலவு திருமணப் பட்டுப் புடவையைவிட மூன்று மடங்கு அதிகம் என்பது கடுங்கசப்புக்குரிய உண்மை.

இந்தச் சாதியைச் சேர்ந்த ஆணோ பெண்ணோ வேற்றுச் சாதியினரைத் திருமணம் செய்தால் காலவரையின்றி சொந்தச் சாதியினரால் ஒதுக்கிவைக்கப்படுவர். சில ஆண்டுகள் கழிந்து எல்லா உறவினர்களையும் அழைத்துக் கறிவிருந்து பரிமாறிச் (செலவு குறைந்தபட்சம் நாற்பதாயிரம்) சபையோர் காலில் விழுந்து மன்னிப்புக் கோர வேண்டும். பின்னர்தான் சொந்தச் சாதியினரால் அவர்கள் ஏற்றுக் கொள்ளப்படுவர். மன்னிப்புக் கோருவது 'குத்தம் கொடுப்பது' என்றும் கறிவிருந்து 'வேட்டை விருந்து' என்றும் அழைக்கப்படும். அவ்வாறு கலப்புமணம் புரிந்துகொண்ட நான் விருந்து கொடுக்கத் தயாராக இல்லாததால் என்னைக் காலவரையின்றி ஒதுக்கி வைத்துள்ளனர். என் பெற்றோரை இரண்டாண்டுகள் ஒதுக்கி வைத்திருந்தனர். அதன் பிறகு என் தந்தை 'வேட்டை விருந்து' கொடுத்து மன்னிப்புக் கேட்டுக் கொண்டதும் சாதியில் சேர்த்துக் கொண்டனர். எனினும் சாதி தொடர்பான எந்தச் சடங்கு சம்பிரதாயங்களிலும் பங்கேற்கும் உரிமை அவருக்கும் கிடையாது. ஆதிக்கச்சாதிகளே மறந்துவிட்ட இது போன்ற கொடுமையான நிகழ்வுகளை வண்ணார் மக்கள் காட்டுமிராண்டித்தனமாகக் கடைபிடித்து வருகின்றனர்.

குழந்தைகளுக்கு மொட்டை அடித்தல், காதுகுத்தல், பெயர் வைத்தல் என்பன போன்ற எந்த நிகழ்வானாலும் எல்லா உறவினர்களையும் அழைத்து விருந்தளிக்க வேண்டும். இல்லாவிடில் மற்ற உறவினர்களால் விழாவீட்டினர் கடும் கண்டனத்திற்கு ஆளாவர்.

'சாதி' எனும் அடையாளம் புறத்தாக்குதல்களும் அகச்சிக்கல்களும் நிறைந்தது. நான் பிறந்த இந்தச் சாதியின் வாழ்முறைகளும் நெறிமுறைகளும் கடும்பிற்போக்குத்தமானவை. ஆதிக்கச் சாதியால் ஏற்படும் அடக்குமுறைகளைவிடவும் சொந்தச் சாதியால் ஏற்படும் மன உழல்வும் இயலாமையும் முக்கியத்துவம் வாய்ந்தவை. இந்த முக்கியத்துவமே எனக்கான அடையாளம் ஏற்படுத்தும் பெருவலியாக நிலைகொள்கிறது.

ooo

சுதந்திரப் பறிப்பும் வாழ்வும்

சி. சந்திரன்

'முத்தரையர்' சாதியினர் மட்டும் வசிக்கின்ற கிராமம் வைகறை. இவ்வூர் திருச்சிராப்பள்ளி மாவட்டம் துறையூர் வட்டத்தைச் சேர்ந்தது. கலிங்கமுடியான்பட்டி ஊராட்சிக்கு உட்பட்டதாகும். இவ்வூரில் வாழ்ந்த முத்துசாமி, பச்சையம்மாள் ஆகியோரிடையே காதல் மலர்ந்தது. இக்காதல் முறிக்கப்பட்டு இராமசாமி என்பவருக்குப் பச்சையம்மாளைத் திருமணம் செய்து வைத்தனர். இராமசாமி என்பவரும் வைகறையைச் சேர்ந்தவரே. திருமணம் முடிந்த ஓரிரு ஆண்டுக்குப் பிறகு பச்சையம்மாளின் பழைய காதல் மறுமலர்ச்சி பெற்றது. காதல் செய்தியை அறிந்துகொண்ட இராமசாமி மனைவியைக் கண்டித்தார். முத்துசாமி பச்சையம்மாளை அழைத்துக்கொண்டு வால்பாறை சென்று சிறிதுநாள் தங்கினார். அங்கு அணைகட்டும் வேலைக்குச் சென்றிருந்த உறவினர் அவருக்கு அடைக்கலம் தந்தனர்.

அவர்கள் தங்கியிருக்கும் செய்தி உறவினருக்குத் தெரிந்தால் பிரச்சினை தோன்றும் என்பதால் பணம் கொடுத்துச் சென்னைக்கு அனுப்பி விட்டார்கள். முத்துசாமி சென்னையில் நகரப் பேருந்தில் நடத்துநராக வேலையில் சேர்ந்தார். பின் முருகன், நிர்மலா என்ற இரு குழந்தைகளைப் பெற்றெடுத்தனர். சில வருடங்களில் இராமசாமிக்கும்

உள்ளூரிலேயே உறவுக்கார வழியில் வேறொரு பெண்ணைத் திருமணம் செய்து வைத்தனர். சென்னையில் வசித்த முத்துசாமி பச்சையம்மாள் தம்பதியினர் தமது வாரிசுகள் வளர்ந்ததும் வைகறையில் இருக்கும் தமது அண்ணன் வீட்டிற்கு வரத் தொடங்கினர். அவர்களிடம் ஊர்க்காரர்கள் தொடக்கத்தில் உறவைத் தொடரப் பயந்தாலும் காலப்போக்கில் பேசுவது இயல்பானது. அடுத்தவன் மனைவியைக் கூட்டிக்கொண்டு வந்து வாழ்கிறார் என்பதுதான் அவர்களிடம் உறவைத் தொடர அஞ்சுவதற்குக் காரணமாகும்.

சென்னை செல்லும் உறவினர்கள் அவர்கள் வீட்டிற்குச் சென்று தங்கும் அளவிற்கு வளர்ந்தது. இருப்பினும் இராமசாமி உள்ளூர் என்பதால் அவர்களுக்குத் தெரியாதவகையில் – தெரிந்தாலும் திருமணம், இறப்பு ஆகிய சடங்குகளில் பங்கேற்காத வகையில் ஊரார் உறவினைத் தொடர்ந்தனர். பங்காளிகள் கோவிலில் நடைபெறும் பூசைகளிலோ கோவிலில் வழிபடுவதற்கோ அவர்களை அனுமதிக்கவில்லை. முத்துசாமியின் அண்ணன்கள் மூவர் இருப்பினும் பங்காளிகளை மீறி எதுவும் செய்வதற்கில்லை. தங்களையும் புறக்கணித்துவிடுவர் என அஞ்சினர். சிறிது காலத்திற்குப் பிறகு முத்துசாமியின் தந்தை இறந்துவிட்டார். இறப்புச் சடங்கில் பங்கேற்பதற்காக முத்துசாமி தன் குடும்பத்தோடு வைகறை வந்தார். அடுத்தவன் மனைவியைக் கூட்டிச் சென்று மணமுடித்த முத்துசாமி இறப்புச் சடங்கில் பங்கேற்கக் கூடாது எனப் பங்காளிகளும் உறவினர்களும் பஞ்சாயத்து வைத்து விட்டனர். முத்துசாமியின் அண்ணன்களிடம் 'ஒன்று தம்பியை வைத்துக்கொள் அல்லது உறவினர்களை வைத்துக்கொள்' என்று கூறிவிட்டனர். தம்பியை வைத்துக்கொண்டால் பங்காளி கோவிலிலோ உறவுமுறைகளையோ தொடர முடியாது என்பதால் முத்துசாமியைச் சமாதானம் செய்தனர். இறந்துபோன தந்தையின் உடலைப் பார்த்துவிட்டு வேற்றிடம் செல்லுமாறும் சடங்கு நிகழ்ச்சியில் பங்கேற்க வேண்டாம் என்றும் கூறினர்.

இந்நிகழ்வுமூலம் உறவினரோடும் பங்காளிகளோடும் ஒன்றிவிடலாம் என நினைத்த முத்துசாமிக்கும் அவரது வாலிபப் பருவமெய்திய மகனுக்கும் மகளுக்கும் ஏமாற்றமாகி அதிர்ச்சி அளிப்பதாகிவிட்டது. முத்துசாமியின் மகன் முருகன் இந்தியக் கடற்படையில் வேலைக்குச் சேர்ந்தார். வேலை கிடைத்த சில நாட்களிலேயே பெண் பார்க்கத் தொடங்கினர். வெளியூரில் பெண் பார்த்தாலும் பெண் வீட்டார் மாப்பிள்ளை வீட்டாரின் பூர்வீக இடமான வைகறையில் விசாரித்து ஒதுங்கிக்கொண்டனர். இறப்புச் சடங்கு, பங்காளி கோவில் வழிபாடு, சாதிக்குள்

திருமணத்திற்குப் பெண் பார்த்தல் முதலான நிகழ்வுகளால் பாதிக்கப்பட்ட முருகன் குணமாற்றம் அடைந்தார். பெற்றோருடன் பேச மறுத்தார். மருத்துவச் சிகிச்சை மேற்கொண்டனர். இருப்பினும் ஒருநாள் சென்னை வீட்டில் மின்விசிறியில் தூக்கிட்டுத் தற்கொலை செய்துகொண்டார். சென்னையில் லாரி டிரைவராக வேலை பார்த்த தாய்மாமன் மகன் மாமன் வீட்டிற்குச் சென்றாலும் பெண் கேட்கவில்லை. பட்டப் படிப்புவரை படித்த முத்துசாமி மகள் நிர்மலாவும் இன்றுவரை திருமணம் புரியாமல் நாற்பத்திரண்டு வயதைக் கடந்த முதிர்கன்னியாக உள்ளார். முருகன் தூக்கிட்டுக்கொண்ட நிகழ்வு என் மனதில் ஆறாத் துயராக நிலைத்து இன்று சாதியம் தொடர்பான பல கேள்விகளை எழுப்புகின்றது.

முருகன் தூக்கிட்டுக்கொள்ளக் காரணமாக அமைந்தது ‘சாதி விலக்கம்’ என்பதாகும். சாதி விலக்கத் தண்டனைக்குக் காரணமாக அமைந்தது அடுத்தவன் மனைவியை மணத்தல் என்பதாகும். அடுத்தவன் மனைவியை மணப்பது என்பது எப்போது சுய சாதி நீக்கத்திற்கு உரிய குற்றமானது? ஆங்கிலேயர் ஆட்சிக்காலத்திலும் நாடு சுதந்திரமடைந்த காலக்கட்டம் வரையிலும் சாதிகள் தங்களது செல்வாக்கினை நிலைநிறுத்திக் கொள்ளப் பல்வேறு கட்டுப்பாடுகளை விதித்தன. அக்கட்டுப் பாட்டிற்கு உட்படாதவர்களைப் புறந்தள்ளின. இட ஒதுக்கீட்டுச் சட்டம் தோன்றும் வரையிலும் சாதி வேறுபாடுகள் கூர்மையடைந்துகொண்டே இருந்தன.

துறையூர் வட்டத்தைப் பொறுத்தளவில் இன்று அம்பலக்காரர், முத்துராசா என்றழைக்கப்படுபவர்கள் ஒரு சாதியினரே. ஆங்கிலேயர் ஆட்சிக்காலத்தில் தமிழகத்திலுள்ள சாதிகள் பல தம்மைச் சத்திரியராகக் கூறிக்கொண்டதையும் வேத பிராமணர்கள் அச்சாதியினரைச் சூத்திரர்களாக ஒதுக்கியதையும் வரலாற்றில் காண முடிகிறது. தமிழகத்தில் சத்திரியராகக் கூறிக்கொண்டார்வர்கள் போர்க்காலத்தில் வீரராகவும் மற்றைய நாட்களில் உழவுத்தொழில் செய்பவராகவும் இருந்ததால் சத்திரியராகமாட்டார் என மறுத்தனர். இதற்கு முத்தரையர் சாதியும் விலக்கல்ல. 1909 ஆகஸ்ட் 10ஆம் நாள் திருச்சிராப்பள்ளி தாலுகா மீனாட்சிபுரத்திலுள்ள தாத முத்திரியன் மகன் நல்லகுட்டி முத்திரியன் எழுதித் தந்த ஈட்டுக்கடன் பத்திரத்தில் சத்திரியச் சாதி என்று பதியாததற்காக சப்ரிஜிஸ்தர் வி.ஆர். ராதாகிருஷ்ண அய்யர்மீது டிஸ்திரிகட் ரிஜிஸ்டர் ஜான் ஐசக் தேவரிடமும் இன்ஸ்பெக்டர் ஜெனரல் ஸ்மித் துரையிடமும் புகார் மனு செய்தார். பட்டணம் உத்தரவில்

பத்திரம் ஏற்கனவே பதிவு செய்யப்பட்டுவிட்டதால் மனுதாரர் பிரியப்பட்டால் பத்திரத்திலும் ரிஜிஸ்டரிலும் மனுதாரன் தான் சத்திரியன் என்று தெரிவிக்கிறான் எனச் சேர்க்கப்படும் எனக் குறிப்பிடப்பட்டுள்ளது. இப்பிரச்சினையைப் பெரிதுபடுத்திச் சத்திரிய முத்துராசா சங்கத்தினர் இனிப் பத்திரம், ஸ்டாம்பு, எழுத்து வாசகமுள்ள கையெழுத்து முதலானதுகளிலெல்லாம் சத்திரியச் சாதி என்றும் முத்துராசா என்றும் எழுதுங்கள் என விளம்பரப்படுத்தினர். அன்று அம்பலக்காரர் என்பதை முத்துராசா என்ற சாதியைவிட இழிவானதாகக் கருதியிருந்தமை புலப்படுகிறது.

சாதிகள் நாட்டார் கூட்டம் நடத்தித் தங்கள் செல்வாக்கினை நிலைநிறுத்திக்கொள்ளச் சில கட்டுப்பாடுகளை விதித்துக் கொண்டனர். முத்தரையர் நாட்டார் கூட்டம் கூட்டி ஏழு நாட்டார் எடுத்த முடிவுகள் இதனை விளக்குவனவாகக் காணப்படுகின்றன. அதில் திருடக் கூடாது, திருட்டுத்தாலி கட்டக் கூடாது, குழந்தைத் திருமணம் கூடாது, மறுமணம் கூடாது, இதர சாதியாரிடம் காவல்காரர் என்றும் காவல் பாத்தியதை என்றும் சொல்லி வருமானம் பெறக் கூடாது, மது முதலிய லாகிரி வஸ்துக்களைச் சாப்பிடக் கூடாது என ஒழுங்குப்படுத்திக் கொண்டன. உற்றார் உறவின் முறையாகிய கல்யாணமாகிய ஒரு ஸ்திரியை ஒருவர் வஞ்சித்துக் கூட்டிப் போய்விட்டால் அத்துடன் அவர்கள் சுயஜாதியினின்று விலக்கப் படுவார்கள். மேற்படியார்களுக்கு யாதொரு விதமான விசாரணையும் கிடையாது என்ற தீர்மானமும் அதில் இடம் பெறுகிறது. சாதிக்கான இடைவெளிகளையும் செல்வாக்கினையும் காத்துக்கொள்ளப் பல கட்டுப்பாடுகளையும் பின்பற்றாதவர்களைத் தன்னிலிருந்து இழிவுபடுத்தி அடுத்தகட்ட சாதியாகவும் மாற்றியிருக்கின்றன சாதிச் சங்கங்கள்.

அம்பலக்காரரில் ஒரு பிரிவாக வளர்ந்திருக்கிறது 'அறுத்துக்கட்டுற அம்பலக்காரச் சாதி.' இப்பிரிவு உருவான காலகட்டமும் காரணமும் பிடிபடவில்லை. அறுத்துக்கட்டுற அம்பலக்காரச் சாதியில் பிடிக்காத கணவனுடன் வாழ்க்கை நடத்துவதை விரும்பாத பெண்கள் தாலியைத் தாங்களாகவே அறுத்துவிட்டுத் தம் இனத்தில் மற்றொரு ஆடவனை மணம் புரிந்துகொள்வர். கணவன் இறந்துவிட்டால் தாலி அறுக்கப்பட்ட பெண்கள் மறுமணம் செய்துகொள்வர். இச்சமூகம் இவ்வழக்கங் களுக்கு ஏற்பளிக்கிறது. கைம்பெண்கள் திருமணம் செய்து கொள்ளலாம் என்பதும் கணவனைப் பிடிக்காத பெண்கள் விவாகரத்துப் பெற்று மறுமணம் செய்துகொள்ளலாம் என்பதும்

ஆதிக்க சாதினருக்கு வேண்டுமானால் புரட்சிகரமானதாக இருக்கலாம். ஆனால் அறுத்துக் கட்டும் அம்பலக்காரப் பிரிவுப் பெண்கள் தங்களுக்குள்ள பழம் உரிமையை இன்றுவரை தொடர்கின்றனர்.

இவ்வாறு பழமையான உரிமையைத் தொடருகின்ற சாதிகளைத் தாழ்த்தித் தமது சமூகச் செல்வாக்கைக் காத்துக் கொள்ளும் செல்வாக்கான சாதிகள் தம் இனத்தில் பலரைக் கொன்று குவித்துள்ளன. முத்துராசா என்ற இனம் இன்று அம்பலக்காரர், அறுத்துக்கட்டுற அம்பலக்காரர் என்று பிளவுப்பட்டுக் கிடக்கிறது. அம்பலக்காரப் பிரிவைச் சேர்ந்தவர்கள் அறுத்துக் கட்டும் அம்பலக்காரர் பிரிவில் 'கொள்வினை கொடுப்பினை' வைத்துக்கொள்ளத் தயாராக இல்லை. சாதிக்கான இட ஒதிக்கீட்டில் 'முத்துராசா' பிற்பட்ட வகுப்பாகவும் அம்பலக்காரர் மிகவும் பிற்பட்ட வகுப்பாகவும் இருக்கின்றன. அன்று அம்பலக்காரர் என்று பதிந்ததற்காகப் போராடிய இனம் இன்று இடஒதுக்கீட்டால் 'அம்பலக்காரர்' என்று பதிவு செய்து வருகிறது. சான்றிதழில் 'அம்பலக்காரர்' என்றே பதிந்தாலும் திருமணப் பந்தங்களில் உட்பிரிவு பார்ப்பது நடைமுறையாக இருக்கிறது. 'அறுத்துக் கட்டும் அம்பலக்காரர்' பிரிவில் பிறந்திருந்தால் முத்துசாமி, பச்சையம்மாள் ஆகிய இருவரும் இந்தப்பாடு பட்டிருக்க வேண்டியதில்லை. முருகனின் சாவு நிகழ்ந்திருக்காது. நிர்மலா முதிர்கன்னியாக வாழ நேர்ந்திருக்காது. சாதி விலக்கம் நடந்திருக்காது. எல்லா உரிமைகளையும் பெற்று எல்லாரையும் போல அக்குடும்பமும் வாழ்ந்திருக்கும். சாதிப் பண்பாடுகளில் மேல்நிலையாக்கம் என்பது சுதந்திரப் பறிப்பு. கீழ்நிலையாக்கம் நடைபெற வேண்டும். அதுவே சுதந்திர வாழ்வு.

○○○

பீத் திங்கற மாதிரி

ஆ. சின்னதுரை

இரயில் பயணத்தைப் போலப் பேருந்துப் பயணம் அவ்வளவு சவுகரியமாக இருப்பதில்லை. கூட்ட நெரிசலில் பேருந்தில் பயணம் செய்யும் போதெல்லாம் கேரளாவுக்கு ஏற்றிச் செல்லும் அடிமாடுகளைப் போல மனமெங்கும் அப்படியொரு ரணம். தவறி மற்றவர்கள்மீது மோதிவிட்டாலும் கூட வள்ளென விழுவார்கள். ஓநாய்களுக்கு நடுவே பயணம் செய்யும் ஆட்டுக்குட்டியைப் போலத்தான் ஒவ்வொருவரின் மனநிலையும் இருக்கும். நாமும் சிலசமயம் நம்மை அறியாமலே ஓநாயாக மாறுவதும் உண்டு. சில வேளைகளில் பேருந்தில் கூட்டம் இருக்காது. நம்மவர்கள் ஆளுக்கொரு சீட்டில் அமர்ந்துகொண்டிருப்பார்கள். அவர்கள் முன் இரந்து நிற்பவனைப் போலப் போய் நின்றாலும் இடம்தர மனமில்லாமல் காலை ‘V’ வடிவத்திலும் ‘W’ வடிவத்திலும் அகட்டி வைத்துக்கொண்டு மாருதி அவதாரத்தை நினைவுக்குக் கொண்டு வருவார்கள்.

இத்தகைய சங்கடங்களைத் தவிர்க்கவே விடைத்தாள் திருத்தும் பணிகளின்போது இரயில் பயணத்தையே அதிகம் விரும்புவேன். பிடித்தவர்களுடன் சாவகாசமாக உரையாடிக்கொண்டோ உறங்கிக்கொண்டோ ஏதேனும் நூலினை வாசித்துக் கொண்டோ செல்லலாம். சிலர் காலைவேளை உணவைக்கூட இரயில் பயணத்தின்போது

சாப்பிட்டுக்கொண்டே செல்வார்கள். இப்படி எத்தனையோ சவுகரியங்கள் இருந்தாலும் பேருந்தில் காதைச் செவிடாக்கும் ஒலிபெருக்கி இரயிலில் இல்லை என்பது என்னைக் கவர்ந்த அம்சம். விருத்தாசலம் – சேலம் செல்லும் பயணிகள் இரயிலில் பத்துப்பேருக்குமேல் ஒன்றாகத் தினமும் விடைத்தாள் திருத்தச் சேலம் செல்வோம். இந்த இரயில் வண்டியில் அதிகமாகக் கிராமத்துவாசிகள் பயணம் செய்வார்கள். வேலைக்குச் செல்வோர்களும் கல்லூரி மாணவர்களும் ஓரளவு பயன்படுத்துவதுண்டு. அறிமுகமற்றவர்களோடு சிலர் உரையாடிக் கொண்டு வருவார்கள். அதில் சிலர் நீங்கள் எனக்கு உறவு எனக் கூறிச் சிலாகிப்பதுண்டு. பெரும்பாலும் குடும்பச் சண்டை, குடும்பச் செல்வாக்கு, தங்களுக்கு நேர்ந்த துன்பம் என்பவையே பேச்சில் முதன்மை பெற்றிருக்கும்.

அன்று எனக்கு இரயில் ஜன்னல் ஓர ஒற்றை இருக்கை கிடைத்தது. என் எதிரே ஒரு பெரியவர் அமர்ந்திருந்தார். தூய்மையான வெள்ளாடை, நெற்றியில் சிறிதாகக் குங்குமம், சிவந்த நிறம், வசீகரமான முதுமைத் தோற்றம். ஓய்வு பெற்ற அரசு ஊழியராக இருக்கக்கூடும். கையில் புது மஞ்சள் பை. அதற்குள் ஒன்றிரண்டு நோட்டுகள். புத்தகமாகக்கூட இருக்கலாம். என்னிடம் பேசுவதற்குப் பிரயாசைப்படுவதை அவரின் சைகைகள் உணர்த்தின. இதுபோன்று பயணத்தில் அறிமுகமற்றவரோடு எனக்குப் பேசப் பிடிக்காது. ஏனெனில் கடைசியாக 'நீங்க என்ன சாதி?' என்று கேட்பார்கள். அல்லது அறிந்துகொள்ள வேறு முயற்சியை மேற்கொள்வார்கள். நானறிந்து அறிமுகமற்ற உரையாடல்களில் 'நீங்க என்ன சாதி?' என்ற கேள்வியை யாரும் கேட்காமல் இருந்ததில்லை. இருவரும் ஒரே சாதியாக இருந்துவிட்டால் மனம் படும் மகிழ்ச்சிக்கு அளவேயில்லை. சூத்திர – தலித் சாதியாக இருந்துவிட்டால் உரையாடலும் பயணமும் வேம்பாய் மாறிவிடும். இப்படிப்பட்ட அனுபவத்தை அந்தப் பெரியவர் எனக்குக் கொடுத்தார்.

இரயில் ஏத்தாப்பூர் ஸ்டேசனில் நின்றபோது ஜன்னலுக்கு வெளியே ஒரு பறவை சுருண்டு வீழ்ந்து கிடப்பதைக் கண்டேன். அந்தப் பெரியவரும் அதைப் பார்த்தார். அந்தப் பறவை ஒன்றும் அடிபட்டு இறந்ததாகத் தெரியவில்லை. "...ம். எங்கப் பாத்தாலும் பொக மண்டலம், சாக்கடத் தண்ணீ, பிளாஸ்டிக் குப்ப. நெலமெல்லாம் வீட்டு மனையா மொட்டயாக் கெடக்குது. அப்புறம் பட்சிங்க எப்படி வாழும்" என்று அவராகவே பேசிக் கொண்டார். 'இயற்கையோடு வாழுற காக்கா குருவிக்கே இந்தக் கதின்னா இயற்கையைப் பகைச்சிட்டு வாழுற நம்ம

கத எப்பிடி முடியுமோ?' எனக் கூறிக்கொண்டே என்னைப் பார்த்தார். நானும் அவரின் கருத்துக்களைக் கேட்கும் ஆவல் உள்ளவனாக அவருக்குத் தெரிவித்தேன். பறவைகளைப் பற்றியும் விலங்குகளைப் பற்றியும் பேசிக்கொண்டு வந்தார்.

எங்களின் உரையாடல் பறவைகளின் வாழ்க்கைமுறை, புணர்ச்சி, உணவு சேகரிப்பு, கூடு கட்டுதல் இவற்றைப் பற்றியே சுற்றி வந்ததில் எனக்குப் பெருமகிழ்ச்சி. அந்த மகிழ்ச்சியின் ஆயுள் வெகுசொற்பமாகிப் போனது. என்னைப் பற்றிய விவரத்தை அறிந்துகொள்ளும் பொருட்டு அவரின் பேச்சு என் அனுமதியில்லாமலேயே என்னைப் பதில் சொல்ல வைத்தது.

சேலம் வரைக்கும் போறீங்களா தம்பி?

ஆமாம் . . . தாத்தா . . .

என்ன வேல பாக்கிறீங்க?

வாத்தியார் வேல.

கவருமெண்டா . . . தனியாரா?

கவர்மெண்டுதான்.

சம்பளம் எவ்வளவு வரும் . .?

ஆண்களைச் சங்கடப்பட வைக்கும் கேள்விதான். என்றாலும் என் சம்பளத்தை அவர் எடுத்துக்கொள்ளப் போவதில்லை என்பதால் தைரியமாக "முப்பதாயிரம் . . . வரும் தாத்தா" எனக் கூறினேன்.

"எனக்குக்கூடப் பேத்திங்க இருக்காங்க தம்பி. அவங்களும் உங்கள மாதிரி வாத்தியார் உத்தியோகத்துக்குப் படிச்சிட்டு வேலைக்கு எழுதிப் போட்டிருக்காங்க. என் பெரிய பேத்திக்கு இன்னும் ரெண்டு மாசத்துல வேல வந்துரும்னு சொன்னா . . . எனக்கு மகன் வீட்டுப் பேத்தி ஒன்னு, மக வீட்டுப் பேத்திங்க ரெண்டு. அவளுவ விசயமாத்தான் சேலத்துக்குப் போறன். எல்லாம் நல்ல காரியமாத்தான். கல்யாணம் பண்ற வயசுல பொண்ணுங்கள எவ்வளவு நாள் வீட்டுல வச்சிருக்க முடியும் தம்பி?"

பெரியவர் இப்படிப் பேசத் தொடங்கியதும் நிச்சயமாக இவர் நம்மை என்ன சாதி என்று கேட்கக்கூடும் என நினைத்தேன். என் மன ஓட்டத்தை ஆராய்ந்து வந்தவர் போல அவரும் அந்தக் கேள்விக்கு வந்தார். ஆனால் நேரடியாகக் கேட்காமல் சுற்றி வளைத்துக் கேட்டார். அந்தக் கேள்வியைக் கேட்டு அவர் பட்ட பாடும் நான் படுத்திய பாடும் வேடிக்கையானவை.

பெரும்பாலும் சாதியைப் பற்றி யார் என்னிடம் உயர்வு தாழ்வாகப் பேசினாலும் பாலுறுப்புச் சொற்கள், புணர்ச்சி பற்றிய சொற்கள் ஆகியவற்றைப் பயன்படுத்தாமல் நான் பதில் கூறியதாக நினைவேயில்லை. சரளமாக வந்து அணிவகுத்து நிற்கும் கெட்ட வார்த்தைகளை முழுதும் என்னால் பிரயோகிக்க முடியவில்லையே என்றுதான் வருத்தப்பட்டிருக்கிறேனே தவிர ஏன் பேசினோம் என்ற குற்ற உணர்வு எனக்கு எழுந்ததே இல்லை. "பறச்சி போகம் வேறதோ, பணத்திப் போகம் வேறதோ" எனும் சித்தர் பாடலும் "படிச்சவன் சாதி பாக்கறது கோட்டு சூட்டுப் போட்டுக்கிட்டு ப்பீ... திங்கற மாதிரி" என இலக்கிய விமர்சகர் பொ.வேல்சாமி கூறியதும் என் நினைவில் அடிக்கடி வந்து செல்லும்.

இந்தப் பெரியவர் நாகரிகம் கருதி பலவாறு சுற்றி நாடியைப் பிடித்துப் பார்க்க நினைத்ததால் என் பதிலும் கொஞ்சம் மென்மையாகவே இருந்தது.

நீங்க என்ன ஆளு தம்பி?

நான் கொஞ்சம் விவரமான ஆளு தாத்தா. இல்லண்ணா இந்த உலகத்துல பொழைக்க முடியுமா..?

தாத்தாவின் கேள்விக்குள்ளான பொருள் எனக்குத் தெரிந்திருந்தது என்பது தாத்தாவுக்குத் தெரியவில்லை. அடுத்துக் கேட்டார்.

நீங்க எந்தக் குலத்துல பொழங்குவீங்க? (தாத்தாவின் சாதியில் குலமெல்லாம் உண்டு போல)

நாங்களா தாத்தா. வீட்டுல போர் போடற வரைக்கும் ஊர்ப் பொதுக்குளத்துலதான் பொழங்கனோம். இப்போ குளமெல்லாம் சாக்கடையா மாறிப்போச்சி. அதனால குளத்துல எல்லாம் இப்பப் பொழங்கறதில்ல தாத்தா.

சிறிது இடைவெளிவிட்டுக் கேட்டார்.

நீங்க எந்தக் குலசாமியக் கும்பிடுவீங்க..?

நான் கும்பிடுற குலசாமி என் அப்பனப் பெத்த தாத்தாதான். இந்தப் பேராண்டி படிப்புக்காகக் கொஞ்ச நிலமும் ரெண்டு சோடி செவல மாடும் விட்டுட்டுப் போன என் தாத்தாதான் நான் கும்பிடுற குலசாமி தாத்தா...

பொறுமையிழந்த பெரியவர் அடுத்துத் தொடுத்ததுதான் பிரம்மாஸ்திரம்.

நீங்க... அர்ஜினா? (ஹரிஜன்)

இந்தக் கேள்விக்குத் தலித் அல்லாத யாரும் பதறிவிடுவார்கள். சட்டென்று ச்சே...ச்சே... நான் அதலாம் இல்லை என்று தன்னுடைய சாதியைக் கூறிவிடுவார்கள். தலித்தாக இருந்தால் சுரத்தே இல்லாமல் ஆம் என்பார்கள் அல்லது மௌனமாக இருந்துவிடுவார்கள். தாத்தாவின் புத்திக் கூர்மையைக் கண்டு எனக்குள் பரவசம்தான். ஆனாலும் விட்டேனா என்ன? என் பதிலைப் பாருங்கள்.

எனக்கு அர்ஜினப் புடிக்காது தாத்தா...சின்ன வயசிலிருந்தே ரஜினியைத்தான் பிடிக்கும். ரஜினி படம்தான் விரும்பிப் பார்ப்பேன்.

இல்ல... தம்பி நீங்க என்ன சாதின்னு கேட்டேன்?

ஓ... அதுவா... (தாத்தா முகத்தில் பரவசம்)

நாங்க யாரையும் ஏச்சிப் பொழைக்கிற சாதி இல்ல தாத்தா. உழைப்ப மட்டுமே நம்பிப் பொழைக்கிற சாதி.

தாத்தாவுக்குக் கோபம் வந்துவிட்டது.

'அட... என்ன தம்பி... வாத்தியாருங்கிறீங்க... இங்கிதம் தெரியாத ஆளா இருக்கீங்க. எந்தச் சாதியிலதான் உழைக்காம மல்லாக்கப் படுத்துருக்கான். எல்லாச் சாதியிலும் யோக்கியனும் இருக்கான், அயோக்கியனும் இருக்கான். நீங்க வன்னியரா? ஆதி திராவிடரா? உடையாரா? கவுண்டரா? அதச் சொல்லுங்க...

தாத்தா சொன்ன நான்கு சாதியில் நான் எந்தச் சாதியும் இல்லை என்று கூறி அவரின் கோபத்தைப் பெரிதாக்க எனக்கு விருப்பமில்லை. மேலும் தாத்தா கூறிய சாதிகளில் என்னுடைய சாதியும் அடங்கிவிட்டதால் மேற்கொண்டு வியாக்கியானம் செய்யாமல் "ஆதிதிராவிடர் தாத்தா..." என்று கூறினேன்.

என்ன தம்பி... நான் கோபமாப் பேசிட்டேன்னு அப்படிச் சொல்றீங்களா..?

இல்ல தாத்தா... நிஜமாவே நான் ஆதி திராவிடர்தான்.

பாத்தா... அப்படித் தெரியலயே தம்பி...

எப்படிச் சொல்றீங்க..?

தம்பி நான் கடலூர் மாவட்டத்துல தொடக்கப்பள்ளி ஆசிரியரா இருந்து ரிடையர்டு ஆனவன். நான் வேல பார்த்தது எல்லாமே கிராமப்புறப் பள்ளிக்கூடத்துலதான்... யார்...

யார் . . . எப்படி இருப்பாங்கன்னு எனக்குத் தெரியும் தம்பி. அதுக பள்ளிக்கூடத்துக்கு எப்படி வரும்னு தெரியும். சும்மா சொல்லுங்க.

கடைசி வார்த்தையை அவர் பிரயோகித்ததும் அதுவரை இருந்த மரியாதை பனித்துளியாய் மறைந்துபோனது. எத்தனைப் பிஞ்சுகளின் மனதில் நஞ்சை விதைத்திருப்பாரோ? கடைசியாக அவருக்கு இப்படிப் பதில் சொல்லி முடித்தேன்.

'இராணுவ வீரன்'னு ஒரு படம் தாத்தா. அதுல கதாநாயகன் தங்கச்சி தீவிரவாத இயக்கத் தலைவனக் காதலிச்சு ஆண் குழந்தையைப் பெத்துக்குவா. வளர்ந்த அந்தப் பையனக் கதாநாயகன் தன் வீட்டுக்குக் கூட்டிட்டு வருவார். கதைப்படி கதாநாயகன் குடும்பம் பிராமண வகுப்பச் சேர்ந்தவங்க. கதாநாயகனோட அம்மா அந்தப் பையனப் பார்த்து யாருடா இவன்? என்ன குலம்? என்ன கோத்திரம்னு தெரியலயேன்னு சொல்லிக்கிட்டே அந்தப் பையன்கிட்ட 'நீ என்ன சாதிடான்னு கேட்பாங்க. அவன் சட்டென டவுசர அவுத்துக் காட்டுவான். அப்படி அவுத்துப் பாத்தாலும் தெரியாது தாத்தா. சொன்னா மட்டும்தான் யாரு என்ன சாதின்னு தெரியும்.

அவர் என்னை மிரட்சியாகப் பார்த்தார். மனதில் என்ன நினைத்தாரோ தெரியவில்லை. "நல்லவேளை . . . படுபாவி நம்மகிட்ட அவுத்துக் காட்டாம உட்டானே" என்றுகூட நினைத்திருக்கலாம். அதன்பிறகு அவர் என் முகத்தைப் பார்க்கவேயில்லை. நானும் எழுந்து சென்று படிக்கட்டிற்கு அருகே நின்றுகொண்டேன். அடுத்த இரண்டு நிமிடத்தில் நிறுத்தம் வந்தது. அந்தப் பெரும் நகரத்திற்குள் கும்பலோடு கும்பலாய் நானும் கரைந்துபோனேன்.

○○○

பெற்ற தந்தையும் பிறந்த சாதியும்

பெ. சுரேஷ்

"காமராஜபுரம்" என்பது எங்கள் தெருவின் பெயர். ஆனால் எங்கள் ஊரான சேந்தமங்கலத்தில் இந்தப் பெயரைச் சொல்லிக் கேட்டால் அது எங்கிருக்கிறது என்று கேட்பார்கள். ஊருக்கே ஒன்னாவது வார்டைத்தான் தெரியும். அதிலும் வார்டு என்பது பலருக்கும் பரிச்சயம். என் அப்பன் காலத்திற்கு முன்பிருந்தே ஒன்னாவது வார்டுதான். சில ஆண்டுகளுக்கு முன்பு பஞ்சாயத்து ரிஜிஸ்தரில் எங்கள் தெரு ஆறாவது வார்டு, ஏழாவது வார்டு என இரண்டாகப் பிரிக்கப்பட்டது ஒன்னாவது வார்டு. மனப்பதிவிலிருந்த ஒன்னாவது வார்டை அழிக்க முடியவில்லை.

அதற்கான காரணங்களை விவரிப்பதென்பது எங்கள் தெருவின் (என் சாதியின்) வறட்டுப் பெருமைகளை அடுக்குவதாகிவிடும். சுருக்கமாகச் சொல்வதெனில் அக்கிரமக்காரன் ஊரு, அடிதடிக்கு அஞ்சாத பயலுக, நல்ல பாம்பும் ஒன்னு பள்ளப் பயலுகளும் ஒன்னு என்பதெல்லாம் என் தெருக் காரர்கள் பற்றிய ஒட்டு மொத்த ஊர்மக்களின் கணிப்பு.

ஊரிலுள்ள பறையர்களைத் தவிர மற்ற அனைத்துச் சாதியினரோடும் வம்பிழுத்துவிட்டார்கள் என் தெருக்காரர்கள். நான் நான்காவதோ

ஐந்தாவதோ படித்துக்கொண்டிருந்தபோது பக்கத்து ஊர்க் கவுண்டர்களோடு பெரும் கலவரம். எங்கள் பகுதியின் நான்கைந்து குடிசைகள் தீக்கிரையாக்கப்பட்டன. இதுபோன்ற கலவரம் இதுதான் முதன்முறை என நினைத்துக் கொண்டிருந்த என் அப்போதைய எண்ணத்தைத் தவிடுபொடியாக்கியது, விவரம் தெரிந்த பின்னால் நான் கேள்வியுற்ற சம்பவங்கள்.

தன் அனுமதியின்றி ஊருக்குள் நுழைந்த போலீஸார் ஒருவரைக் கோவில் கம்பத்தில் கட்டிவைத்துத் தோலை உரித்துவிட்டார் வீரபத்திரன் என்ற தாத்தா என்பதில் தொடங்கிப் பலவாக நீளும். நாங்கல்லாம் அப்பயிருந்தே அப்படித்தா ... என்பதுபோல் என் தெரு இளவட்டங்கள் தினவெடுத்துத் திரிந்தன. கடைத்தெருவில் உள்ள எந்தக் கடையில் தெருக்காரர்கள் போய் நின்றாலும் செட்டியார்கள் முகத்தில் ஒரு கலக்கம் தெரியும். எவ்வளவு கூட்டத்திலும் முதலில் அவர்களுக்கு என்ன வேண்டும் என்பதைக் கேட்டுக் கொடுத்து வெளியேற்றுவதில் வேகம் காட்டுவார்கள். மற்ற சாதியினரும் மரியாதையோடு (தாழ்த்தப்பட்டவனுக்கு என்ன மரியாதை? இது பயத்தால் வந்தது) பழகுவார்கள்.

இவ்வகையான பலவற்றால் நாங்கள் தாழ்த்தப்பட்ட சாதி என்பதையே சாதிச் சான்றிதழைப் பார்த்துதான் பலரும் தெரிந்துகொண்டோம். ஆனால் மனதளவில் தன்னைத் தாழ்த்தப்பட்டவனாக யாரும் குறிப்பாக இளவட்டங்கள் உணருவதில்லை. இப்போதும்கூடத் தன் சாதியைப் புதிதாக அறிந்துகொண்ட (சாதிச் சான்றிதழைப் பார்த்து) இளையவர்கள் என்னிடம் வந்து 'அண்ணா நாம எஸ்சியா' என் அப்பாவியாகக் கேட்பதுண்டு.

எனவே எங்கள் ஊரைப் பொறுத்தவரையில் நான் பள்ளன் என்று சொல்லிக்கொள்வதில் எனக்கு எந்தச் சிரமமும் இல்லை. சொல்லப்போனால் ஒரு வகையில் அது எனக்குப் பாதுகாப் பானதே. ஆனால் வெளியிடங்களில் அவ்வாறு இருக்க முடியா தல்லவா? குறிப்பாகக் கல்வி சார்ந்த இடங்களில் இந்தச் சாதியால் நானடைந்த மனப்போராட்டங்கள் ஏராளமானவை.

நான் கல்வியியல் (B.Ed.) படித்துக்கொண்டிருந்தபோது ஒருநாள் ஆசிரியர் வகுப்பினுள் நுழைந்தவுடன் 'எஸ்சி ஸ்டூடன்ஸ்லாம் வாங்க. ஸ்காலர்ஷிப் வந்திருக்கு' என்றார். சுமார் நூறு மாணவர்கள் உள்ள எங்கள் வகுப்பறையில் இருபது முப்பது பேர் மட்டுமே எழுந்தோம். எஸ்சி அல்லாத மற்ற மாணவர்கள் குறிப்பாகப் பெண்கள் நீங்கெல்லாம் எஸ்சியா

என்பதுபோல் பார்த்த அந்தப் பார்வை என்னைத் தலைகுனியச் செய்தது. காவல்துறையினரால் கைது செய்யப்பட்டு அழைத்துப் போகும் குற்றவாளியைப்போல் கூனிக் குறுகிப்போனேன். மற்றவர்களும் அவ்வாறே உணர்ந்திருக்க வேண்டும் என்பது அவர்கள் முகக்குறிப்பால் விளங்கிற்று. கல்வி உதவித்தொகைக்கு விண்ணப்பித்திருப்போர் வாருங்கள் என்று அந்த ஆசிரியர் சொல்லியிருக்கலாம். எஸ்சி என்ற வார்த்தை எங்களைக் காயப் படுத்திவிட்டது. கல்வி நிறுவனங்கள் கல்வியைச் சொல்லித் தருவது அப்புறமிருக்கட்டும். முதலில் மென்மையான அணுகு முறைகளைக் கற்றுக்கொள்ளட்டும்.

நான் ஆத்தூரில் முதுகலை முதலாமாண்டு படித்துக் கொண்டிருந்தபோது எங்கள் சீனியர் மாணவி விஜயலட்சுமி என்பவர் தனது ஆய்வேட்டிற்காகத் தருமபுரி மாவட்டத்தில் உள்ள சித்தேரி மலையைத் தேர்வு செய்திருந்தார். தனக்குத் துணையாக உடன் வரும்படி எங்களை அழைத்தார். நானும் என்னோடு பயின்ற கண்ணனும் சென்றிருந்தோம். அம்மாணவிக்குத் தெரிந்த ஒருவரின் உதவியுடன் அம்மலை யிலுள்ள பெரியவர் ஒருவரின் வீட்டில் தங்குவதற்கு ஏற்பாடானது. நீண்ட நேரப் பேருந்துப் பயணத்திற்குப் பிறகு மாலை ஐந்து மணியளவில் அவர் வீட்டை அடைந்தோம். விறகு பிளந்துகொண் டிருந்தவரிடம் எங்களை அறிமுகம் செய்துகொண்டோம். ஆர அமர உட்கார்ந்து எங்களோடு பேச ஆரம்பித்தார். தான் ஒரு சித்த மருத்துவர் என்றும் முன்னால் ஊர்க்கவுண்டர் எனவும் (மலையாளக் கவுண்டர்) தன்னை அறிமுகப்படுத்திக் கொண்டார். எங்களைப் பற்றியும் எங்கள் ஊர், படிப்பு ஆகியவை களையும் விசாரித்தார். தான் ஊர்க்கவுண்டராக இருந்தபோது ஊருக்குச் செய்த நன்மைகளைப் பட்டியலிட்டவர் பின்பு இந்த ஊரார் தன்னைக் கண்டுகொள்வதில்லை என்பதையும் கூறி ஆதங்கப்பட்டார்.

எதையெதையோ பேசியவர் இறுதியில் வந்து நின்ற இடம் சாதி. 'இப்பலா அவங்களுக்குத்தா எல்லாச் சலுகையும். நமக்கு என்னா இருக்குது?' என்று பேச்சைத் தொடங்கிய வேகத்திலேயே நிறுத்தியவர் சட்டென எங்களை ஏறிட்டார். 'ஆமா . . . இங்க யாரும் எஸ்சி இல்லையே . .?' எதிர்பாராத இந்தக் கேள்வியால் தடுமாற்றமடைந்தோம். இப்படியொரு கேள்வியே எங்கள் காதில் விழாததுபோல் மூவரும் ஒருவிதமான முகபாவனையோடு அவர் முகத்தையே பார்த்துக்கொண் டிருந்தோம். பின்பு அவராகவே ஒரு முடிவுக்கு வந்தவராய் 'நா ஏங் கேக்கறனா, இப்ப பாருங்க அவங்களுக்கு எவ்வளவு சலுகய அரசாங்கம் செஞ்சிக் கொடுத்திருக்குன்னு' என்று

படர்க்கையில் வைத்துப் பேசுவதிலிருந்து நாங்க யாரும் எஸ்சி இல்லை என்று முடிவு செய்துவிட்டார் என்று தெரிந்தது.

பேருந்துப் பயணத்தின்போதே அம்மாணவி எங்களிடம் 'இங்கலாம் எஸ்சின்னு தெரிஞ்சா வீட்டுக்குள்ளகூட விட மாட்டாங்க' என்று சொல்லியிருந்தார். பதினோரு மணிவரை ஊர்மக்களிடம் தகவல் சேகரித்துவிட்டு அவர் வீட்டுக்குச் சென்றோம். அந்தப் பெரியவரின் மனைவியோடு அம்மாணவி வீட்டினுள்ளும் நாங்கள் வெளித் தாழ்வாரத்திலும் படுத்துக் கொண்டோம். விடிந்ததும் வெளிவாசலில் பல் துலக்கிக் கொண்டு நின்றோம். எங்களை நெருங்கி வந்தவர் அந்தப் பெண்ணைப் பார்த்து 'நீங்க என்ன ஆளு' என்றார். போச்சுடா இந்தக் கெழவன் விடமாட்டான் போலிருக்கிறதே என மனதிற்குள் நினைத்துக் கொண்டிருக்கையிலே அந்தப் பெண் தாழ்ந்த குரலில் 'பறையர்' என்றார். எனக்குத் தூக்கிவாரிப் போட்டது. அவரின் முகம் சுருங்கிப்போனது. 'பின்ன நேத்துக் கேக்கறப்ப எதுவும் பேசாம இருந்தீங்க' என்றார். அந்தப் பெண் பதில் எதுவும் பேசாமல் பல் துலக்கிக்கொண்டிருந்தார். என்னைப் பார்த்துக் கேட்டால் மட்டும் சொல்வதென்று இருந்தேன். கண்ணன் அவனாகவே சொன்னான் 'நான் தொட்டிய நாய்க்கர்' என்று. 'தொட்டிய நாய்க்கருனா ... நீங்க மந்தரம் பண்ணுவீங்களா ..? அதப் பண்ணுவீங்களா இதப் பண்ணுவீங்களா' என்று துருவ ஆரம்பித்துவிட்டார். அவர் சொன்ன எந்த வழக்கத்தையும் நாங்கள் மேற்கொள்வதில்லை என்றாலும் தான் தொட்டிய நாயக்கர்தான் என்பதை மட்டும் அடித்துச் சொல்லிக் கொண்டிருந்தான்.

கண்ணன் அப்படித்தான். அவன் சக்கிலியர் சாதியைச் சார்ந்தவன் என்றாலும் வெளியிடங்களில் சாதியைச் சொல்ல நேர்ந்தால் தொட்டிய நாயக்கர் என்றுதான் சொல்லிக் கொள்வான். ஆத்தூரில் நாங்கள் தங்கியிருந்த வீட்டுக்காரரர் தொட்டிய நாயக்கர். மாடியில் நாங்கள் இருந்தோம். கீழ்வீட்டில் குடியிருந்த ஒரு வயதான கிழவனும் கிழவியும்தான் அந்த வீட்டு ஓனர். அவர்களோடு அவன் மிகவும் நெருக்கமாகிவிட்டான். இட்லி, பலகாரம், கறிகாய் என்று எது செய்தாலும் அதில் கண்ணனுக்கும் ஒரு பங்கு இருக்கும். அவனும் முடிந்த அளவு அவர்களுக்கு ஒத்தாசையாக இருப்பான். ஒத்தாசை என்றால் அவர்களின் தொணதொணப் பேச்சைச் சலிக்காமல் உட்கார்ந்து கேட்டுக் கொண்டிருப்பதுதான். வயதான காலத்தில் வேறென்ன ஒத்தாசை வேண்டும்? வீட்டுக்காரரிடம் எங்களுக்கு ஏதாவது தேவை என்றால் கண்ணனைத்தான் அனுப்புவோம். கண்ணனுக்கு இல்லையென்று சொல்ல மாட்டார்கள். அவர்களுக்கு அவன் செல்லப்பிள்ளையாகவே மாறிவிட்டான்.

கண்ணனிடம் நான் ஒருமுறை இதுபற்றிக் கேட்டபோது 'எல்லாம் ஒண்ணுதா ... அந்தக் காலத்துல ரெண்டும் ஒண்ணாத்தா இருந்துச்சு ... அப்புறமாத்தா பிரிஞ்சிடுச்சி' என்றான். பொம்மைக் குட்டைமேட்டிலிருந்து உள்ளே மஞ்சநாயக்கனூர் என்ற கிராமத்தில் உள்ள அவனது உறவினர் வீட்டு விசேசத்திற்கு அவனோடு சென்றிருந்தபோதுதான் இரண்டு சாதிக்குமான இடைவெளியை உணர முடிந்தது. காலையில் எழுந்ததும் உறவினர் வீட்டுக்கு எதிரில் உள்ள டீக்கடைக்கு அவனை அழைத்தேன். அவன் 'ப்ச்' என உச் கொட்டி அங்க வேணாம் என்பதுபோல் கண் ஜாடை செய்தான். ஏன் என்றேன். 'ப்ச் வேணாம்னா' எனப் பிடிவாதமாக மறுத்தான். நான்கூட டீ நல்லா இருக்காது போல, அதனால்தான் வேண்டாமெனச் சொல்கிறான் என நினைத்து 'டேய் ... எப்படி இருந்தாலும் பரவாயில்லடா ... காலையில எந்திருச்சதும் என்னால டீ குடிக்காம இருக்க முடியாது. சுடுதண்ணியா இருந்தாலும் ஒரு மொடக்கு ஊத்திக்கிட்டு வந்தரலாம் வா' என்று அழைத்தேன். 'நீ சொன்னா கேக்க மாட்ட. சரி வா' என்று என்னோடு நடந்தவன் 'அண்ணா அவுங்க தொட்டிய நாய்க்கரு. நமக்கு வேற கௌாஸ்லதான் டீ தருவாங்க. அத நீ கண்டுக்காத ...' என்று என் காதில் குசுகுசுத்தான். எனக்கு அதிர்ச்சியாக இருந்தது. இந்தக் காலத்திலுமா என மனதிற்குள் நினைத்தபடி ஆவலோடு கடையை நெருங்கினேன். கடையில் நாற்பது வயது மதிக்கத்தக்க ஒரு பெண்ணும் நடக்கும் வயதிலுள்ள ஒரு குழந்தையும் இருந்தனர். கண்ணன் எனக்கு டீ வேண்டாம் என்றபடி வெளிவாசலிலேயே நின்றுகொண்டான். நான் அந்தப் பெண்ணிடம் சென்று ஒரு டீ சொல்லிவிட்டு அவனருகில் வந்தேன். அப்போது அங்கு வந்த ஒரு சிறுவன் கடைக்குப் பத்தடி தூரத்திலேயே செருப்பைக் கழட்டிவிட்டு வெறுங்கால் களோடு வாசலைக் கடந்து சென்றான். அந்தச் சிறுவன் மிகுந்த கவனத்தோடு அந்தப் பெண்ணைத் தொட்டுவிடாதபடி பணத்தைக் கொடுத்துவிட்டுத் தனக்குத் தேவையானதை வாங்கிக்கொண்டு சென்றான்.

வாசலில் இருந்த மரப்பெஞ்சில் நான் உட்கார்ந்திருக்க எனக்குப் பக்கத்தில் கண்ணன் நின்றான். எங்களுக்கு எதிரில் மூன்றுபேர் கையில் சில்வர் டம்ளரோடு நின்றிருந்தனர். பிளாஸ்டிக் டம்ளரில் டீயோடு வந்த அந்தப் பெண் என்னிடம் கொடுத்து விட்டுச் சென்றார். டம்ளரைத் தூக்கிப் பார்த்தேன். நன்கு கசக்கப்பட்டு ஒடுக்கு விழுந்து இருந்தது. முகத்தைக் குறுக்கமாக வைத்துக்கொண்டு 'என்ன டம்ளர் இப்படி இருக்குது' என்றேன். 'எப்படி இருக்குது' என்று அவர் எதிர்க்கேள்வி கேட்டார்.

'எப்படி இருக்குதா ... புது டம்ளர் இப்படிதா இருக்குமா?' என்றேன் கடுமையான குரலில். கண்ணனுக்கு நடுக்கமெடுத்து விட்டது. எனது இடது கையைப் பற்றிக்கொண்டு 'அண்ணா கம்முனு இருணா ... கம்முனு இருணா...' என்றான் கெஞ்சும் குரலில். ஆவேசத்தை வெளிக்காட்டும் விதமாக அவன் கையை உதறிவிட்டு 'ஏய் ... என்னடா கம்முன்னு இருணா. செவுனி குவுனிலாம் பேத்துப்புடுவேன். ஒழுங்கா மூடிக்கிட்டு நிக்கற' என்று உறுமினேன். இப்போது அந்தப் பெண்ணின் குரலில் மாற்றம் வந்திருந்தது. 'இல்லிங்க கொழந்த கையில வச்சி வெளாண்டுக்கிட்டு இருந்துச்சி அதான் கசங்கிருக்குது ... வேற ஒன்னும் இல்லிங்க.' மன்னிப்பு கோரும் தொனியில் ஒலித்தது அந்தக் குரல். அந்தப் பதிலால் நான் நிறைவடையவில்லை என்பதை அவர் உணர்ந்திருக்க வேண்டும். எனக்கு உறுதிப்படுத்தும் விதமாக 'இந்தச் சனியன் கையும் காலும் வச்சிகிட்டுச் சும்மா இருந்தாதானே' என்று குழந்தையை இரண்டு அடி விட்டதிலிருந்து விளங்கியது.

ஆசிரியர் தகுதித் தேர்வில் தேர்ச்சி பெற்ற நான் தருமபுரி மாவட்டத்தில் உள்ள ஒரு பள்ளியைத் தேர்வு செய்திருந்தேன். பணியில் சேருவதற்கான அரசாணையோடு நானும் எனக்குத் துணையாக என் தம்பியும் என்னோடு தேர்வான பக்கத்து ஊரைச் சார்ந்த ஒருவரும் அவரது தந்தையும் என நால்வர் சென்றிருந்தோம். அந்த நபரின் தந்தை ஒரு நாளுக்கு முன்னதாகவே அவ்வூருக்குச் சென்று நாங்கள் தங்குவதற்கான அறையைப் பேசி வந்துவிட்டார். தருமபுரி பேருந்து நிலையத்தில் அந்தக் கிராமத்துக்கான பேருந்து வரக் காத்துக்கொண்டிருக்கையில் அந்த நபரின் தந்தை என்னிடம் கேட்டார். 'நீங்க என்ன சாதி?' எனக்கு அவர்மேல் கோபமாய் வந்தது. வெளிக்காட்டாமல் 'பள்ளன்' என்றேன். 'எஸ்சியா' என்றார். ஆமாம் என்றேன். 'இல்ல நேத்து அந்த ஊட்டுக்காரர் எங்கிட்டக் கேட்டாரு. நாங்க வன்னியர். நீங்க என்ன ஆளுனாரு. நா ஒடையார்னேன். இன்னோரு சாரு வர்றதாச் சொன்னிங்களே அருவ என்ன ஆளுனாரு. அவரும் எங்க ஆளுதானு சொன்னேன். ஒன்ன ஏதும் கேட்டாருனா நீயும் அப்பிடியே சொல்லீரு. எஸ்சினு சொல்லீராத' என்றார். நாயக்கன் கொட்டாய் இளவரசன் – திவ்யா பிரச்சினை கொழுந்துவிட்டு எறிந்து கொண்டிருந்த சமயம் அது. எனக்கு ஓடாத எண்ணமெல்லாம் உள்ளுக்குள் ஓடியது. என் தம்பியைப் பார்த்தேன். என்னைவிடவும் அவன் மிகவும் கலங்கிப் போயிருந்தான். எனக்கு என்ன சொல்வதென்று தெரியவில்லை. நீண்ட மௌனத்தை மட்டுமே பதிலாகத் தந்தேன். அதையே அவர் சம்மதமாக எடுத்துக்கொண்டார்.

தினமும் காலையில் எழுந்தவுடன் அங்குள்ள ஒரு கடையில் டீ குடிக்கச் செல்வது வழக்கம். மிகச் சிறிய டீக்கடைதான். அங்கு என்போல் வயதுள்ள அவ்வூர் இளைஞர்கள் யாரையும் பார்க்க முடியாது. பெருமளவில் வயசாளிகளும் சில நடுத்தர வயதுக்காரர்களுமே எப்போதும் இருப்பார்கள். என்னைப் பார்த்ததும் எழுந்து உட்கார வழிவிடுவதும் செய்தித்தாள்களை எடுத்து என் பக்கத்தில் வைப்பதும் என மிகவும் மரியாதையோடு (பள்ளி ஆசிரியர் என்பதால்) நடந்து கொள்வார்கள். ஒருநாள் டீ குடித்துவிட்டுச் செய்தித்தாளைப் புரட்டிக்கொண்டிருக்கையில் எனக்கு எதிரில் இருந்த பெரியவர் என்னிடம் பேச்சுக் கொடுத்தார். 'நீங்க எந்த ஊரு?' என்றார். நான் 'நாமக்கல்' என்றேன். 'நாமக்கல்லுல எங்க?' என்றார். 'நாமக்கல்லுல இருந்து பத்துக் கிலோ மீட்டர்ல சேந்தமங்கலம்' என்றேன். 'ஊருல காடுகர ஏதாவது இருக்கா?' என்றார். அது சாதியை அறிவதற்கான முதல் முயற்சி என்பது எனக்குத் தெரியும். நாமக்கல் என்றாலே கவுண்டர்கள் அதிகம் வசிக்கும் பகுதி. அதிலும் காடுகரை இருந்துவிட்டால் நிச்சயம் கவுண்டராகத்தான் இருக்கும் என்பது உறுதி. 'கொஞ்சம் இருந்துச்சி இப்ப வித்துட்டோம்' எனப் பிடி கொடுக்காமல் பேசினேன்.

இது அவருக்கு ஏமாற்றமாக இருந்திருக்க வேண்டும். பொதுவான வழியைக் கைவிட்டுவிட்டுத் தனக்கேயான உத்தியைக் கையாண்டார். 'எங்க ஊருப் பள்ளிக்கொடத்துக்கு ஒரு சாரு வராரு இல்ல. அவரு நாடாராம்?' தன்னைச் சுற்றியிருப்பவர்களைப் பார்த்து அவராகவே சொன்னார். விருதுநகரில் இருந்து வந்து எங்களோடு தங்கியிருக்கும் இடைநிலை ஆசிரியரான எங்கள் நண்பன் பற்றிதான் சொல்கிறார் என்பது எனக்குத் தெரிந்தது. அடுத்து நானாகவே என் சாதியைச் சொல்வேன் என்பது அவருடைய அனுமானம். ஆனால் நான் அப்படியெதுவும் சொல்லாமல் மௌனமாக இருந்தேன். மறைமுகப் பேச்சு இனிப் பயன்படாது என்று உணர்ந்தவர் 'நீங்க வெள்ளாளக் கவுண்டரா' என்றார். நான் இல்லை என்பதுபோல் தலையாட்டினேன். 'ஆங் ...' என்றொரு ஒலியை எழுப்பினார். பின்ன வேறென்ன சாதி என்பதான ஒலிக்குறிப்பு அது. சுற்றியிருந்த அத்தனை கண்களும் நான் என்ன சொல்வேன் என்பதைக் கேட்கும் ஆவலோடு என்னையே மொய்த்தன. அவர்கள்முன் நான் நிராயுதபாணியாக ஆக்கப்பட்டேன். சிறிது மௌனம் நிலவியது. இறுதியில் அந்த டீக்கடைக்காரர்தான் 'வெள்ளாளக் கவுண்டாரோ? குள்ளாளக் கவுண்டரோ ஏதோ ஒன்னு ஆங்' என்று அந்த மௌனத்தைக் கலைத்து வைத்தார்.

ஒருவேளை நேரடியாக 'நீ என்ன சாதி' என்று கேட்டிருப்பாரே யானால் பட்டென்று பள்ளன் எனச் சொல்லிவிடத் தயாராகவே இருந்தேன். அதன்பின் மாறும் முகங்கள் பற்றியும் வேறாகும் பார்வைகள் பற்றியும் எனக்குக் கவலையிலை. என் சாதியை மறைத்து வேறொரு சாதியாக என்னைக் காட்டிக்கொள்ளவது யாரோ ஒரு ஆண்மகனை இவர்தான் என் தந்தை என அடையாளம் காட்டுவதுபோல் அருவருப்பாக உணர்கிறேன். அதுவுமின்றி இந்த விஞ்ஞான யுகத்திலும் நீ என்ன சாதி என்று கொஞ்சமும் வெட்கமில்லாமல் ஒருவர் கேட்பாரெனில் பிறந்த சாதியைச் சொல்வதற்கு எனக்கும் எந்த வெட்கமும் இல்லை.

○○○

பூசை மட்டும் வேண்டாமா?

செ. சுரேஷ்குமார்

கரிசல் காட்டில் முளைத்த காளான் நான். முளைத்த இடம் சிலுவம்பட்டி என்னும் சிறுகிராமம். இக்கிராமத்தில் சுமார் 250 வீடுகள் இருக்கின்றன. ரெட்டியார் தெரு, வெள்ளாந்தெரு என இரண்டு தெருக்களில் மூன்று சாதிகள் மட்டுமே இருக்கின்றன. ஊரின் கிழக்கில் ரெட்டியார் தெரு அருகில் நூறு கவுண்டர் குடிகளும் முப்பது சக்கிலியர் குடிகளும் உள்ளன. ஊரின் மேற்கு வெள்ளாந்தெருவில் நூறு கவுண்டர்களும் முப்பது போயர்களும் வாழ்கின்றனர். போயர்கள் கவுண்டர்களால் ஓரளவு மதிக்கப்பட்டு அவர்களின் வலது கையாகத் திகழ்ந்தனர். ஆனால் சக்கிலியரை அடக்குமுறையால் நடத்தினர். அருந்ததி யர்கள் கவுண்டர்களின் காடுகளில் பண்ணையத்தில் வேலை செய்து வந்தனர். கவுண்டர்களின் தெருப் பக்கம் செல்லும்போது அருந்ததியர்கள் செருப்பைக் கழட்டி இக்கத்தில் வைத்துக்கொண்டுதான் செல்ல வேண்டும். சைக்கிளில் சென்றால்கூட அவர்கள் தெருவைக் கடக்கும்வரை தள்ளிக்கொண்டுதான் செல்ல வேண்டும் என்ற கட்டுப்பாடு என்னுடைய தாத்தா, பாட்டி காலத்திலிருந்ததாம். அது இப்போது கொஞ்சம் கொஞ்சமாக நாகரிகத்தால் தளர்ந்தது.

நான் தொடக்கப்பள்ளிப் படிப்பை என் ஊரிலேயே பயின்றேன். அங்கு மூன்று ஆசிரியர்களும் கவுண்டர்கள் என்பதால் கவுண்டர் பசங்களை ஒரு வரிசையிலும் அருந்ததியர் பசங்களை ஒரு

வரிசையிலும் அமர வைத்தனர். எங்கள் வகுப்பாசிரியர் எங்கள் ஊர்க் கவுண்டர் என்பதால் மதியச் சாப்பாடு முடிந்த பிறகு அருந்ததியப் பசங்க எல்லாம் மாடு மேய்த்தல், மாட்டுச்சாணம் அள்ளுதல் என வாத்தியார் வீட்டில் வேலை செய்ய வேண்டும்.

கட்டுத்தறியைச் சுத்தம் செய்தே பகுத்தறிவுக் கல்வியைப் பகுதிநேரமாகக் கற்றோம். நான் ஐந்தாம் வகுப்பு படிக்கும்போது நன்றாகப் படித்தேன். என்னைவிடக் கவுண்டர் மகன் கார்த்தி என்பவன் முதல் மதிப்பெண் பெறுவான். அவனைவிட அதிக மதிப்பெண் பெற வேண்டுமென்று நன்கு படித்தேன். அரையாண்டுத் தேர்வில் அவனைவிட முதல் மதிப்பெண் பெற்றேன். எர்ணாபுரம் ஆசிரியர் ‘சக்கிலி நாயி முதல் மதிப்பெண் வாங்குது. கவுண்ட நாயி திங்கறதுக்குதான் லாயிக்கி’ எனத் திட்டிக்கொண்டே மதிப்பெண் அட்டை வழங்கினார். பின்னர் இதைப் பொறுக்காத யாரோ வருகைப் பதிவேட்டில் கிறுக்கி வைத்துவிட்டு என்னை மாட்டிவிட்டனர். அதற்கு என்னை அடித்துக் கெட்டவார்த்தையில் திட்டியதோடு மாற்றுச்சான்றிதழ் கொடுத்துப் பள்ளியைவிட்டுத் துரத்தணும் என்றிருந்தனர். அப்போது எங்கள் ஊர் வாத்தியார் மனைவிதான் தலைமையாசிரியர். அவர் வேண்டாம் இவனைப் பள்ளிக்கூடத்தை விட்டு நீக்கிவிட்டால் சாணி அள்ள ஆள் குறைஞ்சிடும் என மேலும் படிக்க அனுமதித்தார். நானும் நன்கு படித்து ஐந்தாம் வகுப்பில் முதல் மதிப்பெண் பெற்றேன். இதைப் பார்த்துப் பொறாமைப்பட்ட எர்ணாபுரம் ஆசிரியர் கார்த்தியைக் கூப்பிட்டு ‘ஏண்டா டேய் சக்கிலி நாய் முதல் மதிப்பெண் வாங்கியிருக்கு. நீ போய் அவனுக்குப் பதிலா சாணி அள்ளுடா’ என என் முன்னாடியே அவனைத் திட்டி மாற்றுச் சான்றிதழ் இருவருக்கும் கொடுத்தனர்.

இரண்டு மூன்று வருடங்கள் கழித்துக் கரிசலின் சேற்றில் சிக்கிய எங்கள் குடிசைக்கு விடிவுகாலம் பிறந்தது. அதாவது அரைக் கிலோமீட்டர் தூரத்தில் நாமக்கல்லிலிருந்து திருச்செங்கோடு செல்லும் சாலைக்கு அருகில் எஸ்.எம்.ஆர். நூல் ஆலைக்குப் பின்புறமாக அரசு வீடுகள் கட்டித் தந்தது. அங்கு அருந்ததியர்கள் மட்டுமே வசித்து வந்தோம். அதுவே எங்கள் சாதி ஒழிவுக்கு அடித்தளமிட்டது. ஓரளவிற்குக் கவுண்டர்களை விட்டு விலகி வெளியில் சென்று வேலை பார்க்கும் வாய்ப்பும் கிடைத்தது. வருடா வருடம் கவுண்டர்களின் சாமித் திருவிழா முடிந்த பிறகே எங்கள் ஊர் மாரியம்மன் திருவிழா நடத்த வேண்டும் என்ற முறை இருந்தது. கவுண்டர்களின் ஓங்காளியம்மன் திருவிழா நடக்கும் சமயத்தில் சக்கிலியர்கள் வீட்டிற்கு ஒருவர் சென்று பூக்குழி இறங்குவதற்கான மரங்கள் வெட்டி வரவேண்டும்.

மரம் வெட்டச் செல்லாதவர்களுக்கு மிகுந்த தண்டனை அளிப்பார்கள். கோவில் தேர் ஊர்வலமாக வரும்போது அருந்ததியர்கள் தனியாக, வரிசையாக நின்று பூசை செய்ய வேண்டும். சக்கிலியர்கள் வியர்வை சிந்தி வெட்டிய விறகைப் பூக்குழியில் எரித்து நேர்த்திக்கடன் பெற்றுக்கொள்ளும் ஓங்காளி. எங்களை மட்டும் அந்தப் பூக்குழி முடியும் இடத்திற்கு அந்தப் பக்கம் இருந்தே சாமி கும்பிடச் சொல்லும். மூடர்களின் தெய்வத்தின் களியாட்டம் கழிந்த பின்னரே எங்கள் மாரியம்மன் திருவிழா நடைபெறும். அப்படியே இரண்டாண்டுகள் நடந்தது.

எங்கள் தெருவிற்குச் சற்றுத் தொலைவில் மாவட்ட ஆட்சியர் அலுவலகம் கட்டிட வேலைக்கு எங்களை அழைத்தனர். அனைவரும் வறுமையினால் கட்டிட வேலை செய்தனர். இதனால் கவுண்டர்களின் தோட்டத்து வேலை தடைபட்டது. தோட்டத்து வேலைக்கு வரவில்லையென்று அடித்துத் துன்புறுத்தினர். அதனால் காவல் நிலையம் சென்று புகார் அளித்தோம். அதனால் எங்கள்மீது கொஞ்சம் பயம் ஏற்பட்டது. நானும் என்போன்ற நண்பர்களும் வாலிபம் அடைந்தவுடன் கவுண்டர்களைக் கொஞ்சம் எதிர்க்கத் துணிச்சல் கொண்டோம். எங்கள் தெருவும் கொஞ்சம் பெரிதாகி 60 வீடுகளானது. இதனால் அடிக்கடி சாதிச் சண்டை ஏற்பட்டுப் பஞ்சாயத்து வைப்பார்கள். நாங்கள் பஞ்சாயத்துக்குக் கட்டுப்படுவதில்லை. இதனால் என் தந்தை முதலானவர்களும் எங்களுக்கு உதவி அவர்களை எதிர்த்தனர். அதன்பிறகு அவ்வருடமே ஓங்காளியம்மன் திருவிழாவிற்கு மரம் வெட்ட அழைத்தனர். யாருமே செல்லவில்லை. அவர்களே வெட்டித் திருவிழாக் கொண்டாடினர்.

இதனால் கவுண்டர்களுக்குள்ளேயே இரு பிரிவானது. சக்கிலியர்கள் வேலைக்கு வந்தால்தான் நாங்கள் பிழைக்க முடியும் என்றொரு பிரிவினரும் சக்கிலியர்களுக்கு இவ்வளவு திமிரா? அவர்களை ஊருக்குள் விடக்கூடாது என்று மற்றொரு பிரிவினரும் என ஊர் இரண்டானது. இதனால் நாங்கள் கொஞ்சம் மரியாதையாக நடத்தப்பட்டோம். அந்த வருடமே இளைஞர்கள் ஒன்று சேர்ந்து ஓங்காளியம்மன திருவிழாவிற்கு முதல் மாதமே எங்கள் ஊர் மாரியம்மன் திருவிழா நடத்தினோம். கவுண்டர்கள் அதற்குப் பேசாமலிருந்தனர். கவுண்டர்களில் ஓரிருவர் அந்த வருடம் இறந்ததன் காரணமாக ஓங்காளி கோபப்பட்டுப் பழிவாங்குறா என எங்கள்மீது போர் தொடுத்தனர். எங்கள் சாதிப் பெரியவர்களும் அதை ஏற்றுக்கொண்டு அவர்களிடம் சரணடைந்தனர். இதுதான் விதியா என நினைத்தேன்.

மறுவருடமே ஓங்காளியம்மனைப் புதுப்பித்துக் கும்பாபிசேகம் செய்ய ஏற்பாடு செய்தனர். எங்கள் ஊரிலேயே காவலர் குடியிருப்பும் மற்ற அரசு அலுவலகங்களும் இருப்பதனால் ஓங்காளியம்மன் கோவில் அரசுடைமையானது. அங்கு யார் வேண்டுமானாலும் உள்ளே சென்று சாமி கும்பிடலாம் என அரசு அலுவலர் அறிவித்தார். இதை ஏற்றுக்கொண்ட கவுண்டர்கள் எங்களிடம் தற்போதுதான் இந்தக் கோவில் அரசுக் கோவிலாக மாறிவிட்டது. இனிமேல் கவுண்டர்களும் சக்கிலியர்களும் ஒற்றுமையாக இருக்கலாம். ஆத்தாவிற்காக நீங்கள் மரம் வெட்ட வேண்டும் என எங்கள் தெருவில் முறையிட்டனர். இதை ஏற்றுக்கொண்ட எங்கள் சாதிப் பெரியவர்கள் ஆத்தாவுக்காகச் செய்தால் தப்பில்லை எனத் தீர்மானம் செய்து வீட்டிற்கொருவர் மரம் வெட்டச் சென்றனர். கும்பாபிஷேகம் சிறப்பாக நடந்து முடிந்தது. எங்கள் சாதி மக்கள் யாரும் கோவிலுக்குள் செல்ல முயற்சிக்கவில்லை. வெளியே நின்று சாமி தரிசனம் செய்தோம்.

பிறகு 48 நாட்கள் மண்டல பூசை நடைபெற்றது. கவுண்டர்கள் இருவர் மூவர் எனச் சேர்ந்து தினமும் அன்னதானம் வழங்கினர். பூசைக்கு முதல்நாளே எங்கள் தெருவிற்கு வந்து வீடுவீடாக அழைத்ததால் நாங்களும் பூசைக்குச் சென்றோம். இப்படியே 30 நாட்கள் சென்றன. எங்கள் இளைஞர்கள் கூடி நாமும் தினமும் அன்னதானம் சாப்பிடுகிறோம். அரசு கோவில்தானே அதனால் நாமும் ஏதாவது ஒருநாள் பூசை செய்து சாதி சார்பாக அன்னதானம் வழங்கலாம் என முடிவு செய்தோம். வீட்டிற்கு 500 வீதம் சேர்த்து 30000 ரூபாயைக் கோவில் தர்மகர்த்தாவிடம் கொடுத்தோம். எங்கள் சார்பாக நீங்களே பூசை செய்து அன்னதானம் செய்து வழங்கவும் எனப் பெரியவர்கள் கொடுத்தனர். அதைப் பெற்றுக்கொண்ட தர்மகர்த்தா 35ஆம் நாளன்று பூசை உங்களுடையது என்றார். நாங்கள் மிகுந்த சந்தோசத்தில் இருந்தோம்.

அதற்கு மறுநாளே தர்மகர்த்தாவும் ஒருசிலரும் எங்கள் ஊர் தொடக்கப் பள்ளியில் பணியாற்றிய வாத்தியாரும் வந்து அத்தொகையைத் திருப்பித் தந்துவிட்டனர். ஏன் எனக் கேட்டதற்கு ஒரு பெண்ணுக்குச் சாமி வந்து சக்கிலியர்களின் பூசையை ஏற்றுக்கொள்ள மாட்டேன் என ஓங்காளி வாக்குச் சொன்னதாகக் கூறினார்கள். எங்கள் சாதியினர் ஆத்திரம் அடைந்து “ஏயா . . . உங்க சாமி நாங்க வெட்டிய விறகை ஏற்றுக்கொள்ளும். நாங்க கோவிலைச் சுத்தம் செய்யறத ஏற்றுக் கொள்ளும். ஆனா எங்க பூசையை மட்டும் வேண்டான்னு சொல்லுதா?” எனக் கூறினர். உடனே வாத்தியார் ஆத்திரம்

அடைந்து 'சக்கிலி நீ ஆக்கிபோட்டுக் கவுண்டன் சாப்பிடறதா? அதுக்கெல்லாம் தராதரம் வேண்டாமா?' என்று கெட்ட வார்த்தையில் திட்டினார். உடனே நாங்கள் 'அப்படிப்பட்ட ஆத்தா தேவையில்லை' எனப் பணத்தை வாங்கிக்கொண்டு இனிப் பூசைக்கு யாரும் செல்லக் கூடாது எனத் தீர்மானம் செய்தோம்.

ஆனால் அந்தத் தீர்மானம் நிறைவேறவில்லை. ஏனென்றால் எங்கள் சாதியில் ஒருசிலருக்குக் கவுண்டர்களின் உதவி தேவை. அதனால் அவர்கள் பூசைக்கு அழைக்கச் செம்மறியாட்டைப் போல ஒவ்வொருவராகப் போக ஆரம்பித்தனர். நானும் எனக்குப் பிடித்த கவுண்டரின் பூசையன்று சென்றேன். நாங்கள் சாப்பாடு வாங்கத் தனி வரிசையில் நின்றிருந்தோம். அப்போது அங்கு வந்த வாத்தியார் 'ஏண்டா நீங்கெல்லாம் கவுண்டர்களா இருந்து நாங்க சக்கிலியா இருந்தா நாங்க சமைத்த சாப்பாட்டைச் சாப்பிடுவீர்களா? நீங்க சாமிக்கு ஏதாவது செய்யணும்னா சாமிக்கு நகை வாங்கிப் போடுங்கடா. மனசாட்சி வேண்டாமா?' என்றார். மனசாட்சியைப் பற்றி மதிகெட்டவன் பேசறான் பாரு என நினைத்துக் கொண்டோம். எங்கள் சாதிக்காரர்கள் அந்தக் கோவிலில் நுழைய வேண்டும். கோவிலின் உள்ளே சென்று பூசை செய்ய வேண்டும் என்பது எங்கள் தெரு இளைஞர்களின் ஆசை. என் மகன் காலத்திலாவது நிறைவேறுமா என மனம் ஏங்குகிறது.

○○○

இருக்கிற இடம்

மு. செந்தாமரை

பள்ளி செல்லும் காலங்களில் சாதியைப் பற்றி எனக்கு அவ்வளவாகத் தெரியாது. என் தாய் அதிகாலையில் எழுந்து வீட்டு வேலைகளை முடித்து விட்டு "எல்லார்த்தோடையும் சேந்து சுத்திட்டு வராம நம்மாளுகூட உக்காரு. அவங்களையே சேத்தாளியா வச்சுக்கோ. வேறு சாதியுடன் சேரக் கூடாது" எனச் சொல்லிப் பள்ளிக்கு அனுப்புவாள். அப்போது அம்மா சொல்வதற்கெல்லாம் சரி, சரிம்மா என்று தலையை ஆட்டிவிட்டுச் செல்வேன். ஆனால் பள்ளியில் தினம் யாராவது ஒருவரை அடித்துவிட்டு வந்துவிடுவேன். அவள் தந்தை என் தந்தையிடம் 'உங்க பிள்ள என் பிள்ளைய அடிக்கிறாள்' என்று சொல்லிவிடுவார். என் தந்தை வீட்டுக்கு வந்து 'எதுக்கு அடிக்கிற... ஊட்டுச் சோத்தத் தின்னிட்டு ஊரு வம்ப வாங்கிட்டு வார' எனத் திட்டுவார். நான் ஏதும் பேசாமல் இருந்தாலும் என் கண்ணில் நீர் வழியும். உடனே 'இதுக்கு மட்டும் கொறச்சலில்ல சினுக்குனா அழுகிறா ...' என்று முணுமுணுப்பார்.

நான் ஐந்தாம் வகுப்பு படித்துக்கொண் டிருந்தேன். என் வகுப்பில் மொத்தம் ஆறு பெண்கள் மட்டுமே. நாங்கள் அனைவரும் மதிய உணவை ஒன்றாக உட்கார்ந்து சாப்பிடுவோம். நான் மட்டும் எப்போதும் மதிய உணவுக்குத் தயிர்சோறு எடுத்துச்

செல்வேன். எல்லோரும் அவரவர் வீட்டில் செய்த சாப்பாட்டை எடுத்து வருவர். நாங்கள் ஒருவருக்கொருவர் சாப்பாட்டைத் தினம் மாற்றிக்கொள்வோம். ஒருநாள் வேறுசாதிப் பெண்ணின் சாப்பாட்டை வாங்கிக்கொண்டு என் சாப்பாட்டை அவளிடம் கொடுத்து மாற்றிச் சாப்பிட்டேன்.

வீட்டில் என் தாயும் தந்தையும் இன்று வகுப்பில் யார் யார் என்ன பாடம் நடத்தினார் எனத் தினம் விசாரிப்பர். என் தந்தை 'நடத்தியதை எடுத்து வா . . . அதைக் காட்டு . . .' என்பார். பார்த்துவிட்டு எனக்குப் பாடம் சொல்லிக் கொடுப்பார். எனக்குப் பாடம் கவனிக்கச் சலிப்பாக இருக்கும்போது 'கழுத்து வலிக்குதுப்பா. ரொம்ப நேரம் படிக்க முடியவில்லை' என்பேன். அல்லது வயிறு பசிக்கிறது எனச் சாக்குப்போக்குச் சொல்லி விளையாடச் செல்வேன். பள்ளியில் நடத்தப்படும் பாடம் முதல் என் தோழிகளிடம் என்னென்ன பேசுகின்றேனோ அத்தனையும் ஒன்றுவிடாமல் தினம் சொல்லிவிடுவது எனது வழக்கமாக இருந்தது. அப்படிச் சொல்லும்போது அன்று வளர்மதி சாப்பாட்டைச் சாப்பிட்டேன் எனச் சொன்னேன்.

'வளர்மதியா . . . கீழ்சாதிப்பெண் அவளுடைய சாப்பாட்டை எதற்குச் சாப்பிட்டாய். நான் உனக்கு மதியம் கொடுக்கர சோத்தச் சாப்பிடாம அவ சாப்பாட்ட எதுக்குச் சாப்பிட்ட . . .' என்று கையில் ஒரு குச்சியால் என்னை அடித்தார். அன்று எனக்கு ஏன் அவள் சாப்பாட்டைச் சாப்பிட்டதுக்கு மட்டும் அடிக்கிறார், மற்ற பெண்களின் சாப்பாட்டைச் சாப்பிட்டபோது அவ்வாறு செய்யவில்லை என யோசித்தேன். சிறு வயதாக இருந்ததால் எனக்கு ஏதும் புரியவில்லை. அன்றுமுதல் நான் ஒரு முடிவெடுத்தேன். நான் யார் சாப்பாட்டைச் சாப்பிட்டாலும் வீட்டில் வந்து சொல்லக் கூடாது. அதையும் மீறிக் கேட்டால் தயிர்சாப்பாட்டைத்தான் சாப்பிட்டேன் எனச் சொல்லி விடுவேன்.

என் வீட்டிற்கு அருகில் வசிக்கும் அக்கா என் பள்ளியில் சத்துணவு சமைப்பவராக வேலை செய்து வந்தார். அவளிடம் என் தாய் என் பிள்ள வேறு பெண சாப்பாட்டை மதியம் சாப்பிடுகிறாள், கொஞ்சம் பாத்துக் கொள்ளுங்கள் என்று சொல்லிவிட்டாள். அவளும் என் சாதியைச் சேர்ந்தவள். சத்துணவு ஆயாவிடம் ஒருநாள் மாட்டிக் கொண்டேன். அவள் 'நீ அவங்க சாப்பாட்டையெல்லாம் சாப்பிடக்கூடாது. உன் சாப்பாட்டைக் கொடுக்கலாம். ஆனா அவங்க சாப்பாட்டை நீ சாப்பிடக்கூடாது' என்றார். இவ்வாறு சொன்னதால் சத்துணவு ஆயாவும் எதிரியாகிவிட்டாள். 'நான் சாப்பிட்டால் உனக்கென்னா'

என்று மனதில் நினைத்துக்கொண்டு அவளை முறைத்துப் பார்த்தேன். அவள் ‘எதுக்கு முறைக்கிற … வீட்டில சொல்றன் …’ என்று பெற்றோரிடம் சொல்லிவிட்டாள்.

அன்று இரவு என் பெற்றோர் ‘உனக்கு ஒருதரம் சொன்னாப் புரியாதா, நீயெல்லா ஒரு புள்ளையா? நல்ல மனுசனுக்கு ஒரு சொல்லு, நல்ல மாட்டுக்கு ஒரு சூடு’ என்னும் பழமொழியைச் சொல்லித் திட்டினர். எனக்கோ சத்துணவு ஆயாவின்மீது கடும் கோபம். அன்றுமுதல் நான் அவளிடம் பேசுவது கிடையாது.

மறுநாள் தந்தை என்னை அழைத்துக்கொண்டு என் வகுப்பு ஆசிரியரிடம் ‘இவளைப் பாத்துக்குங்க. சொல்ற பேச்ச இப்பவே துளிகூடக் கேக்கமாட்டிங்கிறா. முளைச்சு மூனு இலை விடுல, இவளுக்கு இப்பவே கோவம் வருது. கொஞ்சம் நல்ல புத்தியச் சொல்லிக் கொடுங்க …’ எனக் கூறிவிட்டுச் சென்றார். என் வகுப்பு ஆசிரியர் சரோஜாதேவியும் என் சாதியைச் சேர்ந்தவர். அவரும் என் தாய் தந்தை சத்துணவு ஆயா சொல்வதைப் போன்றே அறிவுரை கூறினார். கீழ்சாதிப் பெண்களோடு சேரக்கூடாது, நம் சாதியுடன் சேர்ந்துகொண்டால் யாரும் நம்மைத் திட்டமாட்டார்கள் என முடிவெடுத்தேன். இருந்தாலும் என் மனதில் ஒரு போராட்டம். நம் சாதிப் பிள்ளைகளும் பள்ளிக்கு வருகிறார்கள். கீழ்சாதிப் பிள்ளைகளும் பள்ளிக்கு வருகிறார்கள். இவர்களில் யார் யார் நம் சாதியைச் சார்ந்தவர்கள் என்று அறிந்துகொள்ளக் கடினமாக இருந்தது.

நம் சாதியா வேறுசாதியா என்று வேற்றுமை பார்ப்பதைவிட நாம் பேசாமல் இருந்துவிட்டால் எந்தப் பிரச்சினையும் வராது என்று எண்ணி அன்றுமுதல் நான் யாரிடமும் சரியாகப் பேசமாட்டேன். என் தோழிகள் ‘ஏன் … எப்பவும் போல இன்னக்கிப் பேசமாட்டிங்கிற?’ என்று கேட்டால் ‘எனக்குச் சளி பிடிச்சிருக்கு … உடம்பு சரியில்லை …’ என்று சொல்லி அவர்கள் கூட்டத்தில் இருந்து விலகினேன். நான் யாரிடமும் பேசாமல் அமைதியாய் இருந்தேன். சத்துணவு ஆயா ஒருநாள் என் வீட்டிற்கு வந்து ‘உங்க புள்ள இப்பப் பள்ளிக்கூடத்துல இருக்கிற இடம் தெரியாம இருக்கிறா …’ என்று சொன்னவுடன் என் பெற்றோருக்கு மகிழ்ச்சியாய் இருந்தது.

○○○

இயலாமையின் வெளிப்பாடு

வை. தர்மலிங்கம்

சாதி என்ற சொல் எனக்கு அறிமுகம் ஆகி சுமார் முப்பது ஆண்டுகளில் தனிப்பட்ட என் குடும்பம், என் உறவு, நட்பு என்ற தளத்தில் எந்த விதமான பெரிய பலனையும் தந்துவிடவில்லை. ஆனால் இழப்புகளைத் தந்து இருக்கிறது. என் தனிப்பட்ட விருப்பங்களைத் தகர்த்து இருக்கிறது. போலியான சில கணநேர மகிழ்ச்சியையும் தந்து மிகப்பெரிய அளவில் கெட்டவன் என்ற பெயரையும் நட்புகளை இழக்கும் தருணங்களையும் ஏற்படுத்தி இருக்கிறது. இவை சாதியால் ஏற்பட்டன என்பதைவிடச் சாதியை நான் என் கரங்களில் தூக்கிப் பிடித்த காலகட்டத்தில் நிகழ்ந்தவை என்பதுதான் உண்மையாக இருக்கக்கூடும். ஆனால் அதே வேளையில் கல்வி, வேலைவாய்ப்பு சார்ந்த நிலைகளில் சாதி என்ற தன்மை எனக்கு ஒரு குறிப்பிட்ட அளவில் பயனை அளித்து இருகிறது என்பதை நான் உணர்கிறேன்.

சாதி குறித்த அனுபவங்கள் எனக்கு இரண்டு நிலைகளில் கிடைத்தன. அவை ஒன்று என் குடும்பம், என் உறவு, பொதுவான என் வாழ்க்கை. இரண்டாவது என்னுடைய கல்வி, வேலைவாய்ப்பு சார்ந்த அனுபவங்கள்.

முதலாவது வகையில் எனக்கு எனது ஊர் பற்றிய அறிமுகம் கிடைத்தபோது எங்கள் சாதி

மட்டுமே கொண்ட ஊராக அறிமுகம் ஆனது. அதாவது எந்தத் தெருவிற்குச் சென்றாலும் ஒரு குறிப்பிட்ட தொலைவிற்கு எந்தத் திசையில் நோக்கினும் எங்கள் உறவினர்களாகவே இருந்தனர்.

1983,84களில் நான் தொடக்க வகுப்பில் நுழைந்த காலகட்டம். எங்கள் பள்ளியில் என்னோடு என் குடும்பத்தைச் சார்ந்த என் அக்கா, என் அண்ணன் என மூன்று பேரும் ஒரே பள்ளிக்குச் சென்றது நினைவில் இருக்கிறது. அப்போது எனது உறவினர் ஒருவர் தவறுதலாக அல்லது ஆசிரியரின் கவனக்குறைவால் அண்ணனின் சாதியின் பெயரைத் தவறாகப் பதிவு செய்துவிட்டார். அது என் அக்காவிற்குத் தெரிய வந்தபோது அதனை வீட்டில் உள்ள அனைவரிடமும் சொல்லி விட்டாள். அப்போது அவர்கள் அவனைச் செய்த கேலிக்கு அளவே இல்லை.

பள்ளிக்கூடத்தில் எனக்கு ஆசிரியர்களே சாதியின் பெயராலும் ஊரின் பெயராலும்தான் அறிமுகம் செய்யப் பட்டார்கள். எங்கள் வீட்டிற்கு அருகில் இருந்த அதே தொடக்கப் பள்ளி இரண்டு ஆசிரியர்கள் மட்டுமே பணிபுரியக்கூடிய ஈராசிரியர் பள்ளியாக விளங்கியது. மூன்றாவதாகச் சத்துணவு அமைப்பாளர் என்ற ஒருவர் இருந்தார். அவரும் வாத்தியார் என்றே அழைக்கப்பட்டார். காரணம் ஈராசிரியர்களில் எவரேனும் ஒருவர் வராத நாட்களில் அவரும் வகுப்பு எடுப்பதும் உண்டு. அதனால் அவரும் வாத்தியாராக ஆனார். அவருக்குச் சத்துணவு வாத்தியார் என்று பெயர். மூன்று ஆசிரியர்களில் தலைமை ஆசிரியர் தாழ்த்தப்பட்ட வகுப்பைச் சார்ந்தவர். அடுத்த நிலையில் இருந்த ஆசிரியர் உயர்சாதி வகுப்பைச் சார்ந்தவராகவும் சில காலங்களுக்குப் பின்னர் எங்கள் சாதியைச் சார்ந்தவராகவும் இருந்தனர். அதேபோல் சத்துணவு ஆசிரியர் நாயக்கர் என்ற சாதியைச் சார்ந்தவராகவும் பின்னர் எங்கள் சாதியைச் சார்ந்தவராகவும் இருந்தார்கள். இந்த ஆசிரியர்கள் பெரிய வாத்தியார் சின்ன வாத்தியார் சத்துணவு வாத்தியார் என்றே எங்களுக்கு அறிமுகமான நிலையில் தலைமை ஆசிரியர் ஒழுக்கத்தைக் கற்றுக்கொடுப்பதிலும் கண்டிப்பிலும் சிறந்தே விளங்கினார். எனவே பல நேரங்களில் மாணவர்களின் வாய்ச்சொற்களுக்கு ஆளாவது உண்டு. பொதுவாக எங்கள் பகுதியில் ஒருவரைச் சாதியை வைத்தே அடையாளப்படுத்துவதைக் காணமுடிந்தது. அந்த வகையில் எங்கள் பெரிய வாத்தியாரின் சாதி பள்ளர் என்பதால் அவர் பள்ளன் என்றே அடையாளப் படுத்தப்பட்டார். ஒரு ரூபாய் காசு வேண்டும் என்றால்கூடப் 'பள்ளன் எதுக்கு ஒரு ரூபாய் கேட்கிறான்' என்றுதான் வீட்டில்

முறைப்பார்கள். எங்களை மிரட்ட வேண்டும் என்றாலும் 'பள்ளங்கிட்ட வந்து சொன்னால்தான் சரிப்படுவாய்' என்றும் கூறுவது உண்டு. எனவே, இன்றைய நிலைபோல் அல்லாது அன்றைக்குக் காலை 8.30க்குப் பள்ளிக்குச் சென்று குப்பை பொறுக்க வேண்டும். சமைக்கும் ஆயம்மாள் வகுப்பறை முன்னரும் பெருங்குப்பைகளையும் பெருக்கிவிடுவார். நாங்கள் மரத்தடியில் உள்ள குப்பைகள், இலைகள், கொட்டிய இலைக் காம்புகளைப் பொறுக்கி விளக்குமாறுபோல் வைத்துக்கொண்டு விளையாடிய படியே இருக்கும்போது பெரிய வாத்தியின் குரல் கேட்டவுடன் 'பள்ளன் திட்டுறான்' என்றும் 'பள்ளன்தான் அடிச்சான்' என்றும் வீட்டில் புகார் கொடுப்பதும் நடக்கும். பெற்றோரும் சரி 'இன்னைக்கே காட்டுக்கோட்டைக்குப் போய்ப் பள்ளனை என்னானு கேட்கிறேன் பாரு' என்பார்கள். தினந்தோறும் பால் ஊற்ற அங்குதான் போக வேண்டும். கேட்டார்களோ இல்லையோ ஆனால் எங்களை ஆறுதல்படுத்த அப்படிச் சொல்வது உண்டு. எங்கள் சாதி மற்ற வாத்தியாரோ அல்லது சத்துணவு வாத்தியாரோ அடித்தார் என நாங்கள் வீட்டில் கூறியது இல்லை. கூறினாலும் நீ தப்பு செய்து இருப்பாய் என்றே கூறுவது உண்டு.

அடுத்து நாங்கள் படித்த நடுநிலைப்பள்ளியில் டீச்சரை (பெயர் தெரியாது) அவரது ஊர்ப் பெயரால் சார்வாய் டீச்சர் என்று அழைப்பது வழக்கம். எனக்குத் தெரிந்து எங்கள் கிராமத்தின் தாய்க் கிராமம் சார்வாய். எங்கள் ஊர் சார்வாய்ப் புதூர். அடுத்து நாங்கள் வசித்தப் பகுதி சம்பேரி. வருவாய், தகவல் தொடர்பு உள்ளிட்ட வசதிகள் அனைத்திற்கும் சார்வாய் என்ற கிராமமே முதன்மை. அதேபோல் எனக்கு விவரம் தெரிந்த காலம்முதல் இன்றுவரை எங்கள் கிராமத்தில் இருந்த ஒரே ஐயர் பிராமணர் குடும்பம் அவர்கள் மட்டுமே. நல்லது கெட்டது எதுவென்றாலும் அந்தக் குடும்பத்தையே நம்பி இருக்கவேண்டியிருந்தது. பிறந்த குழந்தைக்கு (முதல் பிள்ளைக்கு நீங்கலாக மற்ற பிள்ளைகளுக்கு) நட்சத்திரம் பார்த்துப் பெயர்வைப்பது, சாந்தி முகூர்த்தம் நாள் குறித்துத் தருவதுமுதல் செத்து பின்னர் காரியம் திதி கொடுப்பதுவரை அந்தக் குடும்பமே முதன்மையாக இருந்தது. எனவே அந்தக் குடும்பத்தை அறியாதவர்கள் யாரும் இருக்க முடியாது. அந்த ஐயர் குடும்பத்தின் மருமகள் டீச்சராக எங்கள் ஊருக்கு வந்திருந்தார். அவரை யாரும் எதுவும் கேட்டுவிட முடியாது. அந்த அளவிற்குக் கணக்குப் பாடத்தைச் சொல்லித் தருவார் என்பார்கள். அவரது அடி தாங்கமுடியாமல் பள்ளிப்படிப்பைப் பாதியிலேயே விட்டவர்கள் பலபேர். 85 – 86களில் படித்த ஆண் பெண் அத்தனை பேரும் அவரிடம் அடிவாங்கியவர்கள், அதனால்

பலர் பள்ளியை விட்டு நின்றவர்கள். எந்தத் தகப்பனும் அந்த டீச்சரைப் பார்த்து ஏன் அடித்தாய் என்று கேட்டது இல்லை. ஏன்னென்றால் ஐயிரு டீச்சர் சார்வாய் டீச்சர் அடித்தால் நல்லதுக்குத்தான் அடிப்பார்கள் என்ற எண்ணம் பதிந்துபோய் இருந்தது. அவர் தன் சொந்த ஊருக்கு மாற்றலாகிப்போன பின்னர் எங்கள் ஊருக்கு ஆத்தூர் நகரப்பகுதியில் இருந்து கோபால் என்ற ஆசிரியர் வந்தார். அவரும் பிராமண வகுப்பைச் சார்ந்தவராக விளங்கினார். எனவே அவரையும் எவரும் கேலிசெய்துவிடவோ அவர் அடிப்பதைத் தடுத்துவிடவோ முடியவில்லை.

பொதுவாக நான் வாழ்ந்த சமுதாயத்தில் இயலாமையின் வெளிப்பாடுகள் எப்படியெல்லாம் குரூரமாக வெளிவரும் என்பதை இன்று நான் உணர்வதற்கு நான் படித்த உயர்நிலைப் பள்ளி அனுபவங்கள் அமைந்தன. நான் என் உயர்நிலைப் பள்ளிப் படிப்பை எங்கள் வீட்டிற்கு அருகில் இருந்த வடசென்னிமலைப் பகுதியில் உள்ள அரசு உயர்நிலைப் பள்ளியில் படித்தேன். அப்பள்ளியில் பெரும்பாலான ஆசிரியர்கள் கவுண்டர் இனத்தைச் சார்ந்தவர்களாகவும் ஒருவர் பிராமண இனத்தைச் சார்ந்தவராகவும் ஐந்தாறு பேர் பிற சாதி அதாவது நிச்சயம் தலித் அல்லாத சாதியைச் சார்ந்தவர்களாகவே இருந்தனர். அதில் எங்களுக்குத் தெரிந்து ஒரே தலித் ஆசிரியர், கலியமூர்த்தி என்ற ஓவிய ஆசிரியர் இருந்தார்.

எங்கள் ஊர் மக்கள் ஒருவன் தோற்றத்தை வைத்தே அவன் எங்கள் வட்டாரத்தில் என்ன சாதியைச் சார்ந்தவன் என்று கூறிவிடுவார்கள். அந்த அனுமானங்களை எல்லாம் உடைக்கக் கூடியவராகப் பிரம்மாண்டமாகத் திகழ்ந்தவர். அப்போது ஏபிசிடி கூடத் தெரியாத நாங்கள்தான் இதற்குமுன் நாங்கள் படித்த பள்ளியின் ஹீரோக்கள். குறிப்பாக எங்கள் ஏரியாவில் இருந்து சுமார் எட்டு மாணவர்கள் ஒரே பள்ளிக்கு ஒரே வகுப்பிற்குச் சென்றோம். ஆனால் உயர்நிலைப் பள்ளிக்குச் சென்றபோது நாங்கள் ஜீரோக்கள் ஆனோம். ஆங்கிலத்தைப் படிக்கச் சொல்லிப் பிழிந்து எடுத்தார்கள். ஏபிசிடி 26 எழுத்தையே முழுமையாகச் சொல்ல முடியாத எங்களுக்கு ஆங்கிலக் கவிதைகள் மனப்பாடப் பாடல்கள் எங்கே வரும்? உருண்டு புரண்டாலும் ஆங்கிலம் வராத எங்களுக்குக் கிடைத்த அவமானங்கள் சொல்லி மாளாது. நாங்கள் படித்த நடுநிலைப்பள்ளி மற்றும் எங்கள் ஊரின் பெயரால் பட்ட அவமானங்கள் பல. அந்தச் சமயத்தில் காலாண்டுத் தேர்வினை எழுதி அனைத்துப் பாடங்களிலும் எங்கள் ஊர் மாணவர்கள் பெயிலாகி இருந்தார்கள். அனைவரின்

பெற்றோரும் வரவழைக்கப்பட்டார்கள். குறிப்பாக எங்கள் பகுதியில் இருந்து எட்டு மாணவர்களின் பெற்றோரும் ஒரே நேரத்தில் பள்ளிக்கு வருவது வழக்கமாக இருக்கும். எங்களின் பெற்றோர் வந்தபோது எங்கள் வகுப்பாசிரியர் விடுப்பில் இருந்தார். எனவே நாங்கள் ஓவிய ஆசிரியரைச் சந்திக்க வேண்டிய கட்டாயத்திற்குத் தள்ளப்பட்டோம். எங்கள் முன்னேற்ற அறிக்கை (ரேங் அட்டை)யைப் பார்த்தவர் பெற்றோர்களின் தொழில், வருமானம் ஆகியவற்றைக் கேட்டுவிட்டு எங்கள்மீது எங்கள் பெற்றோர் முன்னரே கடுமையாகப் பேசினார். எங்கள் பெற்றோருக்கு அவரை மிகவும் பிடித்துப்போனது. எங்களுக்குத் தான் பெருங்கோபம். உங்கள் முன்னாடி அந்தச் சக்கிலி என்ன பேச்சுப் பேசுறான். நீங்க தலையாட்டிவிட்டு வருவீங்க. நாங்க பார்க்கணுமா? நாங்கள் பள்ளிக்குப் போகமாட்டோம் என்று அடம்பிடித்தோம். அடுத்தநாள் எங்கள் வகுப்பிற்கு வந்த ஓவிய ஆசிரியர் நெருக்கமாகப் பழக ஆரம்பித்தார். எங்கள் குறைகளைக் கேட்டார். படிக்கும் முறைகளைக் கற்றுக் கொடுத்தார். இன்று வரைக்கும் என் மனதில் நீங்கா ஆசிரியராகவே அவர் இருக்கிறார். அங்கு எங்களை அவர் கவர்ந்த விதத்தை இன்று நினைத்துப் பார்க்கின்றோம். எங்கள் பகுதியில் ஆதிக்க சாதியாக விளங்கிய ஆசிரியப் பெருமக்கள் தங்கள் சாதிப் பசங்களுக்குச் சாதகமாக நடந்துகொள்வது, டீயூசன் என்ற பெயரில் டீயூசன் போகும் பசங்களுக்குத் தேர்விற்கு வரும் வினாக்களுக்காகப் பயிற்சி அளித்தபோது எங்கள் நிலையை எங்களுக்குப் பக்குவமாகப் புரியவைத்துப் பொதுவான படிப்பு முறையைக் கற்றுக்கொடுத்துச் சாதி கடந்துநின்றவர் அவர்தான். இன்றும் என் மனதில் நீங்கா வடுவாக இருக்கிறது அந்த வார்த்தை. ‘அந்தச் சக்கிலி’ என்று என் பெற்றோரிடம் ஆங்காரமாகச் சொன்னது அப்படியே பதிந்து இருக்கிறது. இன்றும் வகுப்பறையில் படிப்பைப் பற்றி அசட்டையாக இருக்கும் மாணவர்களிடம் நான் கடுமையாக நடந்து கொள்ளும்போது நம்மைப் போல நம் மாணவர்களும் ஏதேனும் சொல்லக்கூடும் என்று நினைத்துப் பார்ப்பேன். என் மனம் உறுத்தும் அந்த வார்த்தை. அக்கணத்தில் என் முகம் என்னை அறியாமலேயே கோணலாகும். இன்று என்னில் யாருடைய மரணமும் பெரும் துன்பத்தைத் தந்துவிடவில்லை, ஆனால் 2003 அளவில் அவர் மாரடைப்பால் காலமானார் என்ற செய்தி என்னைப் பெரும் துன்பத்தில் ஆழ்த்தியது. இது நாள்வரை என்னில் நீங்காக் கல்விமான் அவர்தான். மாணவர் களுக்குக் கற்பிக்க இயலாதவர்கள் அவரைச் சாதியைக் காரணம் காட்டிப் புறந்தள்ளினார்கள். படிப்பதற்குத் துப்புக் கெட்ட நாங்களும்தான். நானும்தான். ஆசிரியர் அறை என்ற ஒரு

தனியறையில்கூட அவருக்கு இருக்கை ஒதுக்கப்படவில்லை. அவர் அலுவலகத்தில் அலுவலக உதவியாளர் மற்றும் எழுத்தர் அறையிலேயே இருந்தார். உயர்சாதி ஆசிரியர்கள் புறக்கணிக்கும் வேளையில் அவர்களுக்கு முன்னர் அவர்களை அந்த ஓவிய ஆசிரியர் புறக்கணித்திருக்கக்கூடும்.

எங்கும் பிராமண சாதி ஆதிக்கம் தலைதூக்கியே இருந்தது என நான் நம்பும்படியாக மற்றொரு சம்பவமும் உயர்நிலைப் பள்ளியில் நிகழ்ந்தது. தொடக்கப்பள்ளி மற்றும் நடுநிலைப் பள்ளியில் பெரிய வாத்தியார் சின்ன வாத்தியார் அல்லது அந்த வகுப்பின் பெயரைச் சொல்லி அந்த வகுப்பாசிரியர் என்று சொல்லிப் பழகிய எங்களுக்கு ஆசிரியரின் பெயரைச் சொல்லி சார் எனக் குறிப்பிடும் பழக்கம் ஏற்பட்டது. அப்போதும் எங்கள் ஒன்பதாம் வகுப்பிற்கு வகுப்பாசிரியர் ஐயர். எல்லோரையும் பெயரைச் சொல்லி அழைத்தபோது அவரை மட்டும் ஐயராசிரியர் (அய்யிரு) என்றே பள்ளி முழுக்கவும் அழைத்தனர். ஒருவேளை உயர்சாதி என்பதால் அவர் பெயரைச் சொல்லாமல் சாதிப்பெயரால் உயர்வாகச் சொல்லி இருக்கக்கூடும். அவர் அடித்து யாரும் ஏன் என்று கேட்டது இல்லை. அவரைக்கண்டு ஆசிரியர்களேகூடப் பயந்தனர். அதற்குக் காரணம் அவரது திறமையாகக்கூட இருக்கலாம். அல்லது ஐய்யன் செய்தால் சரியாக இருக்கும் என அச்சாதியையே நம்பி இருந்த எங்கள் ஊர் மக்களைப் போல. என் கிராமம் சார்ந்த பள்ளி அனுபவங்கள் சாதியோடு நெருங்கி இருந்ததைப் போல நகரப்பகுதிக்குச் சென்றபோது இருந்திருக்கவில்லை. ஆத்தூர் பகுதியில் படித்தபோது என்னோடு படித்த மாணவர்களும் அங்கு சேர்ந்ததால் அவர்களின் சாதியைத் தவிர மற்றவர்களின் சாதியை அறிந்துகொள்ள இயலவில்லை. அதேவேளையில் மற்றவர்களின் குறைகளைக் கண்டபோதோ பிடிக்காதபோதோ ஒருவரின் சாதியைச் சொல்லித் திட்டக்கூடிய நண்பர்கள் கூட்டம் எங்களோடு இருந்தது.

நான் இன்பம் என நினைத்த அனைத்தையும் பல நாள் புரண்டு புரண்டு யோசித்த என்னுடைய பல நாள் கனவுகளையும் கலைத்துப்போட்ட சாதி உணர்வு நான் கல்லூரியில் படித்த போது எனக்கு ஏற்பட்டது. நான் 96இல் கல்லூரிக்குச் சென்றபோது என் அம்மாவிற்கு நான் என்னவோ மன்மதராசா என்று எண்ணம் இருந்ததோ என் பின்னால் எல்லாப் பெண்களும் வந்துவிடுவார்கள் என்ற எண்ணம் இருந்ததோ என்னமோ! முதலில் என் அம்மா கூறிய வார்த்தை 'காலேஜ்க்குப் போற நாயி படிச்சுப்புட்டுத்தான் வரணும். பலபட்ட சாதியும் வருதுன்னு பள்ளத்தி பறச்சின்னு

யாரையாச்சியும் கூட்டி வந்தால் தம்பிடி சொத்து சொகம்கூடக் கிடைக்காது பாத்துக்கோ' என்பதுதான். இன்றைய நிலையைப் போலச் சம்பாதிக்கிற திமிர் இருந்திருந்தால் கல்லூரி காலத்திலேயே என் வாழ்க்கை திசை மாறி இருக்கக்கூடும். சொத்து சொகத்தின் முன்னால் என் ஆசைகள் என் கனவுகள் கருகியதோ என் அம்மாவிற்குப் பயந்து என் செ(சொ)ல்லாத காதல் ஒருதலைக் காதலாக அழிந்ததோ தெரியாது. அதைப் பற்றி இன்றும் முழுமையாக நினைக்க முடியாது. என்னுள் இருந்த சாதி உணர்வால் நான் பட்ட அவமானம் என் ஆசிரியர் கூறிய சொற்கள் வேடிக்கைபோல் இருந்தாலும் இன்றும் அச்சொற்கள் மனதில் உறுத்துகின்றன. தலைகுனிகிறேன்.

கல்லூரியில் பயின்ற பருவத்தில் எங்கள் ஆசிரியர்கள் சாதியைக் கடந்து அறிவுசார் நிலையில் நின்றார்கள். யாரையும் பெரும்பான்மை சாதியைக் கேட்டது கிடையாது. வீடுகளுக்குச் சென்றால் வெளியே நிற்க வைத்துவிடும் அந்தக் கிராமத்துப் பிரமாணர் வீட்டில் குடியிருந்த வெளியூர் பிராமண ஆசிரியர் எங்களை வீட்டிற்கு அழைத்து உணவு போட்டுப் படிக்கப் புத்தகங்களைக் கொடுத்தார். கவுண்டர் சாதியைச் சார்ந்தவரும் அப்படியே பழகினார். கல்லூரிக்கு அருகில் வசித்த அவர்கள் வீடுகளில்தான் வெண்பொங்கல், கோதுமை தோசை, ராகி தோசை, பருப்பு சோறு ஆகியவற்றை உண்டு களித்து இருந்தேன். மாலைப்பொழுதுகளில் திரையரங்கில்கூட அவர்களோடு படம் பார்க்கும் வாய்ப்பைத் தந்தார்கள். அதே காலகட்டத்தில் அதே கல்லூரியில் சிலர் எங்கள் துறையில் இருந்தவர்கள் சாதியை முதன்மைப்படுத்தினர். ஒருகட்டத்தில் அவர்களோடு நாங்கள் வளர்ந்தபோது பொறாமையோடு மொட்டைக்கடிதம் போட்டவர்கள்கூட அவர்கள்தான். அவர்கள் தங்கள் பாடத்தில் தகுதியற்றவர்களாக இருந்தனர். எங்கள் மனதிலும் தங்காது போயினர்.

கல்வித்துறையில் தகுதி உடையவர்கள் சாதி பார்ப்பதில்லை என்பதற்கு நாங்கள் நகரத்தில் பயின்றபோது ஏற்பட்ட அனுபவமும் ஒரு உதாரணமாய் அமைந்தது. முதுகலைப் படிப்பு படித்த கல்லூரி பிராமணர் கல்லூரி. பெரும்பான்மை ஆசிரியர்கள் பிராமணர்களாக இருந்தனர். அவர்களை எல்லாம் கண்டு மாணவர்கள் பயந்தனர். பிராமணர் அல்லாதவர்கள் சிலர் மாணவர்களைத் தம்பால் ஈர்க்கப் பிராமண ஆசிரியர்களைப் பற்றித் தவறாகக் கூறி இருக்கக்கூடும். நாங்கள் சென்றபோது படிப்பில் ஆர்வம் செலுத்தியபோது புத்தகங்களை வாரி வழங்கினர். ஒன்று இரண்டு புத்தகங்கள்கூடத் துறை நூலகங்களில் பெறாத

மாணவர்கள் இருந்த துறையில் எங்கள் நண்பர்கள் புத்தங்களைத் தொடர்ந்து வாங்கிச் செல்வதும் படிப்பதும் திரும்ப முறையாக ஒப்படைப்பதும் அவர்களுக்கு மகிழ்ச்சியைக் கொடுத்தது. பைக்கில் மாணவர்களைத் தவறியும்கூட ஏற்றாதவர்கள் பைக்கையே தந்தார்கள். வீட்டிற்கு அழைத்தார்கள். திறமைகளுக்கு முன்னர் சாதி திறமின்றிப் போனது. சாதியை முதன்மைப்படுத்திய ஆசிரியர்கள் தகுதி அற்றவர்களாய் விக்கித்தான் நின்றனர்.

இதே நிலைதான் பணி அனுபவத்திலும் ஏற்பட்டது. 2002இல் முதலில் வேலைக்குச் சென்றபோது நம்சாதி என்று நட்பு பாராட்டியது எல்லாம் அழிந்துபோனது. சாதி உணர்வுகள் சகதியான அனுபவத்தைத்தான் தந்தன. எனக்கு முன்னேற்றப் பாதைக்கு வழிகாட்டியவர்கள் அனைவரும் சாதியைக் கடந்தவர்கள்தான் என்று இன்று யோசிக்கும் இந்தவேளையில் என்நிலை குறித்து எனக்கே ஒரு மாதிரியாகத்தான் இருக்கிறது.

இரண்டு ஆண்டுகளுக்கு முன்புவரை சாதி பற்றிக் கூறினால் சாதி வேண்டும் என்றே கூறி வந்தேன். ஏனெனில் படிப்பு என்ற ரீதியில் சாதிதான் எனக்குக் கைகொடுத்தது. படிப்பின் வாசம் தெரியாத பெற்றோருக்குப் பிள்ளையாக, முதல் தலை முறையாகக் கல்விக்கூடங்களுக்குக் கால்வைத்தபோது பகிரங்கப் போட்டியில் பொது இடஒதுக்கீட்டில் 31 விழுக்காட்டில் இடம்பிடிக்க முடியவில்லை. என் சாதி சார்ந்த 20% இட ஒதுக்கீட்டில்தான் எனது இளங்கலை, முதுகலை, எம்ஃபில் படிப்புகளுக்கு இடம் கிடைத்தது. ஒருவேளை சாதி சார்ந்த இடஒதுக்கீடு இல்லாமல் போயிருந்தால் நான் படிக்காமல் போயிருக்கக்கூடும். ஏனெனில் அன்று தனியார் கல்லூரிகளில் சேர்ந்து படிக்கும் வசதி இருந்திருக்கவில்லை. அதே போலத்தான் படித்து முடித்துவிட்டு அரசுப் பணி கிடைக்காது அலைந்து திரிந்தபோது கடுமையாக உழைத்துப் பொது இடஒதுக்கீட்டில் தேர்ச்சி பெற்றபோது நான் தேர்ந்தெடுத்த துறைக்குக் கலந்தாய்வில் சாதி ஒதுக்கீட்டில்தான் இடம் கிடைத்தது. எனவே சாதிகூடச் சரிதான் என எண்ணினாலும் அதிலும் என் இயலாமை குறைந்த மதிப்பெண்கள்தானே என்னைச் சாதி சார்ந்த இடஒதுக்கீட்டிற்கு தள்ளியது என்று எண்ணும்போது சாதி எனும் மதுபோதை இயலாமை எனும் கோப்பை எங்கும் நிரம்பி வழிவதை உணர முடிகிறது.

இது ஒருபுறம் என்றால் என் சொந்தக் குடும்பம், உறவு என்ற நிலையில் சாதி என்னைச் சங்கிலியாய்ச் கட்டிப் போட்டிருந்தது. பிற சாதிகளின் பெயர்கள், பிற சாதியினர் யார், அவர்கள் பெயர் என்ன என்பது எல்லாம் எண்பதுகளின்

தொடக்கத்தில் எனக்குத் தெரிந்திருக்கவில்லை. ஏனெனில் எங்கு நோக்கினும் எங்கள் சாதி மக்களே இருந்தனர். எங்கள் ஊர் முழுக்கவே ஒரு தெரு. எங்கள் பங்காளித் தெரு என்றால் அடுத்த தெரு முறைக்காரர்கள் வசிக்கும் தெருவாக இருக்கும். ஊரின் ஒதுக்குப்புறங்களில் குறிப்பாகக் கிழக்குப்புறங்களில் தலித் வாழிடங்கள் இருந்தன. எங்கள் மக்கள் வசிக்கும் தெருவின் கோடி அவர்கள் வசிக்கும் பகுதியின் தொடக்கமாக இருந்தது. எங்கள் தெருக்களுக்கு அவர்கள் வருவதற்கான தேவைகள் இருந்திருக்கவில்லை. அவர்கள் நகரத்தோடு இணைவதற்கு மாற்று வழிகள் இருந்தன. ஒருவேளை எங்கள் மக்கள் வசிக்கும் தெருவழியே வரும்போது சைக்கிள் ஓட்டமுடியாது, பீடி குடிக்க முடியாது. வேட்டியை மடித்துக் கட்டிக்கொண்டு செல்ல முடியாது. ஆனால் பொதுவிநியோகக் கடைக்கு மட்டும் வரக்கூடியவர் களாக இருந்தனர். அவர்களுக்குத் தனியாக வரிசை இருந்தது. எனக்கு விவரம் தெரிந்து இன்றுவரை எங்கள் ஊர் தலித் பகுதியைச் சேரித்தெரு என்று அழைத்தது இல்லை. பள்ளத்தெரு என்பதாகத்தான் அடையாளப்படுத்துவர். நவீன இலக்கியங்களில் காணப்படுவதைப் போன்று தலித் எழுச்சி எங்கள் ஊர் தலித்துக் களிடம் இருக்கவில்லை. ஒருவேளை அவர்கள் பறையர்களாக இல்லாதது காரணமாக இருக்கும். பறையர்கள் என்பவர்கள் எங்கள் கிராமத்தின் தாய்க் கிராமத்தில் இருந்தனர். இறப்பிற்கும் திருமணத்திற்கும் நெல் தூற்றவும் உள்ளூர் இழவு சொல்லவும் வந்து செல்வதைக் காணமுடிந்தது.

இன்றைக்குத் தலித் என்று அடையாளப்படுத்தப்படும் பள்ளர், பறையர், சக்கிலியர் என்ற பிரிவில் எங்கள் ஊரில் பறையர்களே இருக்கவில்லை. பள்ளர்கள் மட்டும் இருந்தனர். அதேவேளையில் ஒன்றிரண்டு அருந்ததியர் குடும்பங்கள் இருந்தன. அவர்களோடு எங்களுக்கு நெருக்கமான உறவுகள் எதுவும் இருந்திருக்கவில்லை. எங்களுக்கு என்பது இங்கு எங்கள் ஊர் வன்னிய; சாதி என்பதாகவே குறிப்பிடுகிறேன். ஆனால் எங்களோடு தொடர்பில் இருந்தவர்களாகவும் ஆனால் தனித்து இயங்கக் கூடியவர்களாகவும் கவுண்டர்கள் விளங்கினர். அவர்களுக்கு எங்கள் ஊரோடு எந்தவிதத் தொடர்பும் இல்லை. அவர்களுக்கு ஊர்த் தெருக்களில் வீடுகள் இல்லை. எங்கள் நிலங்களின் பகுதியில் 99விழுக்காடு அவர்களுக்கு நிலம் இல்லை. மாவட்டங்களையும் மாநிலங்களையும் பிரிக்கும் எல்லைக் கோடுகளாய் விளங்கும் ஆறுகள் மலைகள்போல ஓடைகளோ சாலைகளோ எங்களுக்கும் கவுண்டர்களுக்கும் குறுக்கே இருந்தன. எனக்குத் தெரிந்து ஒரு சாதியைப் பற்றிய அறிமுகமே எங்களுக்குப் பழமொழிகளோடுதான் அறிமுகம் ஆனது. மேற்குப் பகுதிகளில்

இருந்து வந்த கவுண்டர்கள் கொங்கர்கள் என்றே அழைக்கப் பட்டனர். எளிமையாகக் கொங்கன் என்பது வழக்கம். கொங்கன் ஒறவு கண்ணுக்குள்ள விழுந்த கம்பங்கொங்கு போல உறுத்தும். பள்ளன் பறையனுக்குச் செய்யற உதவி பாடைக்குச் செய்கிற அலங்காரம் மாதிரி. நாய் சினேகம் சீலைக்குக் கேடு நாய்க்கன் வேலைக்குக் கேடு – இப்படியான தன்மைகளிலேயே எனக்கு அறிமுகம் ஆனது.

1985இல் எனக்குத் தெரிந்த பிற சாதி மனிதர்களின் பெயர்கள் இரண்டுதான். ஒன்று வள்ளிப் பள்ளத்தி. இரண்டு பழனியம்மாள் பள்ளத்தி. இருவருமே எங்கள் தோட்டத்திற்குப் பயிர் நடவு செய்ய வரும் பள்ளர் சாதியைச் சார்ந்த பெண்கள். மிகக் குறைந்த நிலமே வைத்திருந்த எங்கள் குடும்பத்திற்கு நாங்களே அந்த நிலத்தில் வேலைசெய்து கொண்டோம். ஆனால் நெல் நடவு செய்யும்போது பள்ளர் சாதிப் பெண்களே அழைத்து வரப்பட்டனர். அவர்கள் வந்து குலவையிட்டுப் பாட்டுப்பாடிப் பயிர் நடவு செய்யச் சிறிது கூலி உயர்த்தித் தரப்பட்டது நினைவில் இருக்கிறது. கடந்த ஐந்து ஆறாண்டுகளுக்கு முன்புவரை இந்த நிலைதான் நீடித்தது. ஏனெனில் அதுவரை என்னுடைய அப்பாவே விவசாயத்தை முழுமூச்சாகப் பார்த்து வந்தார்.

அதற்கு அடுத்து நான் அறிந்துகொண்ட தலித் சாதியைச் சார்ந்த ஆணின் பெயர் கந்தன் என்பதாகும். அவர் சக்கிலியர் சாதிப்பிரிவைச் சார்ந்தவர். அவர் கவுண்டர் வீட்டில் பண்ணையம் கட்டுபவராக இருந்தவர். நல்ல கதையாளியாக இருந்த அவரோடு எங்களுக்குக் கதை கேட்கும்வரைதான் உறவு உண்டு. பண்ணையம் கட்டிய வீட்டிலேயே குடும்பத்தோடு இருந்தார். அங்கு சென்றால் உதைதான் விழும். எங்கள் ஊருக்கும் பள்ளர்களுக்கும் எப்படி உறவு ஏற்பட்டது என்பது மட்டும் தெரியவில்லை. அதேபோல் எங்கள் ஊரில் அதிகமாகச் சக்கிலியக் குடும்பங்களோ பறையர் களோ இல்லாமல் போனது ஏன் என்பதும் தெரியவே இல்லை. ஒருவேளை எங்கள் கிராமத்தின் தாய்க் கிராமத்தில் பல சாதியும் இருந்த நிலையில் எங்கள் சாதி மக்கள் மட்டும் தனித்து வெளி வந்திருக்கக்கூடும். கவுண்டர்களுக்கு வேளாண்மைக்குத் துணையாக இருந்த சக்கிலியரைப் போல எங்கள் சாதிக்குப் பள்ளர்கள் துணையாக இருந்திருக்கக்கூடும்.

பாடப்புத்தகத்தின் முதல் பக்கத்தில் இருக்கும் தீண்டாமை ஒருபாவச்செயல், தீண்டாமை ஒரு பெருங்குற்றம், தீண்டாமை ஒரு மனிதத் தன்மையற்ற செயல் என்ற வாசகத்தின்படி அந்தப் பாவத்தைச் செய்யாத காரணத்தால் கடுமையாகத் தாக்கப்

பட்டேன். என் பெற்றோர் அல்லாத என் உறவினர் ஒருவரால் நான் தண்டிக்கப்பட்டேன் என்றால் அது பள்ளர் சாதிப் பெண்ணின் தலையில் கட்டியிருந்த துணியைக் கையில் எடுத்ததற்குத்தான். இந்திய தேசியக்கொடியையும் வன்னியர் சங்கத்தின் அக்கினிச் சட்டியோடு கூடிய மஞ்சள் துணிக் கொடி தவிரப் பிறிதொன்றை அறியாத எனக்கு அமெரிக்காவின் தேசியக்கொடி போன்ற பெரிய கைக்குட்டை அதிசயமாகத் தெரிந்தது. தொடக்கப் பள்ளியில் பலநாட்டுத் தேசியக்கொடி களை என்னுடைய ஆசிரியர் காட்டியதில் என்னைக் கவர்ந்ததாக அமெரிக்கக் கொடி இருந்தது. அதேபோல் பள்ளர் சாதிப்பெண் வைத்திருந்த துணியை ஆசையோடு நான் எடுத்தபோது என் பெரியம்மா என்னைக் கடுமையாகத் தாக்கினார் அப்போது எனக்குப் பத்து வயது இருக்கக்கூடும்.

அதன் பின்னர் அவர்களோடு எனக்குப் பேச்சுவார்த்தை மட்டுமே இருந்தது. தொட்டுப் பழக வாய்ப்பு இல்லை. எனக்கு விவரம் தெரிந்த காலத்தில் எங்களைவிட உயர்சாதியாகக் கருதப்பட்ட கவுண்டர் சாதி மக்களின் தோட்டங்களுக்குக் கூலிவேலைக்குப் போகும் எங்களுக்கும் இதே நிலை இருந்தது. தொட்டுப் பழகலாம். ஆனால் கவுண்டர் வீட்டிற்கு நாங்கள் நுழையக் கூடாது. ஆனால் நாங்கள் சற்று வளர்ந்த பின்னர் இது மாறி இருப்பதை உணர்கிறேன். அதேபோல் எங்கள் சாதிக்கும் தலித் சாதிக்குமான நிலையில் மாற்றம் ஏற்பட்டிருப் பதையும் உணர முடிகிறது.

தங்கள் தோட்டத்தில் வேலைசெய்யும் சேவைச்சாதியைப் போல விளங்கும் ஒருவரைக் கேவலமாக எண்ணும் வழக்கம் இருந்திருக்க வேண்டும் என எண்ணுகிறேன். எனக்குத் தெரிந்து எங்கள் பகுதிக் கவுண்டர்கள் தங்கள் பையன்களைக் கோபத்தில் திட்டும்போது ‘டேய் சக்கிலி நாயே’ என்று திட்டுவார்கள். அதேபோல் ‘போடா பள்ளா போ’ என்று எங்கள் உறவினர்கள் திட்டுவதைப் பார்த்து இருக்கிறேன்.

90களில் என் உறவினர்களோடு கூலிவேலைக்குச் செல்லும் தேவை எனக்கு ஏற்பட்டபோது விளையாட்டுப் போக்கில் வேலை செய்வது உண்டு. அப்போது எல்லாம் ஒருவரைக் கேவலப்படுத்தும்போதும் மாமான் மச்சான் போன்றவர்கள் திட்டும்போதும் வேண்டுமென்றே ஒதுக்குவதுபோல் நடிக்கின்ற போதும் தாழ்த்தப்பட்ட சாதியின் பெயரையே சொல்லித் திட்டுவது வழக்கம். குறிப்பாக எனது மாமன் மகன் ஒருவர் இருந்தார். அவருக்குப் படிப்பே வராது. ஒன்பதாம் வகுப்பை மட்டும் நான்கு ஆண்டுகள் படித்து ஓய்ந்து பின்னர்தான் பத்தாம்

வகுப்பிற்குச் சென்றார். அப்போது எங்களைப் பார்த்து அடிக்கடி கேலிசெய்யும்போது கவர்மெண்ட் ஐயிரு வரார் பாரு என்றே கூறுவது உண்டு. எனக்கு வெகுநாள் இதன் அர்த்தம் தெரிய வில்லை. அப்புறம் எங்களைத் தாழ்த்தப்பட்ட சாதி என்று திட்டுகிறார் என்று மட்டும் தெளிவாகப் புரிந்தது. பின்னர் அதுபற்றி விவாதிக்கும்போது அதுதான் பொருள் எனப் புரிந்தது. ஆனால் அதற்கு வெகுநாள் கழித்து 98 அளவில் கல்லூரிக்குச் செல்லும்போது கவர்மெண்ட் பிராமணன் என்ற நூலை என் ஆசிரியர்கள் படித்ததைப் பார்த்தேன். அதே சமயம் நானும் படித்தேன். அதிக சலுகை உடையவர்கள் பிராமணர்கள் என்ற ஒரு பிம்பம் பொதுவாக இருந்தது. அதே சமயத்தில் தலித்துகளுக்கு அதிக அளவிலான இடஒதுக்கீடு கிடைக்கும். தலித் படித்தாலே போதும். அரசு அதிக அளவில் வேலை தந்துவிடும் என்ற எண்ணம் பொது மக்கள் மத்தியில் இருந்தது. எனவே அரசு அவர்களுக்குச் சலுகை காட்டுவதாகக் கருதிப் பிராமணர்களோடு ஒப்பிட்டு அவர்களைப் பிராமணர் என்றால் உயர்சாதி என்ற பொருளிலும் கவர்மெண்ட் பிராமணர் என்றால் தாழ்த்தப்பட்ட சாதி; அரசு சலுகை கிடைக்கும் என்ற வன்மத்தின் வெளிப்பாடாய் அந்த வார்த்தை இருந்தது.

ஆனால் நிச்சயம் அப்படி இல்லை என்பதை உணர்ந்து கொள்ளச் சில காலம் ஆனது. 31 விழுக்காடு பொது ஒதுக்கீடும் 30விழுக்காடு பிற்படுத்தப்பட்ட வகுப்பினருக்கும் 20 விழுக்காடு மிகவும் பிற்படுத்தப்பட்ட வகுப்பினருக்கும் 18 விழுக்காடு தாழ்த்தப்பட்ட வகுப்பினருக்கும் 1 விழுக்காடு பழங்குடியினருக்கும் ஒதுக்கப்பட்ட வேளையில் தலித்துகளுக்கே சலுகை என்றும் அதன்வழியாகப் படிக்கத் துப்புகெட்டவர்கள் எங்களைத் தலித் என்றும் கவர்மெண்ட் பிராமணன் என்றும் கூறுவதன் வழியாகத் தங்களை உயர்சாதி எனக் கூறிக்கொண்டனர் என்பதைப் புரிந்துகொள்ள வெகுநாள் ஆனது.

சாதி மிகப்பெரிய வன்மம் நிறைந்த ஒரு இடம் என்பதை அறிந்துகொள்ள எனக்கு வெகுகாலம் ஆனது. ஆனால் அதை அவ்வளவு எளிதில் தூக்கி எறிந்துவிடவில்லை. எனக்குக் குருவாக நான் நினைத்திருந்தவர்களைப் போல நான் இருக்க முற்பட்டுப் பலமுறை தோற்றுப்போனேன். ஒருநிலையில் அந்த நாயி அப்படித்தான் இருக்கும். அவன் சாதிப் புத்தி அப்படித்தான் என்று திட்டிய என் இயலாமையை என்ன சொல்வது என்று தெரியாமல் விழிக்கின்றேன்.

எல்லாவற்றையும் கடக்க வேண்டும் என்ற நிலையில் எனது சோதனை முயற்சியில் நான் இறுதியாகச் சாதி திமிர் பிடித்தவன், தகுதியற்றவன் என்று வசவுகள் பெற்று இருக்கிறேன். இத்தனைக்கும் நான் எந்தச் சாதிக்கட்சியிலும் உறுப்பினர்கூட இல்லை. அரசுப்பணி சார்ந்த சூழலில் திறமைதான் ஒருவனுக்குக் கவுரவம் என்று எண்ணி நின்று நிதானித்து எந்த மனிதனையும் இனி மனிதனாக மதிக்க வேண்டும். நான் முதலில் மனிதனாக இருக்க வேண்டும் என்று எண்ணினேன். கடந்த ஓராண்டாக நின்று நிதானித்து வரும்வேளையில் எனது பணி அலுவல் காரணமாக எனக்கு மேலே ஐந்து நிலைகளில் உயர் பதவியில் உள்ள ஒருவரைச் சந்தித்தேன். அவர் சாதி என்ன என்பது எனக்குத் தெரியாது. தெரிந்து கொள்ளவும் விரும்பவில்லை. ஆனால் என்னைப் பற்றி முழுமையாகத் தெரிந்துகொண்டிருந்த அவர் கடைசியாகச் சொன்ன ஒரு வாசகம்தான் இந்தக் அனுபவக் கட்டுரையை எழுத சுமார் 20 நாட்கள் காலம் கடத்துவதற்குக் காரணமாக இருந்தது. 'தம்பி நீ கரெக்டா நமது அலுவலகம் அனைத்திலும் நம்மாளுங்க யார் யார் இருக்கிறாங்கனு நோட்பண்ணு. நாம் ஒரு அமைப்பை உருவாக்க வேண்டும். அவனுங்க எல்லாம் பாரு எப்பவும் ஒரு கூட்டுத்தான். நாமும் அப்படித்தான் மாறணும்.' விழிபிதுங்கி நிற்கிறேன். இன்றைய என் நிலையில் இருந்து இழுத்துவிடுமோ என் இயலாமை? காலம் பதில் சொல்லும்.

ooo

வாக்குமூலம்

மு. நடராஜன்

ஆந்திரப் பகுதியில் இருந்து இடம்பெயர்ந்து தமிழகத்தின் பல மாவட்டங்களிலும் பரவி வாழும் சாதிகளுள் ஒன்று தொட்டிய நாயக்கர். இடப்பெயர்வு நிகழ்ந்த காலத்தில் தன் குழு சிதைந்துவிடக் கூடாது என்னும் எண்ணத்தில் பிற சாதிக் கலப்புக்கு இடமளிக்காமல் சில கட்டுப்பாடுகளை உருவாக்கிக் கொண்டனர். பொருளாதார நிலையில் மிகவும் பின்தங்கியவர்களாக இருந்தபோதிலும் தங்கள் சாதிக்கெனத் தனித்தன்மை இருப்பதாகக் கருதித் தங்களைப் பிற சாதியினரைவிட உயர்வாகக் கருதிக் கொள்கின்றனர். பிற சாதியாரும் இவர்களிடம் மிகுந்த மதிப்பு வைத்துள்ளனர்.

இவர்கள் வாழும் ஊரில் வேற்றுச் சாதியினர் குடியிருக்கமாட்டார்கள். பெரும்பாலான ஊர்களில் இவர்களது குடியிருப்புகளுக்கு அருகிலேயே அருந்ததியர் குடியிருப்புகள் உள்ளன. விவசாயம் செழித்திருந்த காலங்களில் அருந்ததியர் நாயக்க மக்களுக்குப் பண்ணையம் கட்டும் உரிமையுடைய வர்களாக இருந்தனர். வயல் வேலைகள், பறி தைத்தல், கால்நடைகளை மேய்த்தல் முதலான வேலைகளைச் செய்துவந்தனர். நாயக்கர் வீட்டில் திருமணம் நடந்தால் அவ்வீட்டுப் பெண்ணுக்கோ

ஆணுக்கோ திருமணத்தின்போது அணியும் செருப்பைத் தைத்துக் கொடுப்பதைத் தங்கள் உரிமையாக அருந்ததியர் கருதுகின்றனர். நாயக்க மக்களின் கோயில் விழாக்களிலோ வீட்டுத் திருமணம், இறப்புச் சடங்குகளிலோ அருந்ததியர் மேளம் முழக்குவர். பறையரைப் பயன்படுத்துவதில்லை. அருந்ததிய இனத்தவர் நாயக்கர் குடியிருப்புகளுக்கு வரும்போது தோளில் துண்டணி வதோ காலில் செருப்புடன் வருவதோ கூடாது. நாயக்கர் வீதிகளில் அருந்ததியர் சைக்கிளில் ஏறிச் செல்லக் கூடாது. தள்ளிக்கொண்டுதான் செல்ல வேண்டும்.

என்னுடைய ஊரிலிருந்து இரண்டு மைல் தொலைவில் உள்ள புத்தூரில் பள்ளர், பறையர் சாதியினர் உள்ளனர். அச்சாதிகளுடன் எங்களுக்கு எந்தவிதத் தொடர்பும் இல்லை. தாழ்த்தப்பட்டவர்களில் பள்ளர் சற்று உயர்வானவர்களாகக் கருதப்படுவதால் அவர்களது வீடுகளில் தண்ணீர் மட்டும் குடிப்பர். உணவு உண்பதில்லை. வேற்றுச் சாதியாருடன் சற்றும் உறவு வைத்துக்கொள்ளமாட்டார்கள். நாமக்கல் மாவட்டத்தில் பெரும்பான்மையாக உள்ள கவுண்டர் வீடுகளில்கூட இவ்வினப் பெண்கள் உண்ணமாட்டார்கள். ஆண்கள் மட்டுமே உண்பர். நகரங்களுக்கு வந்துபோனால்கூடத் தண்ணீரோ தேநீரோ உணவு விடுதிகளில் உண்ணவே உண்ணார். வாரச் சந்தை கூடும் நாட்களில் சந்தைக்குச் சென்று பொருட்களை வாங்கிக் கொண்டு வீட்டுக்கு வந்து சந்தைப்பொருட்களின் மீது தண்ணீர் தெளித்து எடுத்துச்செல்வர். பலபட்டறைச் சாதிகளையும் சந்தைகளில் தொட்டுவிடுவதற்கான வாய்ப்பு இருப்பதால் சந்தைக்குப் போன பெண்கள் குளித்துவிட்டே வீட்டுக்குச் செல்வர்.

இச்சாதியின் தனித்தன்மையாக இவர்கள் கருதிக்கொள்வது பிற சாதியாருடன் கலப்பின்றி இருப்பது. இச்சாதியைச் சேர்ந்த ஆணோ பெண்ணோ பிற சாதியினருடன் பாலுறவு கொள்ளக் கூடாது. அவர்களாகவே விரும்பி உறவு கொண்டாலோ பலாத்காரம் செய்யப்பட்டாலோ இச்சாதியிலிருந்து விலக்கி வைக்கின்றனர். அவர்களைக் 'கெட்டுப் போனவர்கள்' என்னும் சொல்லால் குறிப்பிடுகின்றனர். கெட்டுப்போனவர் தன் தகாத உறவை அவராகவே வெளிப்படுத்திவிட்டு ஊரைவிட்டு நீங்கிச் செல்லலாம். அவர் எங்கேனும் நகரப் பகுதியில் வாழ்ந்து கொள்ளலாம். ஊருடனும் தன் வீட்டுடனும் உறவுகளுடனும் அவருக்கு எவ்விதத் தொடர்பும் கிடையாது. கெட்டுப்போனவர் வெளியேறாமல் வீட்டுடனே இருப்பேன் என்றால் அவரைத் தற்கொலைக்குத் தூண்டுகின்றனர். அடித்துத் துன்புறுத்தி

நாண்டுகொள்ளச் செய்தோ பூச்சிக்கொல்லி மருந்தைக் கொடுத்தோ கொன்றுவிடுகின்றனர்.

தான் கெட்டுப்போனதை யாருக்கும் தெரியாமல் மறைத்து வாழ்ந்துவிடலாம் என்று நினைத்தாலும் அவர்களைத் தெய்வத்தின் பெயரால் பயப்படுத்தி வைத்துள்ளனர். கோயில் விசேஷங்களில் கலந்துகொள்ளும்போது வரும் தெய்வ அருள்வாக்குக் காட்டிக் கொடுத்துவிடும், கண் பார்வை இல்லாமல் போய்விடும் என்பன போன்ற அச்சுறுத்தல்கள் இருப்பதால் ஏதாவது ஒரு சந்தர்ப்பத்தில் இவர்கள் தாங்களாகவே கெட்டுப்போனதாகக் கூறிவிட்டு ஊரைவிட்டுச் சென்றுவிடுகின்றனர். இறுதிக் காலம்வரை தான் கெட்டுப்போனதை வெளிப்படுத்தாமல் வாழ்ந்துவிட்டு இறந்துபோகலாம் என்று எண்ணலாம். ஆனால் பிணத்தைச் சுடுகாட்டில் எரிக்கும்போது மறுநாள் காலையில் அவர் எரிக்கப் பட்ட இடத்திற்குச் சென்று பார்ப்பர். அவ்விடத்தில் நாய் மலம் கழித்திருந்தால் அவர் கெட்டுப்போனதை மறைத்தவர் என்று கருதுகின்றனர். அவருக்கு நடுகல் வழிபாடு கிடையாது. இச்சாதியில் நடுகல் வழிபாட்டுக்கு முக்கியத்துவம் தரப்படுகிறது. ஒவ்வொரு தைப்பொங்கலின்போதும் நடுகல் வழிபாடு நடக்கும். இறந்துபோனவர்களுடைய வாரிசுகளும் உறவுகளும் வழிபடுவர். கெட்டுப்போனவருக்கு அவ்வழிபாடு இல்லை.

இத்தகைய கட்டுப்பாட்டால் இச்சாதியில் கல்வியறிவு மிகமிகக் குறைவு. ஆண்கள் பன்னிரண்டாம் வகுப்பு வரையிலும் பெண்கள் அதிக பட்சம் எட்டாம் வகுப்பு வரையிலும் பயின்றிருப்பர் (உள்ளூரிலேயே தொடக்கப் பள்ளியும் நடுநிலைப் பள்ளியும் இருந்தால் எட்டாம் வகுப்பு வரை சாத்தியம்). இன்று தனியார் கல்லூரிகள் பெருகி வீட்டிலிருந்து அழைத்துக்கொண்டு சென்று வீட்டிலேயே ஒப்படைப்பதால் சிலர் கல்லூரிப் படிப்பைப் பெற முடிகிறது.

என்னுடைய பகுதியிலிருந்து இக்கட்டுப்பாட்டை மீறிச் சென்னைப் பல்கலைக்கழகம்வரை சென்று படித்த முதல் ஆள் நான். இளங்கலை அறிஞர் அண்ணா கல்லூரியில் படித்த போது அது ஆண்கள் கல்லூரியாக இருந்தது. சென்னைப் பல்கலையில் படித்தபோது வகுப்பறை இருக்கைகள் ஆண்களுக்குத் தனிவரிசை, பெண்களுக்குத் தனிவரிசை என இல்லை. யாரும் எங்கு வேண்டுமானாலும் அமரலாம் என்பது எனக்குப் புதிதாக இருந்தது. பெண்களிடம் பேசுவது கூடாது என்பது நாமக்கல்லி லிருந்து பயணமானபோது எனக்குப் போதிக்கப்பட்டது. நானும் அதைக் கடைப்பிடிக்க வேண்டும் என்று உறுதிமொழி

எடுத்திருந்தேன். வகுப்புத் தோழிகளிடமிருந்து விலகியே இருந்தேன்.

கடற்கரைச் சாலை முதன்மை விடுதியில் தங்கியிருந்தபோதும் இரவு உணவுக்குப்பின் கடற்கரை விளக்கு வெளிச்சத்தில் உலாவி வரலாம் என நினைத்தாலும் நான் தனியே சென்றதில்லை. நண்பர் சி.சந்திரன், குமார் ஆகியோருடன்தான் செல்வேன். தனியாகச் சென்றால் கடற்கரையில் கூட்டமாகத் திரியும் பெண்கள் என்னைப் பலாத்காரம் செய்துவிடுவார்களோ அவ்வாறு செய்துவிட்டால் ஊருக்குச் செல்ல முடியாதே, விலக்கி வைத்துவிடுவார்களே என்ற அச்சம் எனக்குள் இருந்தது. ரயில் பயணங்களின்போது திருநங்கைகள் பணம் கேட்டுக் கன்னத்தைத் தடவுவார்களே அப்போதும் இதுபோன்ற பயம் ஏற்படும். பல்கலைக்கழகத்தில் சேர்ந்த புதிதில் விடுதி கிடைப்பதற்கு முன் நண்பரது அறையில் விருந்தாளியாகத் தங்கியிருந்தேன். உணவு மூன்று வேளையும் ஹோட்டல்களில். திருவல்லிக்கேணிக்கு வர வேண்டும். மிகச் சமீபம்தான். இருந்தாலும் கண்ணகி சிலைக்கு எதிரே உள்ள மைதானத்தின் வழியாகக் குறுக்கே நடந்துவரும் போது பயமாக இருக்கும். விசப்பூச்சிகளின் பயமோ திருடர்களின் பயமோ எப்போதுமே இருந்ததில்லை. என் கற்பு பயம்தான்.

இந்தப் பயம் சமீபம்வரையும் நீடித்தது. இரண்டாண்டுகளுக்கு முன் மும்பை சென்றிருந்தபோது என்னுடைய நண்பர் ஒரு பாருக்கு அழைத்துச் சென்றார். மும்பை என்றாலே பாலியல் சுதந்திரம் நிறைந்த ஊர் என்பது எனது அபிப்ராயம். இரவு நேரங்களில் வெளியில் செல்லக் கூடாது என்று நினைத்தேன். அவர் வற்புறுத்தலின் பேரில் சென்றேன். வெளியிலிருந்து பார்த்தால் அது பார் போன்றே தெரியவில்லை. அவ்வளவு அமைதியாக இருந்தது. கதவைத் திறந்ததும் மிகப் பெரிய ஒலியுடன் அறை அதிரும்படியான இசை. ஒரு குழுவினர் பாடல்களைப் பாட ஐந்தாறு அழகிகள். வட்டமான மேசையில் பலர் மது அருந்தியபடி அமர்ந்திருக்க நானும் நண்பரும் ஒரு மேசையில் அமர்ந்தோம். எனக்குப் பொருத்தமான இடமாக அது படவில்லை. போய்விடலாம் என்றேன். ஏதோ ஒரு இக்கட்டில் மாட்டிக்கொண்டோம் என நினைத்தேன். என் இதயத் துடிப்பு அதிகரித்தது. வரிசையாக நின்றிருக்கும் அழகிகளுள் ஒருத்தியைக் காட்டி வாடிக்கையாளர் விரலால் அழைக்கிறார். அழகி ஒயிலாக நடந்து வந்து அவர் அருகில் நிற்கிறாள். சீட்டு விளையாடுபவர் சீட்டுகளைக் கையில் விரித்து வைத்திருப்பாரே அதுபோல வாடிக்கையாளர் பணத்தைக் கையில் வைத்திருக்கிறார். அம்மாது அவரிடமிருந்து

அப்பணத்தைப் பெற்றுச் செல்கிறார். இவ்வாறே ஒவ்வொருவரும் தமக்குப் பிடித்தமான அழகியை அழைத்துப் பணத்தைக் கொடுக்கின்றனர். போதை கூடக்கூட அவர்கள் கொடுக்கும் பணத்தின் அளவு தெரிவதில்லை. ஒரு நாளில் பத்தாயிரம் இருபதாயிரம் ரூபாயைக்கூட இவ்வாறு இழந்து செல்வது வாடிக்கை என்றார் நண்பர்.

நண்பருக்கு அந்நேரத்தில் செல்பேசி அழைப்பு வந்தது. இந்த இரைச்சலில் பேச முடியாது என்பதால் அவர் வெளியே சென்றுவிட்டார். அந்த நேரத்தில் எனக்கு எதிரே என் மேசையில் அமர்ந்திருந்த ஒருவர் அழகியை அழைத்தார். அவர் அருகில் வந்து நிற்கவும் எனக்கு வேர்த்துவிட்டது. நண்பர் எப்போது வருவார் எனப் பதற்றம் கூடியது. அவரைச் செல்பேசியில் அழைத்தேன். சற்றுத் தாமதித்து வந்தார். உடனடியாக இங்கிருந்து போய்விட வேண்டும் என்று வற்புறுத்தி வெளியே வந்தேன். அப்பாடா என்றிருந்தது.

சென்னைப் பல்கலைக்கழகத்தில் என்னுடைய வகுப்பில் யாரோடும் சரியாகப் பழகாதது குறித்துக் கேட்டபோது எனது சாதி குறித்தும் கட்டுப்பாடு குறித்தும் வெகுளியாகச் சொல்லி விட்டேன். அது என்னைக் கிண்டல் செய்வதாக ஆனது. நான் எப்போதாவது ஒரு தோழியிடம் பேசினால்கூட 'உன் சாம்பல்ல நாய் பீ பேண்டுரும் பாத்துக்க' என்று நகைப்பார்கள். சென்னைப் பல்கலைக்கழகத் தமிழ்த்துறைத் தலைவர் வீ. அரசு அவர்களும்கூட இன்றும் என்னை ஒரு 'பெக்கூலியர் சாதிப் பையன்தானே நீ' என்றுதான் அடையாளப்படுத்துவார். பின்னாளில் பேராசிரியர் பெருமாள்முருகனும்கூடச் 'சென்னையில படிக்கும்போது நீ இப்படி அப்படி இருந்தன்னு உங்க ஊருல சொல்லிருவேன்' என்று கலாய்ப்பார்.

என்னுடைய சாதி பற்றித் தெரிந்தபின் என் வகுப்புத் தோழிகள் என்னிடம் நன்கு பழகத் தொடங்கினர். இவனால் நமக்கு எந்தத் தொந்தரவும் இருக்காது என்ற எண்ணம் காரணமாக இருக்கலாம். இந்த எண்ணம் இன்றுவரையும் நீடிக்கிறது. நகரத்தில் வாடகைக்கு வீடு கேட்டால் புறநகர்ப் பகுதியாக இருந்தால் 'என்ன சாதி' என்று விசாரித்துத்தான் வீடு தருகிறார்கள். 'நாயக்கர் சாதி' என்றால் வீடு தாரளமாகக் கிடைக்கிறது. குடியிருக்கும் வீட்டுப் பெண்களுக்குப் பாதுகாப்பு என்று கருதுகிறார்கள். எங்காவது செல்லும்போது வாகனத்தில் நம்பிக்கையோடு உடன் அனுப்புகிறார்கள். அவர்களுக்கு நம்பிக்கை இருக்கிறது. என் சாதியினர்தான் தவறிழைத்துவிடுவோமோ என்று அஞ்சுகிறார்கள்.

இந்த அச்சம் காரணமாகத்தான் இச்சாதியில் இளம் வயதிலேயே திருமணங்கள் நடைபெறுகின்றன. நானும் எம்.ஏ. முடித்தவுடன் திருமணம் செய்துகொண்டேன். திருமணமான புதிதில் தியேட்டர்களுக்கோ வெளியூர்களுக்கோ மனைவியை உடன் அழைத்துச் செல்லும்போது வெளிநபர்களால் மனைவிக்கு ஏதேனும் துன்பம் நேருமோ என்று புதுபயம் தொற்றிக்கொள்ளும். 2000 வாக்கில் சென்னைக்கு ஒரு வேலை நிமித்தமாகச் செல்லும் போது மனைவியையும் உடன் அழைத்துச் சென்று நான் படித்த பல்கலைக்கழகம், கடற்கரை உள்ளிட்ட இடங்களைச் சுற்றிக் காட்டலாம் என அழைத்தேன். அவருக்கு விருப்பம்தான். என் மாமனார், மாமியார் அனுப்ப மறுத்துவிட்டனர். நீங்க ரெண்டு பேரும் மட்டும் தனியாகப் பட்டணத்திற்குப் போவது நல்லதல்ல என்றனர். நான் உறுதியாக வற்புறுத்தவே இசைந்தனர்.

ஊரைவிட்டு வெளியே அனுப்பத் தயங்கும் சூழலில் 1999 – 2000 ஆண்டுகளில் திருச்செங்கோடு கூட்டப்பள்ளி காலனியில் வாடகைக்குக் குடியிருந்தோம். வீட்டுக்காரர்கள் வயதான தம்பதியினர். அவரது மகன் திருமணமாகி மனைவியை விவாகரத்துச் செய்திருந்தார். வேறொரு பெண்ணுடன் வாழ்ந்தார். என் வயதுதான் இருக்கும். நான் கல்லூரிக்குச் சென்றபிறகு என் மனைவி எப்படித் தனியாக வீட்டிலிருப்பாள் என்கிற பயம் என் மாமனார் வீட்டிற்கு. அந்த நபரைப் பற்றிப் பிறர் சொன்ன சித்திரிப்புகள் எனக்கும் அந்தப் பயத்தை ஏற்படுத்தியது. நான் கல்லூரிக்குக் கிளம்பியபின் வீட்டைத் தாழிட்டால் நான் திரும்பும் வரைக்கும் டி.வி. பார்த்துக்கொண்டு இருப்பதுதான் மனைவியின் வேலை. பெரும்பாலும் வெளியில் வரமாட்டார். ஊருக்கு வந்திருந்தபோது அடுத்த இரண்டு நாட்களில் மீண்டும் அரசு விடுமுறை வருவதால் மனைவியை மாமனார் வீட்டிலேயே விட்டுச் செல்லலாம் என்றிருந்தேன். ஆனால் டவுனில் ஆம்பளையைத் தனியே விட்டுவிட்டு இங்கே உனக்கென்ன வேலை என்பதுபோல் மனைவியையும் உடன் வைத்து அனுப்பிவிட்டனர். தனிமைச் சூழல் என்னைக் கெட்டுப்போகச் செய்துவிடும் என்பது அவர்களது எண்ணம்.

எங்கள் நிலத்தை ஒட்டிய நிலம் போயர் சமூகத்தவருடையது. அவர்கள் எங்கள் வீட்டுப் பொருள்களைத் தொடுவர். வீட்டுக்குள் அனுமதிப்போம். ஆனாலும் அவர்கள் வீட்டில் உண்பதில்லை. அவர்களது பெண்களுள் ஒருத்தியின் பெயர் பார்வதி. என் வயதுத் தோழி. இன்னொரு பெண் பாப்பாத்தி. என் அண்ணன் வயது அவளுக்கு. ஆடுகள் மேய்ப்பது, செடியிலிருந்து தப்பிய நிலக்கடலையைக் களைக்கொத்தால் கிளறி எடுப்பது, வெடித்துச்

சிதறிய ஆமணக்கு விதைகளைச் சேகரிப்பது, வெட்டப்பட்ட ஆமணக்கு, துவரைக் கட்டைகளை விறகுக்காகச் சேகரிப்பது முதலான பெரும்பாலான நேரங்களில் ஒன்றாகத் திரியும் பருவம். வயதுக்குத் தகுந்தாற் போலப் பார்வதியும் பாப்பாத்தியும் எனக்கும் அண்ணனுக்கும் தோழிகள். எனக்கும் அண்ணனுக்கும் சண்டை வந்தால் அவன் என்னைப் 'பார்வதி' என்றும் நான் அவனைப் 'பாப்பாத்தி' என்றும் பெயரைச் சொல்லித் திட்டிக்கொள்வது வழக்கம். இவ்வாறு அப்பெண்களோடு நெருக்கமாக, இயல்பாகப் பழகிவந்தது எனது பாட்டிக்குப் பிடிக்கவில்லை. நேரடியாக எதுவும் சொல்லிக் கண்டிக்காமல் எங்களுடைய நடவடிக்கைகளைக் கண்காணித்தபடியே இருப்பார். அவரது பார்வையிலும் செயல்பாட்டிலும் நான் கெட்டுப்போய்விடுவேனோ என்று அவர் பயப்படுவதை அறிந்தேன்.

வண்ணார் பிற சாதியினரின் துணிகளை வெளுப்போர் என்று பொதுவாக அறியப்பட்டிருப்பார்கள். எங்கள் சாதிக்கும் வண்ணாருக்குமான உறவு அத்தகையதல்ல. எங்கள் வீட்டுப் பெண்கள் மாதவிலக்கானால் மூன்று நாட்களுக்கு வீட்டுக்குள் அனுமதிக்கப்படுவதில்லை. நான்காம் நாள் காலையில் குளித்தபின்னரே வீட்டுக்குள் அனுமதிக்கப்படுவர். மாதவிலக்கான பெண்களின் துணிகளைத் துவைத்துத் தருவது வண்ணாரின் வேலை. பிற எந்தத் துணிகளையும் வண்ணாரிடம் வெளுக்கக் கொடுப்பதில்லை. என் சாதி குறித்து நான் மிக வெறுக்கும் விசயங்களுள் ஒன்று மாதவிலக்கு. மாதவிலக்காகும் பெண்கள் மூன்றுநாட்கள்வரை வீட்டுக்கு வெளியில் இருந்துவிட்டு நான்காம் நாள் அதிகாலையில் குளிப்பர். மாதவிலக்கான பெண்கள் குளிப்பதற்கென்றே ஊரின் ஒதுக்குப்புறத்தில் தனி இடம் இருக்கும். அங்குள்ள மரக்கிளைகளில் தீட்டுத்துணிகளைக் கட்டிவைத்துவிட்டு நிர்வாணமாகக் குளிப்பர். குளித்த பிறகு மாற்று உடைகளை அணிந்துகொண்டு வீட்டுக்கு வருவர்.

நான் மூன்றாம் வகுப்புப் பயிலும்போது என் சகோதரிக்குத் திருமணமானது. அதுநாள்வரை அம்மா மாதவிலக்காகும்போது சகோதரி நீர் வார்ப்பார். சகோதரி திருமணத்திற்குப்பின் அம்மா மாதவிலக்காகும் மூன்று நாட்களும் சமைப்பது என்வேலை. சோளச்சோறு, கம்புச்சோறு உள்ளிட்ட சமையல் எனக்கு அத்துபடி. மூன்றாம் நாளும் முடிந்ததும் அம்மா குளிப்பதற்காக அதிகாலையிலேயே வெந்நீர் வைக்க வேண்டும். அரைத்தூக்கத்தில் தள்ளாடியபடியே வெந்நீர் வைத்து அம்மாவிற்கு ஊற்றுவேன். அம்மா நிர்வாணமாகவே குளிப்பார். அந்நேரத்திற்குச்

சைக்கிளில் பால்காரர் யாராவது வருவார். சைக்கிள் வெளிச்சம் கண்டால் அம்மா இருட்டுக்குள் ஒளிந்துகொள்வார். வேறு எவராவது டார்ச் லைட் அடித்துக்கொண்டு சாலையில் நடந்தாலும் ஓடி ஒளிவார். இப்படியான சிரமங்களோடு குளித்து முடித்து வீட்டுக்கு வருவார். எங்கள் சாதியில் தாய் குளிக்க நீர் வார்ப்பதைப் பெரிய விசயமாகக் கருதுவது இல்லை. என்றாலும் எனக்கு மிகுந்த மன வேதனையைத் தந்தது. வயதான காலத்தில் தாயைக் குளிப்பாட்டி உடை மாற்றிவிடுவது என்பது குழந்தையைக் கவனித்துக்கொள்வதைப் போல. ஆனால் இளம் பிராயத்தில் அப்படி அல்லவே. எனக்குச் சங்கடமாக இருந்தது. மேல்நிலைக் கல்விக்குச் செல்லத் தொடங்கிய காலத்தில் பக்கத்து வீட்டுச் சகோதரிகளை உதவிக்கு அழைத்து நீர்வார்க்கச் சொல்வேன்.

எனக்குத் திருமணமானபின் என் மனைவி மாதவிலக்காகும் சமயங்களில் அருகில் இருக்கும் அவரது அம்மா வீட்டுக்குப் பெரும்பாலும் சென்றுவிடுவார். அல்லது என் அம்மா நீர் வார்த்தாலும் எங்கள் ஊரின் ஒதுக்குப்புறத்தில் அதே நிர்வாணக் கோலத்தில் குளித்துத்தான் வீடு திரும்ப வேண்டும். திருமணமான புதிதில் தன் மனைவியை வேறொருவன் கூர்ந்து பார்த்தாலே தாங்கிக்கொள்ள முடியாத மனம் மனைவியின் நிர்வாணத்தை யாராவது பார்த்துவிடுவார்களோ என்று பதைக்கும். நம் சமூகத்தில் இது இயல்பு என்றாலும் என் மனம் ஏற்க மறுத்தது. மாதவிலக்காகும் நாட்களில் வீட்டைவிட்டு வெளியேற வேண்டாம் என்று சொன்னாலும் மனைவி கேட்பதில்லை. பிறரது கேள்விகளுக்கு அஞ்சி மறுத்தார். சில வருடங்கள்வரை வேறு வழியில்லை.

நகரத்திற்குக் குடிவந்த புதிதிலும்கூட மாதவிலக்கான சமயங்களில் மனைவி அம்மா வீட்டுக்குச் சென்று வந்தார். சில சமயங்களில் தனி அறையில் இருந்துகொண்டு விலகி இருந்தார். சமையல் உள்ளிட்ட பணிகளை நான் செய்தேன். மிக வற்புறுத்திப் பிற சாதிகளில் இருப்பதைப் போல நாமும் இருப்போம் என்று ஏற்கச் செய்து தற்போது அவர் வீட்டுக் குள்ளேயே இருக்கிறார்.

என் மகன் பிறந்த பிறகு அவனைக் கவனிக்க வேண்டி என் மாமனார், மாமியார் எங்களுடனே தங்கியுள்ளனர். என் மாமியார் இன்னும் பழம் பஞ்சாங்கம். மாதவிலக்கான என் மனைவியைப் போர்டிகோவிலேயே தங்க வைப்பார். ஆனாலும் மூன்றாம் நாள் நிர்வாணக் குளியல்தான். கொண்டிசெட்டி பட்டியில் தங்கியிருந்த சமயத்தில் அதிகாலையில் மொட்டை

மாடியில் குளிக்கவைத்துவிடுவார். அந்த வீடு மற்ற வீடுகளைக் காட்டிலும் உயரமானது என்பதால் மொட்டைமாடியில் குளிப்பது தெரியாது. நல்லிபாளையம் வந்தபிறகு வீட்டுக்குப் பின்புறம் இருளில் குளிக்கவேண்டி வந்தது. சாலையை ஒட்டியே வீடு இருப்பதால் வாகனங்கள் அடிக்கடி செல்லும். எனக்குக் கோபம் வந்து 'நான் ஒரு ஆசிரியன். என் மானத்தை வாங்காதீர்கள். குடி வந்த ஊரில் படித்த ஒரு ஆசிரியர் இவ்வளவு கேவலமாக நடந்துகொள்கிறாரே என்று எனக்குத்தான் அவமானம். தயவு செய்து எங்களைப் பழையபடி இருக்கவிடுங்கள்' என்று சத்தம் போட்டேன். அதற்கு அடுத்த மாதத்தில் இருந்து என் மனைவி மாதவிலக்காகும் நாட்களில் என் மாமியார் எங்கள் வீட்டில் இருப்பதில்லை. அவரது ஊருக்குச் சென்றுவிட்டு நாங்கள் வீட்டைச் சுத்தம் செய்தபிறகுதான் வருவார். என் பிரச்சினை தீர்ந்தது.

மேல்நிலை வகுப்புப் பயிலும்போது எனக்கு நண்பர்களாக வாய்த்தவர்களில் நெருக்கமானவர் தோழர் கனகராஜ். இன்றும் தொடர்பில் இருக்கும் ஒரே நண்பர். கொண்டம்பட்டியைச் சேர்ந்த அருந்ததியத் தோழர். அவரது வீட்டிற்கு அடிக்கடி செல்வது வழக்கம். வாசல்பகுதிக்குக்கூடச் செல்லாமல் தெருவிலோ அருகிலுள்ள பெட்டிக்கடையிலோ ஏரிக்கரையிலோ அமர்ந்து நீண்டநேரம் பேசிவிட்டு வருவேன். என்னுடைய சாதியைப் பற்றி நன்கு அறிந்தவராதலால் தேநீர் பருகச் சொல்வதையோ உணவு உண்ணச் சொல்வதையோ அவராகவே தவிர்த்துவிடுவார். பெட்டிக்கடைக்கு அழைத்துச் சென்று வாழைப்பழமும் கலர்சோடாவும் ஒவ்வொரு முறையும் வாங்கித் தருவார். இப்போதெல்லாம் வாசலுக்குச் சென்று நாற்காலியில் அமருவேன். அந்தப் பருவத்திலேயே எனக்குள் என்னுடைய சாதியைக் குறித்த விமர்சனம் எழும். நல்ல நண்பர்களைச் சாதிக் கட்டுப்பாடு இப்படி வேறுபட வைக்கிறதே என்ற எண்ணம் சிறிதேனும் எழும். ஆனால் அதை மீறிச் செயல்படும் துணிவில்லை. என்னுடைய வீட்டிற்கு அவர் வரும்போதெல்லாம் வாசலில் அமரவைத்து அருந்ததியரைப் பொதுவாக உபசரிப்பதைப் போலல்லாமல் இலையிட்டு அவர் உண்ணும் வரை அருகிலேயே இருந்து மகிழ்ச்சியாக உண்ணும்படி பார்த்துக்கொள்வேன். சாதாரண நாட்களில்தான் அருந்ததிய நண்பர்களை அழைக்க முடிகிறது. விசேஷ நாட்களில் அழைத்து அவர்களை வேறுபடுத்திப் பார்க்க என் மனம் விரும்புவதில்லை.

நான் கே.எஸ்.ஆர். கல்லூரியில் பணியாற்றியபோது என்னிடம் பயின்ற தமிழ் இலக்கிய மாணவிகளுள் ஒருவர்

என் அன்புக்குரியவர். அருந்ததியர் சமூகத்தைச் சேர்ந்த அம்மாணவியை என் சகோதரியைப்போலப் பாவித்து என்னால் இயன்ற உதவிகளைச் செய்தேன். தற்போது பள்ளிபாளையம் அரசு மேல்நிலைப் பள்ளியில் முதுநிலைத் தமிழாசிரியராக இருக்கிறார். நான் அறிஞர் அண்ணா அரசு கல்லூரியில் சேர்ந்த பின்னர் என்னுடைய மேற்பார்வையில் எம்.பில். பயின்றார். ஆய்வு தொடர்பாக என்னைச் சந்திக்க வீட்டுக்கு வருகிறேன் என்று சொன்னபோது பேருந்து நிறுத்தத்திலேயே சந்தித்து அனுப்பினேன். மனப்பாரம் என்னை அழுத்திக் கொண்டே இருந்தது. என் மகன் பிறந்தபிறகு ஒவ்வொரு முறையும் தொலைபேசியில் என்னிடம் பேசும்போதெல்லாம் 'தம்பி நல்லா இருக்கிறானா அய்யா' என்னும் விசாரிப்புதான் முதலில் இடம்பெறும். எனக்கு நீண்ட காலமாகக் குழந்தைப் பேறு இல்லை என்பதால் எனக்கு அப்பேறு விரைவில் வாய்க்க வேண்டும் என்று நினைத்த நல்ல உள்ளங்களுள் ஒன்று அம்மாணவியினுடையது. அத்தகைய மாணவி இரண்டரை வயதாகும் என் மகனைப் பார்த்ததில்லை. நான் அழைக்கவும் இல்லை. நம்மேல் மிகுந்த மரியாதை உடைய ஒருவரை வீட்டுக்கு அழைத்து அவமரியாதை செய்ய மனம் இடம் தரவில்லை.

அவருரோடு உடன் பயின்ற மற்றொரு பிரியமான மாணவரும் இருந்தார். அவர் ஒருசமயம் வீட்டிற்கு வந்தபோது பீங்கான் தட்டில் மீன் குழம்போடு உணவு அளித்தோம். அவர் சென்ற பிறகு என் மனைவி அவரது தோற்றத்தை வைத்து அவர் தாழ்த்தப்பட்டவர்தானா என்று கேட்டார். நான் ஆமாம் என்றதும் அப்பீங்கான் தட்டைப் பிறகு பயன்படுத்துவதில்லை. அதன் பிறகு யாராவது தாழ்த்தப்பட்ட நண்பர்கள் வீட்டிற்கு வந்தால் அவர்களது சாதியை நான் சொல்வதில்லை.

ஒரு சமயம் பெருமாள்முருகனின் மாணவர் ஒருவரின் திருமணத்திற்காக ஆத்தூர் சென்றோம். நானும் அய்யாவும் எழிலரசி அம்மாவும் மாலையிலேயே சென்றோம். இரவு தங்கி மறுநாள் முகூர்த்தம் முடிந்து திரும்புவதாக இருந்தது. அம்மாணவர் தாழ்த்தப்பட்ட சாதியைச் சேர்ந்தவர். நான் இங்கிருந்து கிளம்பும்போதே திருமண வீட்டில் உணவு உண்ணக் கூடாது என்று முடிவு செய்தே சென்றேன். ஆனால் அவர்களது குக்கிராமத்தில் ஹோட்டல்கள் இல்லை. இரவு மழை வேறு. ஒன்றும் செய்ய முடியாத சூழல். மண்டபச் சமையலாக இருந்தால் சமைப்பவர் வேற்றுச் சாதியாராக இருப்பார். ஆனால் இரவுநேர விருந்து இல்லை. வீட்டுச் சாப்பாடுதான். உணவு உண்ண வற்புறுத்தியபோது வேண்டாம் என்று தவிர்த்துப் பார்த்தேன்.

முருகன் அய்யா வற்புறுத்தித் திட்டியதால் வேறுவழியின்றி உண்டேன். ஆனால் உணவைச் சுவைத்துச் சாப்பிடவில்லை. தவறு செய்கிறோமோ என்னும் உணர்ச்சிதான் மனம் முழுவதும் நிறைந்திருந்ததே ஒழிய உணவு செல்லவில்லை. இரவு முழுவதும் நல்ல தூக்கமில்லை.

அரசு கல்லூரி ஒன்றில் பணியாற்றும் என்னுடைய நண்பர் ஒருவர் தலித். என் நலம் விரும்பி. அருந்ததியர் அல்லாதவர். அதனால் கொஞ்சம் எனது கட்டுப்பாட்டை நெகிழவிட்டு இப்போதெல்லாம் அவரது வீட்டுக்குச் செல்லும்போது உணவு உண்கிறேன். நெருக்கமான நல்ல நண்பர்களாக இருந்துவருகிறோம். என்னுடைய சாதியில் படித்தவர்கள் குறைவு என்பதால் எனக்கான நண்பர்கள் என்னுடன் படித்தவர்களும் பணியாற்றுபவர்களும் கூடு அமைப்பில் இருப்பவர்களும்தான். அவர்களுள் பெரும்பாலும் தலித் நண்பர்கள். அதனால் என்னுடைய மனம் வரையறுத்து வைத்திருக்கும் கட்டுப்பாடுகளுள் என்னால் இயன்ற சிலவற்றைத் தளர்த்திக்கொள்ள முயல்கிறேன். அதற்குக் காரணம் பெருமாள் முருகன் அவர்கள்.

சக்கிலியரைத் தொட்டாலே தீட்டு என்று கருதிய காலம் உண்டு. அது எந்த அளவுக்கு என்றால் எங்கள் வீட்டுப் பாத்திரங் களை நாய் நக்கிவிட்டால், மண்பாண்டங்கள் என்றால் உடைத்து விடுவர். பித்தளை, ஈயப் பாத்திரங்கள் என்றால் அதற்குள் நெருப்புத் துண்டுகளை இட்டுக் கழுவி எடுத்துக்கொள்வர். நெருப்புத்தான் எதையும் புனிதப்படுத்திவிடுமே என்பது கிராமங்களிலும் இருக்கும் போல. நாய் நக்கிய பாத்திரங்களை இவ்வாறு எடுத்துக்கொள்ளும் நாயக்க மக்கள் சக்கிலியர் தொட்ட பாத்திரங்களைப் பயன்படுத்தமாட்டார்கள். அவர்களுக்கே கொடுத்துவிடுவர். என் பதின் வயதுகளில் சைக்கிள் கேரியரில் அருந்ததிய நண்பர் ஒருவரை அமர வைத்து ஓட்டிச் சென்றேன். ஓரிடத்தில் அவர் இறங்கியபின் எங்கள் ஊர்ப் பெரியவர் ஒருவர் நடந்து செல்வதைக் கண்டு அவரை ஏறிக்கொள்ளச் சொன்னேன். அவர் மறுத்துவிட்டார். 'சக்கிலியனை உட்கார வெச்ச சைக்கிளில் என்னை உட்காரச் சொல்றியா?' என்றார். அந்த அளவுக்குத் தீண்டாமையைக் கடைப்பிடித்தார் அவர்.

எனக்கு நான்கு அல்லது ஐந்து வயது இருக்கும்போது எங்களுக்குப் பண்ணையம் கட்டும் பொறுப்பு முத்தானுடையது. அவனுடைய மனைவி முத்தம்மாள். அவர்களது மகள் தனலட்சுமி. முத்தம்மாள் தளர்ந்துபோன மார்பகங்களுடன் ரவிக்கை

அணியாமல் இருப்பாள். என் அம்மாவும் ரவிக்கை அணிந்து நான் பார்த்ததில்லை. நான் ஐந்து வயதுவரை அம்மாவின் மார்பில் பால் குடித்ததாகச் சொல்வாள். ஒருநாள் இரவு முத்தம்மாள் எங்கள் வீட்டு வாசலில் இருந்த பெரிய கல்லின் மீது அமர்ந்திருந்தாள். மின்சார வசதி இல்லாத காலம். விளக்கு வெளிச்சத்தில் கல்லின் மீது அமர்ந்திருப்பது யாரென்று தெரிய வில்லை. நான் அம்மாவெனக் கருதி ஓடிப்போய் அவளது மார்பகங்களைச் சப்பியிருக்கிறேன். அவளும் சிறுபையன்தானே என்று அனுமதித்திருக்கலாம். பின்னர் நான் கல்லூரி பயின்ற காலத்திலும்கூட முத்தம்மாள் என்னை இச்சம்பவத்தைச் சொல்லி நாண வைப்பாள்.

புதன்சந்தை அருகில் உள்ள கொண்டமநாயக்கனூர் உள்ளிட்ட ஊர்களில் பிறந்த குழந்தைக்கு அனுபவம் மிக்க சக்கிலியப் பெண்கள்தான் சிலமாதங்கள் வரை குளிப்பாட்டித் தருகின்றனர். கண்ணில் தூசி விழுந்துவிட்டால் அதை அழுத்தித் தேய்த்தால் தூசியின் முனை கண்ணில் குத்திக் கொள்ளும். உறுத்திக்கொண்டே இருக்கும். இதற்குக் கண் மருத்துவரைப் பார்ப்பதில்லை. தூசியை எடுப்பதற்கென்றே சக்கிலியப் பெண் ஒருவர் இருந்தார். அவர் தூசி விழுந்தவரின் கண்ணில் தன்னுடைய நாவைத் துழாவவிட்டுத் தூசியை எடுப்பார். தீண்டாமையை மிகக் கடுமையாக வற்புறுத்தக்கூடிய சாதிவெறியர்களாக இருந்தாலும் இந்த வைத்தியத்தைச் செய்துகொண்டுதான் இருக்கிறார்கள். குழந்தையைக் குளிப்பாட்டுவதற்குப் பயன் படுத்துகிறார்கள். மாற்றுவழியில்லாதபோது தங்கள் கட்டுப்பாடு களில் சமரசம் செய்துகொள்கிறார்கள்.

என் நண்பர் ஒருவர் சாக்கு வியாபாரம் செய்கிறார். கடையில் வேலை செய்யும் ஊழியர்கள் அனைவரும் அருந்ததியர்களே. வீடுகளில் அவர்களிடம் பாரம்பரியமாக நடந்துகொள்ளும் அவர் கடையில் தனக்குத் தேநீரோ மதிய உணவோ வேண்டு மென்றால் அவர்களையே வாங்கிவரச் சொல்லி உண்பார். ஆயுதபூசையன்று கடையைச் சுத்தம்செய்து கடவுளின் புகைப்படங்களைக் கழுவிப் பொட்டிட்டுப் பூசை செய்வதுவரை அருந்ததிய நண்பர்தான் அனைத்துப் பணிகளையும் செய்கிறார். இது ஏற்றுக்கொள்ளப்படுகிறது.

எங்கள் ஊரில் ஒவ்வொரு வீட்டிலும் குறைந்தபட்சம் ஒரு லாரி டிரைவர் இருப்பார். அந்த அளவுக்கு அத்தொழிலில் மிகுந்த அனுபவம் பெற்றவர்கள். ஊரைவிட்டு வெளியே செல்லாமல் காடே கதி என்று இருந்த ஒரு சாதியில் ஓரளவுக் கேனும் நெகிழ்வுத் தன்மையை ஏற்படுத்தியது என்பதில் கல்வியைக்

காட்டிலும் இத்தொழிலே மிகுந்த பங்களிப்பைச் செய்துள்ளது எனலாம். வெளியூர்களுக்கு, வெளி மாநிலங்களுக்குச் செல்லும் போது ஓட்டல்களில் உண்ணவேண்டி வரும். சமைப்பவர் யார் என்பது தெரியாது. ஆகையால் அது பெரிய விசயமாகக் கருதப்படுவதில்லை. இன்றும்கூடத் தீண்டாமையைப் பெரிதுபடுத்திப் பேசுவோரிடம் 'ஓட்டல்களில் சமைப்பவர் யார்? பரிமாறுபவர் யார்? என்று தெரியுமா? தாழ்த்தப் பட்டவர்கள்தான்' என்று சொன்னால் 'அவன் என்ன சாதி என்று நமக்குத் தெரியாமல் இருக்கும்வரை பிரச்சினையில்லை' என்பார்கள்.

சக்கிலியரும் நாயக்கரும் அண்ணன் தம்பிகள். பசுமாட்டைச் சக்கலியர் சாப்பிட்டதால்தான் அவர்களை ஒதுக்கிவைத்தார்கள் என்று பல வாய்மொழிக் கதைகள் உள்ளன. நாயக்கர் பசுவைத் தெய்வமாகக் கருதினர் என்பர். எனக்குத் தெரியப் பத்திருபது வருடங்கள் முன்வரை எங்கள் சாதியார் மாட்டுக்கறி உண்டதே இல்லை. ஆனால் தற்போது உண்கின்றனர். அக்கறியைச் சமைப்பவர் தாழ்த்தப்பட்டவர் இல்லையா, அவர்கள் சமைத்ததைச் சாப்பிடலாமா, எனக் கேட்டால் 'அது காசநோய் முதலான நோய்களுக்குச் சிறந்த மருந்து' உள்ளிட்ட சாக்குப் போக்குகளைச் சொல்கின்றனர்.

லாரிகளில் காஷ்மீர், பஞ்சாப் எனச் செல்லும்போது இரண்டு டிரைவர்கள் ஒரு வண்டியில் செல்வார்கள். அவர்களுள் ஒருவர் உள்ளூர்ச் சக்கிலியராக இருந்துவிட்டால் 'நான் அவருடன் செல்லமுடியாது' என்று மறுக்க இயலாது. வெளிமாநிலங்களுக்குச் செல்லும் வண்டிகளில் பெரும்பாலும் வண்டிச் சமையல்தான். ஓட்டல்களில் சாப்பிடமாட்டார்கள். வண்டியை எங்காவது நிறுத்திச் சமைத்துச் சாப்பிடுவார்கள். அச்சந்தர்ப்பங்களில் சக்கிலிய நண்பர் சமைத்ததை இவர் சாப்பிட்டுத்தானாக வேண்டும். தவிர்க்க முடியாது. ஊருக்குத் திரும்பியதும் வேறுபாடு பார்க்கும் இவர்கள் இத்தொழிலில் இணைந்து வேலை செய்ய வேண்டி இருந்தது. அதனால்தான் ஒருகாலத்தில் 'சாமி', 'தேவர' என்று தெய்வமே என்னும் பொருளில் அழைத்த சக்கிலிய இளைஞர்கள் இன்று எவரும் அவ்வாறு அழைப்பதில்லை. 'அண்ணா' என்று உறவுமுறை வைத்தே அழைக்கின்றனர். இதை மிகப் பெரிய மாற்றமாகக் கருதுகிறேன். விவசாயத்தை விட்டுவிட்டுச் சுயதொழில்கள், டிரைவர் உள்ளிட்ட கூலித்தொழில்கள், கல்வி என வெளியே வந்தபிறகுதான் சாதி சற்றே நெகிழ்ந்திருக்கிறது. இக்காரணிகள் இன்னும் பெருகும்போது சாதி இறுக்கம் மேலும் தளரலாம்.

எங்கள் பகுதியில் அத்திபூத்தாற்போல நாற்பதைம்பது ஆண்டுகளுக்கு முன்னமேயே மருத்துவம் பயின்ற ஓரிருவர் உள்ளனர். அவர்களுள் ஒருவர் கோவையில் தற்போது பிரபல மருத்துவராக உள்ளார். அவர் கிராமத்துப் பக்கம் வருவதே இல்லை. அவர்களது வாரிசுகளுக்கு வேறு சாதியில் திருமணம் செய்து வைத்துவிட்டார் என்று பேசிக்கொள்கிறார்கள். நாமக்கல் பகுதியிலேயே இருக்கும் மருத்துவரும் தன் வாரிசுகளுக்கு வேறு சாதியில் திருமணம் செய்துவிட்டதாகப் பேசுகிறார்கள். ஆனால் நாயக்க சாதியார் யாரும் இதை அவர்களிடம் கேட்க முடியாது. சட்டங்களும் கட்டுப்பாடுகளும் எப்போதுமே அன்றாடங்காய்ச்சிகளுக்குத்தானே. (கேட்க வேண்டியதில்லை. வரவேற்கத்தக்கது என்பதே என் நிலைப்பாடு).

2004ஆம் ஆண்டில் எங்கள் ஊரில் ஒரு ஊர்ப்புற நூலகத்தைக் கொண்டுவர வேண்டும் என்று நானும் நண்பர் ஒருவரும் மிக முயன்றோம். ஒருவழியாக ஏற்பாடு செய்து நூலகத்தைத் திறக்கலாம் என்றால் எங்கள் ஊர் கவுன்சிலர் அவரது கட்சியைச் சார்ந்த எம்.எல்.ஏ.வை அழைக்க வேண்டும் என்றார். மிக முயன்று பல தடைகளுக்குப் பின் நூலகத்தைக் கொண்டுவந்ததைவிட இது மிகப் பெரிய தடையாக இருந்தது (கவுன்சிலர் மிகுந்த சாதிப்பற்றும் சக்கிலியர் குறித்த அசூயையும் கொண்டவர்). எதற்குப் பிரச்சினை எனக் கருதி நானும் நண்பரும் கவுன்சிலரும் சேலம் சென்றோம். எங்கள் தொகுதி எம்.எல்.ஏ.வாக இருந்தவர் தற்போதைய சபாநாயகர் ப. தனபால். அருந்ததியச் சமூகத்தைச் சேர்ந்தவர். சேலம் குகைப் பகுதியில் அவரது குடியிருப்பு. அவரது வீட்டுக்குள் செல்ல வெளியில் காத்திருக்க வேண்டியிருந்தது. உத்தரவு கிடைத்துச் சந்திக்கும் போது நிற்க வேண்டியிருந்தது. அருந்ததியர் எங்கள் வீட்டு வாசலில் காத்திருப்பதைப் போல. எனக்கு அதைக் குறித்து வருத்தமில்லை. சிரிப்புத்தான் வந்தது. ஆனைக்கொரு காலம் வந்தால் பூனைக்கொரு காலம். பல பழமொழிகள் நினைவிலோடின. கவுன்சிலர் அது குறித்துக் கிஞ்சித்தும் தற்போது கவலைப்படாமல் தான் அவரை அழைப்பதன் மூலம் அவருக்கு மிகப் பெரிய காரியத்தைச் செய்வதாக நினைத்தார். பொருளாதாரரீதியிலான பலமும் அரசியல் அதிகாரம் உள்ளிட்ட பலமும் தாழ்த்தப் பட்டவருக்குக் கிடைப்பதன்மூலம் எவ்வளவு மாற்றங்கள் சமுதாயத்தில் வருவதற்கான வாய்ப்பு இருக்கிறது என்று நினைத்து மகிழ்ந்தேன்.

நான் அரசு கல்லூரிப் பேராசிரியரான பிறகு எங்கள் சாதிச்சங்கம் சார்பாக வெளிவரும் 'தொட்டிய நாயக்கர் முரசு'

என்னும் இதழில் என் சாதியைக் குறித்த பெருமைகளை எழுதவேண்டிக் கேட்டார்கள். நான் மறுத்துவிட்டேன். படித்த, சாப்ட்வேர் துறையில் பணிபுரியும் என் சாதி இளைஞர்களும் என்னிடம் தொடர்பு கொண்டு 'தொட்டிய நாயக்கர் பற்றிய ஆய்வு செய்கிறீர்கள். முகநூல் பக்கங்களில் ஏதாவது எழுதலாமே' என்று கேட்டார்கள். நான் அவர்களுக்குச் சொன்ன பதில்: இச்சாதியில் உள்ள கட்டுப்பாடுகளை எல்லாம் ஒழித்து இச்சாதிக்கு எதிராகப் போராட்டம் செய்வதாக இருந்தால் நான் எழுதுகிறேன்.

○ ○ ○

இன்றுவரை நண்பர்கள்

ப. நல்லுசாமி

புதுச்சத்திரம் அருகில் உள்ள ஓலப்பாளையம் எங்கள் ஊர். அது சிறு கிராமம். இருபது ஆண்டுகளுக்குமுன் பேருந்து வசதியும் இருசக்கர வாகன வசதியும் இல்லாத காலம் அது. எங்கள் வீட்டிலிருந்து பேருந்துக்குச் செல்வதென்றால் இரண்டுகல் தொலைவு சைக்கிளில் சென்று அகரத்தில் நிறுத்தி விட்டுக் கல்லூரிக்குப் பேருந்தில் செல்வேன்.

கல்லூரிப் பேருந்தில் செல்வதென்றால் ஒரே ஜாலியாக இருக்கும். மாணவிகளும் மாணவர்களும் பொதுமக்களோடு ஆங்காங்கு அமர்ந்திருப்பார்கள். நோட்டையும் டிபன் பாக்சையும் அவர்களிடம் கொடுத்துவிட்டு முன் படிக்கட்டிலிருந்து பின்படிக் கட்டுவரை குறைந்தது நான்கு முறையாவது சென்று வந்துவிடுவேன். மாணவ மாணவிகளிடம் நான் அதிகமாகப் பேசாமலிருந்தாலும் என் முகம் எல்லோர் கண்ணிலும் படும்படியாக நடந்திருப்பேன். வருடத்திற்கு ஒருமுறை பஸ் டே என்னும் பேருந்து விழாக் கொண்டாடுவோம். மாணவ மாணவிகளிடம் தொகை சேகரித்து வாழைமரம், சண்டா கட்டி அலங்கரித்து இசை முழங்கப் பேருந்தில் நடனமாடிக் கொண்டு வருவோம். அன்று எந்த மாணவனும் டிக்கட் எடுக்கத் தேவையில்லை. அதற்குமுன் கூட்டியே பேருந்து நிலைய மேலாளரிடம் அனுமதி

பெற்றுவிடுவோம். டிரைவரையும் கண்டக்டரையும் தனியாகக் கவனித்து விடுவோம். பேருந்தில் பயணிக்கின்ற எல்லோருக்கும் இனிப்பு வழங்குவோம். மாணவர்கள் ஏறும் எல்லா நிறுத்தத்திலும் பட்டாசுகள் வெடித்து ஒரு நிமிடமாவது இறங்கி ஆட்டம் போடாமல் இருக்க மாட்டோம்.

சனி, ஞாயிறு மற்றும் விடுமுறை நாட்களில் கூலி வேலைக்குச் சென்று பேருந்துக்கும் மற்ற செலவினங்களுக்கும் வைத்துக் கொள்வேன். என்னுடைய அப்பா கைத்தறி நெசவாளி. அவர் வயல் வேலைக்குச் சென்றதும் இல்லை. அவருக்கு அந்த வேலை செய்யவும் தெரியாது. ஆனால் நான் அப்படியல்ல. சனி, ஞாயிற்றுக் கிழமைகளில் கிடைக்கும் வருமானம் என் பெற்றோரை எதிர்பார்க்காமல் பயில்வதற்கு உதவியாக இருந்தது. சுட்டியாக வேலை செய்வதால் வயல் வேலைகளுக்கு என்னை எல்லோரும் அழைக்கத் தொடங்கினர். அடுத்த வாரம் சனி, ஞாயிறுகளில் செய்யும் வேலைக்கு முன்கூட்டியே அனுமதியும் பெற்று விடுவார்கள். சில வாரங்களில் வேலை இல்லாமலும் போகும். அப்போது சிறு சிறு செலவினங்களுக்குத் திண்டாட வேண்டிய திருக்கும். யாரிடம் கடன் பெறுவது, எப்படி கேட்பது என்றெல்லாம் தயக்கத்திற்கு உள்ளாவேன்.

என்னோடு எங்கள் ஊரைச் சேர்ந்த கவுண்டர் மகளும் கல்லூரியில் பயின்று வந்தார். அந்தக் காலத்திலேயே அவருடைய அம்மா பியுசியும் அப்பா டிகிரியும் படித்தவர்கள். அவரும் நான் செல்லும் பேருந்திலேயே வருவார். அன்று ஒரு வாரம் பஸ் பாஸ் புதுப்பிக்கப் போதுமான தொகை என்னிடம் இல்லை என்றதும் அதை அவருடைய அப்பாவிடம் சொல்லித் தொகையை வாங்கித் தந்தார். நான் மிகுந்த மகிழ்ச்சி கொண்டேன். சனி, ஞாயிறுகளில் அவர் காட்டில் வேலைக்குச் சென்று அதை அடைத்தேன். அவர்கள் என்மீது மிகுந்த மரியாதை வைத்திருந்தனர். என் பெயர் கொண்டு மட்டுமே அழைப்பார்கள். படிப்பு சம்பந்தமாக நிறையப் பேசுவார்கள். அடுத்தடுத்து வரும் விடுமுறை நாட்களில் அவர்கள் காட்டிற்கே தொடர்ந்து வேலைக்குச் செல்லலானேன். அவர்கள் வீட்டில் எது சமைத்தாலும் எனக்கும் கொடுப்பார்கள். நானும் எந்தக் கணக்கும் பார்ப்பதில்லை. என்னுடைய சொந்தத் தோட்டத்தில் செய்வதைப் போன்று செய்வேன். காலையில் நேரமாகச் சென்றிடுவேன். காலை, மதியம் உணவு அங்கேயே சாப்பிடுவேன். வயிறு நிறையப் போடுவார்கள். எனக்காக ஒரு தட்டு, டம்ளர் தனியாகத் தந்து விட்டார்கள். அதை எரவாரத்தில் சொருகி வைத்திருப்பேன். சாப்பிடும்போதும் டீ குடிக்கும்போதும் அதை எடுத்துப் பயன் படுத்திக்கொள்வேன்.

ஒருசமயம் அவர்கள் பகுதியில் மாரியம்மன் திருவிழா நடைபெற்றது. என்னை மரியாதையாக வீட்டிற்கே வந்து திருவிழாவிற்கு வந்துவிடு என்றழைத்திருந்தார்கள். நானும் வருகிறேன் என்று உறுதியளித்திருந்தேன். எக்காரணத்தைக் கொண்டும் நான் திருவிழாவிற்கு அவர்கள் வீட்டிற்குச் செல்லக் கூடாது என்பதில் உறுதியாக இருந்தேன். ஏனென்றால் அவர் மகள் கல்லூரித் தோழிகளையெல்லாம் அழைத்து வந்திருப்பார். அப்போது நான் சென்று சாப்பிட்டால் வீட்டிற்கு வெளியே வாசலில் உட்காரவைத்துத் தனி டம்ளர், தட்டில் சாப்பிட வேண்டும். தோழிகள் என்னை வித்தியாசமாகப் பார்ப்பார்கள். அவர்கள் கண்ணில் படக் கூடாது என்றிருந்தேன். அவர்கள் சிலரிடம் சொல்லியனுப்பினார்கள். எப்படியும் செல்லக் கூடாது. மறுநாள் சென்று ஏதாவது சொல்லிச் சமாளித்துவிடலாம் என்றிருந்தேன்.

நான் பேருந்திற்கோ கடைக்கோ செல்வதென்றால் அவர்கள் வீட்டைத் தாண்டித்தான் செல்ல வேண்டும். அன்று அவசரமாகக் கடைக்குச் செல்லவேண்டிய சூழல் ஏற்பட்டது. நானும் அவர்கள் பார்க்காதவாறு சென்றுவிட வேண்டும் என்று வேகமாகச் சைக்கிளை ஓட்டிச் சென்றேன். ஒன்பதாம் வகுப்பு படித்துக் கொண்டிருந்த அவர்களுடைய பையன் என்னைப் பார்த்து வழிமறித்து நிறுத்திவிட்டான். எப்படியாவது அவனைத் தாண்டிச் செல்ல வேண்டும் என்று முயன்றேன். முடியவில்லை. கடைக்குப் போயிட்டு வந்துடறேன் என்று எது சொன்னாலும் அவனிடம் பலிக்கவில்லை. சைக்கிள் ஹேண்டில்பாரை இழுத்துக்கொண்டு வீட்டிற்கே அழைத்துச் சென்றுவிட்டான். நான் ஏன் வரவில்லை என்பதையும் தயக்கமாக நின்றதையும் அவர்கள் அப்பா அம்மா நன்கு புரிந்திருந்தார்கள். இருந்தாலும் எனக்கு உணவு போட்டுவிட்டால் அவர்கள் மிகுந்த சந்தோசப் படுவார்கள்.

அவர்கள் வீட்டிற்கு வந்திருந்த உறவினர்களும் அவர் மகளின் தோழிகளும் என்னையே பார்த்துக் கொண்டிருந்தார்கள். தோழிகளில் சிலர் எனக்கும் அறிமுகம் ஆனவர்கள். முதலில் எனக்குச் சாப்பாடு போடச் சொல்லி ஆளாளுக்குப் பேச ஆரம்பித்தார்கள். அவர்கள் அம்மா கொஞ்சம் இரு போயிடாதே வந்துடரேன் என்று சாப்பிட்டுக் கொண்டிருந்த மற்ற உறவினர்களைக் கவனிக்கலானார். அவர்கள் பாட்டி ஒரு இலையை எடுத்து வந்தார். நல்லவேளை தனி டம்ளர், தட்டு எடுக்கச் சொல்லவில்லை என்று மகிழ்ந்தேன். மாடுகள் கட்டி யிருக்கின்ற கட்டுத்தறியின் ஒரு பகுதியில் இலையைப் போட்டார். அதற்குள் அவர்கள் அம்மா வந்துவிட்டார். இங்கு

எதற்குப் போட்டிங்க அங்கப் போடலாமில்லையா என்று அதட்டினார். நானும் தொட்டி பைப்பில் கையைக் கழுவிச் சென்றேன். சாப்பாடு, இனிப்பு, பாலகாரம், கறி ஆகியவற்றை இலை நிறையப் போட்டார்கள். தண்ணீர் வைப்பதற்குச் சிரமப்பட்டார்கள்.

நானும் தனியாகத் தந்திருந்த டம்ளரை எடுக்க மறந்தேன். டம்ளரை எடுக்க வேண்டுமானால் இலையில் உள்ள சாப்பாட்டை அப்படியே விட்டுவிட்டு வீட்டின் பின்புறத்திலுள்ள எரவாரத் திற்குச் செல்ல வேண்டும். அப்படிச் சென்றால் சாப்பாட்டில் நாய் வாய் வைத்துவிடும். நாய் பக்கத்திலேயே இருக்கிறது. கவுண்டர் நாய் என்பதால் அதை முடுக்கவும் முடியவில்லை. என்ன செய்வதென்று முழித்துக் கொண்டிருந்தேன். திடீரென அவர்கள் பாட்டி தொட்டியிலிருந்த பாசி படிந்த டப்பாவில் தண்ணி மொண்டு கொண்டுவந்து என் இலை அருகில் வைத்துவிட்டார். கல்லூரித் தோழிகளும் உறவினர்களும் என்னையே பார்த்துக்கொண்டிருந்தனர். அதற்குள் வீட்டிலிருந்த பழைய டம்ளரைத் தேடிக் கழுவித் தண்ணீர் கொண்டு வந்துவிட்டார் அவர் அம்மா. அதற்குமுன் டப்பாவில் தண்ணீர் வைத்த பாட்டியைச் சண்டையிட்டனர். பாட்டிக்கும் அவர்களுக்கும் சண்டை மூண்டது. சண்டையின் உச்சத்தில் ‘அவனக் கொண்டுபோயி நடுவீட்டுல உட்கார வெச்சிப் போடுங்க’ என்றெல்லாம் சொல்லிச் சண்டையிட்டுக்கொண்டனர். என் இலையில் வைத்திருந்த இனிப்பு, கறி, பலகாரங்கள் எதுவும் எனக்கு ருசிக்கவில்லை. வேகவேகமாகச் சாப்பிட்டுவிட்டு இலையைச் சுருட்டிக் குப்பையில் கிடத்திவிட்டு டப்பாவை எடுத்துத் தொட்டியில் வைத்துவிட்டு வந்துவிட்டேன். அதன்பிறகு அவர்கள் வீட்டுப் பாதையையே மறந்தேன். மீதமுள்ள ஆறு மாதங்கள் வேறுபாதையில் ஏழுகல் தொலைவு வரை சுற்றிக் கல்லூரிக்குச் சென்றேன்.

அதன்பிறகு பலமுறை என்னை வீட்டிற்கு அழைத்தார்கள். நான் செல்லவே இல்லை. பிறகு பார்க்கும்போது என்னை அழைப்பதைத் தவிர்த்தார்கள். பல இடங்களில் வேலைக்குச் சென்றாலும் அவர்கள் வீட்டிற்கு மட்டும் இன்றுவரை நான் செல்லவே இல்லை.

சக்திவேல் என்ற கவுண்டர் நண்பரும் நானும் பனிரண்டாம் வகுப்பு வரை ஒன்றாக எங்கள் ஊரில் படித்தோம். பள்ளியில் பணம் செலுத்த வேண்டுமானால் என்னுடைய அப்பா என்னை நம்பமாட்டார். அவரைக் கேட்டுத்தான் தருவார். வீட்டிற்குத் தெரியாமல் சினிமாவுக்குச் செல்வது, பக்கத்து ஊர்த் திருவிழா

விற்குச் செல்வது என எல்லா இடங்களுக்கும் சேர்ந்தே செல்வோம். என்னுடைய அம்மா தொடர்ந்து அவர்கள் காட்டில் வேலைக்குச் சென்று வந்தார். விடுமுறை நாட்களில் நானும் அம்மாவுடன் செல்வேன். காலையில் கத்தரிக்காய், வெண்டைக்காய், மிளகாய், தக்காளி அறுக்கும் இரண்டு மணிநேரம் செய்யும் வேலைக்கு மட்டும் செல்வேன். பத்துப் பதினைந்து ரூபாய் தருவார்கள். அதோடு வீட்டிற்குச் சொத்தைக்காய்கள் தருவார்கள்.

எருமைமாட்டைக் காளைக்குச் சேர்க்கும்போது நானும் அவர் அப்பாவோடு ஓட்டிச் செல்வேன். நான் பள்ளிக்குச் சென்றுகொண்டிருந்த அந்தக் காலத்தில் வெளுத்த ஆடைகளை அயர்ன் செய்து போடுவேன். அன்றும் அயர்ன் செய்த வெளுத்த ஆடையையே உடுத்திச் சென்றேன். சினைக்குப் போடும் காளை மாடு வைத்திருப்பவர் பக்கத்து ஊர்க் கவுண்டர். நாங்கள் மாட்டை ஓட்டிச் சென்றதும் யாரு உங்க பையனா? என்று அவர் கேட்டதற்கு இல்லை பக்கத்துக் காட்டுப் பையன் என்று கௌரவமாகச் சொன்னார். நான் பக்கத்திலேயே இருந்ததால் என்னுடைய சாதிப்பெயரைச் சொல்லவில்லை.

சிறிது நேரம் சென்றபிறகு அவர்கள் வீட்டிலிருந்து காபி கொண்டுவந்தார்கள். நானும் கவுண்டர் சாதி என்று நினைத்து டம்ளரில் தந்தார்கள். வாங்கிக் குடிக்க எனக்குத் தயக்கமாக இருந்தது. முழித்துக்கொண்டே இருந்தேன். என்னை அழைத்துச் சென்ற கவுண்டரும் எடுத்துக் குடி என்று ஒரு வார்த்தையும் சொல்லவில்லை. அப்போது நான் காபி குடிக்கமாட்டேன் என்று சொல்லும் சமயோசித புத்தியும் வரவில்லை. வேண்டாம் என்று திரும்பத் திரும்பச் சொல்லியும் அவர்கள் விடுவதாக இல்லை. உடனே இடத்தைவிட்டு நகர்ந்தேன். பிறகு என்னைப் பற்றி என்ன சொன்னாரோ? நான் காபி சாப்பிடவில்லை என்ற ஏக்கம் அவர்கள் முகத்தில் இல்லை. எருமைமாட்டை ஓட்டி வந்து வீடு சேர்ந்தோம்.

நான்கு ஆண்டுகளுக்குமுன் அவருடைய பையனுக்குத் திருமணம் செய்தார்கள். நான் வேலைக்குச் சென்று தனியாக வேறு இடத்தில் குடியிருந்தேன். முறையாக என் வீட்டிற்கு வந்து அழைப்பிதழ் கொடுத்து வரச் சொன்னார்கள். முதல் நாளே இரவு சாப்பிடுவதற்கு வந்துவிட வேண்டும் என்று கோரிக்கை விடுத்தனர். நானும் அவ்வாறே சென்றேன். இரவில் வீட்டின்முன் எல்லா உறவினர்களும் சாப்பிட்டுக்கொண் டிருந்தார்கள். நான் சென்றதும் சாப்பிடச் சொன்னார்கள். நானும் சாப்பிடுகிறேன் என்று சொன்னேன். எங்கள் இனத்தவர் களுக்குத் தனியாக வீட்டிற்குப் பின்புறம் கொட்டாயில் சாப்பாடு

போட்டார்கள். நானும் அங்கு போய்ச் சாப்பிடலாம் என்று சென்றேன். அது சிறிய இடம். நிறையப் பேர் ஆக்கிரமித்துக் கொண்டிருந்தார்கள். அதோடு ரசம் வழிந்தோடிய இடம் சிறிது சேறாக இருந்தது. நான் உடுத்தியிருந்த வெள்ளை பேண்ட் அங்கு உட்காரத் தடுத்தது. வெளியே வந்துவிட்டேன்.

பிறகு சாப்பிட்டயா என்று எல்லோருக்கும் தெரியும்படி கேட்டார்கள். கொஞ்சம் கூட்டமாக இருக்குது. அப்பறம் சாப்பிடறேன், நீங்கள் ஓரம்பரையைப் பாருங்க என்றேன். கொட்டாயில் கூட்டம் குறைவதாகத் தெரியவில்லை. என்னுடைய வீட்டில் என் மகனுக்கு உடல்நிலை சரியில்லை. தனிக்குடித்தனம் ஆதலால் விரைவில் அங்குச் சென்றாக வேண்டும். சாப்பிடாமல் சென்றால் குறை சொல்வார்கள் என்று எனக்கு நன்றாகத் தெரியும். எப்படிச் சமாளிப்பது என்று யோசித்துக்கொண்டே இருந்தேன். ஒருவகையாக ஒரு தீர்மானத்திற்கு வந்தேன். சாப்பிட்டதைப்போல் பாவலா செய்து நான் சாப்பிட்டு விட்டேன், வீட்டிற்குச் செல்கிறேன் என்று சொல்லிப் புறப்படும் நேரத்தில் நான் சாப்பிடாமல் செல்கிறேன் என்று நிரூபித்து விட்டார்கள். ஏன்டா சாப்பிடாம போற என்று கேள்விமேல் கேள்வி கேட்டார்கள். நான் சாப்பிட்டுவிட்டேன் என்று கூறியும் அவர்கள் விடவில்லை.

மறுநாள் அந்தக் கவுண்டர் எங்கள் வீட்டிற்கு வந்து 'உங்க பையன் எங்க வீட்டுக் கல்யாணத்திற்கு வந்து சாப்பிடாமல் சென்றுவிட்டான். இவனை நான் மதிக்கவில்லையா? அதுவும் சக்கிலிப்பையன் நம்காட்டோடு பழகியவன் என்று அவன் வீட்டிற்கே வந்து பத்திரிகை வைத்துவிட்டு வந்தேன். இப்படி எங்களக் கேவலப்படுத்திவிட்டுப் போயிட்டானே?' என்று என் பெற்றோரிடம் சொன்னாராம். 'படிச்சி வேலைக்குப்போன உடனே கவுரவம் பார்க்க ஆரம்பிச்சிட்டானா? ஓரம்பர இருக்கும் போது சேர்ல உட்கார வெச்சிப் போடலின்னு கோவிச்சிகிட்டுப் போயிட்டானா?' என்றும் கவுண்டர் சொல்லியிருக்கிறார். அதைக் கேட்டதும் அன்றிலிருந்து அவர் வீட்டிற்குப் போகவே இல்லை.

நான் ஆறு முதல் பனிரண்டாம் வகுப்புவரை ஏழூர் அரசினர் மேனிலைப்பள்ளியில் படித்தேன். பேருந்து வசதி அதிகம் இல்லாத கிராமம் அது. பத்தாம் வகுப்பு தேர்ச்சி பெற்றதும் வெவ்வேறு பள்ளிகளில் பதினொன்றாம் வகுப்பு சேர எல்லா மாணவர்களும் டிசி வாங்கினார்கள். காரணம் உயர்நிலைப் பள்ளியாய் இருந்து இரண்டு ஆண்டுகளுக்கு முன்தான் மேனிலைப் பள்ளியானது. ஒற்றைப்படையிலான மாணவர்களே அங்கு பயின்றனர். அதுவும் முதல் வருடம் ஆரம்பிக்கும்போது

ஒரு மாணவி, இரண்டு மாணவர்கள் மட்டுமே படித்தார்கள். பஸ்ட் குரூப் (கணிதம்) மட்டுமே இருந்தது. கணக்கு, வேதியியல் பாடத்திற்கு ஆசிரியர்கள் இல்லை. வருடக் கடைசியில் மட்டுமே நியமிப்பார்கள். அவர்களும் மாறுதலாகிச் சென்றுவிடுவார்கள். கடைசியில் தேர்ச்சி படுமோசமாக இருக்கும். அதனால் எல்லாப் பெற்றோரும் தங்கள் பிள்ளைகளைக் குருசாமிபாளையம், களங்கானி, காரைக்குறிச்சிப்புதூர் ஆகிய ஊர்களில் சேர்த்து விடுவார்கள்.

நான் பத்தாம் வகுப்புப் படிக்கும்போது உமாசங்கர் என்ற ஆசிரியர் ட்யூசன் எடுப்பார். அவர் எல்லோரிடமும் அன்பாகப் பழகுவார். எனக்குக் கணக்கு வரவே வராது. அவர் முக்கியமான கணக்குகளை எனக்கு மட்டும் தனியாகச் சொல்லித் தருவார். சரியாகப் போடவில்லையென்றால் அவ்வளவுதான். அடி பின்னிவிடுவார். பத்தாம் வகுப்புத் தேர்வு முடிவு மாலை முரசு பேப்பரில் வரும். அதற்காக நாங்கள் டியூசன் ஆசிரியரோடு காலையிலேயே நாமக்கல் சென்றுவிட்டோம். என்னுடைய எண் பேப்பரில் வந்தபோது மிகுந்த மகிழ்ச்சியடைந்தேன். பிறகு பதினொன்றாம் வகுப்பு சேரனும். அதற்காக நானும் என் அப்பாவிடம் வேற பள்ளியில் சேருகிறேன். இந்தப் பள்ளியில் படிக்க மாட்டேன் என்றேன். காரணம் எனக்குக் கணக்கு வராது என்பதே. என்னுடைய நண்பர்கள் எல்லாரும் வேறு வேறு பள்ளியில் சேரலாயினர். பள்ளிக்குச் சென்று டிசி கேட்டால் இங்கேயே சேர்ந்து படிக்கவும் என்று ஆசிரியர்கள் கெஞ்சினர்.

பள்ளிகளில் உள்ள குறைகளை எடுத்துக் கூறித் தைரியமாகப் பேசும் பெற்றோர்களுக்கு உடனே டிசி தந்து விடுவார்கள். அப்படிப் பேச முடியாமல் தயங்கிப் பேசும் பெற்றோர்களுக்கு உடனே டிசி தரமாட்டார்கள். எப்படியும் தன்பக்கம் இழுத்துச் சேர்க்கையை நிறைவேற்றிவிடுவார்கள். என்னுடைய அப்பாவும் தயங்கிப் பேசும் சுபாவம் கொண்டவர். ஆகவே அங்கேயே சேர வேண்டியதாயிற்று. என் வகுப்பில் ஏழு மாணவர்கள், நான்கு மாணவிகள் என மொத்தம் பதினொரு பேர் மட்டுமே பயன்றோம். நான் பார்ப்பதற்குச் சிறியவனாக இருப்பேன். முதல் பெஞ்சில் முதலாவதாக அமர்ந்திருப்பேன். எந்த ஆசிரியர் வந்தாலும் முதலில் என்னைத்தான் கேள்வி கேட்பார்கள். சரியான பதில் சொல்லவில்லையென்றால் அவர் கோபம் தீரும்வரை நான்கு ஐந்து அடிகளுக்கு மேல் விழும். மீதமுள்ள மாணவர்களுக்கு மூன்று, இரண்டு எனக் குறைந்து கடைசியில் அறிவுரையில் முடிப்பார்கள். அடி வாங்காத நண்பர்கள் என்னிடம் நலம் விசாரிப்பார்கள்.

மற்ற பாடங்களை எப்படியோ படித்துவிடுவேன். கணக்குப் பாடம் மட்டும் எனக்கு அக்கப்போர். பத்தாம் வகுப்புப் படிக்கும் போதே கஷ்டப்பட்டு டியூசன் சென்று தேர்ச்சி பெற்றேன். தேற்றம், டெல்டா, காமா, இன்டகரல், மேட்ரிக்ஸ் எனப் புரியாத புதிர்கள் நீண்டுகொண்டே செல்லும். ஒரு கணக்குப் போடுவதற்குப் பல்வேறு சூத்திரங்கள் தெரிந்திருக்க வேண்டும். அப்போது ஆறுச்சாமி என்பவர் கணக்குப் பாடத்திற்குப் புதியதாக நியமனம் செய்யப்பட்டிருந்தார். எங்கள் வகுப்புக்கு வந்தார். அவர் பாடம் நடத்தும்போதே நோட்சைப் பார்த்துதான் நடத்துவார். ஏதாவது சந்தேகம் என்றால் நோட்சைப் பார்த்து நேரம் கடந்து பதில் சொல்வார். சிலர் சந்தேகம் கேட்டால் முண்டம் இதுகூடத் தெரியாதா? என்று கூறிப் பிறகு பதில் சொல்லுவார். அது எனக்குச் சத்தியமாக விளங்காது. திரும்பக் கேள்வி கேட்டால் திட்டுவார் என்று எண்ணி யாரும் கேள்வி கேட்க மாட்டோம். பத்தாம் வகுப்பு டியூசன் எடுத்த ஆசிரியரிடம் பதினொன்றாம் வகுப்புக் கணக்குக்காக ஒன்பது பேர் ட்யூசனுக்குச் சென்றோம். அவர் பத்தாம் வகுப்பில் டியூசன் எடுத்த இடத்தில் வேறு ஒருவர் குடியமர்ந்ததால் வேறு இடத்தில் ஒரு கவுண்டர் வீட்டில் டியூசன் எடுக்கலானார். அந்த இடத்தில் நான் சென்று படிப்பதற்கு எனக்குக் கூச்சமாக இருந்தது. காரணம் என் சாதி தெரிந்தால் அவர்கள் வீட்டில் அனுமதிக்க மாட்டார்கள். என் சாதியைச் சார்ந்த இன்னொருவரும் படித்து வந்தார். அவர் படிக்கிறாறே என்று சற்றுத் தைரியமாகச் சென்றேன். இருந்தாலும் மற்றவர்கள் கண்ணில் படாதவாறு கும்பலோடு கும்பலாகச் சென்று திரும்புவேன்.

அந்த வீட்டின் உரிமையாளர் மகளை எங்கள் ஊரில் திருமணம் செய்து கொடுத்திருந்தார். அந்தச் சம்பந்தி முறைக்காரர் ஒருநாள் அங்கு வந்திருந்தார். அவருக்கு என்னை நன்றாகத் தெரியும். என்னைக் கண்டுகொண்டார். என்னையே முறைத்துப் பார்த்துக் கொண்டிருந்தார். எனக்கு நன்றாகத் தெரிந்துவிட்டது. அடுத்த நாள் வழக்கம்போல் எல்லாரும் டியூசன் வந்ததும் வீட்டின் உரிமையாளர் கோபத்தோடு வாசலில் உட்கார்ந்திருந்தார். என் சாதியைச் சார்ந்த மற்றொரு நண்பர் அவர் ஊரைச் சார்ந்தவர். அவர் வந்ததும் ‘ஏண்டா சக்கிலி நாயே, உள்ள போகாதடா. என்ன திமிர் இருந்தா சக்கிலித்தாயோளி என் வீட்டுக்குள்ள வந்து உட்காருவ’ என்று ஓங்கிக் கன்னத்தில் அறைவிட்டார். அவர் அழுதுகொண்டே வீடு சேர்ந்தார். நான் மட்டும் முழித்துக்கொண்டே இருந்தேன். மற்ற நண்பர்களும் என்னையே பார்த்துக் கொண்டிருந்தனர். அடுத்து எனக்கு விழப்போகிறது என்று இருந்தேன். வகுப்பில் ஒரே நிசப்தம்.

சத்தமாகச் சொல்லித்தரும் ஆசிரியர் அன்று சத்தம் குறைவாகப் பேசினார். அடுத்த நாள் நான் செல்லவில்லை. அந்த ஆசிரியரும் ஏன் வரவில்லை என்று கேட்கவும் இல்லை.

நான் படிக்கலாமென்று ஆசைப்பட்டேன். ஆனால் சொல்லிக் கொடுப்பதற்கு ஆட்கள் இல்லை. டியூசன் செல்லும் நண்பர்கள் நன்றாகப் படித்தனர். பள்ளியில் கணக்கு ஆசிரியர் நடத்துவது எனக்குப் புரியவேயில்லை. மற்றவர்களுக்கு அது பாடு அல்ல. அவர்கள் டியூசனில் படித்துக்கொண்டனர். எனக்கும் டியூசன் செல்லாத மற்ற இருவருக்கும் மட்டுமே தேர்ச்சி கேள்விக்குறி. பள்ளியில் நடத்தும் சிறுதேர்வு, காலாண்டு, அரையாண்டுத் தேர்வுகளில் பெயில் மார்க்கே வாங்கினேன். ஆனால் எப்படியோ பாஸ் செய்ய வேண்டும் என்ற ஆசை இருந்தது. டியூசன் செல்லாத மூன்று மாணவர்களும் ஒன்று சேர்ந்து ஏழூர் ஏரிக்கரையில் படித்தோம். மற்ற இருவரைவிட நான் படு மக்கு. என் மர மண்டையில் அவ்வளவாக ஏறாது. சில முக்கியமான கணக்குகளை மனப்பாடம் செய்வேன். வகுப்பில் ஆசிரியர் வைக்கும் தேர்வில் அக்கேள்வி வந்துவிட்டால் சரியாகப் போட்டுவிடுவேன். ஆசிரியருக்கு வியப்பாக இருக்கும். எப்படிப் போட்டே? போர்டில் போடு என்பார். ஆசிரியரிடம் இருந்த பயத்தில் என்னால் போட முடியாது. உடனே பார்த்துத்தானே எழுதினே என்று அடிப்பார். எப்படியோ தேர்வு முடிவு வந்ததும் 40 மதிப்பெண்கள் பெற்றுத் தோல்வியடைந்தேன். தோல்வி யடைவோம் என்று முன்கூட்டியே தெரிந்த நான் நாமக்கல்லில் பெயிண்ட் கடையில் வேலைக்குச் சென்றுவிட்டேன்.

தோல்வியடைந்த என்னை விடக்கூடாது என்றெண்ணி என்னுடைய அப்பா அழைத்துவந்து ராசிபுரத்தில் ஒரு டுடோரியல் கல்லூரியில் சேர்த்துவிட்டார். பிறகு தேர்ச்சி பெற்றுக் கல்லூரி யெல்லாம் பயின்று முடித்தேன். எது எப்படியோ நான் மட்டும் அந்த டியூசன் படித்திருந்தால் ஓராண்டு வீண் ஆகியிருக்காது. என்னுடைய வாழ்க்கை முறையும் மாறியிருக்கக்கூடும்.

நான் முதுகலைப் படிப்பைத் திருச்சி தேசியக் கல்லூரியில் பயின்றேன். அப்போது மெயின் ஹாஸடலில் தங்கியிருந்தேன். என்னோடு ஆத்தூரைச் சேர்ந்த ஐந்து நண்பர்களும் பயின்றனர். அவர்கள் என் வகுப்புத் தோழர்களும்கூட. அதில் நான் மட்டுமே தாழ்த்தப்பட்ட வகுப்பைச் சேர்ந்தவன். சிலர் என்னுடைய சாதியை ஏற்கெனவே அறிந்திருந்தனர் போலும். இருந்தாலும் அவர்கள் என்னிடம் அவ்வளவு பாகுபாடு பார்த்ததில்லை. நான் உடுத்தும் உடைகளும் என்னுடைய பேச்சும் என் சாதியை அடையாளம் காட்டவில்லை. பொதுவாகச் சாதி சார்ந்து

இருப்பவர்கள் மாமன், மச்சான் என்று உறவாடிக்கொள்வது வழக்கம். சினிமாவுக்குச் செல்லும்போதும் சில அடிப்படைச் செலவுகள் செய்வதிலும் நான் மற்றவர்களுக்குச் சளைத்தவன் அல்ல. பிற துறை நண்பர்கள் என்னை மாப்பிள்ளை என்று அழைப்பார்கள். சினிமாவிற்குச் செல்லும்போதும் படிக்கும் போதும் உணவுக் கூடத்திற்குச் செல்லும்போதும் நாங்கள் அனைவரும் ஒற்றுமையாக இருப்போம். ஒருகட்டத்தில் படிக்க வேண்டாம், ஏதாவது வேலைக்குச் செல்லலாம் என்று நினைத்த போது என் நண்பர்களின் நட்பு என்னைத் தடுத்தது. அதுவே எனக்கு மகிழ்ச்சியாக இருந்தது.

பருவத்தேர்வுக்குமுன் இருபது நாட்கள் விடுமுறை விடுவார்கள். தேர்வு முடியும்வரை விடுதியில் உணவு தர மாட்டார்கள். ஆனால் விடுதியில் தங்கிக்கொள்ளலாம். அப்பொழுது ஹோட்டல்களில்தான் சாப்பிடுவோம். திருச்சியில் எந்த உணவு விடுதிக்குச் சென்றாலும் ஒரே காரமாக இருக்கும். அதுவும் தக்காளிச் சட்டினி ஊற்றுவார்கள். பார்ப்பதற்கே சிவப்பாக இருக்கும். ஒரே காரம். இரண்டு வாய் சாப்பிட்டால் அரை டம்ளர் தண்ணீர் குடிக்க வேண்டும். அப்போதுதான் அடுத்த வாய் சாப்பிட முடியும். அவ்வளவு காரம். ஐந்து நாட்கள் சாப்பிட்டேன். வயிறு இயல்பு நிலையிலிருந்து மாறியது. அதோடு செலவும் அதிகமானது. இதைச் சமாளிப்பது எனக்குப் பெரிதாகத் தெரியவில்லை. எனக்குச் சுமாராகச் சமைக்கத் தெரியும். மண்ணெண்ணெய் ஸ்டவ், சிறிது பாத்திரங்கள் வாங்கி நான் மட்டும் சமைத்துச் சாப்பிட்டேன். இதைக் கண்ட என் நண்பர்களில் ஒருவர் என்னோடு முதலில் கூட்டுச் சேர்ந்தார். பிறகு ஒவ்வொருவராக மொத்தம் ஏழு பேர் என்னுடைய சமையலைச் சாப்பிட்டார்கள். அவ்வளவு நன்றாகச் சமைக்காவிட்டாலும் சாப்பாடு பிரமாதம் என்று புகழாரம் சூட்டுவார்கள். பாத்திரங்கள் கழுவுவது, காய்கறிகள் வெட்டுவது போன்ற சிறுசிறு வேலைகளைக்கூடச் செய்ய மாட்டார்கள். ஏனென்றால் எல்லோரும் தேர்வுக்காகப் படிப்பதில் மும்முரமாக இருந்தார்கள்.

எனக்கு ஒரே கஷ்டமாக இருக்கும். மூன்று வேளையும் ஏழு பேருக்குச் சமைத்தது போக மீதம் இருக்கும் நேரத்தில் மட்டும் படிப்பது எனக்கு மிகுந்த கஷ்டமாக இருந்தது. ஒருவேளைச் சமையல் முடிந்ததும் அடுத்த வேளைச் சமையலுக்குத் தயார் செய்ய வேண்டும். என்னால் சமையல் செய்வதிலிருந்து விடுபடவும் முடியவில்லை. சமைக்காமலும் இருக்கமுடியவில்லை. விதவிதமாகச் செய்து போடுவேன். நானும் ஒருநாளைக்கு உப்பு அதிகமாகப் போடுவேன். ஒருநாளைக்குத் தண்ணீர்

அதிகமாக ஊற்றுவேன். எப்படிச் சமைத்துப் போட்டாலும் பிரமாதம் என்பார்கள். எனக்கு ஒரே கோபமாக இருக்கும். திக்காலுக்கு ஒருபக்கம் புத்தகத்தை எடுத்துக்கொண்டு படிக்கச் சென்றுவிடுவார்கள். சரியாகச் சாப்பிடும் நேரத்தில் ஒன்று சேர்ந்துவிடுவர்கள். அது எனக்கு மிகுந்த சந்தோசத்தைக் கொடுக்கும். என்னடா எப்படிச் சமைத்துப் போட்டாலும் பிரமாதம் என்கிறார்களே என்று. ஒருநாள் காலையில் உப்புமா சமைக்கும்போது வேண்டுமென்றே டால்டா அதிகமாகச் சேர்த்துச் சமைத்தேன். எல்லோருக்கும் தூக்கம் அதிகமாகி வாயைப் பிளந்தார்கள். ஒருசிலர் படுத்துத் தூங்கினர். நான் சமைக்கும்போது உதவிக்கு வராதவர்கள் இப்போது படிக்காமல் தூங்குவதைக்கண்டு சந்தோசம் அடைந்தேன்.

மறுநாள் நடந்ததைக் கூறினேன். நான் சமைக்கும்போது நீங்க யாரும் உதவிக்கு வரவில்லை அல்லவா அதனால்தான் டால்டா அதிகமாச் சேர்த்து உங்களைத் தூங்க வைத்தேன் என்றதும் எல்லோரும் சிரித்துவிட்டார்கள். பிறகு சமைக்கும்போது உதவினார்கள். இருந்தாலும் அவர்களுக்கு நான் வேலை வைக்க வில்லை. கடைசிவரை சமைத்துப்போட்டேன். அதில் பிற துறை மாணவர் ஒருவர் வகுப்பில் முதல் மதிப்பெண் பெற்றார். அவர் எனக்கு எழுதிய ஆட்டோகிராப் நோட்டில் நீ சமைத்துப் போட்டதனால்தான் என்னால் முதல் மதிப்பெண் எடுக்க முடிந்தது என்று எழுதியதைக் கண்டு பெருமைப்பட்டேன்.

விடுதியில் தாழ்த்தப்பட்ட மாணவர்களுக்கு உதவித்தொகை வராமலிருந்தது. அவர்கள் யாவரும் போராட்டத்தில் ஈடுபட்டனர். அப்பொழுது நானும் அவர்களோடு கலந்துகொண்டேன். சில மாணவர்கள் நண்பா நீங்களும் எஸ்சியா என்றனர். அப்பொழுது தான் எல்லோருக்கும் நான் எஸ்சி என்பது தெரியவந்தது.

என் நண்பர்கள் ஆறு பேரில் நான் மட்டுமே வயதில் மூத்தவன். என்னைப் பெயர் வைத்தே அழைத்தனர். மரியாதை யோடு நடந்துகொண்டனர். அதில் ஒரு நண்பர் மட்டும் எல்லோரையும்விட வயதில் இளையவர். என் சாதியைத் தெரிந்து கொண்ட பிறகு அவர் என்னைப் பார்க்கும்போதும் பேசும் போதும் நடந்துகொண்டது வித்தியாசமாக இருந்தது. நாளடைவில் என்னைப் போடா, வாடா என்றே அழைக்கும் அளவுக்குச் சென்றது. அது எனக்கு அவ்வளவு பாதிப்பைத் தரவில்லை. ஏனென்றால் அவரைவிட வயதில் குறைந்தவர்கள்கூட என்னை அப்படி அழைக்கும் சாதிக்கு உட்பட்டவன். இருந்தாலும் அவர் என்னை அப்படி அழைப்பதை என்னால் தாங்கிக்கொள்ள முடியவில்லை. நானும் எதிர்த்துப் பேசாமல் இருந்தேன். அவர் பேசுவதைப் போலவே நானும் பேச என் மனம் இடம்தரவில்லை.

நாளடைவில் வகுப்பு, கேண்டீன், உணவுக்கூடம், பிற நண்பர்கள் கூட இருக்கும்போது எனப் பல இடங்களில் என் மனம் புண்படும் படி அவர் கிண்டல் செய்துகொண்டே இருந்தார். இரவு தூக்கமே வராது. இதைப் பற்றியே நினைத்துக்கொண்டிருப்பேன்.

ஒருநாள் உணவுக் கூடத்தில் எனக்குமுன் சாப்பிட்டுக் கொண்டிருந்தார். நான் வருவதைக் கண்டதும் வழக்கம்போல் ஆரம்பித்தார். நானும் பொறுத்துப் பொறுத்துப் பார்த்தேன். கோபத்துக்குள்ளாகி அவர் சாப்பிட்ட தட்டைத் தூக்கி வீசியதோடு கன்னத்தில் ஓங்கி ஒரு அறை விட்டேன். மற்ற நண்பர்கள் முன் அவமானப்பட்டதை அவரால் தாங்கிக்கொள்ள முடிய வில்லை. அன்று அவர் சாப்பிடவே இல்லை. அறைக் கதவைச் சாத்திக்கொண்டார். வெளியே வரவே இல்லை. அன்று இரவு நான் நன்றாகத் தூங்கினேன். அதிலிருந்து நான் அவரிடம் பேசுவது இல்லை. சிலநேரம் அவர் பேச முன்வந்தாலும் நான் அதற்கு வாய்ப்புத் தரமாட்டேன். ஆனால் இருவரும் ஒரே இடத்தில்தான் அமர்ந்து இருப்போம். சினிமாவிற்குச் செல்வதென்றால்கூட என் சைக்கிளில் அழைத்துச் செல்வேன். ஆனால் கடைசிவரை நான் பேசவே இல்லை. இரண்டாமாண்டு முடிவில் எல்லோரும் என்னிடம் ஆட்டோகிராப் வாங்கினார்கள். நான் அவரிடம் வாங்கவில்லை. ஆனால் அவர் நான் கேட்காமலேயே எனக்குப் போட்டிருந்தார்.

கல்லூரி இறுதிநாள் விடைபெறு விழாவன்று யாரிடமும் எனக்கு எந்தக் கோபமும் இல்லை, எல்லோரும் என்னுடைய நண்பர்கள்தான் என்று சொல்லி அந்த நண்பரைப் பெயர் சொல்லிப் புகழ்ந்து பேசினேன். கல்லூரிப் படிப்பு முடிந்து பேச ஆரம்பித்தேன். அவரும் என்னோடு பேசிக்கொண்டு இருக்கிறார். மற்ற நண்பர்களைக் காட்டிலும் அவரிடம் அதிக நட்பு வைத்திருக்கிறேன். என் குடும்பப் பிரச்சினைகள் முதற்கொண்டு எல்லாவற்றையும் அவரிடம் பரிமாறிக்கொள்வேன். எனக்குக் கிடைத்த சிறந்த நண்பர்களில் அவரும் ஒருவராக இருக்கிறார். அன்றுமுதல் இன்றுவரை என்னைப் பெயர் கொண்டு அழைத்ததில்லை. வாடா, போடா என்றே உரிமையாகப் பேசுகிறார். அது எனக்குத் துளிகூட வருத்தமளிக்கவில்லை. ஆனால் நான் அவரைக் கூப்பிடும்போதும் பேசும்போதும் ஒருபோதும் அவர் பெயரைத் தவிர வேறெந்த வார்த்தையையும் உதிர்க்கவில்லை.

விடுதி வாழ்க்கை என்றால் சொல்லவே தேவையில்லை. ஒரே ஜாலிதான். நான் யாரையும் விட்டுவைப்பதில்லை. எல்லோரையும் ஏதாவது கிண்டல் செய்துகொண்டே இருப்பேன். அது யார் மனமும் புண்படாமலிருக்கும். அதனாலேயே என்னைப்

பெரும்பாலானவர்களுக்குப் பிடிக்கும். சினிமாவுக்குச் செல்வதென்றால் என்னை விட்டுச் செல்லமாட்டார்கள். சினிமாவில் வரும் நகைச்சுவையைவிட நான் ஏதாவது நகைச்சுவை செய்து கொண்டே இருப்பேன். அதிகாலையில் விளையாட்டு மைதானத்தில் ஓட்டம் செல்வதிலிருந்து இரவு தூங்கும்வரை நாங்கள் எல்லோரும் ஒன்றாகவே இருப்போம். அதுவும் சாப்பிடும்போது பிற துறை நண்பர்களும் நாங்களுமாகப் பத்துபேர் ஒன்றாகவே செல்வோம். உணவு பரிமாறுபவரிடம் போதும் என்று சொல்வதே இல்லை. அப்பறம் வாங்கிக்கிறோம் என்றே சொல்வோம். இரவு வேளையில் வாரம் ஒருநாள் வெஜ் பிரியாணியுடன் இட்லியும் போடுவார்கள். பிரியாணி மிகவும் சுவையாக இருக்கும். ஒரு வாங்கு வாங்கிவிடுவோம். நாங்கள் ஒற்றுமையாக இருப்பதைப் பார்த்துச் சிலர் பொறாமைப் படுவார்கள். பிற துறை நண்பர்களில் சிலர் என்னை மாப்பிள்ளை என்றே அழைப்பார்கள். அவர்களில் ஒருவர் என் அண்டை ஊரான திருச்செங்கோட்டைச் சேர்ந்தவர். எப்படியோ என் சாதிப்பெயரைத் தெரிந்துகொண்ட அவர் ய்யோ, என்ன லொல்லு என்றெல்லாம் அழைக்கத் தொடங்கினார். நானும் அவரை விட்டு வைப்பதில்லை. பதிலுக்கு ஏதாவது பேசியே தீருவேன். அவர் என் வகுப்பில் பயிலும் ஆத்தூர் நண்பர்களோடு மிகுந்த நண்பரானார்.

விடுமுறை நாட்களில் நெருங்கிய நண்பர்களை அவரவர் வீட்டிற்கு அழைத்துச் செல்வதுண்டு. நான் அப்படி யாரையும் வீட்டிற்கு அழைத்துச் சென்றதில்லை. எங்கள் ஊருக்குப் பக்கத்தில் அவர்கள் வருகிற வேலையிருந்தால்கூட எங்கள் வீட்டிற்கு அழைத்துச் செல்லும் வாய்ப்பைத் தரமாட்டேன். யார் என்னை அழைத்தாலும் நானும் செல்ல மாட்டேன்.

ஒருநாள் காலையில் ஓட்டத்திற்குச் செல்லும் நண்பர்கள் என்னை எழுப்பவே இல்லை. நேரம் அதிகமாகியும் இன்னும் யாரும் வரவே இல்லையே என்று சந்தேகித்து அவர்கள் அறைக்குச் சென்று பார்த்தேன். யாரும் இல்லை. எங்கு சென்றிருக்கிறார்கள்? ஏன் என்னிடம் மட்டும் சொல்லாமல் போக வேண்டும்? ஒன்றுமே புரியவில்லை. அவர்களின் அறைத் தோழர்களிடம் கேட்டாலும் எதுவும் தெரியவில்லை என்கிறார்கள். மறுநாள் ஆங்கிலத்துறை நண்பரின் அறைத்தோழர் என்னிடம் ஏன் நீ அவர் வீட்டிற்குச் செல்லவில்லையா என்று கேட்டார். அவர் வீட்டில் எனக்கு என்ன வேலை என்று கேட்டேன். உன் வகுப்பு நண்பர்கள் யாவரும் அவர் வீட்டிற்குத்தானே சென்றிருக்கிறார்கள் என்று கேட்டதும்தான் எனக்குத் தெரிந்தது. அவர் அழைத்துச் சென்றதும் அதை என்னிடம் தெரிவிக்கக்கூட

வேண்டாம் என்றதையும் அறிந்து கொண்டேன். அப்பொழுதுதான் என் மனம் மிகுந்த வேதனையடைந்தது. என்னை ஒரு பேச்சுக்கு அழைத்திருந்தால்கூட நான் சென்றிருக்க மாட்டேன். நம்மிடம் சொல்லாமலேயே போய்விட்டார்களே என்று அன்று இரவு முழுவதும் எனக்குத் தூக்கம் வரவே இல்லை.

விசயம் தெரிந்த நான் அடுத்த நாள் அனைவரும் விடுதிக்கு வந்ததும் என்னிடம் சொல்லாமல் எங்கு சென்றீர்கள் எனக் கேட்கவும் இல்லை. அவர்கள் என்னிடம் சொல்லவும் இல்லை. என்னிடம் எப்போதும் இயல்பாகப் பேசுபவர்கள் அன்று சற்றுத் தயங்கியே இருந்தார்கள். அதையெல்லாம் அவர்கள் மறக்கக் கவனத்தை வேறு திசைக்குத் திருப்பி அழைத்துச் சென்றேன். இன்றுவரை நாங்கள் அனைவரும் நண்பர்களாகவே இருக்கிறோம்.

○○○

பால் வத்திப் போயிரும்

பெ. பாலசுப்பிரமணியன்

என் வாழ்வில் நிகழ்ந்த சம்பவங்களில் என் அம்மா சொன்ன ஒரு விஷயம் இன்றும் மறக்க முடியாத ஒன்றாகவே இருக்கிறது. நான் தனியார் மருத்துவமனையில் பிறந்தேனாம். பிறந்தபோதே என்னுடைய தோற்றத்தையும் செக்கச் செவேல் என்ற கலரையும் பார்த்து என் அம்மாவுக்குப் பிரசவம் பார்த்த பெண் மருத்துவர் கேட்டாராம், 'இது உங்களுக்கு எத்தனாவது குழந்தை, நீங்க என்ன வேலை செய்யறீங்க' என்று. 'இது எங்களுக்கு இரண்டாவது குழந்தைங்க. நாங்க கூலி வேலதான் செய்யறமுங்க' என்றாராம். அதைக் கேட்ட மருத்துவர் 'ஏம்மா இந்தப் பையன் ரொம்ப அழகா ஐயர் பையனாட்டம் இருக்கான். பையன எனக்குக் கொடுத்திரும்மா. நான் நல்லாப் பார்த்துகிறேன்' என்று கூறினாராம். உடனே 'நீங்க என்ன சொன்னாலும் என் பையனக் கொடுக்கமாட்டேன். நாங்களே வளத்துக்கிறோம்' என்று சொல்லிவிட்டு இரண்டொரு நாட்களில் வீடு வந்து சேர்ந்து விட்டாராம்.

மருத்துவர் உண்மையாகக் கேட்டாரோ இல்லை தமாஷாகக் கேட்டாரோ தெரியவில்லை. என்னைப் பற்றி நினைக்கும்போதெல்லாம் என் அம்மா அடிக்கடி இச்சம்பவத்தைக் கூறி 'நீ இந்நேரம் அந்த டாக்டர் அம்மாகிட்ட இருந்திருந்தாக்கூடப்

பெரியாளா நல்ல நிலைமையில இருந்திருப்ப. இப்படி எங்களோட சேர்ந்து கஷ்டப்படுறியே' என்று ஆதங்கப்படுவார். அப்போதெல்லாம் 'ஏம்மா, அப்படியெல்லாம் சொல்லாதீங்க. நீங்கதான் எனக்கு ஒரு குறையும் இல்லாம இந்த அளவுக்குப் படிக்க வெச்சிருக்கீங்களே' என்று ஆறுதல் சொல்வேன். அதே போன்று என்னுடைய தோற்றத்தாலும் நிறத்தாலும் தாழ்த்தப்பட்ட சாதியில் பிறந்தவன் என்பது தற்காலிகமாக மறைக்கப்பட்டு உயர்சாதியில் பிறந்தவன் என்பது போன்ற மாயப்போர்வையால் மூடப்பட்டு சாதி சார்ந்த கொடுமைகளுக்குப் பெரும்பான்மையும் ஆட்படாமல் இன்றளவும் வெளியில் தப்பித்து வந்துள்ளேன். இருப்பினும் உள்ளூரில் இதற்கான சாத்தியம் குறைவுதான். எங்கள் பகுதியில் கவுண்டர்கள் அதிகளவில் வசித்துவருகின்றனர். அவர்களை அண்டிப் பிழைப்பவர்களாக நாங்கள் இருக்கின்றோம். அவர்களுக்கும் எங்களுக்குமான வாழ்வில் எனக்கு நிகழ்ந்த கசப்பான சம்பவங்கள் சில.

எங்கள் கிராமம் நாமக்கல் நகரிலிருந்து பரமத்தி, கரூர் செல்லும் நெடுஞ்சாலையில் இரண்டுகல் தொலைவிலுள்ள காவேட்டிப்பட்டி. இங்குள்ள ஊராட்சி ஒன்றியத் தொடக்கப் பள்ளியில் படித்துக்கொண்டிருந்த நாட்களில் பெரும்பாலும் என் பெரிய அப்புச்சி வீட்டில்தான் தங்கியிருப்பேன். அப்புச்சியின் வீட்டிற்கு அருகிலேயே என் சித்தப்பா வீடு. இரண்டு வயது குழந்தையுடனும் சித்தியுடனும் வசித்துவந்த அவர் அருகிலிருந்த கவுண்டர் ஒருவரின் கருவாட்டு மில்லுக்குத் தினக்கூலியாகப் போய்க்கொண்டிருந்தார். நாள்தோறும் காலை ஆறு மணிக்குச் சென்று இரவு எட்டு மணிக்கு வீடு திரும்புவார். அவ்வப்போது உடல் அலுப்புத் தீரும் பொருட்டுக் குடித்து வருவார். மில் வேலை மட்டுமின்றி வேறு சில வேலைகளும் பாரபட்சமின்றி முதலாளியின் மனம் கோணாமல் செய்து வருவார். இதனால் என்சித்தப்பா மீது முதலாளிக்கு நம்பகத்தன்மை ஏற்பட்டு அவர் கேட்கும்போதெல்லாம் கொடுக்காவிட்டாலும் ஒரு சில சமயங்களில் மட்டும் பண உதவியும் வேலைக்கான முன்தொகையும் கொடுத்து வந்தார். முதலாளி கண்டிப்பானவர். வேலை ஒழுங்காக நடந்தால் அன்பு பாராட்டுபவராகவும் இல்லையென்றால் கடுங்கோபம் உடையவராகவும் இருப்பவர்.

ஒருநாள் சித்தப்பாவுக்கு உடல்நிலை சரியில்லாமல் போக ஓரிரு நாட்கள் மில்லுக்குப் போகாமல் வீட்டிலேயே தங்கிவிட்டார். அச்சமயத்தில் முதலாளியிடம் இரண்டாயிரம் ரூபாய் கடனும் வாங்கியிருந்தார். வெளியிலும் எங்கும் செல்ல வில்லை. திடீரென்று அதிகாலையில் எங்கள் தெருவுக்குள் வண்டிச் சத்தம் கேட்டது. அதைக் கேட்டு நானும் அப்புச்சியும்

தாவாரத்தில் இருந்து வாசலுக்கு வந்துவிட்டோம். சித்தி வாசலுக்குச் சாணம் தெளித்துக் கொண்டிருந்தார். சித்தப்பா வாசலின் ஓரத்தில் கட்டிலில் ஆழ்ந்து தூங்கிக்கொண்டிருந்தார். வண்டியை விட்டு இறங்கிய முதலாளி நேராக எங்கள் வீட்டு வாசலுக்கு வந்துவிட்டார். வந்தவர் எங்களிடம் ஒரு வார்த்தை கூடக் கேட்கவில்லை. கட்டிலோடு சேர்த்து என் சித்தப்பாவை நான்கைந்து உதைகள் உதைத்தார். 'அய்யோ அய்யோ' என்று சித்தப்பா கத்தியும் விடவில்லை. இதைப் பார்த்த அப்புச்சியும் சித்தியும் 'சாமி அடிக்காதீங்க... விட்டுருங்க சாமி' எனக் கெஞ்சிக் கொண்டிருந்தனர். நான் அழுதேவிட்டேன். தன் கோபம் தீர உதைத்தவர் அத்துடன் நிற்காமல் 'டேய் சக்கிலி நாயே. சக்கிலித் தாயோலிக்கு அவ்வளவு கொழுப்பு ஏறிப்போச்சாடா? எவன் ஊட்டுக் காச ஏமாத்தித் தின்னுட்டுப் போலானு நெனச்சியாடா' என வாய்க்கு வந்தபடி திட்டித் தீர்த்தார். 'இன்னிக்கு வேலைக்கி வரலின்னா நடக்கிற சங்கதியே வேற' என்று மிரட்டிக் கொண்டிருந்தபோது ஊரே கூடிவிட்டது.

ஊரார் முன்பு நாங்கள் கூனிக் குறுகி நின்றுகொண்டிருக்க ஒருவரும் வாய்திறக்காமல் அமைதியாக வேடிக்கை பார்த்துக் கொண்டிருந்தது என் அழுகையை மேலும் அதிகப்படுத்தியது. முதலாளி ஊராரையும் பார்த்துப் பொதுவாக எச்சரித்துவிட்டு வண்டியை எடுத்துக்கொண்டு வேகமாகக் கிளம்பிவிட்டார். அதன்பிறகு அப்புச்சி என்னைத் தேற்றிக்கொண்டே, 'அழாத கண்ணு, என்னருந்தாலும் நாம்ப சக்கிலிங்க, அவங்க சாமி மாதிரி. அவுங்க சொல்ற மாதிரி நடந்துக்கிட்டாத்தான் பொழைக்க முடியும். கவுண்டமாருங்களுக்கு அடிம வேல செஞ்சிதான் தீரணும்' என்று சொன்னார். அறியாத, புரிந்துகொள்ள முடியாத பருவமென்றாலும் மில் முதலாளியின் தோற்றமும் அவர் திட்டிய வார்த்தைகளும் இன்னும் என் மனதை ஈட்டிபோல் குத்திக்கொண்டிருக்கின்றன.

எங்கள் ஊராட்சிக்குத் தேர்தல் வந்தது. மேற்குறிப்பிட்ட மில் முதலாளியும் தலைவர் பதவிக்குப் போட்டியிட்டார். இவரை எதிர்த்து முன்னாள் தலைவராக இருந்தவரும் மீண்டும் போட்டி யிட்டார். இதனால் கடும் போட்டி. காரணம் ஒரே சமூகத்தைச் சேர்ந்தவர்களாக இருப்பினும் ஒருவர் பணபலத்திலும் மற்றவர் செயல்பாட்டிலும் உயர்ந்தவர்களாக இருந்தனர். இங்கு கவுண்டர்கள் அதிகம். அதற்கடுத்துச் சக்கிலிகள் இருந்தனர். போயர்கள், உப்பிலியர்கள் குறைந்த அளவில் வசித்து வந்தனர். சக்கிலியர்களில் பல குடும்பங்கள் அரசு மானியமாகக் கொடுத்த புதுக்காலனிக்குச் சென்றுவிட முப்பது குடும்பத்தினர் மட்டும் கவுண்டர்களின் குடியிருப்புக்கு ஒதுக்குப்புறமான இடத்தில்

குடியிருந்தனர். இவர்கள் அன்றாடம் வேலைக்குச் சென்றால்தான் அன்றைய சோற்றுக்கே வழி என்ற நிலையில் அதைப் பற்றி யெல்லாம் கவலை கொள்ளாமல் சாமிமீது கொண்ட பக்தியால் மரத்தடியில் இருந்த மாரியம்மனுக்குச் சுற்றுச்சுவர் கட்டி ஓடு போட முடிவெடுத்தனர். இதன்படி உள்ளூரில் வரிவசூல் செய்தனர். போதிய பணம் கிடைக்கவில்லை.

ஊர்ப் பெரியவர்கள் ஒன்றுகூடிப் பொதுக்கூட்டம் போட்டனர். அதில் 'நாம்ப மில் முதலாளிகிட்ட ஐயாயிரம் ரூபாய் கடனாக் கேப்பம். கோயிலுக்குனு கேட்டா இல்லனு சொல்ல மாட்டாரு. கோயிலக்கட்டிச் சாமி கும்பிடுவோம்' என்று பேசி முடிவெடுத்து முதலாளியைப் பார்க்கச் சென்றார்கள். அவரும் இவர்கள் சொன்னதைக் கேட்டுக்கொண்டு எடுத்த எடுப்பிலேயே 'நா உங்களுக்குக் கடனாக் கொடுக்குற ஐயாயிரத்தக் கோயில் கட்ட நன்கொடையா வச்சுக்குங்க. ஆனா என்னப் பஞ்சாயத்துத் தலைவராக ஜெயிக்க வக்க உங்க சக்கிலிங்க ஓட்டு பூரா எனக்குத்தான் போடணும்' என்று கட்டளை போட்டார். இவர்களும் 'மொத்தமா இவ்வளவு பணம் கிடைக்குது. இதவிட்டா நாம கோயிலு கட்ட முடியாம போயிடுமோ' என்று பயந்து முதலாளி சொன்னதுக்கு ஒத்துக்கொண்டார்கள்.

பணம் வாங்கிக் கோயிலும் கட்டி முடித்துச் சிறப்பாகத் திருவிழாவும் கொண்டாடினார்கள். தேர்தல் நாளும் நெருங்கி வந்தது. இதற்கு இரண்டொரு நாட்களுக்கு முன்பு முன்னாள் பஞ்சாயத்துத் தலைவராக இருந்தவரையே கவுண்டர்களின் கடும் முயற்சியால் 'அன்னபோஸ்'டாகத் தேர்ந்தெடுத்துவிட்டனர். இதையறிந்த மில் முதலாளி அதிர்ச்சி அடைந்து கோபத்தின் உச்சத்துக்கே சென்றுவிட்டார். இவ்வளவு பணம் செலவழித்தும் தன்னால் தலைவராக முடியாத கோபத்தைக் கவுண்டர்கள் மேல் காட்டாமல் அப்படியே சக்கிலியர்கள்மீது காட்டினார். சக்கிலிக் குடிக்கு ஆள்விட்டு ஊர்ப் பெரியவர்களை வரச் சொன்னார். இவர்களும் பதறியடித்துக்கொண்டு சென்றனர். போனதும் தன்னைவிட வயதில் மூத்தவர்கள் என்றும் பாராமல் "என்ன நம்பிப் பொழைக்கிற சக்கிலி நாய்ங்க. எல்லாருஞ் சேந்து ஏமாத்துப்புட்டீங்களாடா" என்று கண்டபடி பேசினார். கடைசியில் "நீங்க என்ன பண்ணுவீங்களோ ஏது பண்ணுவீங்களோ எனக்குத் தெரியாது. நானு கோயிலு கட்டக் குடுத்த ஐயாயிரத்தத் திருப்பிக் கொடுங்கடா . . . இல்லினா நானு உங்கள என்ன பண்ணுவன்னு எனக்குத் தெரியாது" என்று மிரட்டினார். பயந்துபோன இவர்கள் மீண்டும் ஊரில் தலைக்கு இவ்வளவு வரி என முடிவெடுத்துப் பணம் வசூலித்து ஒரு மாதத்துற் குள்ளாகவே மில் முதலாளியிடம் வாங்கிய நன்கொடையைத்

திருப்பிக் கொடுத்துவிட்டனர். நாங்கள் சக்கிலியர்கள் என்பதால் தானே அந்த முதலாளியால் எங்களை மிரட்டிக் காரியம் சாதிக்க முடிந்தது. இதுவே கவுண்டர்களிடம் கொடுத்த பணத்தை அவரால் திருப்பிக் கேட்டிருக்க முடியுமா?

என் தந்தை சுற்றுவட்டாரத்திலுள்ள பெரும்பாலான கவுண்டர்களின் பண்ணையங்களுக்கும் வேலை செய்து வருபவர். வேலை செய்யும் இடங்களில் சில சமயம் சோறு போடுவதும் உண்டு. காசும் கொடுப்பார்கள். விடுமுறை நாள் ஒன்றில் நானும் என் தந்தையுடன் கூடச் சென்றிருந்தேன். பகலெல்லாம் கவுண்டரின் தோட்டங்களிலும் தோப்புகளிலும் விளையாடிக் கொண்டிருந்தேன். மாலைப் பொழுது நெருங்க நெருங்க எனக்குப் பசி எடுக்க ஆரம்பித்தது. என் அப்பாவிடம் ஓடி வந்து 'அப்பா பசி தாங்க முடியல' என்று கத்தினேன். அவர் 'கொஞ்சம் பொறுத்துக்க கன்னு. கவுண்டரம்மாகிட்டக் கேட்டுப் பாக்குறேன், எப்படியும் சோறு போடுவாங்க கன்னு' என்று சொல்லிக்கொண்டே என்னை உடன் கூட்டிப் போனார். வெளிவாசலில் நின்றுகொண்டே, 'ஏங்க, 'ஏங்க' எனச் சத்தம் போட்டுக் கூப்பிட வீட்டுக்குள்ளிருந்து கவுண்டரம்மா வந்தார். வந்ததும் 'என்ன குப்பா வேல எல்லாம் முடிஞ்சதா. என்ன' என்று கேட்டார். என் தந்தை 'பையனுக்குப் பசிக்குதுங்க. கொஞ்சம் சோறு இருந்தா போடுங்க' என்றார். கவுண்டரம்மாவும் 'சரி, சரி அப்படி மூலையில ஓரமா ஒக்காருங்க. ஏதாவது இருக்கானு பாக்குறன்' என்று கூறிவிட்டு வீட்டுக்குள் சென்றார்.

அதற்குள் என் தந்தை மாட்டுக்கொட்டகையின் உள்ளே ஒரு மூலையில் சொருகியிருந்த ஒடுங்கிப்போன பழைய ஈயத்தட்டை எடுத்துத் தொட்டித் தண்ணீரில் கழுவிக்கொண்டு வந்தார். நாங்கள் இருவரும் கீழே அமர்ந்தோம். கவுண்டரம்மா சிறிய ஈய தேக்சாவில் தண்ணி கலந்த பழைய சோறு கொண்டு வந்தார். என் தந்தை சோற்றுத் தட்டை இரண்டடி தள்ளி வைத்துவிட்டுத் தூர நின்றுகொண்டார். அந்தம்மா தேக்சாவைக் கொஞ்சம் உயரமாகத் தூக்கிச் சோற்றைத் தட்டில் போட்டார். அப்போது தட்டைச் சுற்றிலும் சோறும் தண்ணீரும் தரையில் பட்டுச் சிதறின. கவுண்டரம்மா அதைப் பற்றியெல்லாம் கவலைப் படாமல் என் தந்தையை நோக்கி 'டேய் குப்பா, இந்தச் சோத்த உம் பையன திங்கச் சொல்லு. நானு காபி வைக்கிறன். குடிச்சுட்டுப் போங்க' என்று சொல்லிவிட்டு மறுபடியும் வீட்டுக்குள் சென்று விட்டார்.

இக்காட்சியைப் பார்த்த எனக்கு வீட்டு ஞாபகம் வர அதை நினைத்துக்கொண்டே தண்ணி கலந்த சோற்றைக்

கலக்கி வேகமாகக் குடித்துக்கொண்டிருந்தேன். அப்போது 'அப்பா, அப்பா ... நம்ம வூட்டுல அம்மா இப்படிச் சோறு போடமாட்டாங் கில்லப்பா, சட்டிக்குப் பக்கத்துலதான தட்ட வச்சுப் போடுவாங்க, ஏ இவங்க மேல இருந்து தூக்கிப்போடறாங்க' என்று கேட்டேன். 'அய்யோ கன்னு சத்தம் போட்டுப் பேசாத, இத அவுங்க கேட்டாங்கன்னா, நம்மள அடிச்சுருவாங்க' என்று சொன்னதுடன் மெதுவாக 'நாம கீச்சாதிங்க, அவுங்க மேச்சாதிங்க. அவுங்க சொல்றபடிதான் கேட்டு நடக்கணும். இல்லினா நாம வாழ முடியாது, பேசாம சாப்புடு' என்று சொல்லிக்கொண்டிருந்தார். அப்போது ஒரு சின்னக் குண்டாவில் வரக் காப்பியுடன் கவுண்டரம்மா வந்துவிட்டார். உடனே வேகவேகமாகக் குடித்து விட்டுத் தொட்டிக்குச் சென்றேன். நான் கை கழுவிவிட்டு வருவதற்குள் என் தந்தை அன்று காலையில் தேங்காய் திருவிப் போட்ட இரண்டு தொட்டாங்குச்சிகளை எடுத்துக் கழுவிக் கொண்டு வந்தார். கவுண்டரம்மா முன்பு அதை வைத்துவிட்டுத் தள்ளி நின்றார். அந்தம்மாளும் தொட்டாங்குச்சிகள் வழியும்வரை ஊற்றிவிட்டுச் சென்றுவிட்டார்.

சூடாக இருந்ததால் ஊதி ஊதி வெகுநேரம் குடித்தோம். அப்போது நான் என் தந்தையிடம் 'ஏப்பா இவுங்குளுக்குதா நெறைய எருமைங்க இருக்குது. நெறையப் பாலும் பீச்சறாங்க. இவுங்க பசங்க குடிக்குற காபி எல்லாம் வேற மாதிரி இருக்குது. நமக்கு ஊத்துற காபி கறுப்பா இருக்குதே' என்று கேட்டேன். அவர் சொன்னார் 'அப்படி எல்லா நாம கேக்க முடியாது கன்னு, ஏன்னா எவ்வளவு பால் வீட்டுல இருந்தாலும் நம்ம சக்கிலிங்களுக்கு ஊத்தமாட்டாங்க. அப்படி ஊத்துனா நம்ம கண்ணுப்பட்டுப் பால் வத்திப்போயிரும்னு பயத்துல பால் நிறைய இருந்தாலும் நம்மளுக்கு வரக் காப்பிதான் ஊத்துவாங்க' என்றார். இப்பதிலைக் கேட்ட எனக்கு அப்போது அரைகுறை யாகவே புரிந்தது.

என் அம்மா 'கொடலாத்தம்' நீவுவதில் கைதேர்ந்தவராக விளங்கினார். அவர் கை வைத்துத் தண்ணீர் அல்லது எண்ணெய் கொண்டு ஒருமுறை நீவிவிட்டாலே போதும் மறுபடியும் வர வேண்டியதில்லை. மருத்துவரிடம் போகாத அளவுக்குக் கைவைத்தியம் வேலை செய்தது. எங்கள் ஊர் மட்டுமல்லாமல் பக்கத்து ஊர்களிலிருந்தெல்லாம் தகவல் கேள்விப்பட்டு வந்து செல்வார்கள். சிறுவர்கள் முதல் பெரியவர்கள் வரை பாரபட்சமில்லாமல் கொடலாத்தம் நீவுவதற்கு வருவார்கள். எங்கள் சாதியைச் சார்ந்தவர்களைக் காட்டிலும் கவுண்டர்களும் பிற சாதியினரும்தான் அதிகளவில் வருவார்கள். எங்கள் பகுதியில் கவுண்டர்கள் சக்கிலித் தெருவுக்குள் வேலைக்கு ஆட்களைத்

தேடி வந்தால் கட்டில், சேர் போன்றவற்றில் உட்கார்ந்திருந்தாலும் நாங்கள் எழுந்து நின்றுதான் பேச வேண்டும். இப்படிப்பட்ட கட்டுப்பாடுகள் இன்று ஓரளவு குறைந்திருந்தாலும் முழுவதும் நீங்கிவிடவில்லை. தொடர்ந்து கொண்டுதான் இருக்கின்றன. படித்தவனாகிய நானும் இதிலிருந்து இன்றளவும் மீள முடியவில்லை. 'நம்ம வீட்டிற்கு யார் வந்தாலும் இனிமேல் கட்டிலிலிருந்து எழுந்து நிற்கக் கூடாது. உட்கார்ந்துகொண்டுதான் பேச வேண்டும்' என மனதிற்குள் நான் எண்ணினாலும் என் பெற்றோரின் செய்கையாலும் வற்புறுத்தலாலும் தவிர்க்க முடியாத ஒன்றாகவே இருந்து வருகிறது.

இரண்டாண்டுகளுக்கு முன்பு நான் சென்னையில் வேலை பார்த்துக்கொண்டிருந்தேன். விடுமுறைக்காக ஊருக்கு வந்திருந்தேன். ஒருநாள் காலைப்பொழுதில் வீட்டிலிருந்தபோது கவுண்டர் ஒருவர் தன் பேரனுக்குக் கொடலாத்தம் நீவுவதற்காக எங்கள் வீட்டிற்கு வந்தார். வந்தவர் தெருவில் நின்றுகொண்டு என் அம்மாவைக் கூப்பிட்டார். அவருடைய குரல் கேட்டதும் வீட்டு வேலைகளையும் விட்டுவிட்டு வேகமாகத் தெருவிற்குப் போனார். கவுண்டரைக் கண்டதும் 'வாங்க சாமி நம்ம சின்னய்யாவுக்கு என்னாச்சு' என்று கேட்க, அவரும் 'கொடலாத்தம் உழுந்திருச்சி. நீவ வந்தேன்' என்றார். 'சரிங்க' என்று சொல்லிக் கொண்டே என்னைக் கூப்பிட்டுக் 'கன்னு, நம்ம பண்ணையக் காரங்க வந்திருக்காங்க, அவுங்களுக்குச் சேரு கொண்டாந்து போடு' என்று சொன்னார். நானும் வீட்டிற்குள்ளிருந்து பிளாஸ்டிக் சேர் எடுத்துவந்து 'அப்பா சேருல உட்காருங்க' எனச் சொல்ல, அவர் வேண்டாமென்று கூறியதுடன் உட்காராமலேயே நின்று கொண்டிருந்தார். நானும் அங்கேயே நின்றுகொண்டிருந்தேன்.

அதற்குள் என் அம்மா வீட்டிற்குள் சென்று விளக் கெண்ணெய்ப் பாட்டிலைக் கொண்டுவந்தார். அதைப் பார்த்த கவுண்டர் 'குப்பம் பொண்டாட்டி, அந்த எண்ணெ வெச்சி நீவாத, நானு கொண்டுவந்திருக்கிற இந்த எண்ணெயில நீவு' என்று சொல்லி வண்டியின் கவரில் இருந்த பாட்டிலை எடுத்துக் கொடுத்தார். 'சாமி நீங்க எண்ணெயக் கொண்டு வராட்டி என்னாங்க' என்று சொல்லி முடிப்பதற்குள் 'உங்க எண்ணெ வேண்டாம். நானு கொண்டுவந்த எண்ணெயப் போட்டு நீவு' என்று வேகமாகச் சொன்னார். என் அம்மாவும் மறுபேச்சுப் பேசாமல் நீவிவிட்டு அனுப்பிவைத்தார்.

அவர் கிளம்பிப் போனதும் என் மனம் தாளாமல் என் அம்மாவிடம் 'என்னம்மா வெளியில இருந்து வந்தவங்களுக் கெல்லாம் நம்ம எண்ணெ வச்சுதாம்மா நீ கொடலாத்தம் நீவிவிட்டிருக்க. அவுங்க ஏதும் கேட்காம போயிருவாங்க.

இன்னிக்கி வந்தவரு மட்டும் சேருல உக்காராம நம்ம எண்ணெ வேண்டானுட்டு அவரு தனியாக் கொண்டுவந்ததுல நீவிட்டுப் போறாரு. நாமளும் கடையிலதான வாங்குறம். இதுலகூட என்னம்மா ஒட்டியிருக்கு' என்றேன். அதற்கு என் அம்மா 'கன்னு அவுங்களுக்கு வேல நடந்தாச் சரி யாருகிட்டயும் போவாங்க. வேல முடிஞ்சதும் நம்மளக் கண்டுக்கமாட்டாங்க. நாம முக்கியமல்ல, பக்கத்தூர்ல இருந்து வர்றவங்களுக்கு நோவு நல்லானா சரின்னு போவாங்க. உள்ளூர்காரங்களுக்கு இங்க வர்றதுக்கு மனத்தாங்கல் இருக்குது. வந்தாலும் மனசுக்குள்ள இவங்க சக்கிலி ஊடுன்னு கருவிட்டுதான் இருப்பாங்க. என்னருந்தாலும் அவுங்க கவுண்டமூடு. நாம சக்கிலி. இத யாராலும் மாத்த முடியாது' என்று கூற நொறுங்கிப்போனேன்.

சாதி குறித்து யார் வேண்டுமானாலும் பேசலாம், எழுதலாம், கருத்துரைக்கலாம். எப்படியிருப்பினும் அது தன் சுயத்தை இழக்காமல் ஏதாவதொரு தளத்தில் வெளிப்பட்டுக் கொண்டுதான் இருக்கிறது. காலத்திற்குத் தகுந்த, சூழலுக்கு ஏற்றாற்போல் தன் கொடுங் கரங்களைப் பல்வேறு வடிவங்களில் கிளைபரப்பி ஆழமாக வேரூன்றியுள்ளது. நாமும் வாழ்கிறோம். சாதியும் நமக்கு இணையாக இன்னும் வீச்சுடன் தன் வேலையைச் செவ்வனே செய்துகொண்டுதான் வருகிறது.

○ ○ ○

ஏற்பா மறுப்பா?

இரா. பிரபாகர்

நான் சாதி மறுப்பாளனா ஏற்பாளனா என்னும் வினாவிற்கு என்னால் உறுதியான பதில் ஏதும் தரமுடியவில்லை. தீவிரக் கடவுள் பற்றாளனாக இருந்தேன் நான். நாமக்கல் நாமகிரித் தாயார் ஆலயத்தில் நரசிம்மர் சன்னதிக்குச் செல்லும் வழியிலுள்ள சன்னதியில் கற்பூரம் கொளுத்த மாட்டார்கள் என்று தெரியாத வயது. அது தெரியாமல் ஐயர் நீட்டிய தட்டில் கற்பூரம் வைத்து விட்டேன். அவர்(ன்) திட்டிய திட்டால் அன்றே கடவுள் பற்றிய நம்பிக்கை காணாமல் போனது. முழுமையாகக் கடவுளை வெறுப்பவனாக, ஐயர்களைப் பிடிக்காதவனாக மாறிப்போனேன். இன்றுவரை கோயிலுக்குப் போவதிலும் பிராமணர்களுடன் இணக்கமான உறவு வைத்துக்கொள்வதிலும் விருப்பம் வரவில்லை. இளங்கலை வகுப்பில் பேரா.சு.துரை, சாமியைப் பற்றிப் பேச்சு வரும் போதெல்லாம் 'சாமி சக்தி பூசாரிக்கும் தெரியும்' என்பார். எனக்கு உடனே அந்தப் பூசாரி (ஐயன்) நினைவுக்கு வருவான். இப்படிக் கடவுளையும் பிராமணர்களையும் வெறுத்த நான் சாதியை முழுமையாக மறுக்கின்றேனா என்ற வினா அடிக்கடி எழுவதுண்டு.

நான் அறிந்தவரை வாழ்க்கையில் என்னைச் சுற்றிச் சாதி பின்னிப் பிணைந்தே கிடக்கிறது. படித்த காலம், கல்லூரியில் வேலை, மருத்துவம், திருமணம்

எனப் பலவற்றையும் கூறலாம். இன்று அரசுப் பணிக்குச் சென்றிருந்தாலும் அங்கும் சாதியை எதிர்கொள்ள வேண்டியிருக்கிறது. உடன் பணியாற்றுபவர்களில் பலர் சொந்தச் சாதியாகிய கவுண்டராக இருப்பதால் பழகுவதற்கு ஒரு இயல்பு தென்படுகிறது. இதுவே நான் வேறு சாதியாக, குறிப்பாகத் தாழ்த்தப்பட்டவனாக இருந்தால் எப்படியிருப்பார்கள் என்று தெரியவில்லை.

சாதியில் மேல், கீழ் இருப்பதையும் சாதி உருவான சூழல்களையும் இளங்கலை படித்த காலத்தில் கொஞ்சம் புரிந்துகொண்டேன். அதன் ஒடுக்குமுறைகளைப் பல்வேறு படைப்புகளை வாசித்ததன் வழியே உள்வாங்கினேன்.

இளங்கலையில் நிலுவைத்தாள் இருந்ததால் தொடர்ந்து படிக்கமுடியாமல் வேலைக்குச் செல்ல வேண்டிய நிர்ப்பந்தம் ஏற்பட்டது. ஏதாவது கடைக்குப் போகலாமென்று பல கடைகளில் வேலை கேட்டு அலைந்தேன். ஆனால் கடை வேலைக்கு என்னுடைய கவுண்டர் சாதி தடையாக இருந்தது. ‘கவுண்டருங்கெல்லாம் இப்பிடியான வேலைக்கு வரமாட்டாங்க. வந்தாலும் சொந்தச் சாதிக்காரங்கிட்ட இப்பிடி அப்படினு ஒன்னும் சொல்ல முடியாது. அலட்டி வேலை வாங்க முடியாது’ என்று சொன்னதைப் பின்னாளில் அறிந்துகொண்டேன். நாமக்கல் நமக்கு ஆகாது, வேறு எங்காவது பார்க்கலாமென்று சேலத்தில் முயன்று நகலகத்தில் வேலைக்குச் சேர்ந்தேன். என் மூலமாக இன்னும் இரண்டு நண்பர்கள் வந்தனர். மூவருமே வேறு சாதியாக இருந்தாலும் ஆதிக்க சாதியைச் சேர்ந்தவர்கள். அதில் ஒரு நண்பன் அவனுடைய ஊரிலிருந்து தாழ்த்தப்பட்ட சாதியைச் சேர்ந்த ஒருவனை வேலைக்குச் சேர்த்துவிட்டான்.

மிகக் குறைந்த பைசாவில் அங்கு மட்டுமே நகலெடுத்துத் தந்ததால் இரவு பகல் எந்நேரமும் வேலையிருந்தது. நிறுவனம் கொடுத்த அறையில் தங்கிக்கொண்டு ஆளுக்கு ஒரு கடையாக நிர்வாகப் பொறுப்புகளைக் கவனித்து வந்தோம். இரண்டு மாதம் முடிந்திருக்கும். எங்களுடன் இருக்கும் நண்பன் தாழ்த்தப்பட்ட சாதியைச் சேர்ந்தவன் என்பதை அறிந்த நிறுவனர் ‘சக்கிலி பறையனையெல்லாம் கூட்டியாந்து ரூம்ல வச்சிக்கிட்டு . . . அவனுங்களுக்கா ரூம்போட்டு வச்சிருக்கறன்? அவனுங்கள நாமக்கல்லிலிருந்து கூட்டியாராட்டி இங்க கெடைக்க மாட்டானுங்களா? ரூம் தரமுன்னா எத்தன பேரு உங்களாட்டம். உங்களோட சேந்து இருக்கக் கூட்டியாரச் சொன்னா இப்பிடியா?’ என்று கேட்ட நாளில் சாதிவெறியின் உக்கிரத்தைை அறிந்தேன். ‘இந்த ஜெராக்ஸ் போடர மயிரு வேலைக்கு ராத்திரி பகல்லுன்னு

இல்லாம வேல பாக்க ரெட்டியாருக்குச் சாதிக்காரனா வேணுமாம்' என்று வைராக்கியமாக வேலையை விட்டு வந்தேன். அன்றுதான் முதன்முதலாகச் சாதியைச் சொல்லித் திட்டியிருந்தேன்.

நகலக வேலையை விட்டு வந்தபின் ஆறு மாதமிருக்கும், தோட்டத்தில் ஆடுமாடு மேய்த்தேன். அந்தக் காலக்கட்டம் எனக்கு அற்புதக் காலமாகத் தோன்றுகிறது. பரந்த மேட்டுக்காட்டில் ஆடு, மாடுகளை விட்டுவிட்டுச் சுதந்திரமாக நாவல், சிறுகதை என அதிகம் வாசித்தேன். யாரிடமும் அதிகம் பேசாத நான் வாசிப்பு மூலமே பலரின் அனுபவங்களை அறிந்துகொண்டேன். வாழ்க்கை புரிய ஆரம்பித்ததும் அப்போதுதான். இப்பவும் வேலையில்லையென்றால் ஆடு, மாடு மேய்க்கப் போய்ப் படிப்பதுதான் எனக்கு இன்பம் தருவதாக உணர்கிறேன்.

பொருளாதாரச் சூழல் காரணமாக மீண்டும் வேலைக்குப் போக வேண்டிய கட்டாயம் ஏற்பட்டது. நிலுவைத்தாளையும் முடித்து முதுகலைப் பட்டம் படிக்க நினைத்தேன். இதற்கு அதிகம் வேலையில்லாத, படிக்க வாய்ப்பாக இருக்கும் என நினைத்துக் கொங்கு இளைஞர் சங்க நிர்வாகப் பணியில் சேர்ந்தேன். வேலை ஒன்றுமில்லை என்றாலும் சாதியின் வக்கிரம் அங்கு மிகுந்து கிடந்தது. தீரன் சின்னமலையைத் தங்களின் தலைவராகக் கொண்டனர் கொங்கு இளஞ்சிங்கங்கள். சின்னமலையின் பிறந்தநாள் கொண்டாட்டமும் மாநாடும் சாதிக் கொண்டாட்டமாகவே நடந்தேறியது. விடுதலைப் போராட்டத் தலைவர் தீரன் சின்னமலை எப்படி ஒரு சாதித் தலைவராக மாறினார் என்று சிந்திக்கத் தொடங்கினேன். அப்போதுதான் ஒவ்வொரு தேசியத் தலைவரையும் அவ்வச் சாதியினர் சாதித் தலைவராகக் கொண்டாடுவதை உணர முடிந்தது. நிலுவைத் தாளில் தேர்ச்சி பெற்று மேலே படிப்பதாகச் சொல்லி அங்கிருந்து வெளியேறினேன்.

முதுகலையில் பெரியார் சிந்தனையைப் பாடத்தில் படித்ததன் விளைவாகக் கடவுள் மறுப்பும் பிரமணர் வெறுப்பும் என்னுள் மேலும் கூடியிருந்தது. சாதியை மறுத்துச் சீர்திருத்தத் திருமணம் செய்ய உறுதி பூண்டிருந்தேன். அதைத் தாலி இல்லாமல் சுற்றத்தார் வராமல் நண்பர்கள் மத்தியில் பதிவு அலுவலகத்தில் நடத்த நினைத்தேன். பின்னாளில் காதலிகளிடமும் இதையே வலியுறுத்தினேன். இதற்கு ஒத்து வருபவரையே திருமணம் செய்ய வேண்டும் என்றிருந்தேன். இந்நாள் வரையிலும் எந்தத் தாழ்த்தப்பட்ட சாதியைச் சேர்ந்தவர்கள் வீட்டிற்கும் சென்றதோ உணவருந்தியதோ கிடையாது. அதற்கான வாய்ப்பும் வரவில்லை. இப்படியான திருமணத்தின் மூலம் அப்படியொரு வாய்ப்பும் உருவாகும் நிலை வரும் என்று எண்ணினேன்.

இரண்டாம் பருவத்திலிருந்து பல்கலை முன்பாக உள்ள வீட்டுவசதி வாரியக் குடியிருப்பில் வீடு எடுத்துத் தங்கியிருந்தேன். என்னுடன் பல்கலையில் பணிபுரியும் அலுவலர் ஒருவர் தங்கியிருந்தார். அவர் என்னுடன் இருப்பது எங்கள் பேராசிரியர் ஒருவருக்குத் தெரிய வந்தபோது 'எப்பிடியா உனக்கு ஒத்துவருது? அவர்(ன்) எல்லாம் ஒத்துவரமாட்டார்(ன்)' என்றார். அவர் அப்படிச் சொன்னதன் அர்த்தம் முதுகலை முடித்து அறையை விட்டு வரும்வரை தெரியவில்லை. பின்னாளில் பேராசிரியரின் சாதியில்லாப் பேச்சும் சாதிப் பற்றும் தெரியவரும்போதே புரிந்தது.

வீட்டுச்சூழலைப் பொறுத்தவரையில் எப்போதும் சாதியைப் பார்ப்பவர்களாகவே இருந்தனர். பேச்சுவாக்கில் யாரைப் பற்றிப் பேசினாலும் அவர்கள் முதலில் விசாரிப்பது அவன் என்ன சாதி, அவன் நம்மாளா என்பதாகவே இருந்திருக் கிறது. ஆனால் திருமண விசயத்தில் விட்டுக் கொடுத்தனர். எனக்குக் காது கேட்பதில் குறைபாடு இருப்பதால் கவுண்டர் சாதியில் யாரும் பெண்தரமாட்டார்கள் என்று 'அவனே யார வேணுனாலும் கட்டிக்கிட்டு வரட்டும். ஆனாப் பொழங்கற சாதியா இருந்தாப் போதும்' என்றனர். இப்படிச் சொல்கிற போதெல்லாம் 'அதென்ன சாத்துல பீ இறுத்தாப்புல, பொழங்காத சாதியில கட்டுனா என்ன பண்ணுவிங்க' என்று கேட்பேன். 'என்னயிருந்தாலும் . . .' என்பர். என்ன என்னயிருந்தாலும் என்று எதிர்கேள்வி கேட்கும்போதெல்லாம் 'அப்படியேதும் பண்ணிடாதடா' என்பது மட்டும் அவர்களது பதிலாக இருந்திருக்கிறது.

கல்வியியல் படிக்கக் கல்லூரியில் சேர்ந்தபோது உடல் நிலைக்குக் கேடு வந்தது. சிறுநீரக மாற்று அறுவை சிகிச்சை செய்ய வேண்டிய அவசியமானது. நினைத்துப் பார்க்க முடியாத அளவிற்கு இலட்சக்கணக்கில் செலவு. பலருடைய உதவியால் உயிர் பிழைத்தது மறுபிறப்பு எனலாம். மூன்றுமாதம் மருத்துவ மனையில் தங்கல், தொடர் சிகிச்சை. இதன்மூலம் அங்கு பணியாற்றிய ஒரு செவிலி எப்போதும் என்னிடம் நன்றாகப் பேசுவாள். பேச்சுவாக்கில் ஒருநாள் என்னைத் திருமணம் செய்து கொள் என்றேன். அவளும் சரி என்றாள். எனக்கு அப்போது இனம்புரியாத பரவசம் ஏற்பட்டது. என் சாதியில்லா லட்சியத்திற்கும் வீட்டாரின் பேச்சை மழுங்கச் செய்வதற்கும் உடல்நிலைக்கும் இந்தப் பெண்ணே ஏற்றவள் எனப் புழகாங்கிதம் அடைந்திருந்தேன். ஆனால் அது நீண்ட நாள் நிலைக்கவில்லை. சில மாதங்களிலேயே 'நீங்கெல்லாம் பெரியாளுங்க' என்று சாதியை மையப்படுத்திச் சொல்லி என்னை விட்டு விலகிவிட்டாள்.

உடல்நிலை தேறிவந்த காலத்தில் சொந்தச் சாதிக்காரனாகிய கவுண்டர் நடத்திவந்த கல்வியியல் கல்லூரியில் பணியாற்றும் வாய்ப்புக் கிட்டியது. டிகிரி முடித்துக் கல்வியியல் பயிற்சிக்கு வந்த பெண்களில் சிலர் என்னைத் திருமணம் செய்யக் கேட்க முயன்றனர். எல்லோருமே கவுண்டர் பெண்கள். உடல்நிலையைப் பற்றித் தெரிந்ததும் அப்படியே அலுங்காமல் விலகிவிட்டனர். ஆனால் உடையார் சாதியைச் சேர்ந்த ஒருத்தி மட்டும் உறுதியாக இருந்தாள். நானும் இந்த நிலைமையில் நம்மைத் திருமணம் செய்ய முன்வருகிறாள், பரவாயில்லை. தாழ்த்தப்பட்டவளாக இல்லாவிட்டாலும் வேறுசாதியாகவாவது இருக்கின்றாள் என்று ஒருவாறு மனதைத் தேற்றிக் கொண்டேன். ஆனால் என்ன காரணமோ தெரியவில்லை. அவள் என்னை நிராகரித்து வேறு ஒருவனைக் காதல் மணம் புரிந்துகொண்டாள். அதுதான் இன்றுவரை எனக்குப் புரியவில்லை. அதிலிருந்து மீள வெகுநாளாயிற்று.

இனித் திருமணம் வேண்டாம் என்று சொல்லி வந்தேன். ஆனால் வீட்டில் திருமணப் பேச்சிலும் அது தொடர்பான சாதிச் சிந்தனையிலும் மாற்றமில்லாமல் இருந்தனர். இதைப் பற்றிய பேச்சு எழும்போதெல்லாம் 'உசுருக்குப் போராடிய நேரத்துல நோட்டு நோட்டா உங்க சாதி சனமா எடுத்து நீட்டுச்சி' என்று கத்தித் தீர்ப்பேன். எதிர்கொள்ளக் கூடாது என நினைக்கும் கேள்விகள் எழும்போதெல்லாம் கத்தி அடக்குவதே என் வழக்க மானது. உடல்நிலையால் வெளியில் எங்கும் தண்ணீர்கூட அருந்த முடியாத நிலைமை. தாழ்த்தப்பட்ட நண்பர்களின் திருமணத்தில்கூடச் சாப்பிட வாய்ப்பில்லை.

இப்படியான காலங்களில் கவுண்டர் நடத்திவந்த கலை அறிவியல் கல்லூரியில் பணியாற்ற வேண்டியதாயிற்று. துறையில் பல்வேறு சாதியினர் பணி புரிந்தாலும் நான் ஒருவனே அப்போது கவுண்டர் சாதியைச் சேர்ந்தவன். அங்கே சாதி அடிப்படை யிலேயே பார்க்கப்பட்டேன். உடன் பணியாற்றிய நண்பர்கள் 'உங்களுக்கென்ன சார். உங்காளுங்க எதுனாலும் பாத்துக்குவாங்க. ஒன்னும் பண்ண மாட்டாங்க. வேலையைவிட்டுத் தூக்க மாட்டாங்க' என்றனர். அப்படிச் சொன்னவர்கள் யாரும் கல்லூரியை விட்டு நீங்கும்முன் நான் முதல் ஆளாக விலகினேன்.

கல்லூரியை விட்டு நீங்குவதற்கும் கவுண்டர் சாதியே எனக்குக் காரணமாக அமைந்து. கல்லூரியில் பணியாற்றுவதற்குச் சொந்தச்சாதி எந்த விதத்தில் உதவுமென்று எனக்கு இன்றுவரை புரியவில்லை. அங்கு விசம் கொடுத்துக் கொல்லாமல் வெல்லம் கொடுத்துக் கொல்பவர்கள் இருந்தார்கள். அவர்களின் வெல்லப் பாகில் ஊறிச் சுவை தர என்னால் இயலவில்லை.

கல்லூரி வேலையை விட்டுப் போட்டித் தேர்வுக்குத் தயார் செய்து கொண்டிருந்த காலத்தில் வீட்டில் திருமணப் பிரச்சினை பெரும் பிரச்சினையாகத் தலைதூக்கியது. சாதி மாறித் திருமணம் என்பதிலிருந்து உடல்நிலையைப் புரிந்து கொண்டு ஏற்றுக் கொள்பவளாக இருந்தாள் சரி என்ற நிலைக்கு வந்தேன். அவ்வாறு ஏற்றுக் கொண்டவள்தான் என் மனைவி. இவள் சொந்தச் சாதியைச் சேர்ந்தவளாகவும் முறைப் பெண்ணாகவும் இருந்ததால் வீட்டாருக்குக் கூடுதல் மகிழ்ச்சி.

ஆனால் மனைவியின் வீட்டார் உடல் நிலையைக் காரணம் காட்டிப் பெண்தர மறுத்ததால் பதிவு செய்த பிறகு பல்வேறு பிரச்சினைகள், போராட்டங்களுக்குப் பிறகு இத்திருமணம் நடந்தேறியது. அன்று ஐயர் திட்டியதால் சாமியை வெறுத்து ஐயரைத் தவிர்த்து நல்ல நாள் பார்க்காமல் தாலியில்லாமல் உறவு சூழாமல் பதிவு அலுவலகத்தில் நண்பர்கள் மத்தியில் கலப்பு திருமணம் செய்துகொள்ள இருந்த எனக்குச் சூழல் காரணமாக வேறு வழியே இல்லாமல் ஒரு சிவனாலயத்தில் முகூர்த்த நாளில் ஐயர் மந்திரம் ஓத நெருங்கிய உறவினர்கள் சூழ என் மனைவியின் கழுத்தில் தாலி கட்டினேன். ஒரு சில நண்பர்களை மட்டுமே அழைக்க முடிந்தது. என்னை வளர்த் தெடுத்த எங்கள் ஐயா மட்டுமே வந்திருந்தார். ஐயா தலைமையில் அசைவ விருந்துடன் நடத்த விரும்பிய என் திருமணம் ஐயா குடும்பத்துடன் வர இயலாத சூழலில் அவசர கதியில் ஏனோதானோவென்று நடந்தேறியது. இப்போதும் எனக்குத் தெரியவில்லை நான் சாதி ஏற்பாளனா மறுப்பாளனா என்று.

௦௦௦

சற்றே விலகல்

க. பூங்கோதை

நான் சிறுபிள்ளையாக இருந்தபோது என்னுடைய ஆச்சி (அம்மாவின் அம்மா) வீட்டிலிருந்து படித்தேன். சித்திதான் எங்களைக் கவனித்துக்கொள்வாள். அவளுக்கு அப்போது திருமணம் ஆகவில்லை. அந்த ஊரில் பல வகையான சாதியினர் இருந்தனர். நான் எங்களுடைய தெருவைத் தவிர வேறு தெருவில் விளையாடுவதைக் கண்டால் சித்தி என்னை அடிப்பாள். பலமுறை அடிவாங்கியதுண்டு. அடிக்குப் பயந்து பயந்து அவளுக்குத் தெரியாமலே விளையாடிக்கொண் டிருப்பேன். அவ்வூரின் முதன்மையான தொழில் விவசாயம்தான். அவ்வேலைக்குப் பிற சாதிக்காரர் களின் உதவி அதிகம் தேவைப்படும். அவர்களை வைத்துத்தான் விவசாயம் செய்து வருகின்றனர். அவர்களின் தெருப் பக்கம் போனால் அடிக்கும் சித்தியிடம் ஒருமுறை "அவர்களை நமது காட்டிற்குள் ஏன் நுழையவிட்டீர்கள்?" என்று கேட்டேன். பதிலாக அப்போதும் அடிதான் விழுந்தது.

சித்தி என்னிடம் இப்படித்தான் நடந்து கொண்டாள். தற்போது அவள் ஈரோட்டில் வசிக்கிறாள். அவளின் மகள் திண்டுக்கல்லில் உள்ள ஒரு பள்ளியில் ஒன்பதாம் வகுப்பு படித்துக் கொண்டிருந்தாள். அவள் ஒருநாள் தன் தோழியை வீட்டிற்கு அழைத்து வந்தாள். வந்தவள் வேறு சாதியைச் சேர்ந்தவள். என் சித்தி ஒன்றுமே

சொல்லவில்லை. சித்தி ஒன்றும் சொல்லாததும் தோழியின் வருகையும் எனக்கு மிகுந்த சந்தோசத்தைக் கொடுத்தாலும் 'என்னை மட்டும் ஏன் அப்படி அடித்தீர்கள்?' என்று கேட்க வேண்டும்போல் தோன்றியது. இருந்தாலும் நான் கேட்கவில்லை.

ஒன்பதாம் வகுப்பு படிக்கும்போது எங்கள் ஊருக்கு வந்துவிட்டேன். எங்கள் ஊரில் ஒரே ஒரு சாதியினர் மட்டுமே இருந்தனர். வேறு சாதியினர் உள்ளே வருவது கடினம். கட்டுப் பாடுகள் மிகவும் கடுமையாக இருக்கும். நான்கு கல் தொலைவு கடந்துதான் பள்ளிக்குச் சென்று வருவேன். குறுக்கு வழியில் செல்லமாட்டேன். அப்படிப் போனால் என் அம்மா விளக்குமாற்றால் அடி பின்னி எடுத்துவிடுவாள். அவ்வழியில் வேறு சாதியினரின் தெரு இருந்தது என்பதே அம்மாவின் அடிக்கான காரணம். என்னுடைய சித்தி அடிக்கும் அடியைவிட அம்மாவின் அடி அதிகமாகவே இருக்கும்.

நான் பன்னிரண்டாம் வகுப்பு படித்தபோது என் மாமாவின் மகள் தன் தோழிகளை (வேறு சாதியினர்) வீட்டிற்கு அழைத்து வந்தாள். என் அத்தை அவர்களை வீட்டிற்கு வெளியே நிற்க வைத்திருந்தாள். நான் அவர்களை அழைத்து என்னுடைய வீட்டிற்குள் உட்கார வைத்தேன். அவர்கள் செல்லும்வரை என் அம்மா ஒன்றும் சொல்லவில்லை. அவர்கள் சென்ற பின் அம்மா உண்டாக்கிய பிரச்சினையைத் தீர்ப்பதற்குள் என் உயிரே போய்விட்டது. என் தந்தை அம்மா, அத்தை, சித்தி ஆகியோரைப் போலச் சாதி வித்தியாசம் பார்ப்பவர் இல்லை. வியாபாரம் செய்கையில் யாரேனும் 'எங்கள் வீட்டில் இன்ன விசேஷம்' என்று கூறிச் சாப்பாடோ பொங்கலோ கொடுத்தால் வாங்கிச் சாப்பிட்டுவிடுவார். அவரிடம் இன்றுவரை சாதியைப் பற்றிய பிடிப்பு இருந்ததைப் பார்த்ததே இல்லை. ஆனால் என் அம்மா அதற்கு நேர்மாறாக இருப்பாள்.

நாடார் சாதியில் கூட்டுக் குடும்பங்கள்தான் அதிகம். பலசரக்குக்கடை, இரும்புக்கடை, பிளாஸ்டிக்கடை போன்ற வியாபாரம் தொடர்பான கடைகள் வைத்திருப்பார்கள். பிள்ளைகளை அதிகம் படிக்க வைக்கமாட்டார்கள். மாற்றாகத் தொழில் கற்றுக்கொடுப்பார்கள். நாடார் குலத்தில் பெண் பிள்ளை களுக்கு மரியாதையே கிடையாது. தன் பெண் பிள்ளைகளின் சின்னச் சின்ன ஆசைகளைக்கூட நிறைவேற்றப் பெற்றோர்கள் தயக்கம் காட்டுவார்கள். கருத்தைச் சொல்லக்கூட உரிமை கிடையாது. அதையும் மீறிக் கூறினால் கடுமையான திட்டு வாங்க வேண்டியிருக்கும். பிறந்த வீட்டிலும் புகுந்த வீட்டிலும்

அப்படித்தான். அவர்களைப் பெரும் சுமையாகக் கருதுவார்கள். ஆண்களுக்கு நல்ல மரியாதை உண்டு. ஆண்பிள்ளை எது கேட்டாலும் சொன்னாலும் மதிப்பு உண்டு. அவர்கள் 31 பவுன் 31 ஆயிரம், 51 பவுன் 51 ஆயிரம், 101 பவுன் 101 ஆயிரம் வரதட்சணை களைத் திருமணத்திற்காகப் பெறுவார்கள். ஆனால் தன்னுடைய மாமியார் வீட்டில் ஒரு டீக்கூடக் குடித்தது கிடையாது என்று பெருமையாகக் கூறுவார்கள். என் தந்தைகூட இந்த வார்த்தையை அடிக்கடிக் கூறியதைக் கேட்டிருக்கிறேன். அவர் சொல்லும்போது எனக்குப் பெருமையாக இருக்கும். ஆனால் அதை இப்போது நினைத்துப் பார்த்தால் கேவலமாகத்தான் இருக்கிறது.

மாமன் மகளை, அத்தை மகளை முறைக்காரகளைத் தவிர வேறு யாராவது முறை கொண்டாட நினைத்தால் கொலை விழும். பெண்களை முடிந்தளவு சொந்தத்தில்தான் திருமணம் செய்து வைப்பார்கள். தாய் மாமனுக்கு, தாய்மாமன் பையனுக்கு, அப்பாவின் அக்கா – தங்கை பையன்களுக்கு எனத் திருமணம் முடிப்பது வழக்கம்.

“சானாப்பையன் முறை சட்டிக்குள்ளையும் பெட்டிக் குள்ளையும்” என்று கூறப்படுவதைக் கேள்விப்பட்டிருக்கிறேன். நாடார் திருமணத்தில் ஏதேனும் ஒன்று முறை மாறிவரும். என்னுடைய அத்தைக்கும் இவ்வாறு திருமணம் நடந்திருக்கிறது. அவருடைய கணவர் தூரத்துமுறையில் பார்க்கையில் பெரியப்பா முறைவரும். ஆனால் அத்தையைத் திருமணம் செய்துள்ளார். அவரை முறைப்படியே கூப்பிடமாட்டேன். யாராவது கூப்பிடச் சொன்னாலும் அருகில்போய் உங்களைக் கூப்பிடுகிறார்கள் என்று கூறிவிட்டு அமைதியாக வந்துவிடுவேன். வேறு எதுவும் பேசமாட்டேன்.

நான் காதல் திருமணம் செய்துகொண்டு நாமக்கல்லில் வந்து அருந்ததியர் தெருவில் குடியேறினேன். குடிவந்த போது அருந்ததியர் குடியிருப்பு எனத் தெரியாது. தெரிந்த பின் இதுவே எங்களுக்கு மிகுந்த பாதுகாப்பான இடமாகத் தோன்றியதால் வேறிடத்திற்கு மாற விரும்பவில்லை. இங்கு வந்தபின் சாதி வேறுபாடு பார்க்கக்கூடாது என்று ஓரளவு மனப்பக்குவத்தை வளர்த்துக்கொண்டேன். இருப்பினும் ஒட்டு மொத்தமாக மாறிவிட்டேன் என்று சொல்ல முடியாது. கொஞ்சம் சாதியைப் பற்றிய பிடிப்பு என்னுள் இருந்தது. நான் குடியேறிய தெருவில் இருந்தவர்கள் அருந்ததியர்கள் என்று ஒருவார காலமாக எனக்குத் தெரியாது. நீங்கள் என்ன சாதி என்று நான் கேட்கவில்லை. ஆனால் அவர்கள் என்னைக் கேட்டார்கள். ‘எதற்காகக் கேட்கிறீர்கள்’ என்று கேட்டேன். அதற்கு அவர்கள் ‘பள்ளர்,

பறையர்களை எங்க வீட்டிற்குள்ள விடமாட்டம். உன்னப் பார்த்தா பள்ளர், பறையர் வீட்டுப்பிள்ளை மாதிரித் தெரியற. அந்தப் பையனைப் பார்த்தால் எங்க சாதிசனம்போல இருக்கு. அதான் கேட்டம்' என்று சொன்னார்கள். பின்பு நான் நாடார் என்று கூறினேன். சரி என்றனர். இந்தக் கேள்வியை ஆறு மாதத்திற்கு ஒருமுறையாவது இந்தப் பகுதியிலுள்ள யாரேனு மொருவர் என்னைக் கேட்பார்கள். நான் என்னுடைய சாதியைக் கூறியதும் அமைதியாகப் போய்விடுவார்கள். எனக்குச் சாதியைப் பற்றிய எண்ணம் இல்லை. இருப்பினும் என் அருகில் குடியிருப் பவர்கள் அதை அடிக்கடி நினைவுபடுத்துகிறார்கள்.

ஒருநாள் கணவனும் மனைவியும் எங்கள் தெருவில் வந்து வீட்டிற்குப் பத்துப் பத்து ரூபாயும் பழைய துணிகளும் வாங்கினார்கள். அவர்கள் யார் என்று எனக்குத் தெரியாது. அவர்களிடம் கேட்டேன். 'நாங்க வருசத்துக்கு ஒருதரம் இப்பிடி வருவம்' என்று கூறினார்கள். என் வாடகை வீட்டின் உரிமை யாளரிடமும் அண்டை வீட்டாரிடமும் விசாரித்தேன். அவர்கள் 'எங்களவிடக் குறைந்த சாதியச் சேர்ந்தவங்க' என்றார்கள். நான் 'அப்பிடியா' என்று கூறிப் போய்விட்டேன். அந்தக் கணவனும் மனைவியும் மறுநாள் என்னிடம் வந்து 'ஒரு தட்டு, டம்ளர், சொம்பு இருந்தாக் கொடுங்க அம்மா' என்று கேட்டனர். நான் கொடுத்தேன். அதை வாங்கிக்கொண்ட அவர்கள் 'நான் இத வைச்சிக்கிறன்' என்றார்கள். நான் 'இல்ல ... நீங்க பயன் படுத்திட்டுக் கொடுத்துடுங்க' என்றேன். இதைக் கவனித்த அண்டை வீட்டார்கள், என்னுடன் பழகியவர்கள் என எல்லோரும் சண்டைக்கு வருவது போலப் பேசினார்கள். நான் கண்டுகொள்ள வில்லை. அத்தம்பதியர் மூன்று நாட்கள் இந்த ஊரிலே தங்கினார்கள். அக்கம்பக்கத்தில் உள்ளவர்களிடம் சோறு குழம்பு வாங்கித் தெருவில் உட்கார்ந்து சாப்பிட்டுத் தெருவிலேயே தூங்கினார்கள்.

முதல்நாள் தெருவில் தூங்கியவர்கள் மறுநாள் என்னிடம் டீ கேட்டார்கள். நானும் டம்ளரில் டீ ஊற்றிக் கொடுத்தேன். அவர்கள் குடித்தபின் டம்ளரைப் பெற்றுக்கொண்டு வீட்டிற்கும் எடுத்துச் சென்றேன். நான் டம்ளரைப் பெற்றுக்கொண்டதை யாரும் பார்க்கவில்லை என்று நினைத்தேன். ஆனால் என்னுடைய தோழி வனிதா பார்த்துவிட்டாள். அவள் 'யாரும் பார்க்கறப்ப இப்பிடிச் செய்யாத' என்று மட்டும் சொல்லி அமைதியானாள்.

மறுநாள் இரவு ஏழு மணி இருக்கும். அப்போது மழை பெய்துகொண்டிருந்தது. நான் அவர்களை வீட்டிற்குள் அழைத்து உட்கார வைத்துவிட்டேன். என் கணவர் அப்போது இல்லை.

மழை நின்றதும் தெருப்பக்கம் போய்க் கோவிலில் தூங்கி விட்டார்கள். நல்லவேளை வீட்டு உரிமையாளர் மழை நிற்கும் வரை தன் வீட்டைவிட்டு வெளியே வரவே இல்லை. ஒருமுறை அவர்கள் எங்கள் வீட்டின் தாழ்வாரத்தில் நின்றிருந்ததைப் பார்த்த வீட்டு உரிமையாளர்கள் 'இங்க ஏன் வந்த ..? போ ...' என்று விரட்டிவிட்டார்கள். அப்போது எனக்குக் கோபம் வந்தது. நான்கு பெண்கள் சேர்ந்தால் 'கவுண்டச்சின்னா பெரிய இவளா' என்று பேசுவார்கள். ஆனால் இவர்களுக்குள் இருக்கும் ஒரு பிரிவினரையே சேர்த்துக்கொள்ள மனம் வரவில்லை.

பல விஷயங்களில் அவர்களுடன் நான் சேர்ந்து இருந்தாலும் சில செயல்கள் என்னைத் தனித்து நிற்க வைக்கின்றன. ஒருமுறை அவர்கள் என் மூத்த மகளான சங்கமித்ராவைத் தன் பையனுக்கு மணம் முடித்துக் கொள்கிறேன் என்று கூறிவிட்டார்கள். எனக்குள் இருந்த கோபம் அதிகமானது. வெளியில் காட்டிக்கொள்ள வில்லை. என்னுடைய நிலை இப்படி ஆகிவிட்டதே என்று வருத்தம் கொண்டேன். என் பிள்ளைகளுக்கு யாராவது கறி கொடுத்தால் எனக்குக் கோபம் வரும். அதிலும் மாட்டுக்கறி கொடுத்துவிட்டால் அவ்வளவுதான். மாட்டுக்கறி சாப்பிடக் கூடாது என்பது என் சாதிக் கட்டுப்பாடு. அதனால் மற்ற நாட்களில் வெளியே விட்டாலும் ஞாயிற்றுக்கிழமை வந்து விட்டால் என்னுடைய குழந்தைகளை எந்தப் பக்கமும் விடமாட்டேன். என்னுடைய பார்வை முழுவதும் குழந்தைகள் பக்கம்தான் இருக்கும். விளையாடக்கூட விடமாட்டேன்.

ஒவ்வொரு சாதியினருக்கும் ஒவ்வொரு தனிச்சிறப்பு உண்டு என்று என் பாட்டி அடிக்கடி கூறுவாள். அருந்தியர் தெருவில் நான் வசிப்பதால் நான் பல நன்மைகள் அடைந்து கொண்டு இருக்கிறேன். அதை என்னால் மறுக்க இயலாது. என்னுடைய வளர்ச்சிக்கு அவர்கள்தான் உறுதுணையாக இருக்கின்றனர். இருப்பினும் சின்ன விஷயங்களுக்குக்கூடச் சாதியைப் பற்றிய நினைவு வரும். அப்படி வரும்போது அவர்களை ஒதுக்கிவைத்ததுண்டு. சற்றே விலகியிருந்ததுமுண்டு. அவர்களுடன் சேர்ந்து வாழ்ந்து கொண்டிருந்தாலும் மனதளவில் நான் கொஞ்சம் தனித்துத்தான் இருக்கிறேன்.

○○○

அன்றாடத்தின் கணங்கள்

பெருமாள்முருகன்

சாதியைப் பற்றி எழுதுவதற்கு ஏராளமான விஷயங்கள் இருக்கின்றன. நம் சமூகத்தில் கடவுளைப் போல எங்கும் நீக்கமற நிறைந்திருப்பது சாதிதான். சாதியை மறந்து ஒருநாளும் இருக்க முடியாது. அன்றாடத்தின் ஏதோ ஒரு கணம் சாதியை உணர்த்திவிடுகிறது; சாதியைப் பற்றி யோசிக்க வைத்துவிடுகிறது. சாதி இல்லை என்னும் பாவனை களையும் தினம் சந்திக்கிறோம். சிலர் கிராமங்களில் தான் சாதி இருக்கிறது, நகரத்தில் இல்லை என்கிறார்கள். கிராமத்தில் காற்றின் வேகத்தை நன்றாக உணரலாம். கட்டிடங்களில் மோதி வேகம் இழப்பினும் நகரத்துத் தெருக்களிலும் காற்று இருக்கத்தான் செய்கிறது. அதுபோலத்தான் சாதி.

நான் பணியாற்றும் கல்லூரிக்கு வேலூர் மாவட்டத்தில் இருந்து கணிதப் பேராசிரியர் ஒருவர் இடமாறுதல் பெற்று வந்து சேர்ந்திருந்தார். நாமக்கல் மாவட்டம்தான் கல்வியில் தமிழ்நாட்டின் ஆக்ஸ்போர்டு ஆயிற்றே. அவரது மகளை மருத்துவர் ஆக்கிவிட வேண்டும் என்னும் எண்ணத்தில் திருச்செங்கோட்டில் மதிப்பெண்புகழ் வித்யாவிகாஸ் பள்ளியில் சேர்த்திருந்தார். அவர் கணிதப் பேராசிரியர் என்பதால் உடனிருந்தால் கணிதத்தைத் தான் கவனித்துக்கொள்ள முடியும் என்று குடும்பத் தோடு திருச்செங்கோட்டுக்குக் குடிவர விரும்பினார்.

வித்யாவிகாஸ் பள்ளியின் அருகில்தான் என் வீடு. அந்தப் பகுதியில் வீட்டு வசதி வாரியக் குடியிருப்பு உள்ளது. ஆயிரக்கணக்கான வீடுகளைக் கொண்ட பெரும்பகுதி அது. அங்கே ஏதாவது வீடு பார்த்துத் தர முடியுமா என்று அவர் கேட்டார். நானும் உற்சாகமாக அவருக்கு வீடு பார்க்க முயன்றேன்.

என் உறவினர்களும் தெரிந்தவர்களும் எனப் பலர் அங்கே குடியிருந்தனர். அவர்கள்மூலம் வீடு ஒன்றைப் பார்த்துப் பேசி முன்பணம் கொடுக்கச் சென்றோம். கல்லூரியில் பேராசிரியர் என்பதால் வாடகை சரியாக வந்துவிடும் என்பதில் அவர்களுக்குச் சந்தேகமில்லை. எனினும் வீட்டுக்காரர் என்னைத் தனியாக அழைத்துச் சென்றார். ‘சாரு என்ன சாதிங்க? எஸ்ஸியா இருந்தா ஒத்துவராது’ என்றார். நான் அதுவரை அவரது சாதியை அறிந்திருக்கவில்லை. கேட்க வேண்டும் என்று எனக்குத் தோன்றியதும் இல்லை. அந்தச் சமயத்தில் என்ன செய்வது? ‘நாங்க காலேஜ்ல வேல செய்றவங்க. சாதியெல்லாம் கேக்கவும் மாட்டோம். பாக்கவும் மாட்டோம்’ என்று அவரிடம் சொன்னேன். அது பொய்தான். கல்லூரியிலும் சாதிக்குழுக்கள் உண்டு. ஒவ்வொருவரின் சாதியையும் தெளிவாகத் தெரிந்து வைத்திருப் போர் உண்டு. அந்தச் சமயத்தில் வீட்டுக்காரரை எதிர்கொள்ள அப்படிச் சொன்னேன். அவர் மசியவில்லை. ‘அவருகிட்டக் கேட்டுச் சொல்லுங்க’ என்றார். பேராசிரியரிடம் போய்த் தயக்கத்தோடு கேட்டேன். அவருக்கு இப்படியான கேள்வி வரும் என்பது புரிந்திருந்தது. ‘எஸ்ஸிங்க முருகன்’ என்றார். இதை வீட்டுக்காரரிடம் சொல்லி அவர் வீடு கொடுக்க முடியாது என்று மறுத்துவிட்டால் அவமானமாகப் போய்விடும். ஆகவே அவரோடு ஆலோசித்து ‘முதலியார்’ என்று சொல்லிவிடலாம் என்று முடிவெடுத்தோம். அப்படியே சொன்னோம். அந்த வீட்டில் இரண்டாண்டுகள் குடியிருந்தார். ஒன்றும் பிரச்சினை ஏற்படவில்லை.

சிறுநகரத்தில்தான் இந்த நிலை என்பதல்ல. பெருநகரங்களும் இதற்குச் சற்றும் குறைந்தனவல்ல. சென்னை மாநகரில் எட்டாண்டுகள் இருந்தேன் நான். அப்போது மார்க்சிய லெனினியக் கட்சி ஒன்றின் மாணவர் அமைப்பிலும் செயல் பட்டேன். சென்னை நகரம் முழுக்கச் சுற்றிப் பத்திரிகைகள் விற்பனை செய்வது, சுவரொட்டி ஒட்டுவது எனப் பல வேலை களில் ஈடுபட்டேன். அப்போது என் செலவுக்குப் போதுமான தொகை இருக்காது. ஆகவே உணவிலும் கடும் கட்டுப்பாடு. அல்ல தட்டுப்பாடு. வெறும் சோறு மட்டும் சமைப்பேன்.

மிளகாய்த் தூளை அதற்குள் கொட்டிக் கிளறிச் சாப்பிடுவது தான். ஏதாவது சில நாளுக்கு அரிசியும் பருப்பும் கலந்து செய்வேன். ரசம் வைத்துவிட்டால் அன்றைக்கு விருந்துச் சாப்பாடு என்று அர்த்தம்.

சென்னையிலேயே குடியிருக்கும் தோழர்கள் வீடுகளுக்கு எப்போதாவது போக வாய்ப்புக் கிடைக்கும். அப்படியான சமயங்களில் அங்கே ஒரு பேச்சுக்காகச் சாப்பிடச் சொன்னாலும் உடனே சரி என்று உட்கார்ந்துவிடுவேன். மான அவமானத்தை எல்லாம் பொருட்படுத்தாதது பசி என்பதை உணர்ந்த காலங்கள் அவை. ஒருமுறை அப்படித் தோழர் ஒருவர் வீட்டுக்குச் செல்ல வேண்டி நேர்ந்தது. அவர் வீட்டுக்கு அவரே எப்போதாவதுதான் போவார். தோழர்களின் அம்மாக்களை எல்லாம் மாக்சிம் கார்க்கியின் 'தாய்' நாவலில் வரும் பாவெலின் தாயாகவே பார்ப்பது என் இயல்பு. புரட்சிக்கு அவர்களாலான வகையில் மறைமுகமாக உதவுகிறார்கள். ஆம். சோறிடுதல் என்பது புரட்சிக்கு மறைமுகப் பங்களிப்புத்தானே. ஆனால் அந்தத் தோழரின் வீட்டுக்குச் செல்வதை யாரும் விரும்புவதில்லை. அவரது பெற்றோரின் புகார்களையும் திட்டுக்களையும் கேட்கச் சக்தி இருப்பின் அங்கே போகலாம்.

நான் அப்போதுதான் முதல்முறை போனேன். தோழரின் அம்மா தன் மகனின் முகத்தைப் பார்த்தார். அதில் பசி தெரிந்திருக்கும் போல. ஆகவே உடனே எங்களைச் சாப்பிடச் சொன்னார். தன் மகன் படிப்பை விட்டுவிட்டு இளம்வயதிலேயே கட்சியில் முழுநேர ஊழியராகி விட்டதால் ஏற்பட்ட ஏமாற்றம் அவரது பேச்சில் பலவித உணர்ச்சிகளாய் வெளிப்பட்டது. பேசிக்கொண்டே உணவுக்கான ஏற்பாடுகளையும் செய்தார். அவர் பேச்சு என் காதில் ஏதோ புரியாத இசை போலக் கேட்டுக்கொண்டே இருந்தது. என் எண்ணம் எல்லாம் சாப்பாட்டின்மீதே இருந்தது. நான்கைந்து பாத்திரங்களைக் கொண்டு வந்து வைத்தார். இன்றைக்கு நல்ல சாப்பாடுதான் என்று மனம் கணக்கிட்டது. அவரது பேச்சைச் சகித்துக்கொள்ள முடிவு செய்தேன். இத்தகைய சந்தர்ப்பங்களில் அவ்வப்போது 'ம்' என்னும் சத்தத்தை எழுப்பியபடி இருந்தால் போதும். மனத்தை எங்காவது விருப்பப்படி விட்டுவிடலாம். அது எனக்குப் பழக்கம்.

எங்களுக்குப் பரிமாறுவதற்காக ஒரே ஒரு தட்டை மட்டும் அவர் கொண்டு வந்து வைத்தார். தன் மகனுக்கு மட்டும்தான் சோறு போடப் போகிறார் போலிருக்கிறது என அதிர்ந்தேன். தோழரை அழைத்து 'மேல இருந்து எலய எடு' என்றார் அம்மா.

தோழர் முகத்தைச் சுளித்தபடி 'தட்டுலயே போடும்மா' என்றார். 'நீ எடு' என்று வற்புறுத்தினார் அம்மா. பரண்மேல் போட்டிருந்த இலைக்கட்டிலிருந்து ஓர் இலையைத் தோழர் எடுத்துக் கொடுத்தார். தையல் இலை. அதைப் போட்டபின் என்னை அங்கே வந்து உட்காரச் சொன்னார். விருந்தாளிக்கு இலை போலிருக்கிறது என்று மகிழ்ச்சியோடு கை கழுவிக்கொண்டு உட்கார்ந்தேன். இலைக்குத் தண்ணீர் தெளித்துத் துடைத்தேன். தோழர் கழிப்பறைக்குச் சென்றிருந்தார்.

பாவெலின் தாய் உருவம் எனக்குச் சோறிட்டுப் புரட்சிக்கு உதவப் போகிறது. இப்படி எத்தனை தோழர்களுக்கு இந்தக் கை சோறிட்டிருக்கும்? உணர்ச்சிவசத்தில் கண் கலங்கினேன். எனக்கு எதிரே குந்த வைத்து உட்கார்ந்த அம்மா 'நீ என்ன வருணம்?' என்றார். சென்னை வாழ்வில் இப்படி ஒரு கேள்வியை அப்போதுதான் எதிர்கொண்டேன். முதலில் எனக்கு வருணம் என்பது புரியவில்லை. சுதாரித்து ஊகித்துக்கொண்டேன். தையல் இலையின் நோக்கம் சட்டெனப் புரிந்துவிட்டது. புரட்சித்தாய்களும் சாதி பார்ப்பார்கள். கழுவிய இலை. எதிரில் சோறு. கைக்கு எட்டியது வாய்க்கு எட்டவில்லை என்னும் பழமொழி உண்மையாகிவிடும் என்பதை அந்தச் சந்தர்ப்பத்தில் உணர்ந்தேன். என் புத்தி பசியிலும் கூர்மையாக வேலை செய்தது. உடனே 'நான் பிசிங்கம்மா' என்றேன். அதற்குள் தோழர் கதவு திறந்து வருவது தெரிந்தது. அம்மா இலையை உருவி எடுத்தார். பிசி என்று சொன்ன பிறகும் என்ன பிரச்சினை? தோழர் சிரித்தபடியே 'விசாரிச்சிட்டியா?' என்றபடி வந்தார். 'போடா ... ரசம் ஊத்திச் சாப்பிட எல சரிப்படாது' என்றபடியே அவர் உள்ளே போய்த் தட்டை எடுத்து வந்து எனக்கும் வைத்தார். தட்டில் ரசம் ஊற்றி எடுத்துக் குடித்து நிறைவாகச் சாப்பிட்டேன்.

நான் பல்கலைக்கழகத்தில் படிக்கிறேன் என்பதையும் தெரிந்துகொண்ட அம்மா தன் மகனுக்குப் புத்தி சொல்லும்படி என்னிடம் வேண்டிக்கொண்டார். 'படிச்சுக்கிட்டே கட்சியில வேல செய்யுங்கன்னுதாம்மா நானும் சொல்றேன்' என்றேன். அதற்குப்பின் என் தட்டுக்குக் கவனிப்பு மிகுந்தது. சாப்பிட்டு விடைபெற்று வெளியே வந்தபின் தோழரிடம் இப்படிச் சொன்னேன், 'தோழர் ... சாதி பாத்தாலும் அம்மாக்களும் புரட்சிக்கு உதவி பண்றாங்க. புரட்சிக்கு அப்பறம் அம்மாக்களும் சாதி பாக்க மாட்டாங்கதானே.' தோழரின் சாதியை விசாரித்துக் கொண்டேன். அதன்பின் அவர் வீட்டுக்குப் போன மற்றொரு சந்தர்ப்பத்தில் பிசிக்குள் என்ன பிரிவு நான் என்பதை விசாரித்தார். தோழரின் சாதிப்பெயர் தெரிந்திருந்ததால் அதையே என் சாதியாகவும் சொன்னேன். தோழர் அருகிருக்கும்

போது சாதி பற்றிப் பேச மாட்டார். அவர் அருகில் இல்லை என்றால் உற்சாகமாகச் சாதிப் பேச்சு வரும். அதற்குப் பிறகு எப்போது தோழரின் வீட்டுக்குப் போனாலும் எனக்கு அப்படி ஒரு கவனிப்பு. எங்கள் ஊர்ப் பக்கம் இருக்கும் அவர்களின் சாதியினர் பற்றி விசாரிப்பார். நானும் தப்பும் தவறுமாக ஏதேதோ சொல்வேன். நல்ல சாப்பாடு கிடைத்துவிடும். தோழரே அவர் வீட்டுக்குப் போக வேண்டும் என்றால் 'நீங்க கூட வாங்க தோழர். எங்கம்மா உங்களப் பாத்தா என்னத் திட்டறதில்ல' என்று அழைப்பார். நகரத்தில் சோற்றுக்காக நானிட்ட சாதி வேசம் அது.

விருப்பம் இல்லாவிட்டாலும் சில சந்தர்ப்பங்களில் சாதியைப் பயன்படுத்த வேண்டிய நிர்ப்பந்தம் உண்டாகி விடுகின்றது. நாமக்கல்லிலிருந்து மோகனூர் செல்லும் சாலையில் வாழவந்திக்கு அருகில் உள்ள மேலப்பட்டி என்னும் கிராமத்தில் பெரிய கல்வெட்டு இருப்பதாக ஆய்வுமாணவர் ஒருவர் மூலம் அறிந்தேன். அதில் என்ன இருக்கிறது என்பதை அறியும் ஆவல் உண்டானது. ஏதாவது முக்கியமான கல்வெட்டாக இருப்பின் வரலாற்றுக்குப் பங்களிப்புச் செய்த புகழ் கிடைக்குமே என்னும் எண்ணம் தூண்டிக் கொண்டே இருந்தது. எனக்குக் கல்வெட்டைப் படிக்கும் பயிற்சியும் இல்லை; படி எடுக்கும் முறையும் தெரியாது. நாமக்கல் பகுதியில் கல்வெட்டு அறிஞராகத் திகழும் அய்யா 'வெள்ளக்கல்பட்டி துரைசாமி' அவர்களை ஏதாவது ஒருநாள் வர முடியுமா என்று கேட்டேன். கல்வெட்டு என்றால் எத்தனை தூரமானாலும் செல்லும் ஆர்வம் உடையவர் அவர். நாமக்கல், சேலம் மாவட்டங்களில் அவர் பாதம் படாத இடம் கிடையாது. ஆகவே இந்தக் கல்வெட்டையும் பார்த்துப் படி எடுத்திருக்கக்கூடும் என்றார் அவர். ஆனாலும் அவர் வந்தார்.

வருவதற்கு முன் அவர் சில விஷயங்களை என்னிடம் கேட்டார். ஊர்ப் பெயர், அங்கே பெருவாரியாகவும் ஆதிக்க சாதியாகவும் இருக்கும் சாதி ஆகியவற்றைக் கேட்டார். அந்த ஊரில் கொல்லவாரு என்றும் எர்ர கொல்ல என்றும் அழைக்கப் படும் நாயக்கர் சாதியினரே மிகுதியும் வசிக்கின்றனர் என்று சொன்னேன். முன்னோர் வழிபாட்டுக்காகக் கல் நட்டு வழிபாடும் செய்யும் இடத்தில் ஒரு கோயில் உள்ளது. அதனருகில்தான் இந்தக் கல்வெட்டு உள்ளது என்று தகவல் சொன்னேன். 'முட்டா நாய்க்கனுங்க. பதில் சொல்லி முடியாது. நாய்க்கப் பையனாப் பாத்து ஒருத்தரக் கூப்பிட்டுக்கங்க' என்றார் அய்யா. அந்தக் கல்வெட்டு இருக்கும் தகவலைச் சொன்னவரே அந்த சாதியைச் சேர்ந்த மாணவர்தான். ஆகவே அவரையும் தெலுங்கு

தெரிந்த இன்னும் இருவரையும் உடன் அழைத்துக்கொண்டு அங்கே சென்றோம். ஒருநாளுக்கு இரண்டு முறை மட்டுமே ஒரே ஒரு பேருந்து செல்லும் ஊர் அது. இருசக்கர வாகனங்களில் போய்ச் சேர்ந்தோம்.

சேர்ந்த இடம் ஊருக்கு முன்னாலேயே இருந்த சுடுகாடு, அதனருகே கோயில். கோயிலுக்கு முன்னாலும் சாலை ஓரத்திலுமாக அந்தப் பெரிய கல் நடப்பட்டிருந்தது. எழுத்துக் கிறுக்கல்கள் தெரிந்தன. கோயிலுக்குத் திருவிழாப் போடும்போது சுவர்களோடு சேர்த்து இந்தக் கல்லுக்கும் வெள்ளையடித்திருந்தனர். கல் என்னவென்று தெரியாமல் கிட்டத்தட்ட அதையும் சாமியாக மாற்றியிருந்தனர். பச்சை இலைகளைப் பறித்துக் கசக்கிக் கல்லின் மேல் தடவினார். அதற்குள் ஆணும் பெண்ணுமாக ஆட்கள் கூடிவிட்டனர். யாரோ எங்கிருந்தோ வந்து தங்கள் சாமியை ஏதோ செய்கின்றனர் என்பதான பதற்றமும் யாரிடமும் அனுமதி வாங்காமல் இந்த வேலையை எப்படிச் செய்யலாம் என்னும் வேகமும் அவர்களிடம் இருந்தன. எங்களுடன் வந்திருந்த மாணவர் சட்டெனத் தெலுங்குக்கு மாறி அவர்களுடன் பேசினார். அவர்களின் வேகம் தணிந்தது. இது கல்வெட்டு என்றும் இதைப் படித்து எழுதிக் கொடுக்கச் சொல்லி அரசாங்கமே அனுப்பியிருக்கும் பேராசிரியர்கள் இவர்கள் என்றும் மாணவர் தெலுங்கில் சொல்லிக் கொண்டிருந்தார்.

மக்களோடு அவர்களைப் பேச விட்டுவிட்டு நானும் அய்யாவும் கல்வெட்டைப் படி எடுப்பதில் கவனம் கொண்டோம். ஒவ்வொரு வரியாக அய்யா வாசித்துச் சொன்னார். நாங்கள் தாளில் எழுதிக்கொண்டோம். அந்தக் கோயிலுக்கு நாயக்கர் ஒருவர் கொடுத்த கொடை, செய்த திருப்பணி பற்றிய கல்வெட்டு அது. அதன் சில வரிகள் மண்ணில் புதைந்திருந்தன. மண்ணைப் பறித்துச் சிரமம் எடுத்துப் படிக்க வேண்டிய அளவுக்கு முக்கியமான கல்வெட்டு அல்ல அது என்பதால் விட்டுவிட்டோம். தெலுங்கில் பேசிய மாணவரும் நண்பர்களும் அந்த ஊர் மக்களோடு அதற்குள் உறவு பாராட்டத் தொடங்கிவிட்டனர் ஆகவே எந்தச் சேதாரமும் இன்றி நாங்கள் திரும்பினோம்.

கல்வெட்டுப் படி எடுக்கப் போயிருந்தபோது இன்னொரு அனுபவமும் எங்களுக்குக் கிடைத்தது. நகரத்தின் எல்லா வசதிகளையும் பெற்றிருந்தபோதும் நகரத்திலிருந்து வெகு தொலைவில் இருக்கும் கிராமம் அது. ஒரு டீக்கடைகூடக் கிடையாது. அங்கிருந்து ஐந்தாறு கல் தொலைவில் இருக்கும் வாழவந்தி என்னும் ஊரில் டீக் குடித்தோம். தமிழகத்தின் பல கிராமங்களில் இரட்டைக் குவளை முறையும் சில

கிராமங்களில் முக்குவளை முறையும் நிலவி வருவதை நான் செய்தியாக அறிவேன். இரட்டைக் குவளை முறையை என் இளம்வயதில் எங்கள் ஊரிலேயே கண்டிருக்கிறேன். முக்குவளை முறையைப் பார்த்ததில்லை. ஆதிக்க சாதியினருக்கு ஒரு குவளை, அருந்ததியர் அல்லாத தலித் சாதியினருக்கு ஒரு குவளை, அருந்ததியருக்கு ஒரு குவளை என முக்குவளை முறை இருப்பதாக அறிந்திருக்கிறேன். வாழவந்தியில் நான் கண்ட முக்குவளை முறை கொஞ்சம் நவீனமானது. ஆதிக்க சாதியினருக்குச் சில்வர் டம்ளர், தலித்துகளுக்குக் கண்ணாடி டம்ளர். வெளியூரில் இருந்து வருபவர்களுக்கு பேப்பர் டம்ளர். வெளியூர்க்காரர்களை எந்தச் சாதி என்று உடனடியாகக் கண்டுபிடிப்பது கடினம். ஆகவே அவர்களுக்கு இரட்டை டம்ளரில் எதையும் கொடுப்பதில்லை. குடித்துவிட்டுத் தூக்கி எறிந்துவிடும் பேப்பர் டம்ளர்களில் தருகிறார்கள். பேப்பர் டம்ளர்களில் தருவதை நாகரிகமாகவும் வசதியாகவும் கருதுவது நகரத்து வழக்கம். அதைச் சாதகமாக்கிக் கொண்டு முக்குவளை முறை அங்கே நடைமுறையில் இருக்கிறது.

நான் பணியாற்றிய கல்லூரி ஒன்றில் நான் பிறந்த சாதியைப் பாதுகாப்புக் கருதிப் பயன்படுத்த வேண்டிய நிர்ப்பந்தம் ஒருமுறை நேர்ந்தது. அக்கல்லூரியில் தமிழ்த்துறைத் தலைவராக இருந்தேன். முதல்வர் பொறுப்பு வகித்தவரோடு என்னால் சிறிதும் ஒத்துப் போக முடியவில்லை. அவர் இயற்பியல் பேராசிரியர். பெரும் நிலக்கிழார். ஆற்றுப் பாசன வயல்கள் அவருக்கு இருந்தன. ஆதிக்கம், அதிகாரம், பதவி ஆசை, பணப் பித்து எல்லாம் ஒருசேரப் பெற்றவர். முதல்வராகப் பதவி உயர்வு பெறுபவர்கள்தான் முதல்வருக்குரிய நாற்காலியில் அமர்வர். முதல்வர் பொறுப்பு வகிப்போர் முதல்வருக்குப் போடப்பட்டிருக்கும் நீள மேசையின் பக்கவாட்டில் நாற்காலி ஒன்றைப் போட்டு அமர்வது வழக்கம். இவரோ முதல்வராகப் பதவி உயர்வு பெறவில்லை எனினும் முதல்வர் நாற்காலியில் அமர்ந்துகொண்டார். அப்போது அவரது தோரணையே மாறிப் போயிற்று. தலையை அசைப்பதும் கைகளை ஆட்டுவதுமாக நாற்காலியோடு ஒட்டிக் கிடப்பதுமாக அவர் செய்த அலட்டல்கள் தாங்க முடியவில்லை. ஐந்து நிமிடங்களுக்கு ஒருமுறை மனிதாபிமானம் பற்றிப் பேசுவார்.

அவர் முதல்வர் பொறுப்பில் ஏறி அமர்ந்தபோதுதான் ஒரு சம்பவத்தைக் கேள்விப்பட்டேன். அவர் ஊரில் இருந்து தலித் மாணவர் ஒருவர் கல்லூரியில் இயற்பியல் சேர்ந்திருந்தார். விடுமுறை நாட்களில் அவரது வயலுக்குச் சென்று அம்மாணவர் வேலை செய்ய வேண்டும். கூலி எதுவும் கொடுக்க மாட்டார். ஏதாவது ஒருவாரம் வேலைக்குப் போகவில்லை என்றாலும்

மாணவரை அழைத்து 'பிராக்டிக்கல்ல சுழிச்சிருவன்' என்று மிரட்டுவார். படிப்பிலே மிகவும் ஆர்வம் கொண்ட மாணவர் அவரது மிரட்டலுக்குப் பயந்தே கூலியில்லாமல் வயல் வேலை செய்து கொண்டிருந்தார். பிராக்டில் வகுப்பு நடக்கும்போது அவருக்குப் பொறுப்பில்லை எனினும் வந்து அம்மாணவரை ஒரு மிரட்டல் பார்வை பார்த்துவிட்டுச் செல்வார். அவரைக் கண்டாலே மாணவர் பயந்து நடுங்குவார். அவரைக் கண்டால் ஏன் மாணவர் பயப்படுகிறார் என்பதை விசாரித்தறிந்த இன்னொரு ஆசிரியர் 'நீ பயப்படாத. பிராக்டிக்கல்ல அவன் ஒன்னும் புடுங்க முடியாது' என்று சொல்லித் தைரியமூட்டி மாணவரை வேலைக்குச் செல்லாமல் தடுத்துவிட்டார். அதுவரை கிட்டத்தட்ட இரண்டாண்டுகள் அம்மாணவர் கூலியில்லா உழைப்பை வழங்கியதோடு அச்சத்தில் பட்ட கஷ்டம் பெரிது.

அப்படிப்பட்டவர் முதல்வர் பொறுப்புக்கு வந்தால் எப்படி இருக்கும்? மாணவர் சேர்க்கைக்குப் பணம் வாங்குதல் உள்ளிட்ட பல ஊழல்களில் அவர் ஈடுபட்டார். அவரோடு சின்ன விஷயத்தில்கூட இணங்கிப் போக முடியவில்லை. எப்போதும் வாதம், சண்டை. அவரும் அந்தத் தொகுதி சட்டமன்ற உறுப்பினரும் சொந்தக்காரர்கள் என்றும் அதனால் அவர் துணிந்து எதையும் செய்வார் என்றும் தகவல் வந்தது. கவுண்டரில் ஒரு பிரிவு சாதியைச் சேர்ந்தவர் அவர். அரசியல்ரீதியாக ஏதேனும் மிரட்டல் வருமோ என்று நானும் நண்பர்களும் பயந்தோம். இந்தச் சூழலைச் சமாளிக்க என்ன செய்வது என்று யோசித்தேன். அரசியலில் எனக்கும் ஆட்கள் இருக்கிறார்கள் என்பதான பிம்பத்தைக் கட்டமைப்பதுதான் இதை எதிர் கொள்ளச் சரியான வழி என்று முடிவு செய்தேன். அப்போது திருச்செங்கோடு தொகுதியின் சட்டமன்ற உறுப்பினராகத் தேர்ந்தெடுக்கப்பட்டு அமைச்சராகவும் இருந்தார் சி. பொன்னையன். எம்ஜிஆர் காலத்திற்குப் பிறகு அரசியலில் மறுபிரவேசம் செய்திருந்தார் அவர். கட்சியில் முக்கியப் பொறுப்பும் அவருக்குக் கிடைத்திருந்தது. அவர் எனது சொந்தக்காரர் அதாவது மாமா முறை என்றும் எப்போது வேண்டுமானாலும் அவரைச் சந்தித்துப் பேச முடியும் என்றும் பரவலாகக் கருத்துப் பரப்பல் செய்தேன்.

பொன்னையனை என் அப்பன் அறிவார். பொன்னையனின் உறவினர் ஒருவர் நடத்திய சோடாக்கடையில் கொஞ்ச நாள் என் அப்பன் வேலை செய்திருந்தார். அப்போது பொன்னையன் பள்ளிமாணவராக இருந்தாராம். சோடாக்கடைக்கு அடிக்கடி வருவாராம். 1977ஆம் ஆண்டு எம்ஜிஆர் அமைச்சரவையில் பொன்னையன் இடம்பெற்றபோது என் அப்பன் இந்தச்

செய்தியைச் சொல்லிப் பெருமைப்பட்டுக் கொண்டார். ஆனால் அமைச்சரான பிறகு என் அப்பனும் ஒருமுறைகூடப் பொன்னையனைச் சந்தித்ததில்லை. மற்றபடி சி.பொன்னையன் எனக்கு உறவினர் அல்ல.

நான் பிறந்த கொங்கு வேளாளர் சாதியிலேயே பிறந்தவர் அவர். ஒரே சாதியினர் எங்கே சந்தித்துக்கொண்டாலும் உடனே உறவினர் ஆகிவிட முடியும் என்பதுதானே இங்கே வழக்கம். அதுவும் கொங்கு வேளாளரில் உறவுமுறையையும் சட்டெனக் கண்டுபிடித்துவிடலாம். என் உடன் பணியாற்றும் நண்பர் ஒருவர் கல்லூரிக்குப் புதிதாக மாற்றல் ஆகி வந்த ஆசிரியர் ஒருவரை அறிமுகப்படுத்தும்போது 'உங்க பங்காளிதான்' என்றார். கொங்கு வேளாளரில் கூட்டப்பிரிவுகள் உண்டு. ஒரே கூட்டம் என்றால் பங்காளி உறவு. வேறு கூட்டம் என்றால் மாமன் மச்சினன் முறை. அப்படித்தான் பொன்னையனை என் மாமாவாக உறவுமுறை சொன்னேன். அதற்குக் கொஞ்சம் பலனிருந்தது. அதீதத் தொந்தரவு இல்லை.

சாதி இல்லை என்றும் நான் சாதி பார்ப்பதில்லை என்றும் எவ்வளவுதான் சொல்லிக் கொண்டாலும் அதன் இருப்பைத் தவிர்க்க முடிவதில்லை. கொல்லிமலையைச் சேர்ந்த மாணவர் ஒருவர் வீட்டுக்குச் சென்று சில நாட்கள் தங்கியிருந்தோம். எனக்கு மிகவும் பிடித்தமான அனுபவம் அது. மலைப்பகுதி என்றால் பழங்குடியின மக்கள்தான் வாழ்வார்கள் என்பது என் எண்ணமாக இருந்தது. அந்தத் தங்கலின்போதுதான் மலைமேல் பழங்குடியின மக்களுக்கு நிகராகத் தலித் மக்களும் வாழ்கின்றனர் என்பதை அறிந்தேன். பழங்குடி மக்களின் சாதிச் சான்றிதழில் 'மலையாளி' என்றிருக்கும். அவர்களோ 'மலையாளிக் கவுண்டர்' என்றோ 'மலையாளக் கவுண்டர்' என்றோ சொல்லிக் கொள்வார்கள். மலையாளிகளை யாரும் தீண்டத்தகாதவர்களாகக் கருதுவதில்லை. சொல்லப்போனால் தரைப் பகுதியில் வாழும் ஆதிக்க சாதிகளைப் போன்றவர்கள் தான் மலையாளிகளும்.

நாங்கள் போய்த் தங்கியிருந்த ஊரில் மலையாளக் கவுண்டர்களின் குடியிருப்பு தனியாகவும் தலித் மக்கள் குடியிருப்பு தனியாகவும் இருந்தன. ஆடி மாதம்தான் எனினும் நல்ல குளிர். கம்பளி போர்த்தி ஆழ்ந்து தூங்கினோம். வீட்டுக்கு ஜன்னல்கள் கிடையாது. மின்விசிறி இல்லை. எனினும் சுகமான தூக்கம். அடுப்புக் கணப்பிலும் சூடான தேநீரிலும் கதகதப்பாகிக் கொண்டு வெயில் விரிய ஆரம்பித்த நேரத்தில் வெளியே வந்தோம். ஊருக்கு வெளியே ஆறு ஓடுகிறது என்றும் காலைக்கடனுக்கு

அங்கே செல்லலாம் என்றும் சொல்லி மாணவர் அழைத்துச் சென்றார். தூரத்து மலை மடிப்புகளைப் பார்த்து மகிழ்ந்தபடி பலா மரங்களுக்கிடையே புகுந்து சென்றோம். பாறைகளுக்கிடையே பெரிய வாய்க்கால் போல அகண்டிருந்த மலையாற்றில் ஒற்றையடித் தடமாய் நீர் ஓடிக் கொண்டிருந்தது. ஆற்றைக் கண்டதும் ஆர்ப்பரித்துக் கொண்டு ஓடினோம். மலை மாணவர் எங்களைத் தடுத்து நிறுத்தி 'இங்கே வேண்டாம்' என்று சொல்லி ஆற்றின் கீழ்ப்பகுதிக்கு அழைத்துச் சென்றார்.

ஊருக்குள் ஆறு நுழையும் இடத்திலிருந்து ஓரளவு சமமாக ஓடி முடியும் பகுதிவரை மலையாளிக் கவுண்டர்கள் புழங்கும் பகுதி. அவர்கள் குளிப்பார்கள்; ஆடு மாடுகளைக் குளிப்பாட்டு வார்கள்; துவைப்பார்கள்; குண்டி கழுவுவார்கள். அவர்கள் புழங்கியபின் வெளியேறும் நீர் செல்லும் ஆற்றின் கீழ்ப்பகுதி தான் தலித்துகளுக்கு உரியது. அங்கேதான் நாங்கள் சென்றோம். கொல்லிமலையில் ஆகாயகங்கை என்னும் பேரருவி கொட்டுகிறது. அந்த மாணவரிடம் நான் கேட்டேன் 'அருவிக்கு மேலே இந்த ஆறு இருக்கிறதா? கீழேயா?' அருவியில் விழும் நீர்தான் பின்னர் ஆறாக இங்கே ஓடி வருகிறது என்றார். அப்படியானால் அருவியில் இதுவரை ஆயிரமாயிரம் மக்கள் குளித்திருப்பார்களே. அதில் எத்தனைவிதமான சாதிகள். அவர்கள் மேனியில் பட்ட நீரால்தானே இந்த ஆறு ஓடி வருகிறது? அதுவெல்லாம் பிரச்சினையில்லை. இந்த ஊர் ஆற்றில் இரண்டு பிரிவுதான். ஆற்றைப் பிரித்து வைத்திருந்த அதிசயத்தை அங்கேதான் கண்டேன்.

என் அனுபவத்தில் சாதியைக் கடவுள் போலவே உணர்கிறேன். கிராமம், நகரம், மலை என்றெல்லாம் பேதமில்லை. படித்தவர் படிக்காதவர் என்றும் பிரித்துப் பார்க்கக்கூடாது. கடவுள் எங்கும் நிறைந்திருப்பார். சாதியும் அப்படித்தான். கடவுளைச் சிந்திக்காத நாள் உண்டா? சாதியை நினைக்காத நாளும் இல்லை. ஒரே ஒரு வித்தியாசம் சொல்லலாம். கடவுளைக் கண்டவர் விண்டிலர்; விண்டவர் கண்டிலர். ஆனால் அன்றாடத்தின் கணங்கள் சாதியை நமக்குக் காட்சியாக்கிக் கொண்டேயிருக்கின்றன.

○○○

தள்ளிவைப்பு

ரெ. மகேந்திரன்

பக்கத்து ஊரில் பெரியவர் ஒருவர் இறந்து விட்டார். அன்றைய இழவுக்கு என் அம்மா சென்றிருந்தாள். மூன்றாம் நாள் 'இழவுக்கு' என்னைப் போகும்படி அம்மா கேட்டுக்கொண்டாள். நானும் 'சரி' என்று ஒப்புக்கொண்டேன். எங்கள் ஊரிலிருந்து அங்கு போக வேண்டியவர்கள் அனைவரும் சென்றுவிட்டதாகவும் காலை எட்டு மணிக்கெல்லாம் 'கை தொட' ஆரம்பித்துவிடுவார்கள் என்றும் அதற்குள் சென்றுவிட வேண்டும் என்றும் நினைவுபடுத்தினாள்.

வண்டியில் சென்றால் கால்மணிநேரத்திற்குள் சென்றுவிடலாம். நடந்தால் முக்கால் மணிநேரம் ஆகும். பத்தாண்டுகளுக்குமுன் அந்த ஊருக்குச் செல்லப் பெரும்பாலும் நடந்துதான் போவார்கள். யாரேனும் ஓரிருவர் மட்டும்தான் சைக்கிளில் செல்வார்கள். இப்போது அப்படி இல்லை. மோட்டார் சைக்கிள்தான் கதி. 'ஸ்டார்ட்' செய்த அடுத்த பதினைந்தாவது நிமிடத்தில் அங்கு இருக்கலாம். முந்தைய நாள் கட்டியிருந்த லுங்கி, டி சர்ட்டை மாற்றாமல் அப்படியே போனேன். இழவுக்குச் செல்ல மினுக்கான ஆடைகள் கட்டு வதில்லை என்பதாலும் காரியம் முடிந்த கையோடு குளிக்கப்போகிறோமே என்பதாலும் ஆடையைப் பற்றிய கவலை எனக்கோ அம்மாவுக்கோ வரவில்லை.

பாதி தூரம் சென்றிருப்பேன். எனக்குமுன் ஒரே ஒரு பெண் மட்டும் நடந்து போய்க்கொண்டிருந்தாள். அவள் யார் என்று சரியாக அடையாளம் கண்டுகொள்ள முடியவில்லை. அந்தக் குறிப்பிட்ட பாதையில் நடப்பார்களேயானால் அவர் அந்த ஊருக்குப் போகும் நபராகத்தான் இருக்க முடியும். அவளின் கையில் பையோ வேறு எதுவுமோ இல்லை. வெறும் கையை வீசித்தான் நடந்தாள். நடையில் அவசரம் தென்பட்டது. அதனால் இழவுக்குப் போகக்கூடியவளாகத்தான் இருக்க முடியும் என்று ஒருவாறு யூகித்தேன். 'ம் . . . நடந்து போற ஆளு இவ்வளவு லேட்டாவா போறது' என்றே தோன்றியது.

மிக அருகில் சென்றதும் வண்டிச் சத்தம் கேட்டு அவள் திரும்பிப் பார்த்தாள். பார்த்தவள் தானும் வருவதாகக் கூறினாள். என் கணிப்பு சரிதான். முகம்கூடக் கழுவாமல், தலை வாராமல், ஒப்புக்காகச் சீலை கட்டியிருந்தாள் அவள். வீட்டு வேலையை முடித்த கையோடு வந்தவள் போலும். அவள் ஏற்கனவே அறிமுகமானவள்தான். எங்களின் தூரத்து உறவினளும்கூட. அதனால் அவள் நிச்சயமாக இழவுக்குத்தான் போவாள் என்று தீர்மானித்தேன். வீட்டு வேலைகளை முடித்து வர நேரமாகியிருக்க கூடும் என்று நினைத்துக்கொண்டு 'சரி...ஏறு' என்று கூறி ஏற்றிச் சென்றேன்.

சென்றுகொண்டிருக்கும்போது அவள் 'என்ன மாமா விஷேசமா . . . அந்த ஊருக்குப் போற . .?' என்று கேட்டாள். எனக்குப் புரியவில்லை. ஒருவேளை விளையாட்டாகக் கேட்கிறாளோ என்று நினைத்துக்கொண்டு 'யழவுக்குப் போறது உனக்கு விஷேசமா தெரியுதா . .?' என்று ஒப்புக்குச் சொல்லி வைத்தேன். 'யழவுக்கா . .? யாரு செத்துப் போயிட்டா . .?' என்றாள் அவள். அந்தக் கேள்வி எனக்கு ஆச்சரியத்தைக் கொடுத்தது. அவர் செத்து மூன்று நாள் ஆகிவிட்டது. இன்னுமா தெரிய வில்லை? அதுவும் கல்யாணமாகிப் பத்து வயது மகனைக் கொண்டவளுக்குத் தெரியவில்லையா? இறந்தவர் பிரபலமான நபர் இல்லைதான். ஆனாலும் அந்த ஊரில் எந்த மூலையில் யார் இறந்தாலும் எங்கு தகவல் போய்ச் சேருகிறதோ இல்லையோ பா சுற்றியுள்ள குறிப்பிட்ட சில ஊர்களுக்கு நிச்சயம் தகவல் போய்ச் சேரும். இப்படி யோசித்தவாறே அவளின் கேள்விக்குப் பதில் சொல்லாமல் இருந்தேன். சிறிது நேரம் மௌனமாக இருந்துவிட்டு, 'யாருன்னு சொல்லத் தெரியல . . . ஆனாச் செத்து மூனு நாளாச்சி. செத்தன்னக்கி அம்மா போச்சு. இன்னக்கி என்னயப் போவச் சொன்னாங்க . . . அதனால நான் போறன்' என்று கூறினேன். பின் அவளிடம் 'அப்ப நீ . . . யழவுக்குப் போகலையா . .?' என்று கேட்டேன். 'யழவுக்கு நாங்க

போறதில்லையே' என்றாள். 'அப்ப... எங்கப் போற..?' – இது நான். 'சும்மா... அம்மா வூட்டுக்குப் போற...' – இது அவள்.

அவள் தன் அம்மா வீட்டுக்குப் போவதாகக் கூறியவுடன் தான் சாதி வழக்கப் பின்புலத்தில் அவளைப் பற்றியான நினைவு வந்தது. 'ஐய்யோ' என்று எனக்குத் தூக்கிவாரிப் போட்டது. அதற்குள் நான் கிராமத்தை நெருங்கிவிட்டிருந்ததால் மேலும் அடிவயிற்றில் புளியைக் கரைத்தது. சாதி வழக்கத் ' தள்ளி வைப்புகள்' ஒவ்வொன்றாக நினைவுக்கு வந்தவண்ணம் இருந்தன.

என்னிடம் ஒருவர் சொன்னது:

புருசன் பொண்டாட்டிக்கும் பிரச்சினை கொஞ்சம் பெரிதாக வெடித்தது. வாக்குவாதம் நீண்டுபோய்க் கர்ப்பத்தில் சந்தேகப்பட்டார் கணவர். மனைவி எவ்வளவு சொல்லிப் பார்த்தும் அவர் நம்பவில்லை. 'உன்னால உருவான புள்ளய நீயே சந்தேகப்பட்டதுக்கு அப்புறம் இந்தப் பச்ச மண்ணு இனிமே எதுக்கு' என்று கருவைக் கலைக்கச் சென்றாள். மனைவி மருத்துவமனைக்குச் சென்றபின் கணவன் ஊர்த் தலக்கட்டுக் காரர்களிடம் தன் மனைவி யாருடனோ ஓடிவிட்டாள் என்றும் இனி என் மனைவி எனக்கு வேண்டாம் என்றும் அவளை நம் சாதிவிட்டுத் தள்ளிவையுங்கள் என்றும் கேட்டுக் கொண்டார். ஊர்த் தலக்கட்டுக்காரர்களும் மூன்று நாட்கள் பார்க்கலாம் என்று சொல்லி வைத்தார்கள். கருவைக் கலைத்துவிட்டு சிலநாள் கழித்து வீட்டிற்கு வந்தாள். அவள் வந்ததும் வராததுமாக, 'ஒன்னு நீ சாவு. இல்லைன்னா எங்கயாவது ஓடிப்போ' என்றார். மனைவிக்கு ஒன்றும் புரியவில்லை. விசாரித்ததில் கணவனின் தள்ளிவைக்கும் திட்டம் தெரிந்தது. கணவனும் அவருடைய பங்காளிகளும் சேர்ந்து ஊர்த் தலக்கட்டுக்காரர்களிடம் போய் இன்னாரைத் தள்ளிவைக்க வேண்டும் என்று முறையிட்டால் உடனே கூட்டம் போட்டு முறையிட்ட 'கோவில்வூட்டு'க்காரர் களை விசாரிப்பார்கள். அவர்களும் தனக்கு ஒன்றும் தெரியாது. பங்காளிகள் என்ன சொல்கிறார்களோ அதையே செய்யுங்கள் என்று சொல்வார்களே ஒழிய வாதம் செய்ய மாட்டார்கள். எதற்கு வம்பு என்று ஒதுங்கிவிடுவார்கள். அதனால் தள்ளி வைப்பது நிச்சயம் என்று மனைவி நினைத்தாள். தொடர்ந்து மனைவியை நச்சரித்துக்கொண்டே இருந்தார் கணவர். இரண்டு மூன்று நாள் பார்த்தாள். கணவனின் தொந்தரவு தாங்க முடிய வில்லை. அதனால் அவள் தூக்குப் போட்டுக்கொண்டாள். ஊர்த்தலக்கட்டுக்காரர்களும் 'தள்ளி வைச்சிருவாங்கன்னு நினைச்சுச் செத்துப்போனாளே ..! இவதான் பொம்பள ... மானஸ்தி ...' என்று முனகிக்கொண்டு அடக்கம் செய்தார்கள்.

இன்னும் பல நிகழ்வுகள் ஞாபகத்திற்கு வந்தன.

அதில் ஒன்றுதான் நான் ஏற்றிச் சென்ற அந்தப் பெண்ணின் தள்ளிவைப்பு வாழ்க்கை. அவளின் கணவன் எங்கோ ஓடிப்போய் விட்டார். அதனால் தன் பெற்றோருடனே வாழ்ந்து வந்தாள். அவளின் அண்ணன் ஒட்டர் சாதிப் பெண்ணைக் காதலித்துத் திருமணம் செய்வதற்காக 'ஓடி'விட்டான். வேறு சாதியில் இருந்து பெண் எடுக்கும்போது, பெண் எடுப்பவர்கள் "இந்தப் புள்ள நம்ம சாதிசனந்தான். நல்ல வசதி. தோட்டம் தொரவுன்னு ஏகப்பட்ட சொத்து இருக்கு. எங்க மாம மச்சான், தலக்காரங்க எல்லாம் போய்ப் பாத்துட்டுத்தான் சரின்னு ஒத்துக்கிட்டோம்" என்று கதையடிக்க வேண்டும். இந்தக் கதையோடு வெற்றிலைப் பாக்கும் வைத்துவிட வேண்டும். இந்தக் கதையை ஊர்க்காரர்கள் துருவிப் பார்க்குமுன் தாலி கட்டிவிட வேண்டும். அப்படிச் செய்துவிட்டால் பின் ஒன்றும் செய்ய முடியாது. தங்கள் வீட்டிற்கு வரக் கூடாது என்றோ அவர் வீட்டிற்கு யாரும் போகக் கூடாது என்றோ யாரும் சொல்ல முடியாது. முனகுவார்களே ஒழிய வெளிப்படையாகவோ மறைமுகமாகவோ 'தள்ளி' வைக்க மாட்டார்கள். கவரா நாயுடு சாதியில் இருக்கும் இந்த ஓட்டை வேறு சாதியிலிருந்து பெண் எடுப்பவர்களுக்கு வரப்பிரசாதம். இந்த நுணுக்கத்தை அப்பெண்ணின் அண்ணன் கையாளாமல் தான் காதலித்த பெண்ணோடு ஓடிவிட்டான். ஓடிய செய்தி தெரிந்த சில நாளிலேயே அவன் தள்ளி வைக்கப்பட்டான்.

சில நாட்களுக்குப்பின் ஓடியவன் திரும்பி வந்தான். தன்னுடன் ஓடிவந்த அந்தப் பெண் வேறொருவருடன் ஓடிவிட்டாள் என்றும் தேடிப் பார்த்தும் கிடைக்கவில்லை என்றும் தன் பெற்றோரிடம் சொன்னான். அவனின் பெற்றோரும் ஒன்றும் சொல்லவில்லை. அங்கேயே தங்கிவிட்டான். சாப்பிடுவதும் உறங்குவதும் அங்கேதான். ஊர்க்காரர்களின் வெளிப்பார்வைக்குத் தெரியாமல் தன் உறவை ரகசியமாய்ப் பாதுகாத்தான். மிக நுணுக்கமாய்க் கவனித்தார்கள் ஊர்க்காரர்கள். அந்த ஊர் மக்களின் நுணுக்கப் பார்வையில் எப்பேர்ப்பட்ட ரகசியமும் தூக்குப் பிடிக்காது. அனைவருக்கும் தெரிந்துவிட்டது. "இந்தப் பொம்பளைக்கு எவ்வளுவு ஊத்தம் இருக்கு. மவன்னா மட்டும் சேத்துக்கலாமா. நம்ம சாதியக் கேவலப்படுத்துரதுக்குன்னே வந்துட்டாளுங்க தேவிடியாளுங்க" என்று அக்குடும்பத்தினரையும் தள்ளி வைக்கப் புள்ளி வைக்கப்பட்டது. தள்ளிவைக்கப் பட்டோருடன் பேசுபவர்களையும் வீட்டு விஷேசங்களுக்குக் கலந்து கொள்பவர்களையும் தள்ளி வைப்பது சாதி வழக்கம். அவர்களைத் தள்ளி வைப்பதற்குள் வேறொரு பிரச்சினை

எழுந்தது. வரலாறு காணாத மிகப் பெரிய பிரச்சினை அது. ஒரு சாதியினரின் வழக்கத்தையே மாற்ற வைத்த பிரச்சினை.

திருமணத்திற்குத் பதினெட்டு வயது பூர்த்தியாக வேண்டும் என்பதெல்லாம் கட்டாயம் கிடையாது. பூப்பு எய்தி ஓரிரு வருடம் கடந்த நிலையிலேயே மாப்பிள்ளையைப் பார்க்கத் தொடங்குவார்கள். எப்படியானாலும் ஓரிரு வருடங்களிலேயே திருமணம் முடிந்துவிடும். இருபது வயது கடந்த பெண் மணம் முடிக்கவில்லை எனில் அவளிடம் ஏதோ குறையிருப்பதாய் அர்த்தம். அதனால் பெண்ணுக்குப் பதினெட்டுக்குள் மணம் முடியும். ஆணுக்குக் கொஞ்சம் தளர்வு உண்டு. ஆணுக்கு இருபத்து எட்டு வயது என்பது பெரிய பிரச்சினை இல்லை. ஆனால் பெண்ணுக்குப் பதினெட்டுக் கடந்தாலே ஒரு கண் விழும். அதனால் பெண்ணைப் பொருத்தவரை – நம் சட்டங்கள் சொல்லும் – குழந்தைத் திருமணம் நடந்தது. இதில் தொடங்கியது அந்த மாபெரும் பிரச்சினை.

தைமாதம் என்றால் திருமணக் கோலாகலம்தான். ஒரே நாளில் கிட்டத்தட்ட ஏழு அல்லது எட்டுத் திருமணம் நடக்கும். பத்துத் திருமணம்கூட நடந்திருக்கிறது. கூட்டுக் குடும்பமாய் இருப்பவர்களுக்கு இந்த ஏழு எட்டுத் திருமணங்களில் கலந்துகொள்வதற்குப் பெருங்கஷ்டமாக இருக்காது. நான்கு ஐந்து பேர் செல்வார்கள். ஒருவருக்கு இரு திருமண நிகழ்வு எனப் பிரித்துக்கொள்வார்கள். வேலையும் சிரமம் இல்லாமல் முடியும். இந்த விஷயத்தில் தனிக்குடித்தனமாய் இருப்பவர்கள் பாடு திண்டாட்டம்தான். “இத்தனையும் ஒரே நாள்ல முடிக்காட்டி தான் என்னாவாம். கல்யாண நாளா இல்ல. எப்பிடிப் போறது . . . தொலைக்கிறது?” என்று புலம்பித் தீர்ப்பார்கள். மொய்ப் பணத்தை மட்டும் கொடுத்துவிட்டு வந்துவிடுவார்கள். அல்லது யாரிடமாவது கொடுத்தனுப்புவதோடு சரி.

இப்படி நடக்கும் திருமண நாளன்று பெரும்பான்மையான வீடுகளில் காலையில் சமையல் நடக்காது. மதியமும் குறைச்சல் தான். பெரும் விழாக்கோலம் பூண்டிருக்கும் அவ்வூர், தெருவுக்கு ஒரு பாட்டு ஒலிக்கும். திசை முழுதும் தோரணம் தொங்கும். திருமணம் ஓரிரு வாரங்களுக்குள் முடிவாவதும் உண்டு. முடிவான உடனே உறவினர்களுக்கு அழைப்பு முதலில் வரும். பிறகுதான் அரசாணிப்பானை எடுப்பது, துணி எடுப்பது என எல்லாம் நடந்தேறும். திருமணம் செய்பவர்களுக்கும் செலவு மிகக் குறைவாகத்தான் ஆகும். சாதாரணமாக ஒன்றரை மூட்டை அரிசி ஆகும் எனில் இதுமாதிரியான நேரங்களில் அரை மூட்டை அரிசி போட்டாலே போதும். சிலசமயங்களில் அதுவே

மீதமாகிப்போகும். இரவு சாப்பாட்டிற்கான அழைப்பு அண்டை வீட்டாருக்கு வரும். வரவில்லை எனில் சாப்பாடும் குழம்பும் அவர்கள் வீட்டிற்குச் சென்று குடியேறும். எப்படியானாலும் அன்றைய நாள் முழுக்கத் திருமணச் சாப்பாடுதான். இப்படித்தான் சாதித் திருமணம் நடந்தேறும். வயது வரம்புச் சட்டத்தை எல்லாம் பொருட்படுத்துவதில்லை. அவனவன் வேல செஞ்சாத்தான் சாப்பாடு. இதிலென்ன சட்டம் கிட்டம் – என்று ஏற்பாடு நடக்கும்.

இந்த மாதிரியான நிகழ்வில் ஒருவர் கல் எறிந்தார். அந்தக் கல் ஊரையே உலுக்கி எடுத்துவிட்டது. இந்தச் சாதி வழக்கத்தைச் சட்ட வளையத்திற்குள் கொண்டுவந்து சட்டப் பிரச்சினையாக மாற்றிக் குழந்தை வயதுத் திருமணக் குற்றத்திற்குள் அடக்கினார். அதோடு நிற்கவில்லை. சாதிவிட்டுத் தள்ளி வைக்கும் பழக்கத்தையும் போட்டு உடைத்தார். அவர் பற்ற வைத்த தீ நன்றாக ஊர் முழுக்கப் பற்றி எரிந்தது. “எந்தக் கண்டாரவோலி பயண்டா இப்படி செஞ்சது” என்று ஊரே திக்குமுக்காடிப் போய்விட்டது. கல் எறிந்தவர் பெயர் ரகசியமாய் வைக்கப் பட்டது. அருகில் உள்ள காவல்நிலையத்தில் அவர் புகார் கொடுக்க, போலீஸ்காரர்கள் ஊராரை மிரட்ட, மக்கள் கொந்தளித்துவிட்டார்கள். சாதிக்கு அவப் பெயர் வந்துவிட்டதாகப் பெரும் மன உளைச்சல். மிரட்ட வந்த போலீஸ்காரர்களை “உங்களிடம் யார் இப்படிக் கம்ளெண்ட் கொடுத்தது. எந்த மானங்கெட்டவன் சொன்னது” என ஊரே ஒத்துமையாகக் கேட்டது. வந்த போலீஸ்காரர்கள் அரண்டுவிட்டனர். ஜீப்பைச் சுற்றியும் ஊர் மக்கள். வண்டியை வெளிய எடுக்கவே முடியாதோ என்கிற பயம். “யாருன்னு சொல்லாம நீங்க இங்கிருந்து போக முடியாது” என்று போலீஸ்காரர்களையும் ஜீப்பையும் சொப்பிக்கொண்டனர். திக்குமுக்காடிப்போன போலீஸ்காரர்கள் சமாதானப் பேச்சுக்கு இறங்கி வந்தனர். எப்படியோ ஒரு வழியாகப் போலீஸ்காரர்கள் விடுதலையானார்கள். மறுநாள் மாவட்டத் துணைத் தாசில்தார் வந்தார். அபோதும் “சாதிய வுட்டுத் தள்ளி வைக்கிறாங்க, சின்னச் சின்னப் புள்ளங்களைக் கல்யாணம் செய்யுறாங்கன்னு குருட்டுத்தனமாப் புகார் சொன்னது யாருன்னு சொல்லுங்க” என்ற கேள்விதான் முட்டிக்கொண்டு நின்றது. மற்றபடி தாசில்தாரின் வேலை ஒன்றும் நடக்கவில்லை.

மாவட்ட உயர் அதிகாரிகள் யார் யாரோ வந்தார்கள். கரணம் அடித்துப் பார்த்தார்கள். ஊரார் மசியவே இல்லை. சுவரில் எறிந்த பந்து போல வந்த கையோடு திரும்பிச் சென்றனர். இறுதியாக மாவட்ட ஆட்சியர் வந்தார். “இப்பிடி இருந்தாக் கவர்ன்மெண்ட் எப்பிடி உங்களுக்கு உதவி செய்யும். நாங்க

சொல்றபடி இல்லைனா உங்க ஊருக்குப் பள்ளிக்கூடம் இருக்காது, பஸ் வராது, கரண்ட் வராது, தண்ணி வராது ...” என வராதவை களை அடுக்கிக்கொண்டே போனார் கலெக்டர். “எது வந்து என்ன செய்ய. அந்த மானங்கெட்டவனைச் சொல்ல மாட்டேங்கிறீங்களே” என்ற கவலைதான் துருத்திக்கொண் டிருந்தது. கலெக்டர் மண்டையை உருட்டி எடுத்துவிட்டார்கள். மாவட்ட ஆட்சியரும் காவல்துறை அதிகாரியும் விழிபிதுங்கிப் புகார் கொடுத்தவரை இன்னார் எனச் சொல்ல “அவந்தானா. அப்பவே தெரியும், சரி ... சரி ... அப்பறமா அவனப் பாக்கலாம்” என்று மக்களின் கொந்தளிப்பு அடங்கியது.

சாதியைவிட்டுத் தள்ளும் பழக்கம் கல்வி அறிவு இல்லாத தினால் வருவது என்று யூகித்து, முதலில் கல்வி அறிவு எப்படி உள்ளது என ஆய்வு செய்தனர் அதிகாரிகள். உள்ளூரில் உள்ள பள்ளிக்கு மட்டும்தான் தன் பிள்ளைகளை அனுப்புகிறார்கள். அருகில் உள்ள பள்ளிகளுக்குத் தன் பிள்ளைகளை அனுப்பப் பயப்படுகிறார்கள். அதனால் பள்ளிக்கல்வி அறிவு கொஞ்சம் மட்டம்தான் என்று புலனாய்வின் இறுதியில் முடிவானது. அருகில் உள்ள ஊருக்குப் போய்ப் படிக்கும் தங்கள் பெண் பிள்ளைகள் பல சிக்கல்களுக்கு ஆளாகின்றனர் எனப் பொருமினார்கள். “பள்ளிக்கூடம் பக்கதுலயா இருக்கு. ஒம்போது பத்து மையிலுப் போவனும். பசங்களா, எப்படியோ போயிட்டு வருட்டும்ன்னு விடறதுக்கு. பொம்பளப் புள்ளய அப்பிடி அனுப்ப முடியுமா சொல்லுங்க. நீங்க அப்புடி அனுப்புவீங்களா? உங்க வசதிக்கு உங்க வூட்டுச் செவுத்து மேலயே பஸ் வந்து நிக்கும். எங்களுக்கு நிக்குமா? கவருமெண்ட் பஸ்தான். அந்தப் பஸ்ஸுல போலாம்னா ... அதுவும் நீட்டி நெளிச்சுப் பத்துப் பத்தரைக்கு வருது. அப்புறம் எங்கப் போறது. இந்தா இங்கிட்டு ஒரு பள்ளியோடம் ... பத்தாவதுவரைக்கு இருக்கு. ஊரோரமா இருக்குற புடாரிசாமி கோயிலத் தாண்டி நாலு எட்டு வைச்சாப் போதும், பள்ளியோடம். அங்க அந்தக் கிளாசு, இந்தக் கிளாசுன்னு சொல்றாங்க. அந்தக் கிளாச முடிச்சி வர இருட்டுக் கட்டிரும். வயசு வர்ற புள்ளைய வச்சிக்கிட்டுச் சட்டமெல்லாம் பேச முடியாதுங்க. எங்களுக்குப் புள்ளைங்கதான் முக்கியம்” என்று விலாசினார்கள். நீயா நானா என்ற புத்தி போய் ஒருவழியாகப் பிரச்சினையைப் பேசும் போக்கு உண்டானது.

மாவட்ட கலெக்டரின் மகுடிக்கு மக்களும் மக்களின் மகுடிக்குக் கலெக்டரும் ஆடிக்கொண்டார்கள். என்ன செய்யலாம், எதைச் செய்யலாம் என்ற பட்டியல் தயாரானது. பட்டியலிருந்து ஒன்றிரண்டை மட்டும் பொறுக்கி எடுத்த கலெக்டர் அவசர அவசரமாக நடைமுறைப்படுத்தினார். நடுநிலைப் பள்ளி

உயர்நிலைப் பள்ளியாகத் தரம் உயர்ந்தது. மேல்நிலைப் பள்ளியாகத் தரம் உயரவும் உறுதி அளிக்கப்பட்டது. காலை எட்டரை மணிக்கு ஒரு பேருந்தை இயக்கியது. பதினெட்டு வயது பூர்த்தியாகாமல் பெண்ணுக்குத் திருமணம் முடிப்பதில்லை, கூட்டம் போட்டு யாரையும் தள்ளிவைப்பதில்லை, சாதி தொடர்பாகக் கூட்டம் நடத்துவதில்லை போன்ற சட்டங்களுக்கு ஊரார் ஒப்புக்கொண்டனர். ஆனால் கல் எறிந்ததை மட்டும் மறக்க முடியவில்லை.

மழை இருந்தாலும் இல்லாவிட்டாலும் வருடம் தவறாமல் திருவிழா எடுக்கும் அவ்வூர், இந்நிகழ்ச்சிக்குப் பின் விழா எடுப்பதை அடியோடு நிறுத்திவிட்டது. அந்தக் கலெக்டர் மாநாடு முடிந்த கையோடு திருவிழாவும் ஏற்பாடு செய்யப்பட்டது. விழாத் தொடங்கி இரண்டாம் நாள், இதுவரை சாதியை விட்டுத் தள்ளப்பட்டவர்கள் அனைவரும் ஒன்று கூடி ஊர்ச்சொந்தம் கொண்டாட வந்தனர். வந்தவர்கள் கோவிலின்முன் பொங்கல் வைத்துப் பூசையையும் நடத்தத் திட்டமும் தீட்டினர். ஊர்க்காரர்களுக்கு அவர்களின் சூட்சுமம் புரிந்துவிட்டது. அதனால் தேர் ஊர்வலத்தை வெகுசீக்கிரமாக முடித்துவிட்டுக் கோவிலின் முன் நிறுத்தினர். தள்ளப்பட்டவர்கள் கோவிலுக்குள் நுழையும்போது ஊர்க்காரர்கள் யாரும் கோவிலுக்குள் செல்லவே இல்லை. ஒதுங்கிவிட்டனர். அவர்கள் பூசை முடிந்தவுடன் ஊர்க்காரர்கள் தொடங்கினர். ஊர்க்காரர்களின் பூசை எப்போதும் இல்லாத பெருவிழாவாக மாறிப்போனது. தள்ளப்பட்டவர்களின் பூசை கண்காட்சிப் பொருளாய்ச் சுருங்கிப் போனது. ஒரே விழாவில் இரண்டு பூசைகளை வாங்கிக் கொண்ட பிடாரி மகிழ்ச்சியில் திக்குமுக்காடியிருப்பாள்.

தள்ளப்பட்டவர்கள் தங்களை ஊர்க்காரர்கள் யாரும் மதிக்கவில்லை என்று காவல்நிலையத்தில் புகார் அளித்தனர். போலீஸாரும் வந்து கேட்டனர். ஊர்த்தலக்காரர்கள் ‘அது எனமோ, அவுங்க அவுங்களுக்குப் புடிச்ச மாதிரிப் படைச்சுக் கிறாங்க. இத நாங்க போயிச் சொல்லறது ஒன்னுமில்லங்க’ என்று கழுவிக் கமுத்துவிட்டார்கள். ஊர்ப் பொதுமக்களிடம் விசாரிக்கலாம் எனில் ஒருவர்கூட அருகில் நிற்கவில்லை. அப்படியே யாரேனும் நின்றாலும் ‘வேணும்னா நீங்க கூட நின்னு கும்முடுங்க’ என்று சொல்லி மெல்லச் சிரித்து நகர்ந்தனர்.

திருவிழாவைத்தான் சிறப்பாகக் கொண்டாட முடிய வில்லை, காவடியாவது சிறப்பாகச் செய்யலாம் என்று நாள் குறித்தனர். ஊரில் உள்ள ஒவ்வொரு கொத்துக்காரர்களுக்கும் ஒரு ‘கோவில்வீடு’ இருக்கும். இந்தக் கோவில்வீட்டிலிருந்து காவடி எடுத்து வந்து ‘தண்ணிக்கேணி’யில் வைத்துப் பூசை

செய்து செல்வார்கள். வருடந்தோறும் முருகனை வழிபடுவதற்காக இந்த ஏற்பாடு. இதற்கான நாள் குறிக்கப்பட்டதை அறிந்த தள்ளப்பட்டோர் அன்றைய நாளின் அதிகாலையில் போலீஸ் பாதுகாப்போடு குழுமிவிட்டனர். 'நாங்க காவெடி எடுத்தாத் தானே நீங்க மூக்க நீட்டுவிங்க' என்று அந்த விழாவும் அன்றோடு காணாமல் போனது.

'இந்த அவமானத்துக்கு அவந்தானே காரணம். நாமாவே தீத்துக்க முடியற பிரச்சனைய மூனாம் மனுசன் வந்து மூக்க நுழைக்கிற மாதிரி பண்ணீட்டானே. பெரிய புரட்சி பண்ணுறானாம் புரட்சி . . . மழை இல்லாம குழந்த குட்டிங்க தவிச்சிக்கிட்டு இருக்கும்போது எங்க போச்சு அவனோட புரட்சி. எங்க போச்சு இந்தச் சட்டம். சோத்துக்காக நாயாப் பேயா அலஞ்சப்போ சப்பப் போனானா? முதல்ல அவனைச் சாதிவுட்டுத் தள்ளனும்' என்கிற கோபம் அனைவரின் மனதிலும் தாண்டவம் ஆடியது. கூட்டம் கூடவும் இல்லை, யாரிடமும் சம்மதம் கேட்கவுமில்லை. சொல்லிவைத்தாற் போல யாரும் அவர் வீட்டு விஷேசத்திற்குக் கலந்துகொள்வதில்லை.

நூறுநாள் வேலைத் திட்டத்தில் வேலை செய்யும்போதும் அவரின் அம்மா பட்டபாடு அந்தந்தக் குட்டைக்குத்தான் தெரியும். அம்மா மட்டும் தனியாக வருவாள்; போவாள். அட்டை வாங்க வரும்போது யாரும் அருகில் நிற்கமாட்டார்கள். அவள் தொட்ட காரச்சட்டியை யாரும் தொடுவதில்லை. அவள் அட்டையை யாரும் வாங்கிப் போகமாட்டார்கள். வாங்கி வரவும் மாட்டார்கள். அந்த மேனேஜருக்கு அம்மாவின் பேர் பரிச்சயமானது. அதிகாரிகளின் திடீர்த் தகவல்கள் எதுவுமே அவளைச் சென்று சேர்வதில்லை. அவர்களின் குடி தோட்டக் காட்டுப் பகுதியில் இருப்பதால் ஊர்த்தகவல்கள்கூடச் சென்றடைவதில்லை. 'அய்ய . . . அவன் வந்துட்டானா. சீ . . . ச்சீ . . . கருமம் தூரப் போங்க' என்று விலகிவிடுவார்கள். வருடம் தவறாமல் திருவிழாவும் காவடி எடுப்பதும் நடக்கும். இப்போதெல்லாம் எந்த விழாவும் நடப்பதில்லை. எடுப்பதில்லை.

இந்தப் பிரச்சினையின் காரணமாகத்தான் நான் ஏற்றிச் சென்ற அவளின் பெற்றோரைத் தள்ளிவைக்கும் கூட்டம் தடைபட்டுப்போனது. ஆனாலும் அரசல் புரசலாகப் பேசிக்கொள்வது உண்டு. 'சாதியவுட்டுத் தள்ளுனப்பறமும் சேத்துக்கிட்டுத் திரியறாங்க . . . அவளோட என்ன பேச்சு வேண்டியிருக்கு' என்று பேசிக்கொள்வார்கள். அதற்கேற்ப அவர்களும் தன் சாதியினரோடு ஒட்டுவதே கிடையாது.

ஊரோரமாக இருக்கும் இடத்தில் குடி இருப்பார்கள். வேறு சாதியினரின் தோட்டத்தைக் குத்தகைக்கு எடுத்து வேலை செய்து பிழைப்பு நடத்தினார்கள். தன் சாதியினரின் தோட்டத்திற்குக் கூலி வேலைக்குச் செல்வதில்லை. எந்த விஷேசத்திலும் கலந்துகொண்டு நான் பார்த்ததே இல்லை. அதனால் அவர்களைச் சாதிவிட்டுத் தள்ளிவிட்டார்கள் போலும் என்று நினைத்துக்கொண்டேன். இருப்பினும் எங்கேனும் யாரேனும் ஓரிரு வார்த்தை பேசுவதையும் கண்டிருக்கிறேன். அதனால் நானும் ஓரிரு வார்த்தை பேசியும் உள்ளேன். தோட்டத்தில் வேலை செய்துகொண்டிருக்கும்போது அந்த வழியாகப் போன அந்தப் பெண் என் அப்பாவோடு பேசிவிட்டுப் போன நினைவு.

இந்தப் பின்னணியில்தான் அவளை என்னோடு அழைத்துச் சென்றேன். சாதி விட்டுத் தள்ளும் கருத்தில் எனக்குத் தெளிவு இல்லாததால் தற்போது தப்பித்துக்கொள்ளவே நினைத்தேன். ஏற்றிச் செல்வதைக் கண்டால் நானும் தள்ளப்படுவேன் என்று நினைத்துப் பயந்தேன். அதனால் அவளை வண்டியிலிருந்து இறக்கிவிட வேண்டும் என முடிவு செய்தேன். என்ன சொல்லி அவளை இறக்கி விடுவது. ‘உன்னையச் சாதி விட்டுத் தள்ளப் போறாங்க . . . உங்கூட என்னைப் பாத்தா . . . அப்புறம் எங்கதியும் அதோகதிதான். அதனால் நீ இங்கே இறங்கிக்க’ என்று உண்மையைச் சொல்வதா? இல்லை . . . பொய்யைச் சொல்வதா? பொய் சொல்வதெனில் என்ன பொய் சொல்வது. ‘எனக்கு ஒன்னுக்கு வருது. நீ போ, நான் அப்புறமா வரேன்’ என்பதா? ‘எனக்கு வாந்தி வருது . . . நீ போ. நான் வாந்தி எடுத்துட்டு வரேன்’ என்பதா? இல்லை . . . பொத்தாம் பொதுவாக ‘எனக்குக் கொஞ்சம் வேலையிருக்கு’ என்று சொல்லி இறக்கிவிடுவதா? ஆனால் அவள் வண்டி ஏறும்போதே நான் இழவுக்குப் போவதாகவும் வேறு எங்கும் போகவில்லை என்றும் சொல்லிவிட்டேனே. இப்போது மாற்றிச் சொன்னால் அவள் என்னைத் தவறாக நினைக்கக் கூடும். என்ன செய்வது? சட்டெனத் தோன்றியாக வேண்டும். இன்னும் ஒரு வினாடிக்குள் ஏதேனும் ஒரு யோசனை வந்தாக வேண்டும். ஊர் மக்களின் கண்ணில் படுவதற்குள் அவளை இறக்கிவிட்டு நான் மட்டும் அந்தக் காரியத்திற்குச் செல்ல வேண்டும். பிடாரி அம்மன் கோவிலைத் தாண்டிவிட்டால் ஊர் மக்களின் கண்ணில் பட அநேக வாய்ப்புகள் உண்டு. அதற்குள் ஒரு யோசனை வந்து தொலைக்க வேண்டுமே.

அப்போது, நான் வைத்திருந்த அலைபேசியில் சத்தம் கேட்டது. என்னவென்று பார்த்தேன். நிறுவனத்தின் குறுஞ்செய்தி

போல. உடனே எனக்கு ஒரு யோசனை உருவானது. வந்தது குறுஞ்செய்திதான் என்று அவளுக்குத் தெரியவா போகுது. வந்த சத்தம் குறுஞ்செய்திக்கானதல்ல, அது 'மிஸ்டுகால்' என்று நாம் கதைக் கட்டுவோமே என்று என் யோசனை கருக்கொண்டது. உடனே நான் அலைபேசியில் வேறு யாரையோ அழைப்பது போல வண்டியில் சென்றுகொண்டே பாவனை செய்தேன். அவளும் நம்பிவிட்டாள். வண்டியின் வேகத்தைக் கூட்டவில்லை. வேகம் அதுவாகவே குறைந்து மெதுவாக நின்றது வண்டி. அழைப்பு சென்று கொண்டிருக்கும்படியான பாவனையும் கச்சிதமாய்ப் பொருந்திப்போனது. சற்று நேரம் அலைபேசியைக் காதில் வைத்திருந்தேன். உடனே பேசினால்தான் தெரிந்துவிடுமே. அதனால் நான் ஒன்றுமே பேசவில்லை. அவளும் அப்படித்தான் இருந்தாள். பேசியது போன்ற பாவனைக்குப் பின் அவளிடம் "சரி நீ போ, நான் வரேன்" என்று அவளிடம் சொன்னேன். அவளும் சென்றுவிட்டாள்.

நான் அலைபேசியில் பேசியது:

எங்கடா இருக்க. அம்மாய் தோட்டதுலயா? அங்க என்னா பண்ற. ஏண்டா வரேன்னுட்டு ஒன்னும் சொல்லாம போனா என்னடா அர்த்தம். சரி...சரி...என்னா, நான் அங்க வரட்டுமா இல்ல யழவுக்குப் போவட்டுமா? இப்பப் பிடாரி கோயிலுப் பக்கத்துல நிக்கிறன்... அவங் காட்டுக்குப்போக இன்னம் கொஞ்ச நேரம் ஆகும்ன்னு நினைக்கிறன். ம்...ம்...ம்... சரி அப்போ நான் தோட்டத்துக்கே வந்தரட்டுமா? சரி...சரி...வை.

என்று தகுந்த இடைவெளியுடன் பேசிவிட்டு ஃபோனை நிறுத்தினேன்... ச்சீ...ச்சீ... நிறுத்துவது போலப் பாவனை செய்தேன்.

○○○

தண்டத்தொகை

பெ. முத்துசாமி

என் வாழ்க்கைத் தேர்வுகளைச் சரியாக அமைத்துக்கொள்ள முடியாமல் தடுமாறிய காலமாக இரண்டாயிரத்திற்கு முன்னும் பின்னும் இருந்தது. அப்போது கிழங்கு வெட்டுதல், பைல் போடுதல், கிராசிங் பருத்தி வேலை எனப் பல்வேறு கூலி வேலைகளைச் செய்து வாழ வேண்டிய கட்டாயம். ஈரோடு மாவட்டம் மொடக்குறிச்சிக்கு அருகில் உள்ள எழுமாத்தூருக்குத் தங்குவெட்டுக்குச் செல்லவேண்டி இருந்தது. எங்கள் பகுதியில் உள்ள ஒரு சேகோ பாக்டரிக்குத் தொடர்ந்து அப்பகுதி யிலிருந்துதான் ஆண்டுதோறும் கிழங்கு வெட்டும் பருவத்தில் மில்லுக்குத் தேவையான கிழங்குகள் வந்துசேரும். மில்லுக்காரருக்கு நேரடியாகக் கிழங்கு வெட்டப் பல செட் (குழு) இருக்கும். அவர் அந்தப் பகுதியிலிருந்து எங்கள் பகுதிக்கு வந்து நிலம் வாங்கித் தொழில் தொடங்கியவர். அதனால் மற்ற புரோக்கர்களைக் காட்டிலும் அவருக்குச் செல்வாக்கு மிகுதி. பணம் ஒழுங்காகக் கிடைத்துவிடும் என்னும் நம்பிக்கை இருந்ததால் அவரிடம் கிழங்கு வெட்டுவதற்கு வெட்டாட்களும் கிழங்குக் காட்டுக்காரர்களும் தயங்குவதில்லை. வன்னியர்களும் பறையர்களும் பல குழுக்களாகச் சேர்ந்தும் தனித்தும் கிழங்கு வெட்டுவது வழக்கம்.

நான் சென்றிருந்த 1999 ஆம் ஆண்டு வன்னியர்கள் யாரும் எங்கள் குழுவில் இல்லை.

மில்லுக்காரர் கிழங்கு வெட்டுக்குச் செல்லும் பகுதியில் ஆட்கள் என்ன சாதி என்றும் அவர்களை எவ்வாறு நடத்த வேண்டும் என்றும் சொல்லிவிட்டு வந்துவிடுவாராம். அதைப் போலவே தங்குவெட்டுக்குச் செல்லும்முன் நாங்கள் எப்படி நடந்துகொள்வது என்பது பற்றிச் சில குறிப்புகளைக் கொடுப்பாராம். நான் சென்றிருந்த வருடமும் அப்படித்தான். இரவு பதினொரு மணி இருக்கும், மில் ஓனர் குமரவேல் "உங்களை வன்னியர் என்று சொல்லிவிட்டு வந்திருக்கேன். அதுக்குத் தகுந்தபடி பாத்து நடந்துக்கங்க" என்று சொன்னார். அவர் சொன்ன பிறகு லாரி ஏறினோம்.

இதற்குமுன் அப்பகுதியில் நடந்த சம்பவங்களைச் சொல்லிக் கொண்டு வந்தார் மாயவிளக்கு கணேசன். மாதாரிப் பசங்க வளவுக்குக்கூட வரக்கூடாதாம். ஒருமுறை பெரியண்ணன் என்பவர் மில்லுக்காரர் சொன்னதைக் கேட்காமல் இந்த ஆட்களிலேயே 'நான் மட்டுந்தான் பறையங்க, மத்த ஆளுங்கல்லாம் குடியானவங்க' என்று விளையாட்டாகச் சொல்லிவிட்டாராம். சில நாட்கள் கழித்துத் தொட்டிக்குச் சென்று பைப்பைத் திருகித் தண்ணீர் குடித்துவிட்டாராம். காட்டுக்காரர் 'ஏண்டா மாதாரி நாயே, என்ன வேல செஞ்ச' என்று கூறிக்கொண்டே வந்தவர் அவரை அடித்ததும் இல்லாமல் தென்னை மரத்தில் கட்டியும் வைத்துவிட்டாராம். என்ன செய்வதென்று தெரியாமல் மற்றவர்கள் எல்லாரும் கெஞ்சிப் பார்த்தார்களாம். அவர் விடவேயில்லையாம். மில்லுக்காரருக்குப் போன் போட்டுச் சொன்ன பிறகு அவருடைய தயவால் விட்டார்களாம். அப்போதே வண்டி பிடித்து ஊருக்கு வந்தவர்தான் பெரியண்ணன். அதற்குப் பிறகு அந்தப் பக்கம் கிழங்கு வெட்ட வருவதே இல்லையாம். ஆனால் இந்த வருஷம் வருகிறான் என்ன செய்வானோ என்று பேச்சை முடித்தார். பெரியண்ணன் அப்போது நன்றாகத் தூங்கிக்கொண்டிருந்தார்.

காலை ஏழு மணிக்கெல்லாம் மொடக்குறிச்சிக்குச் சென்று விட்டோம். அன்றைக்கு முழுக்கக் கிழங்கு பிடுங்கவில்லை. பல நிலங்களுக்குச் சென்றும் எந்தப் பயனும் இல்லை. கடைசியாக எழுமாத்தூரில் ஊருக்குக் கிழக்கே ஒரு நிலத்திற்குச் சென்றோம். மணி நான்கு ஆகிவிட்டது. இனிமேல் கிழங்கு பிடுங்க முடியாது. நாளை பார்த்துக்கொள்ளலாம் என்று பேசி முடிவெடுத்து அங்கே தங்கினோம். சமைப்பதற்குத் தேவையான பொருட்களை வாங்குவது, சமையல் செய்வது போன்ற பல்வேறு வேலைகளுக்கு ஆட்கள் நியமிக்கப்பட்டனர். நிலத்துக்காரர் அவர் தங்கியிருந்த பட்டாசாளையைக் காட்டி 'இங்கே நீங்கள் தங்கிக்கொள்ளலாம்.

எங்கள் நிலத்திலேயே ஒரு வாரத்திற்கு வெட்டிருக்கும். அக்கம் பக்கத்தில் யாராவது சொன்னாலும் வெட்டிவிட்டு இங்கே வந்து தங்கிக்கொள்ளலாம்' என்று சொன்னார். அவருக்குச் சுமார் அறுபத்தைந்து வயது இருக்கும். மிகவும் நல்லவராகத் தெரிந்தார். அவர் மட்டும் அந்தப் பட்டாசாளையில் தங்கியிருந்தார். அவர் மகன்கள் இரண்டுபேரும் தொழில் நிமித்தமாக ஈரோட்டில் குடும்பத்தோடு தங்கிவிட்டார்கள். அவர் மட்டும் நிலத்தில் தங்கித் தானே சமைத்தும் கொள்கிறார்.

சக்திவேல் கொஞ்சம் பேச்சில் கெட்டிக்காரர். பழங்கதைகளைப் பேசிப் பழசுகளை வசியம் செய்வதில் வல்லவர். அவர் நிலத்துக் காரரிடம் பேசிப் பல்வேறு சலுகைகளைப் பெற்றுத் தந்தார். ஒருவாரத்திற்கு மேலாகவே வெட்டு அவர் நிலத்திலேயே நீடித்தது. ‘இந்த வருஷம் நல்ல விளைச்சல் நீங்கள் வந்த ராசி' என்று அவர் கூறுமளவிற்கு நாங்கள் அவரிடம் அன்னியோன்யம் ஆகிவிட்டோம். எங்கள் சமையலிலேயே அவரும் சாப்பிட்டுக் கொண்டார். இரவுப் பொழுதுகளில் சினிமாவுக்குச் செல்வோம். சினிமாவுக்கு வராதவர்களிடம் சாப்பிட்டுவிட்டுச் சீக்கிரம் தூங்கிவிடவும் அவரிடம் அதிகம் பேச வேண்டாம் என்றும் உத்திரவு போட்டிருந்தோம். பெரியண்ணன் இந்த முறை அடக்கம் ஒடுக்கமாக நடந்துகொண்டார். கணேசன் எதிர்பார்த்தது நடக்கவில்லை. அது நல்ல விஷயமாகவே எல்லோருக்கும் பட்டது.

இப்படியே நிலத்தில் வெட்டு முடியும்வரை நகர்ந்தது. கடைசிநாள் காலை பதினொரு மணிக்கெல்லாம் கிழங்கு ஏற்றப்பட்டு வண்டிக்குப் பாய் போட்டாகிவிட்டது. குளிப்பதற்குத் தண்ணீர் எடுத்துவிட்டார். கயிறு கட்டும் ஆட்களைத் தவிர்த்த மற்றவர்கள் குளித்துக்கொண்டிருந்தார்கள். மதியம் என்பதால் குளியல் வெகுநேரம் நீண்டது. அப்போது பெரியவரும் குளிக்க வந்துவிட்டார். தொட்டியிலிருந்து வழிந்துகொண்டிருந்த வாய்க்கால் நீரில் எல்லோரும் குளித்துக்கொண்டிருக்கப் பெரியவர் மட்டும் தொட்டியில் இறங்கிக் குளித்தார். அவர் முதுகு தேய்க்கும் படி சக்திவேலைச் சொன்னார். சக்திவேலும் முதுகு தேய்க்கும் சாக்கில் தொட்டியில் குளித்தார். பெரியண்ணன் இதைப் பார்த்துக் கொண்டிருந்தார். பெரியவர் ‘நல்லா அழுக்குப் போகக் குளிங்க. அதுக்கு வாய்க்கால் தண்ணீயில முடியாது. தொட்டியில குளிங்க' என்று உரிமையும் கொடுத்தார். எல்லோரும் நல்ல அகலமான தொட்டியில் குளித்துக் களியாட்டம் போட்டோம். பெரியவர் கொஞ்ச நேரத்திற்குள் சென்றுவிட்டார். மற்றவர்கள் எல்லோரும் தீராத குளியலைத் தீர்த்துவிடுவதுபோல் குளித்தனர்.

சக்திவேல் பெரியண்ணனிடம் 'என்ன . . . பழச நெனச்சுப் பாக்கறையா? அதெல்லாம் அந்தக் காலம் மச்சான். நீ ஒன்னும் பயப்படாம குளி' என்றார். 'நீ பேசுவடா, ஒன்நேரம் ஒன்னப் பேசச் சொல்லுது, என்னக் கேட்கச் சொல்லுது' என்றார் பெரியண்ணன். 'நீங்க பறையங்க இங்கறது தெரிஞ்சுச்சுன்னா, அப்பறம் தெரியும் உங்களோட நெலம.' 'தெரிஞ்சாப் பாத்துக்கலாம்.' 'அதுக்குள்ள நீயேன் பயந்து சாகுற.' 'சரி என்னமோ பண்ணுங்கடா நான் கௌம்புறன்' என்றவாறு கிளம்பிவிட்டார் பெரியண்ணன். சந்தோஷமாகக் குளிக்கும் தருணத்தில் பெரியவர் எங்கே இருக்கிறார் என்பதை எல்லோரும் மறந்துவிட்டார்கள். எங்கிருந்தோ மீண்டும் வந்தவர் 'போதும் குளிச்சது. மேல ஏறுங்கடா' என்றார். சக்திவேல் உட்பட எல்லோருக்கும் தூக்கிவாரிப் போட்டது. வாங்கப்பா போங்கப்பா என்றவர் திடீரென ஏறுங்கடா என்கிறாரே. நாம் பேசியதையெல்லாம் எங்காவது ஒட்டுக் கேட்டுவிட்டாரோ என்னமோ என்றவாறு எல்லோர் முகத்திலும் ஒருவிதப் பயம் தொற்றிக்கொண்டது.

எனக்குச் சொல்லவே வேண்டாம். உண்மையைச் சொல்லாமல் இப்படிப் பொய்யாக நாங்கள் வன்னியர் சாதி என்று சொன்னதில் எனக்குத் தொடக்கம் முதலே உடன்பாடு இல்லை. வன்னியருக்கும் பறையருக்கும் என்ன பெரிய வித்தியாசம். அவர்களும் பொருளாதாரத்தில் கலாச்சாரத்தில் நாகரிகத்தில் எனப் பல விஷயங்களிலும் பறையர்கள்போல்தான் இருக்கிறார்கள். கும்பிடும் குலதெய்வங்கள்கூட இருவருக்கும் ஒன்றாகத்தானே இருக்கின்றன. ஆனாலும் அவர்கள் உயர்ந்த சாதி என்ற சமூகக் கட்டுமானம் நம்மை நடிக்கவும் பொய்சொல்லவும் வைத்திருக்கிறது. அதற்காக ஒவ்வொரு நேரமும் அச்சத்தில் சிக்கித் தவிக்க வேண்டும் என்றெல்லாம் என் மனதுக்குள் ஒரே குழப்பமும் பயமும் சேர்ந்து குடிகொண்டிருந்தன. அவரின் குரல் அதிகரிக்கத் தொடங்கியது. அங்கு என்ன நடக்குமோ என்னும் பதற்றமான சூழ்நிலை உருவாகிவிட்டிருந்தது. இது அவர்கள் இடம் என்பது பயத்திற்கு முழுக் காரணம். இல்லையென்றால் நாங்கள் இருபதுபேர். அவர் ஒருவர். எங்களை என்ன செய்துவிட முடியும்.

அவர் எப்படியோ தெரிந்துகொண்டுவிட்டார் போலும். நீங்க வன்னியருன்னு சொன்னீங்க, வன்னியருல என்ன குலமடா என்று கேட்டார். வன்னியரில் என்ன குலம். யாருக்கும் தெரியாது. பொய் சொல்லி இத்தனை நாள் என் ஊட்டுப் பட்டாசாளையில் தங்கியிருந்தீங்களாடா, பறப்பசங்களா என்று கத்தினார். உங்கள என்ன பண்றன் பாரு என்று சத்தமிட்டவாறு கொட்டாய்ப் பக்கம் போனார். சத்தத்தைக் கேட்டு அக்கம் பக்கத்தில் இருந்தவர்கள் வந்துவிட்டார்கள். அவர்கள் பங்குக்கும் சத்த

மிட்டார்கள். பெரியவர் சக்திவேலை அடித்தும்விட்டார். நாயே நீயெல்லாம் வந்து எம் முதுகு தேய்க்கிற. ஒங்க மூஞ்சப் பாத்தப்பவே எனக்குச் சந்தேகம் வந்துச்சு, அந்தப் பையன் சொன்னதால நம்புனன். அவன் வரட்டும். அவனுக்குப் போன் போடுங்கடா என்று பெரியவர் சொன்னார். அருகில் இருந்த ஒருவர் மில்லுக்காரருக்குப் போன் போட்டார். மில்லுக்காரர் என்ன பேசினாரோ தெரியவில்லை. செட் தலைவரிடமும் பேசினார். என்ன பேசினார் என்று தெரியாது. சரிங்க செஞ்சது தப்புத்தான். நீங்க என்ன சொன்னாலும் கேட்டுக்குறம் என்று தலைவர் குண்டுப் பெரியண்ணன் மன்னிப்புக் கேட்டார். அக்கம்பக்கத்திலிருந்து வந்தவர்கள் சரி வேலைக்குப் போற எடத்துல இப்படிப் பொய் சொல்லறது நடக்கறதுதான். நம்மதான் பாத்துத் தெரிஞ்சிக்கணும் என்று சொல்லிச் சரிசரி போங்க இனிமே இங்க இருக்காதிங்க என்று கூறினார்கள்.

பெரியவர் அடங்கியதாகத் தெரியவில்லை. அவர் இவங்கள இப்படியே சும்மா உடக்கூடாது. ஏதாவது ஒன்னு பண்ணுனாத் தான் அடுத்து எங்கயும் இப்படி நடந்துக்க மாட்டாங்க என்று கூறினார். அதற்குள் வண்டி டிரைவருக்குப் போன் வந்தது. மில்லுக்காரர் வண்டியை எடுத்துவரச் சொல்லிவிட்டார் என வண்டியை நகர்த்தினார். நாங்கள் கிளம்புவதற்குள் வண்டி புறப்பட்டதும் நாங்கள் பத்துப்பேர் சென்று வண்டியை மறித்து டிரைவரிடம் சத்தம் போட்டோம். நாங்க கிழங்கு வெட்டுல, ஊருக்குக் கிளம்பிட்டோம். எங்களையும் ஏத்திக்கிட்டுப் போங்க என்று சொன்னோம். டிரைவர் அதெல்லாம் முடியாது. லோடு வண்டியில ஆட்கள ஏத்திக்கிட்டுப் போனா போலீசுக்காரங்க சும்மா உடமாட்டாங்க என்றார். மில்லுக்காரரும் ஏத்திக்கிட்டு வரவேண்டாம்னு சொல்லிட்டாரு. அதனால நாங் கௌம்புறன் என்று சொல்லிவிட்டு வண்டியைக் கிளப்பிக்கொண்டு சென்றுவிட்டார்.

எல்லோரும் கிளம்பி எழுமாத்தூர் மெயின்ரோட்டுக்கு நடக்கத் தொடங்கினோம். வழி நெடுகிலும் ஆளாளுக்குச் சண்டை போட்டுக்கொண்டார்கள். தலைவர் பெரியண்ணன் சரி உடுங்கடா நடந்துபோச்சு இனிமே பேசி என்ன வரப்போவுது என்றார். சக்திவேலுக்குப் பெரியண்ணன்மேல் சந்தேகம். நாமெல்லாம் குளிக்கும்போது இந்த ஆளுதான முன்னாடி போனான். நம்ம சந்தோஷம் பிடிக்காம போட்டுவிட்டாலும் விட்டிருப்பான் என்று சிலர் அவர்மீது பாய்ந்தனர். அவர் நான் போய் அப்படிச் செய்வனாடா என்ன நம்புங்கடா என்று சொல்லியும் கேட்காமல் சத்தம் போட்டுக்கொண்டே வந்தனர். டே அத உடுங்கடா, மில்லுக்காரர் எங்கிட்டச் சொன்னதப்

பத்தி யோசிச்சாலும் ஏதாவது நடக்கும் என்று குண்டுப் பெரியண்ணன் சொல்லி முடிப்பதற்குள் அந்த ஆளு என்ன சொன்னான். இப்படி நடக்க உட்டுட்டான். ஆடுமாடுகளக் கூட விக்கறதுக்கு வண்டியிலதான் ஏத்திக்கிட்டுப் போறாங்க. நம்மள ஏத்திக்கிட்டுப் போக முடியாதுன்னு சொல்லிட்டாங்க. ஆட்டுமாட்டுக்கு இருக்குற மரியாதைகூட நமக்கு இல்ல. மரியாதை இல்லாட்டிப் போகட்டும். கொஞ்சம் நம்மள மனுசங்களா நெனைக்க வேண்டாமா. அந்த அளவுக்கா நாம கேவலமா இருக்கோம் என்று ஆளாளாக்குப் புலம்பிக்கொண்டு வந்தார்கள்.

என்னடா இதுக்குப் பொலம்பிக்கிட்டு வரீங்க. மில்லுக்காரன் என்ன சொன்னான் தெரியுமா. உங்களால என் மானம், மரியாதை, நம்பிக்கை எல்லாம் போச்சு. இனிமே நான் எப்படித் தொழில் செய்யறது. வன்னியப் பசங்கன்னு சொன்னாலும் இனி அவுங்க நம்பமாட்டாங்க. காட்டுக்காரன் வேற வெட்டுக் கூலியைத் தர முடியாதுன்னு சொல்லிட்டானாம். அவன் தரலன்னா நான் மட்டும் எப்படித் தர முடியும் என்று மில்லுக்காரன் சொல்லிட்டான். இப்ப என்ன பண்ணுறதுன்னு தெரியல. நம்ம போறதுக்குக் காசு வேற இல்ல என்று குண்டுப் பெரியண்ணனும் புலம்ப ஆரம்பித்துவிட்டார். இப்படிப் பேசிச் சண்டை போட்டுக்கொண்டே எழுமாத்தூர் மெயின்ரோட்டுக்கு வந்து சேரும்போது இரவு மணி ஏழு ஆகிவிட்டது. பெரியண்ணனிடம் சாப்பாட்டுச் செலவுக்குக் கொடுத்த காசில் மீதம் ஐந்நூறு இருந்தது. அதை வைத்துக்கொண்டு இருபது ஆட்கள் எப்படி ஊர் போய்ச் சேர்வது. அதைவிடவும் எல்லோரும் சாப்பிட்டாக வேண்டும். இது இரண்டிற்கும் வாய்ப்பில்லை. மற்றவர்களிடம் ஏதாவது தேறுமா என்று பார்த்ததில் அப்படி இப்படி என்று இருநூறு ரூபாய் தேறியது. இதுவும் பத்தாது. வேறு வழி ஏதாவது இருக்கிறதா என்று யோசித்ததில் இந்தப் பக்கத்திலிருந்து கிழங்கு ஏற்றிக்கொண்டு செல்லும் போக்குவண்டி வந்தால் பிரச்சினையைச் சொல்லிக் கேட்டுப் பார்ப்போம். ஆத்தூர் போய்விட்டால் போதும். ஊருக்கு நடந்தே போய்விடலாம் என்னும் நம்பிக்கை எல்லோருக்கும் இருந்தது.

எல்லோரும் ரோட்டில் வரும் லாரிகளைப் பார்த்துக்கொண்டு இருந்தனர். என் மனத்தில் ஏதேதோ ஓடிக்கொண்டிருந்தது. சில நாட்கள் வந்து தங்கிச் செல்வதற்கே நம்ம நிலைமை இப்படி இருக்கிறதே. இந்தப் பகுதியில் வாழ்ந்துகொண டிருப்பவர்கள் எப்படி இருக்கிறார்கள். இதற்கெல்லாம் மிகவும் பழகிப் போயிருப்பார்கள். பல ஆண்டுகள் கழித்து என்னுடைய

நெருங்கிய நண்பர் சொன்ன பல செய்திகள் எனக்குப் பெரும் அதிர்ச்சியை அளித்தன. அதில் ஒன்று கவுண்டர்கள் அருந்ததியத் தெருவுக்குள் வந்தாலே எல்லோரும் எழுந்து நின்றுகொள்ள வேண்டுமாம். கட்டில், சேர், பெஞ்சு என இருந்தாலும் பரவா யில்லை. தரையில் அமர்ந்திருந்தாலும் எழுந்து நின்றுகொள்ள வேண்டும் என்பதுதான் இன்னும் அதிர்ச்சியைத் தந்தது. காரணம் எங்கள் பகுதியில் இந்த நிலைமை இல்லை என்பதால்கூட இருக்கலாம். சுதந்திரம் வாங்கி அறுபது ஆண்டுகளைக் கடந்து விட்டது. மனித வாழ்க்கை எப்படியெல்லாமோ மாறிவிட்டிருக் கிறது. அடிச்சுவடுகளே இல்லாமல் போன எத்தனையோ விஷயங்கள் இருக்கின்றன. ஆனால் இந்தப் பாழாய்ப் போன சாதிச் சுவடு மட்டும் கல்வெட்டாய் நிலைத்து நிற்கிறதே என்று மனம் வருந்தியது. சோற்றுக்கு வழியில்லாமல் செத்தால்கூட வேறொரு சாதியைச் சொல்லக் கூடாது என்னும் வைராக்கியம் அன்றைக்குத் தோன்றியது. தன்னுடைய சாதியைச் சொல்லிக் கொள்வது இழிவு என்பதை முதலில் மனத்திலிருந்து அகற்ற வேண்டும். பொய்சொல்லி, ஏமாற்றி வாழ்வதைவிடச் சாதியைச் சொல்லி வாழ்வது ஒன்றும் கீழ்த்தரமானதோ கேவலமானதோ இல்லை என்ற தீர்மானத்துக்கு வந்தேன்.

மணி பத்துக்கும் மேலாகியும் வண்டி ஒன்றும் தென்பட வில்லை. வேறு வழியின்றிச் சாப்பிடாமல்கூடப் பஸ்ஸைப் பிடித்து ஆத்தூர் வந்து சேர்ந்தோம். இரவெல்லாம் பசி வயிற்றைக் கிள்ளியது. காலையில் சாப்பிட்டது. மதியமும் இரவும் இல்லை. உழைத்த களைப்பு வேறு. அசதியாக இருந்தாலும் வேறு வழியில்லாமல் பசியோடு ஊர் வந்து சேர்ந்தோம். சாதியும் பொய்யும் சேர்ந்துகொண்டு இருபது பேரை இருவேளை பட்டினி போட்டது இன்னும் வடுவாக நெஞ்சில் நிற்கிறது. மில்லுக்காரர் முடிவாக வெட்டுக்கூலி இல்லை என்று சொல்லிவிட்டார். அது இன்னும் கோபத்தைத் தூண்டியது. மில் ஓனர்கள், கிழங்கு வெட்டுப் புரோக்கர்கள், வெட்டாட்கள் எனச் சிலர் சேர்ந்து பேசி ஒருநாள் வெட்டுக்கூலி தவிர்த்துப் பிற நாட்களுக் கானதை மில்லுக்காரர் கொடுத்துவிடுவதாக ஒப்புக்கொண்டனர். ஆனால் தற்போது தர இயலாது என்று மில்லுக்காரர் சொல்லி விட்டார். அத்தோடு நாங்கள் அவருக்குக் கிழங்கு வெட்டச் செல்வதை நிறுத்திவிட்டோம். நான் கிழங்குவெட்டச் செல்வதையே நிறுத்திவிட்டேன். அதுதான் நான் செய்த கடைசிக் கிழங்குவெட்டு வேலை. இதுவரை அதற்கான கூலியைப் பெறவேயில்லை.

எட்டு நாட்கள் இருபது ஆட்கள் செய்த வேலைக்கான வெட்டுக்கூலி சுமார் பதினைந்து ஆயிரம் இருக்கும். முழுவதுமாக ஏமாற்றப்பட்டுவிட்டது. சாதியும் பொய்யும் சேர்ந்துகொண்டு

உழைப்பை ஏப்பம்விட்டது. மில்லுக்காரர் சொல்லிவிட்டார் என்பதற்காக வன்னியர் எனப் பொய் சொல்லித் தங்கி இருந்தது எவ்வளவு பெரிய தவறு. அதற்கான தண்டத்தொகை என நாங்கள் விட்டுவிட்டோம். ஆனால் அவர்கள் இதற்காக உழைப்பை ஏமாற்ற வேண்டுமா என நினைத்துப் பணம் தர முன்வரவில்லை. எங்களை ஏமாற்றியது, அவமானப்படுத்தியது குறித்து அவர்கள் கவலைப்பட்டதாகவே தெரியவில்லை.

சாதியைப் பற்றிப் பேசும்போது மாற்றம் நிகழ்ந்துகொண்டு தான் இருக்கிறது, உடனடியாக நிகழ்ந்துவிடக்கூடிய மாற்றம் இல்லை, மெதுவாகத்தான் நடக்கும், அதுவரை காத்திருக்கத்தான் வேண்டும் என்கிறார்கள் பலர். அதுவும் சரிதான்.

○○○

பாம்பாட்டிக் குடும்பம்

இரா. வெங்கடாசலம்

முப்பாட்டன் காலத்திலிருந்தே எங்கள் பங்காளி வகையறாக்கள் பிற சமூக மக்களோடு நெருங்கி வாழும் வாழ்க்கை முறையைக் கொண்டிருந்தனர். பல சாதியைச் சேர்ந்த மக்கள் எங்களூரில் அருகருகே வாழ்ந்து வருகின்றனர். எங்கள் ஊராட்சியில் பத்துக்கும் மேற்பட்ட கிராமங்கள் உள்ளன. அதில் ஏழு கிராமத்தைச் சேர்ந்தவர்கள் தெலுங்கு மொழிபேசும் 'கொல்ரு' என்றழைக்கப்படும் நாயுடு சாதியின் உட்பிரிவைச் சேர்ந்தவராவர். மற்றொரு கிராமம் தெலுங்கு 'ஜெனப்பா செட்டியார்' சாதியைச் சேர்ந்தவர்கள். மற்ற இரண்டு ஊர்கள் 'பள்ளிக் குடியானவர்கள்' என்றழைக்கப்படும் வன்னியச் சாதியினர். இவர்களுடன் 'தலித்' சமூகத்தைச் சார்ந்த என்னுடைய கிராமம். 'கன்னடம்' பேசும் 'முரசுப் பறையர்' பிரிவைச் சார்ந்தவர்கள். எங்களுடன் ஒரேயொரு 'கட்டிப் பறையர்' குடும்பமும் உள்ளது. ஊராட்சியின் தென்கிழக்குப் பகுதியில் 'தெலுங்கு' பேசும் 'சக்கிலியர்கள்' உள்ளனர். முஸ்லீம் பிரிவைச் சேர்ந்தவர்கள் அங்கொன்றும் இங்கொன்றுமாக உள்ளனர். 'மரமேறிகள், என்றழைக்கப்படும் 'நாடார்' சாதியைச் சேர்ந்தவர்கள் மற்றொரு ஊரிலும் வசித்து வருகின்றனர்.

இப்பகுதி கல்வியறிவில் பின்தங்கிய பகுதியாகும். மேற்கண்ட 'குடியான' சாதிகளுக்கு எங்கள் ஊரைச் சேர்ந்தவர்களே 'தோட்டு' என்றழைக்கப்படும்

‘தோட்டி’களாக ஆண்டைகளுக்கு ‘ஊழியம்’ செய்து வருகின்றனர். தற்போது ஒரேயொரு ஊரில் மட்டும் ‘தோட்டு’த் தனம் இல்லை. இங்கு பிரதானத் தொழில் விவசாயம். மிக அதிகமான அளவில் மானாவாரி நிலங்கள் உள்ளன. இதில் மாந்தோப்புகளும் தென்னந் தோப்புகளும் பனைமரங்களும் அதிகமாகும். கால்நடைகள் மேய்த்தல், தென்னை, பனை மரமேறுதல், மற்ற கூலி வேலைகளைச் செய்தல் ஆகியவை அனைத்துச் சாதியினருக்கும் பொதுவான தொழில்கள்.

எங்கள் குடும்பம் ஏழு பங்காளிகளைக் கொண்ட குடும்பம். ஏழு பேருக்குமே ஊராட்சியில் உள்ள ஏழு குடியான கிராமங்களை ஒதுக்கித் தோட்டு எனும் ‘ஊழியம்’ செய்வதற்கு அக்காலத்திலேயே பிரித்துக் கொடுத்திருந்தனர். இந்த வழிமுறைகள் யாவும் மூதாதையர்கள் காலத்தைச் சேர்ந்தவை. என் கொள்ளுத்தாத்தா தோட்டித்தனத்தோடு சித்த வைத்தியத்தையும் செய்து வந்துள்ளார். இதில் மனிதர்கள், ஆடு மாடுகளுக்கு ஏற்படும் நோய்களைக் குணமாக்குவதில் கைராசிக்காரராக இருந்ததால் அவருக்கு அக்கம்பக்கம் உள்ள பஞ்சாயத்து ஊர்களிலும் நல்ல மரியாதை இருந்து வந்துள்ளது. குறிப்பாகப் பாம்பு, தேள், பூரான், பூச்சிக்கடி மற்ற விச ஜந்துக்களின் கடிகளுக்கு வைத்தியம் செய்ததால் ‘பாம்பாட்டிக் குடும்பம்’ என்ற பெயரே நாளடைவில் நிலைத்து விட்டது.

இவற்றிற்குக் கைமாறாக ஆண்டைகள் அவர்கள் நிலத்தில் விளையும் சாமைக்கதிர் சுமை, சோளக்கதிர் சுமை, வரகு, தினை, கம்பு, கேழ்வரகு ஆகியவற்றின் சுமைகளை எடுத்துத் தனியாக வைத்திருந்து ஆண்டுக்கு ஒரு முறை ‘மேரை’ என்ற பெயரில் தங்கள் தோட்டிகளுக்குக் கொடுக்கும் முறையும் நீண்ட காலமாக இருந்து வந்தது. மேலும் விவசாய நிலங்கள், திருவிழாக்கள், பேய் பிசாசு காட்டேரிகள் ஓட்டும் நிகழ்ச்சிகளுக்கு வெட்டும் ஆட்டுக்கறியில் ஒரு ‘கூறு’ கறியைத் தனியாகத் தோட்டிப் ‘பங்கு’ என்று கொடுப்பார்கள். மாட்டுக்குக் கால் முறிந்து போனாலோ உடல்நிலை சரியில்லாமல் போனாலோ தங்களிடம் ‘ஊழியம்’ செய்யும் தோட்டிமார்களுக்குப் பாதி விலைக்குக் கொடுப்பார்கள். மாடு இறந்து போனால் அதன் தோலை மட்டும் வாங்கிக் கொள்வார்கள். சில நேரங்களில் அதற்குண்டான விலையையும் அவர்களே நிர்ணயம் செய்துவிடுவார்கள். இது வழக்கமான நடைமுறை.

மாடுகளைத் தூக்கி வருவதற்கு, நல்ல திரண்டு வளர்ந்த மூங்கிலைக் (பத்து அடி நீளம் ஆறு அங்குல விட்டத்திற்கும் உள்ள தரமான கழியைப் பயன்படுத்துவர்) கொண்டு தூக்கி வருவர். மாடுகளைத் தூக்கப் பயன்படுத்தும் மூங்கிலுக்கு ‘பாடை’ என்று பெயரிட்டு அழைப்பர். சில நேரங்களில் ‘வாரை’ என்ற

சொல்லையும் பயன்படுத்துவர். செத்துப்போன வெள்ளாட்டுத் தோலை உரித்து உப்புத் தடவி வெயிலில் காயவைத்து உலர்த்தி அதன் முடியை 'அம்பு' என்னும் கருவி கொண்டு நீக்கிச் சுத்தப் படுத்திப் பயன்படுத்துவர். அதேபோல் மாட்டுத் தோலைத் 'துடி', 'மோளம்' (பறை, கொட்டு) ஆகிய கருவிகளுக்கும் எருமைத் தோலை 'டோல்' என்ற பெரிய கருவிக்கும் பயன்படுத்துவர். இத்தயாரிப்பு வேலைகளை வெயில் காலங்களில் செய்வர்.

எனது சிறுபருவத்தில் பள்ளிக்குச் செல்லப் பக்கத்து ஊரான சானார் இனமக்கள் வசிக்கும் ஊருக்குத்தான் செல்ல வேண்டும். அதுதான் மிக அருகில் இருந்த தொடக்கப்பள்ளி. அந்த ஊர்க்காரர்களோடும் மாணவர்களோடும் பேசும்போதும் பழகும்போதும் 'இவங்க எல்லாம் பற பசங்க' என்று சொல்வார்கள். மதிய உணவு இடைவேளையில் தண்ணீர் குடிக்க அந்த ஊர்க் கிணறுகளுக்குச் சென்றால் எங்கள் ஊர் மாணவர்களை மட்டும் தூரமாக நிறுத்திவைத்துக் குனியச் சொல்லிக் கைகளில் ஊற்றுவார்கள். அப்படி இல்லாவிட்டால் கைகளில் வைத்திருக்கும் கிண்ணத்தில் ஊற்றுவார்கள். தண்ணீர் ஊற்றும் 'தோண்டி'யை மிக உயரமாகத் தூக்கிப் பிடித்து ஊற்றுவார்கள். எங்கள் கைகள் அவர்களது எந்தப் பொருளின்மீதும் படாதவாறு பார்த்துக் கொள்வார்கள்.

குடியானவர்கள் நிலத்தில்தான் பள்ளிக்கு நடந்து செல்ல வேண்டும். அந்த வழியில் யார் எதிரில் வந்தாலும் அவர்களுக்கு வழிவிட்டுத் தூரமாக ஒதுங்கிக்கொள்ள வேண்டும். இல்லை யென்றால் சாதிப்பெயரைச் சொல்லித் திட்டுவார்கள். ஆண்டைமார்களின் எந்த ஊருக்குள்ளும் செருப்பணிந்து செல்லக்கூடாது. எங்கள் பெரியோர்கள் 'சாமி' என்றுதான் தங்கள் ஆண்டைகளைக் கூப்பிட வேண்டும். அவர்களோடு ஒன்றாக இருக்க வேண்டிய சமயங்களில் தூரமாக ஒதுங்கியே இருக்க வேண்டும். சமமாக உட்காரக் கூடாது. உயரமான இடத்தில் உட்காரக்கூடாது. நின்று கொண்டுதான் இருக்க வேண்டும். அவர்கள் சொல்லும்போது உட்கார்ந்து கொள்ள வேண்டும்.

எனது கொள்ளுத்தாத்தா மற்ற சமூக மக்களிடம் பிரபலம் அடைந்திருந்தது போலவே சின்னத் தாத்தாவும் ஆகியிருந்தார். பெரிய தாத்தா பெயரையே இவருக்கும் இட்டுக் கூப்பிட்டு வந்தனர். இவர் கூத்துக் கலைஞர். தச்சுவேலை செய்வார். மண் சுவர் வைக்கும் வேலையும் தெரியும். ஆடு மாடு கோழிகளை யெல்லாம் ஊர் ஊராகச் சென்று விற்கும் பழக்கம் உடையவர். இதேபோல் எனது அப்பாவும் இருந்தார். இவர் கூடுதலாகத் தென்னந்தோப்பு, புளியந்தோப்பு, மாட்டுத்தரகு வேலை எனப் பன்முக ஆளுமை உடையவராக விளங்கினார். இதனால் இந்த

வட்டாரத்தில் எங்கள் குடும்பம் கடந்த நூறாண்டுகளுக்கு மேலாக மிகப் பிரபலம். எனது தந்தை தமிழ், தெலுங்கு, கன்னடம், உருது, மராட்டி, ஹிந்தி மொழிகள் சரளமாகப் பேசக்கூடியவர். பதின்மூன்று வயதிலேயே தரகு வேலையையும் கூத்துக்கலையையும் கற்றுக் கொண்டவர். இவருக்குச் சுற்று வட்டாரக் குடியானவர்களின் பழக்கவழக்கம், குடும்ப உறவு நடைமுறைகள் என எல்லாம் அத்துபடி. தாத்தாவும் அப்பாவும் அரிச்சுவடிப் படிப்பு மட்டுமே படித்தவர்கள்.

சின்னத்தாத்தா என்மீது அன்பானவர். அதனால் என்னை எங்கும் விடாமல் தனது ஆண்டைமார்களின் ஊருக்குப் பகல், இரவு நேரங்களில் அழைத்துச் செல்வார். அப்போது என்னை அவர்களுக்கு அறிமுகம் செய்து வைப்பார். 'என் மகன் புள்ள சாமி. படிக்கிறான்' என்று பெருமையாகச் சொல்வார். அப்போது அவர் முகத்தில் மகிழ்ச்சி நிறைந்திருக்கும். அவர்களின் வீடுகளில் என்ன இருக்கிறதோ அதைக் கொடுக்க வருவார்கள். ஏதாவது 'ஏனம்' இருக்கிறதா என்று கேட்பார்கள். தாத்தா கையில் ஏதாவது 'சாமானம்' இருந்தால் அதில் வாங்கிக் கொள்வார்கள். இல்லையெனில் பூசணி இலையைக் கிள்ளிவரச் சொல்வார்கள். அதுவும் இல்லையெனில் பனங்கருக்கு ஓலையை வெட்டி வரச் சொல்லி அதைப் பிரித்து மடித்துக் 'கோட்டை' கட்டிக் கொள்ளச் சொல்வார்கள். அப்படிச் செய்த பிறகு அதில் உணவு போடுவார்கள்.

தண்ணீருக்கு அவர்கள் வீட்டு எரவாணத்தில் எங்களுக்காகச் செருகி வைக்கப்பட்டிருக்கும் 'அரைப் படி'யை எடுப்பார்கள். அந்த இரும்புப் படிக்கு மானம் என்று பெயர். அது இல்லா விட்டால் 'சிப்பங்கொட்டை'யை (சிரட்டி எனப்படும் தேங்காய் ஓடு) எடுத்துத் தண்ணீர் ஊற்றுவார்கள். தின்பண்டமாக இருந்தால் தோளில் இருக்கும் துண்டை விரித்துப் பிடிக்கச் சொல்லி அதில் போடுவார்கள். அதை வாங்கிக் கொள்வார். சிலர் எங்கள் குடும்பம்மீது இருந்த உண்மையான பரிவின் காரணமாக அங்கேயே உண்ணச் சொல்வார்கள். அவர்கள் வீட்டு எரவாணத்தின்கீழ் திண்ணைக்கு அருகில் அமர்ந்து எனக்கு உணவு ஊட்டி விடுவார். இந்நிகழ்வுகள் எல்லாம் எனக்கு வித்தியாசமாகத் தெரியும். எதுவுமே புரியாது. தாத்தாவிடம் இதுபற்றிக் கேட்டால் 'அவங்க நம்ப ஆண்டைங்க. அவங்க மேல்சாதி, நாம கீழ்சாதி' என்று மட்டும் சொல்லுவார்.

திருவிழாக் காலங்களில் தாத்தாவுக்கு நிறையப் பேர் 'இனாம்' வழங்குவார்கள். அதை மகிழ்ச்சியாக வாங்கிக்கொள்வார். அவரவர் வசதிக்கு ஏற்றாற்போல் 'இனாம்' போடுவர். யாராவது அதிகமாகக் கொடுத்தால் 'நீங்க நல்லா இருக்கணும் சாமி'

என்று வாயார வாழ்த்துவார். அவர்களும் மகிழ்வார்கள். நான் இதையெல்லாம் அவர் பக்கத்தில் நின்று வேடிக்கை பார்த்துக் கொண்டிருப்பேன். எனக்குக் கை நிறையத் தின்பண்டங்கள் வாங்கிக் கொடுப்பார். மதிய வேளைகளில் தாத்தாவுக்குச் சாராயத்தை இனாமாக ஊற்றுவார்கள். அந்த நாட்டுச் சரக்கைத் 'தேவாமிர்தம்' போல் 'கொட்டாங்குச்சி'யில் வாங்கிக் குடித்து விடுவார். யாராவது 'பனங்கள்ளு' ஊற்றினால் அதை எனக்கும் வாங்கிக் கொடுத்துவிடுவார். தட்டாமல் குடித்து விடுவேன். உடனே எனக்குத் தூக்கம் வந்துவிடும். பக்கத்தில் உள்ள யார் வீட்டு எரவாணத்தின் கீழாவது என்னைப் படுக்கவைத்து அவரும் தூங்கிவிடுவார்.

பக்கத்து ஊரில் சானார்களை 'மூப்பர்' என்றுதான் அழைக்க வேண்டும். அவர்கள் ஊரில் நடக்கும் திருவிழாக் காலங்களில் தாத்தாவையும் அப்பாவையும் வரச் சொல்லுவார்கள். இருவருக்கும் அந்த ஊரில் மானசீக ரசிகர்கள், நண்பர்கள், தொழில்ரீதியான பழக்கம் உள்ளவர்கள் அதிகமாக இருந்தனர். அங்கு செல்லும்போது மூங்கில் கூடையையும் அலுமினியப் பாத்திரத்தையும் எடுத்துச் செல்வார். அந்தக் கூடைக்குள் துணியைப் போட்டு விரித்துவிடு வார்கள். அந்தக் கூடை நிறையக் கம்பஞ்சோறு, தினையரிசிச் சோறு, வரகுச்சோறு, களி, இட்லி, தோசை எனப் போடுவார்கள். அலுமினியப் பாத்திரத்தில் அதிகமாகப் பன்றிக்கறிக் குழம்பும் கோழிக்கறிக் குழம்பும் ஊற்றுவார்கள். கருவாட்டுக் குழம்பும் ஆட்டுக்கறிக் குழம்பும் யாராவது ஒரு சிலரே ஊற்றுவார்கள். மூன்றும் சேர்ந்த கலவைக் குழம்பு. அது ஒரு தனி ருசியாகவே இருக்கும்.

குடியானவர்களின் திருமண வீடுகளுக்கும் கூப்பிடுவார்கள். அப்படிப் போனால் இரவு நேரத்தில் அவர்களது வீட்டின்முன் ஓரப்பகுதியில் உட்காரவைத்து அவரவர் கொண்டு போயிருக்கும் பாத்திரத்தில் சோறு போடுவார்கள். போடும்போது எங்கள் சாமான்கள்மீது அவர்கள் கை பட்டுவிடாமல் தூக்கிப் போடுவார் கள். மாரியம்மன் திருவிழாவின்போது கூழ் ஊற்றுவார்கள். அந்தக் கூழை வாங்குவதற்கு எங்கள் ஊர் மக்கள் மண்பானை களை எடுத்துச் சென்று கோயில் சுற்றுச்சுவர் ஓரமாக வைத்திருப்பர். பூஜை முடிந்தவுடன் கூழ் பானைகளைத் தூக்கி எங்கள் பானைகளில் ஊற்றுவார்கள். எம்மக்கள் யாராவது ஆர்வத்தில் ஆண்டைகளின் பானையைத் தொட்டுவிட்டால் திட்டுவார்கள். அவர்களுக்குக் கூழே ஊற்ற மாட்டார்கள். தொட்டால் தீட்டு என்று புலம்புவர். ஊர் சார்ந்த, தனிநபர் சார்ந்த விழாக் கொண்டாட்டங்களின்போது தங்களிடம் ஊழியம் செய்யும் தோட்டிகளுக்கும் மோளம் அடிப்பவர்களுக்கும் தனியாக எடுத்து வைத்துக் கொடுப்பார்கள்.

'சாவு' நிகழ்வுகளுக்கு 'மோளம்' அடிக்கக் கூப்பிடுவார்கள். அதற்குக் கூலியாகப் பெருமளவு கள்ளு சாராயத்திற்கு முக்கியத்துவம் கொடுத்து அவர்களே வாங்கிக் கொடுப்பார்கள். கடைசி நேரத்தில் மிச்சம் மீதமிருக்கும் பணத்தைப் பிரித்துக் கொடுப்பார்கள். அப்படிக் கொடுக்கும்போது குனிந்து வாங்கிக் கொண்டால் மகிழ்வார்கள். இயல்பாக வாங்கிக்கொண்டால் சாதிப்பெயரைச் சொல்லிக் 'கொளுப்பு ஏறிடுச்சி' என்று பலர் முன்னிலையில் திட்டுவார்கள். சிலர் பவ்யமாக மோளத்தின் மேல் பகுதியைத் திருப்பிப் பிடித்து வாங்கிக்கொள்வர். அப்படி யாராவது செய்துவிட்டால் அவனை நல்ல தோட்டி என்பர். திட்டுவதில் எந்தக் குடியானவர்களும் சளைத்தவர்கள் இல்லை.

இப்படியான சூழலில் பதினைந்து ஆண்டுகளுக்குமுன் ஊராட்சி தொடர்பான பொதுக்கூட்டம் அப்போதைய ஊராட்சித்தலைவர் தலைமையில் பொதுவிடத்தில் நடைபெற்றது. அதில் அனைத்துக் கிராம மக்களும் கலந்துகொண்டனர். தேவைப்பாடு, உரிமை, அத்தியாவசியம், அரசாங்கச் சலுகை என்ற அடிப்படையில் அந்தந்த ஊர்களுக்கு வேண்டியதைப் பிரித்துக் கொடுப்பதில் எங்கள் மக்களுக்கும் ஆண்டைகளுக்கும் வாக்குவாதம் முற்றிவிட்டது. விடாப்பிடியாக அவர்களை எதிர்த்துக் கேட்கவே பிரச்சினை வேறுவிதமாகத் திசை திரும்பி விட்டது. அந்த ஊராட்சியில் நாயுடு சாதியைச் சார்ந்தவர் தொடர்ந்து தலைவராக இருந்து வந்தார். எங்கள் ஊருக்கு எதுவுமே செய்யவில்லை. இதுநாள்வரை எதிர்த்துப் பேசாதவர்கள் இப்போது மதிக்காமல் அடங்காமல் பேசுகிறார்கள், கேட்கிறார்கள் என்று மேல்சாதிக்காரர்கள் உடனே ஒன்று கூடி முடிவெடுத்தனர். யாரும் இனிமேல் தோட்டிகளையும் அவர்களைச் சார்ந்தவர் களையும் எந்த வேலைக்கும் கூப்பிடக்கூடாது என்று ஊர்க்கட்டுப்பாடு விதித்துவிட்டார்கள். இதனால் ஊழியம் செய்துவரும் கூலி வேலைக்குச் செல்வதும் நின்று போனது.

இதனைத் தொடர்ந்து அந்த முன்னாள் பஞ்சாயத்துத் தலைவருக்கு எம்மக்கள்மீது வெறுப்பு உண்டாயிற்று. கரிசனம் வரவேயில்லை. சாலையோரத்தில் எங்கள் ஊர் இருந்தும் அவ்விடத்தில் பேருந்துகளை நிற்கவிடமாட்டார். அவர் ஊருக்குச் செல்லும் வழியோரத்தில் நின்று போக ஏற்பாடு செய்துவிட்டார். இலவசக் காலனி வீடு கட்ட இடம்தர மறுத்துவிட்டார். அப்பீலுக்காக உயர்நீதிமன்றம்வரை சென்று வழக்குப் போட்டுத் தடுத்து நிறுத்திவிட்டார். ஆனால் எம்மக்கள் தொடர்ந்து பல வருடங்கள் அரசுக்கும் அரசாங்க அதிகாரிகளுக்கும் மனு கொடுத்து வெற்றி பெற்றுக் காலனி வீட்டிற்கு இடம் வாங்கி அதில் வீடு கட்டிவிட்டனர். இதில் அவருக்குப் பலத்த தோல்வி ஏற்பட்டுவிட்டது. பேருந்து நிறுத்தத்தையும்

அங்கு வாங்கிவிட்டனர். இதில் மேலும் அவமானம் ஆகிவிட்டது. இந்தப் பஞ்சாயத்துத் தலைவரின் அண்ணன் மகன் எங்கள் ஊருக்குச் சொந்தமான ஏரிப் புறம்போக்கு நிலத்தை வளைத்துப் பிடித்துவிட்டார். அதில் வீடும் கட்டிவிட்டார். விநாயகர் சிலையும் வைத்துவிட்டார். மேலும் விவசாயமும் செய்கிறார்.

அந்த இடம் எங்கள் ஊர்ச் சுடுகாட்டுக்காக அரசு அதிகாரி களால் ஒதுக்கித் தரப்பட்ட இடம். ஏரியில் புதைக்கக் கூடாது என்று அரசாங்கம் தடைவிதித்தபோது மாற்று ஏற்பாடாகக் கொடுக்கப்பட்ட இடம்தான் மேற்சொன்ன புறம்போக்கு நிலம். இதை அவர் தெரிந்தே எங்களுக்கு விடாமல் ஆக்கிரமிப்பு செய்துகொண்டார். அதை மீட்க நான் உட்பட எங்கள் ஊர்மக்கள் அனைவரும் மாவட்ட ஆட்சியருக்கு ஆதிதிராவிட நலக்குழுக் கூட்டத்தில் மனு கொடுத்தோம். அதை மீட்கப் போராடினோம். அதனால் என்மீதும் என் ஊர் பொதுமக்கள் பத்திற்கும் அதிகமானவர்கள்மீதும் நீதிமன்றத்தில் வழக்குத் தொடுத்தனர் மேற்கண்ட பஞ்சாயத்துத் தலைவரின் வகையறாக்கள்.

எங்கள் குடும்பத்திற்குக் குலதெய்வம் திம்மராயசுவாமி. இக்கோயில் நாயுடுகளுக்குச் சொந்தமான தென்னந்தோப்பில் உள்ளது. எங்கள் கோத்திரம் விஷ்ணு கோத்திரம். எங்கள் மூதாதையர்கள் தீவிரமான திருப்பதி ஏழுமலையான் பக்தர்கள். ஆனால் இக்கோயிலில்தான் ஆண்டாண்டு காலமாகக் குலதெய்வ பூஜை நடத்தி வணங்கி வருகிறோம். எனக்கு நினைவு தெரிந்த நாளிலிருந்து இதுநாள்வரை எங்களைக் கோயில் கருவறைக்குள் அனுமதித்தது இல்லை. மண்டபத்திலிருந்துதான் நாங்கள் வழிபட வேண்டும். எங்களிடத்தில் சகஜமாகப் பேசினாலும் அந்த ஒரு விசயத்தை மட்டும் அனுமதித்ததே கிடையாது.

என்னதான் ஊரறிந்த குடும்பமாக நாங்கள் இருந்தாலும் தொழில் செய்பவராக இருந்தாலும் நல்லபெயர் இருந்தாலும் ஆண்டைகள் எங்களைத் தாழ்ந்த சாதிக் கண்ணோட்டத்திலேயே இன்றளவும் வைத்துப் பார்க்கின்றனர். இங்கு சானார்களைவிட நாடார்களைவிட பள்ளிமார்களைவிட நாயுடுகளிடம்தான் அதிக சாதி வெறி தற்போதும் உள்ளது. சாதிப்பெயரை நாக்கூசாமல் சொல்லித் திட்டுவதிலும் தீண்டாமையை அதிகமாகக் கடை பிடிப்பதிலும் இவர்களே முன்னணி வகிக்கின்றனர்.

இவ்வளவிற்கும் காரணம் அவர்கள் 'மேல்சாதி', 'ஆதிக்கச் சாதி.' நாங்கள் 'கீழ் சாதி' என்பதைத் தவிர வேறொன்றுமில்லை. மேலும் எங்களிடத்தில் நிலபுலம் வசதியோ பொருளாதார வசதியோ கல்வியறிவோ அதிகமாக இல்லாததும் காரணம்.

○○○

பழைய தோசை

மா. வெங்கடேசன்

அன்று ஞாயிற்றுக்கிழமை. நான் புதிதாக வீடு கட்டும் இடத்தில் நண்பர் ஒருவருடன் மிகவும் சுவாரசியமாகப் பேசிக்கொண்டிருந்தேன். வீட்டில் மின் ஒயரிங் வேலை நடந்து கொண்டிருந்தது. எங்கள் உரையாடலில் மின் ஒப்பந்ததாரரும் இணைந்து கொண்டார். பேச்சு உலக அரசியலில் தொடங்கி இந்தியப் பொருளாதாரத்தின் மந்த நிலை, விலைவாசி உச்சம், வெங்காய விலை உயர்வு என எங்கெங்கோ சென்று இறுதியில் தமிழக அரசியல் நிலவரத்தில் நிலைகொண்டு பின் திருமணப் பேச்சில் மையம் கொண்டது. மின் ஒப்பந்ததாரர் என்னிடம், 'வீட்டு வேலை முடிந்தால்தான் திருமணம் செய்துகொள்வது என்று உறுதியாக இருப்பீர்கள் போல' என்றார். அத்துடன் அவர் நிற்கவில்லை. எள்ளல் தொனியுடன் 'வயதாகிக்கொண்டே போகிறது. பருவத்தில் பயிர் செய்யணும் சார்' என்றார். நண்பரும் அவரின் அறிவுறுத்தலை ஆதரித்தார். சார், நீங்க முதலியாரா கவுண்டரா என்று அவர் பீடிகையுடன் கேட்டார்.

என்னுடைய சாதியைத் தெரிந்துகொள்வதில் அதீத ஆர்வம் அவருக்கு. நான் மெல்லிய புன்முறுவல் கொண்டு அத்தாக்குதலை அமைதியாக எதிர் கொண்டேன். அவர் விடுவதாக இல்லை. நான் பார்ப்பதற்கு அவர் சாதிபோல் இருப்பதாகவும்

அவருடைய (முதலியார்) சாதியில் பெண் பார்க்கப்போவ தாகவும் கூறிய அவரின் பேச்சில் நான் அதிக அக்கறை காட்ட வில்லை. நண்பரிடம் முணுமுணுத்தார். அதற்குள் நான் உள்ளறையில் ஒரு பணி விசயமாகச் செல்ல வேண்டியிருந்தது. திரும்பி வந்தவுடன் நண்பர் என்னிடம் விடைபெற்றுக்கொண்டார். ஆனால் ஒப்பந்தக்காரர் நான் திருமணப் பேச்சினைத் தவிர்ப்பதாகவே எண்ணிக்கொண்டார். பேச்சில் அதிக ஈடுபாடு காட்டவில்லை அவர். நண்பரிடம் என் சாதியைக் கேட்டுத் தெரிந்துகொள்ள முயன்றிருப்பார் போல்... ஆனால் அது முடியாது போகவே மிகவும் தவித்துப் போனார். பிறகு அவர் என்னிடம் பேசும் தருணங்களில் அது முற்றிலும் தொழில்முறைப் பேச்சாகவே சுருங்கிப்போனது. சாதி மனித மூளைக்குப் போட்ட விலங்கு என்ற பெரியாரின் வாசகத்தை அடிக்கடி நினைவுகூரும் அடுத்த தெரு கறுப்புச் சட்டைக்காரர் மாரப்பன்சார் தான் (தி.க மாவட்ட பொறுப்பாளர்) அப்பொழுது என் மனதில் பளிச்சிட்டார்.

எழுபதுகளின் தொடக்கத்தில் வறுமை தாண்டவமாடிய வடதமிழகக் கிராமம் ஒன்றில் வானம் பார்த்த விளிம்புநிலைக் குறுவிவசாயக் குடும்பத்தில் அவதரித்தவன் நான். வானம் கருணை காட்டினால் எங்களின் மேட்டு நிலத்தில் சாமை, கொள்ளு, கேழ்வரகு, துவரை என விதைப்பார்கள். தெருப் புரளும் மழை என்றால் மேட்டுக் கல்லக்காய் போடுவார்கள். என்னுடைய இளமைப்பருவம் மிகவும் கடுமையானது; பசி பட்டினி மிகுந்தது; வறுமைப்பிணி தொடர்ந்து துரத்திய காலம் அது. தோலன், முத்து, கருக்காப்பல்லன், பச்சையப்பன் இவர்கள் தாம் எனது மூதாதையர். அவர்கள் வெள்ளைக்காரத் துரைமார் களின் காலத்தில் சம்பாதித்த மேட்டு நிலம் ஐந்து ஏக்கர் இருக்கும். அதிலும் என் தகப்பனார் திருமணத்திற்கு (என் அம்மா அரூர் சின்னக்கண்ணுவை மணக்க) ஒரு ஏக்கர் நிலம் சில நூறுகளுக்கு உயர்சாதி சார்ந்த அண்டை நிலத்துக்காரரிடம் பறி போனது.

அதை இன்றும் என் அப்பா மாரியப்பன் நினைத்து அங்கலாய்த்துக் கொள்வார். போனது போனதுதான். ஊர் ஓரத்து நிலம். இன்று அது மாந்தோப்பாக உருமாறியிருக்கிறது. எஞ்சிய மேட்டு நிலத்தில் சாமை, கொள்ளு, கம்பு என விதைப்பதுண்டு. இதனால் சிறுவயதில் சாமச்சோறும் கம்பங்கூழும் கொள்ளுச்சாறும் பண்ணக்கீரையும்தான் தேவாமிர்தமாய் எனக்குக் கிடைக்கும். தீபாவளி, பொங்கல் முதலான பண்டிகைக் காலங்களில்தான் நெல்லுச்சோறு, இட்லி, தோசை, அதிரசப் பலகாரம் கிடைக்கும். அது ரொம்ப அபூர்வம். பட்டாசு

வாங்க அப்பாகிட்ட நாலணா வாங்கப் பெரும்பாடுதான். அதனால் அய்யர் வீட்டில் வெடிக்காத திரி போன பட்டாசு களைப் பயல்களுடன் சேர்ந்து பொறுக்கும்போது திடீரென லக்ஷ்மி பட்டாசு வெடித்ததில் கையில் ரத்தம் கொட்டியதை மறக்க இயலாது.

என் அப்பாவைப் பெற்ற பாட்டி சின்னப்பிள்ளையின் மீது அதிக வாஞ்சை. என்மீது உயிரையே வைத்திருந்த யாருக்கும் வாய்க்காத என் அருமைப் பாட்டிதான் எனக்குச் சிறுவயதுச் சொர்க்கம். இரண்டு அக்காக்கள். ஒரு அண்ணன். மூன்று தங்கைகள், நான்காம் பேராகப் பிறந்த நான். பெரிய குடும்பமாதலால் என் பெற்றோர்கள் பயிர் நட, களை எடுக்க, தோட்டம் கொத்த, கல்லக்காய் பிடுங்க, தழை அறுக்க, கரும்பு வெட்ட, நெல் அறுக்க, அடிக்க, புணை ஓட்ட, மஞ்சம்புல் அறுக்க என ஏதாவது ஒரு வேலைக்கு விடியுமுன்பே சென்று விடுவார்கள். இதனால் என் குழந்தைப் பிராயம் பாட்டியிடம் கழிந்தது. பாட்டி விக்ரமாதித்தன் கதைகள், பாரதக்கதை, பழமொழிகள், விடுகதைகள், தெருக்கூத்துப்பாட்டு, தாலாட்டுப் பாட்டு என இவற்றுள் ஏதாவது ஒன்றைச் சொல்லி என்னை அவள் கால்மடியில் தூங்கவைப்பாள். அது மட்டுமல்ல. எனக்குப் பிடித்தமான உரலில் அப்பொழுதே இடித்துக் காய்ச்சிய கம்பங்கூழ், ஆரியக்கல்லில் அரைத்த ராகி ரொட்டி, ஆட்டுக்கல்லில் அரைத்த புளி ஊறுகாய் ஆகியவற்றை மிகுந்த விருப்பத்துடன் செய்து தருவாள். என் அம்மாவைக் காட்டிலும் பாட்டியின் கைப்பக்குவமே தனிதான். உடைந்த மண்பானை ஓட்டில் விறகு அடுப்பு மூட்டிப் புழக்கடையில் இருந்த முருங்க மரத்தில் இருந்து பறித்த முருங்க இலை, பூ போட்டுச் சுட்டுத்தரும் கேவுருமாவு ரொட்டியின் மணம் இன்றும் என் நாசியில் நிற்கிறது.

எங்க பாட்டிக்கு ஒரே மகன். இரு பெண் பிள்ளைகள். அவர்களைச் சொந்தத்தில் மணம் செய்துவைத்தார். ஆரம்ப காலத்தில் தபால்கார மத்திய சர்க்கார் உத்தியோகத்தை என் அப்பா பார்த்திருக்கிறார். அதனால் என் அக்காக்கள் சொகுசாக வளர்ந்தனராம். என் அண்ணன் பிறந்தவுடன் உடல் நலம் குன்றியதால் அவ்வேலையை ராஜினாமா செய்துவிட்டார். அதனால் பெரிய குடும்பத்தைச் சமாளிப்பது மிகக் கடினமாக இருந்தது. 'கொல்லை வேலை பார்க்காமல் செல்வச்செழிப்பில் வாழ்ந்தகாலம் போய் இப்ப எம்மவன் காடு கழனி எல்லாம் இப்படிப் பாடுபட வேண்டியுள்ளதே, மாரியம்மா நீதான் நல்ல வழி காட்டணும்' என்று பாட்டி அடிக்கடி புலம்புவது உண்டு.

பழைய தோசை

புண்ணியவான் காமராஜரின் மதிய உணவுத் திட்டத்தினால் என்னுடைய தொடக்கக் கல்வி எங்களூரான நாயக்கனூரில் எவ்விதத் தடங்கலும் இல்லாமல் கிடைத்தது. பாட்டி ஒருபோதும் சும்மாயிருக்கவே மாட்டாள். கொல்லை வேலைமுதல் வீட்டு வேலைவரை மாடு எருமை பராமரிப்பது, கம்பு சாமை நோம்புவது என்று ஏதாவது ஒரு வேலை எப்பொழுதும் செய்துகொண்டே யிருப்பாள். காலையில் எனக்குப் பல நாட்களில் ஆகாரம் கிடைக்காது. பாட்டிதான் கண்ணப்ப நாயக்கர் வீட்டிற்குச் செல்வாள். எங்கள் குலதெய்வமும் அவர்கள் குலதெய்வமும் ஒன்று. ஆலத்தம்மன். காலைப்பொழுதுகளில் ஊர்ப்பெரியவரின் அவ்வீட்டிற்குச் சென்று கூழ் வாங்கிக்கொண்டு வருவாள் பாட்டி. அதனை எங்கள் பெரிய வீட்டிலுள்ள உறியில் மாட்டி வைத்து விடுவாள். சவ்வாது மலையில் விளைந்த மஞ்சம் புல்லால் வேய்ந்தது எங்கள் வீடு. சின்ன வீடு பெரிய வீடு என்று இரண்டும் வடதென் திசையில் அமைந்திருக்கும். பெரிய வீடு சாமி வீடு. அதில்தான் நான் படிப்பது வழக்கம். உறியில் மாட்டி வைத்திருக்கும் சொம்பில் உள்ள நெல்லரிசிக் கப்பி போட்ட கேழ்வரகுக் கூழைக் குடித்துவிட்டுத் தொடக்கப் பள்ளிக்கூடத்திற்குச் செல்வேன். சில நாட்களில் அது கிடைக்காது போனால் பட்டினிதான். மதியம்வரை காத்திருக்கணும்.

அவ்வருடம் கடுமையான பஞ்சம். ஊரில் எல்லாச் சாதி மக்களும் உணவின்றித் தவித்த காலம். ஊரில் உள்ள பணக்காரர் சிலரிடம் விதைப்புக்காக வைத்திருக்கும் தானிய மூட்டைகளை ஒன்றிரண்டு வள்ளங்களாகப் பங்கு பிரித்து எல்லா மக்களுக்கும் கொடுப்பது உண்டு. அந்நாட்களில் பசி தாங்காது நான் அழுத போதெல்லாம் என் பாட்டி என்னை நாயக்கர் வீட்டிற்கு அழைத்துச் செல்வாள். அங்கு எங்களைக் கண்டதும் பெரிய நாயக்கச்சி வீட்டின் திண்ணையில் ஒரு சாக்குப்பை போடுவார். அதற்குள் என் பாட்டி கொல்லையில் இருந்து பறித்து வந்த முத்துக்கொட்டை இலையில் களியும் கொள்ளுப் பயறுச்சாறும் தன் கை படாமல் வைப்பார் நாயக்கர் அம்மாள். அதில் எவ்விதச் சங்கடமும் இருந்ததாகத் தெரியவில்லை. அத்து ன் குடிப்பதற்கு மானத்தில் (படி) தண்ணீர் இருக்கும். விவரமறியா வயது. பசியில் அரக்கப்பரக்கக் களியைப் பிட்டு விழுங்கினால் அமிர்தமாய் இனிக்கும். கோயில் மரத்தில் ஏறி ஊஞ்சல் ஆட்டம் என அன்று முழுக்க ஒரே கொண்டாட்டம்தான்.

சிலசமயங்களில் பள்ளியிலிருந்து வரும் நேரங்களில் தாகம் ஏற்படும். பள்ளியை ஒட்டியுள்ள சேந்துகிணற்றில் ரங்க ராட்டினத்தில் நீர் இறைத்துக் கொண்டிருக்கும் பிறசாதிப்

பெண்களிடம் நீர் கேட்கத் தயக்கம் உண்டாகும். தாகம் தொண்டையை அடைக்க வேறு வழியின்றிக் கேட்டால் வாளியில் இருந்து ஒரு முழம் தூரத்திற்கு மேலே தூக்கி வைத்து வாளி படாதவாறு ஊற்றுவார்கள். குனிந்து நின்று இரு கைகளையும் குவித்துவைத்து முழங்கையில் நீர் வழிய 'மொடக் மொடக்' என்று தாகம் தணித்ததை என்றும் மறக்க இயலாது.

எங்கள் ஊரில் இரண்டு பர்லாங்கு தூரம் கொண்ட ஒரே தெருதான் பிரதானம். ஊராட்சி ஒன்றியத் தார்ச்சாலையை ஒட்டி இத்தெரு தொடங்கும். முதலில் கல்விக்கூடம், நாயக்கர் வீடுகள், வன்னியர் வீடுகள், தொடர்ந்து குறும்பர் குடியிருப்புகள், தெலுங்கு பேசும் போயர் வீடுகள், அடுத்துக் கடை வைத்திருக்கும் ஒரேயொரு செட்டியார் வீடு, இறுதியில் ஒன்றிரண்டு ஓட்டு வீடுகளுடன் கூடிய ஆதிதிராவிடக் குடியிருப்புகள் என வரிசையாக அமைந்திருக்கும். நாவிதர், வண்ணார் குடியிருப்புகளும் சில உண்டு. நாயக்கர்கள், வன்னியர்களிடம் (பள்ளிகள்)தான் அதிக அள்வில் நிலங்கள் இருந்தன.

குடியானவர்கள் எனப்படும் சாதி இந்துக்களின் இல்லங்களில் நுழைவது என்பது ஆதிதிராவிட மக்களுக்கு அறவே இல்லை. வண்ணார், நாவிதர், குறும்பர் இம்மக்களிடம் இவ்விசயத்தில் கொஞ்சம் தளர்வு உண்டு. ஒருசமயம் நானும் ஒருசாலை மாணாக்கரும் கண்ணாமூச்சி எனப்படும் ஒளிப்பாட்டம் பள்ளியில் விளையாடிக்கொண்டிருந்தோம். ஆட்ட சுவாரசியத்தில் தெரியாமல் நான் பள்ளிக்கருகில் இருந்த திறந்திருந்த வீட்டின் கதவிடுக்கில் ஒளிந்துகொண்டேன். கண்டுபிடிப்பதற்காகத் துரத்திக்கொண்டு வந்த பையனிடம் மாட்டிக்கொள்ளாத நான் ஒரு குடியானவனின் கண்ணில் பட்டுவிட விளைவு ஊர்ப்பஞ்சாயத்துக் கூடியது. அதில் அபராதம் கட்டி மன்னிப்பும் கேட்டுக்கொண்டார் என் தகப்பனார்.

எங்கள் குடியிருப்புப் பகுதியில் அமைந்திருக்கும் முத்துமாரியம்மன் கோயில் மிகவும் பிரசித்தமானது. எங்களூரின் காவல் தெய்வம். எங்கள் மூதாதையர் காலத்திலிருந்து வண்டியில் சாமி ஊர்வலம் புறப்பட்டால் முதல்பூசை எங்கள் சாமி வீடான நடுவீட்டில்தான். இன்றும் அது நடைமுறை. ஒருகாலத்தில் எங்கள் அப்பாவும் அக்கோயில் பூசாரியாக இருந்தவர். பரம்பரை மரபாக எங்கள் தாத்தா பச்சையப்பன் பூசாரியாக இருந்தபோது பக்கத்து ஊரில் எல்லாருக்கும் அம்மை நோய். அங்கு செல்லக் கூடாது என்று சாமி அருளை மீறி அவர் சென்றிருக்கிறார். விளைவு, அம்மை வந்து மறுநாளே மரணித்தார். அப்போது என் அப்பா கைக்குழந்தை. பல்வேறு நேர்த்திக்கடன் நேர்ந்து அப்பூசாரிப் பணியிலிருந்து தம்மை விடுவித்துக் கொண்டார் அப்பா. அந்த அளவிற்குச் சக்தி மிக்க தெய்வம்.

இன்றும் ஊரில் சாமி எடுத்தால் வெளியூரில் இருந்தாலும் தவறாது ஆஜராகிவிடுவார். மீறும் சில நேரங்களில் சாமி குற்றம் நேர்ந்துவிட்டது என்று அவர் கன்னத்தில் தாமாகவே பலமாக அறைந்துகொள்வார். அப்பாவுக்கு அருள் வருவதுண்டு. அருள்வாக்கும் கூறுவார். கோடையில் கூழ் ஊற்றும் திருவிழா, ஊர்ப்பண்டிகை என ஊரே அமர்க்களப்படும். அப்பொழுது பேய் ஓட்டும் நிகழ்வில் சாதி வேறுபாடின்றிப் பல்லூர்ப் பெண்கள் கரகப்பூசாரியின் சாட்டை நுனியில் 'ச்சடார் ச்சடார்' என அடி வாங்குவர். பக்கத்து ஊர்களிலிருந்தும் உள்ளூரிலிருந்தும் வரும் பிறசாதி மக்கள் மிகுந்த நம்பிக்கையுடன் அம்மனை வழிபடுவர். பலவற்றுக்கும் நேர்ந்து கொள்வர்; நினைத்தது கண்டிப்பாக நடக்கும்; அத்தருணங்களில் பொன் தாலி, சவரன் நகைகள், ஆட்டுக்கிடா வெட்டிப் பொங்கல் வைத்தல் என அம்மனுக்குத் தவறாமல் நேர்த்திக்கடன் செய்வர். அனைத்து மக்களும் கோயிலினுள் நுழைந்து வழிபடுவர். ஆனால், குடியானத்தெருவில் உள்ள கோயிலினுள் எம் மக்கள் நுழைவதில்லை. சாதிக் கட்டுமானம் தீவிரமாக இருந்த காலம் அது. பொங்கலை ஒட்டி வரும் எருதுகட்டுத் திருவிழாவும் சாதிக்கு ஒன்று எனப் போட்டி போட்டிக்கொண்டு நடக்கும். இத்திருவிழாக்களின் இறுதியில் சாதி வேறுபாடின்றிச் சாராயப்போதையில் நடக்கும் அடிதடி சண்டைக்குப் பஞ்சமிருக்காது.

சாதி இந்துக்களின் திருமண வைபவம் என்றால் ஊரே ஒரு வாரத்திற்குச் சாப்பிடும். எவரும் தங்கள் வீடுகளில் அடுப்பைப் பற்ற வைக்கமாட்டார்கள். அப்பொழுதெல்லாம் ஒரே ஜாலிதான். நெல்லுச்சோறு கிடைக்கும். அதுவும் சாப்பாட்டுப் பந்தியில் சோறு, துவரம்பருப்புக் குழம்பு, ரசம், வடை, பாயசம், அப்பளம் என்று விதவிதமாகக் கிடைக்கும். அவ்வண்ணமே ஊர்க்கவுண்டர் வீட்டுக் கலியாணம் வெகு ஜோராகத் தடபுடலாக நடந்தது. தெருவின் இருபுறமும் வெண்தண்டு விளக்குகள், வண்ணமிகு சீரியல் பல்புகள், நல்வருகை போர்டுகள் எனக் கரண்டு கம்பத்திலிருந்து கொண்டி போட்டு எடுத்த திருட்டு மின்சாரத்தின் உதவியால் நடந்தேறின. ஊரே ஒளிவெள்ளத்தில் மிதந்தது. மாப்பிள்ளை வீட்டின்முன் புதிதாகப் போடப்பட்டிருந்த பச்சைப்பந்தலில் ஆல் அரசப் புங்க இலைகளின் கொத்துக் கிளைகள் பரவியிருந்தன. மிகப்பெரிய அப்பந்தலில் திருமணம் நடக்கும். பாட்டுச்சப்தம், மங்கல வாத்தியம் களை கட்டின. பெண்வீட்டார் அழைப்பு நள்ளிரவைத் தாண்டியது. அதுவரைக்கும் சாப்பாட்டைக் கண்ணில்கூடக் காட்டவில்லை. முதல் பந்தி பெண்வீட்டார். அடுத்தது மாப்பிள்ளை வீட்டார்,

அவர்களின் உறவினர்கள் என்று தொடர்ந்தது; கடைசிப் பந்திதான் எங்களுக்குக் கிட்டியது; அதுவும் சோறும் ரசமும் மட்டுமே ... அதற்குள் நான் தூங்கிவிட்டேன். என் தூக்கத்தைக் கலைக்க முற்பட்டார் என் அப்பா. ஆனால் தூங்கியபடியே உண்ண முயன்றேன். இது போன்ற சாதித்திருமணங்களில் தூங்கிய நிலையில்தான் நான் நெல்லுச்சோறு புசித்திருக்கிறேன்.

சுமார் மூன்று கிலோமீட்டர் தூரம் நடந்து சென்று குறுநகரமான சிங்காரப்பேட்டை அரசுப் பள்ளியில் பயின்றபோது சில சம்பவங்கள் நடந்தன. சாதிப் பேரைச் சொல்லிக் கேலி செய்வது அப்பள்ளியில் சகஜமான ஒன்றாக இருந்தது. எங்களூரி லிருந்து நாங்கள் நான்கு பேர் கால்நடையாகவே தினமும் அப்பள்ளிக்குச் சென்று திரும்புவோம். காலில் செருப்பு கிடையாது. புத்தகப் பையைச் சுமப்பதால் மேல்சட்டையின் இரு தோள் பட்டைப் பகுதிகள் எப்பொழுதும் கிழிந்த வண்ணமாகவே இருக்கும். காக்கிநிறக் கால்சட்டையில் சூத்தாம்பட்டை ஓரம் தபால்பெட்டிக் கிழிசல் நிரந்தரம். அது ஊசிநூலால் தைக்கப் பட்டிருக்கும். இதைக் கிண்டல் பேசும் மாணவர் கூட்டம் அங்கு அதிகம் இருந்தது. கிராமியச் சூழலிலிருந்து கொஞ்சம் மாறுபட்டதாக இருந்தது புது டவுன் பள்ளி. உள்ளூர்வாசி – சகமாணவன் – வாத்தியார் மகன் ராஜபாண்டியன் கொடுத்த தைரியம் காரணமாகச் சாதி பேரைச் சொல்லிக் கேலி செய்தவர் களை உங்கம்மா ... ஒங்கோத்தா ... என்று வாய்விட்டு வசைபாடக் கற்றுக்கொண்டோம். ஆனாலும் உள்ளுக்குள் ஒருவித பயம் இருந்தது என்னவோ உண்மை.

மதிய உணவு இடைவேளையில் திருப்பதி சலூன் கடைக்கு நாங்கள் செல்வோம். ஓசியில் தலைவாரிக் கொள்வோம்; அத்துடன் பேப்பர் படிக்கவும் கற்றுக்கொண்டோம். நண்பகல் ஆதலால் பசி வயிற்றைக் கிள்ளும். அங்கு பானையில் இருக்கும் தண்ணீரைக் குடித்துச் சமாளிப்போம். பத்து காசிருந்தால் குச்சிவள்ளிக் கிழங்கு வாங்கித் தின்போம். மதிய உணவு கொண்டு வருவதில்லை என்பதைக் குறிப்பால் உணர்ந்த ஆறாம் வகுப்புத் தோழன் தீனதயாளன் (அவருடைய தந்தை வெங்கடேஸ்வரா ஓட்டல் முதலாளி – நாயுடு) தனது கனத்த சரீரத்தின் பருத்த தொடை மீறிய கால்சட்டையில் தம் உணவு விடுதியிலிருந்து கொண்டு வரப்பட்ட சில ரொட்டித்துண்டுகளை எடுத்து என்னிடம் நீட்டி “வெங்கடேசா இதைச் சாப்பிடு” என்று கொடுப்பான். அதை வாங்கிப் போட்டி போட்டிக்கொண்டு தின்போம்; வாரத்தில் பலநாட்கள் இது நடக்கும். பசி போக்கிய அவ் உத்தமன் இன்று உயிரோடு இல்லை.

உள்ளூர் உயர்சாதி மாணவர்கள் மதிய உணவாகச் சோறு உள்ளிட்ட மதிப்பானவற்றையே கொண்டுவந்தனர். ஆனால் எங்கள் வீடுகளில் காலைப்பொழுதில் கூழ், பழங்களிதான் கிடைக்கும். எப்படி இவற்றை எடுத்துச் செல்வது என்கிற தாழ்வு மனப்பான்மையால் தண்ணீர் மட்டுமே மதிய பசியைப் போக்கும் மருந்தாக எங்களுக்கு மாறியது. ஆனால் இம்மருந்தும் பலநாட்களில் கிடைக்கவில்லை. இறுதியில் பசி வென்றது. இதனால் நாங்கள் ஒரு தீர்மானம் செய்தோம். அதன்படி மதிய உணவாக எது வீட்டில் கிடைக்கிறதோ (அது பெரும்பாலும் கூழ்) அதனைக் கொண்டு சென்று சகமாணவர்களுக்குத் தெரியாமல் சற்றுத் தொலைவில் உள்ள கிணற்றினருகில் அமர்ந்து பசியாறி வந்தோம்.

எங்கள் வகுப்பு மாணவர்களிடமிருந்து அந்நியப்பட்டுத் தூரத்துக் கிணற்றடியில் நாங்கள் மதிய உணவு உண்பதன் இரகசியத்தை அறியும் முயற்சியில் வெற்றி கொண்டான் தோழன் குணசேகரன். எங்கள் குட்டு வெளிப்பட்டுப் போனது. பள்ளிக்கூடத்துக்கு டிபன் பாக்ஸ் எதுவும் கொண்டு வருவதில்லை. ஆனால் மதியம் மட்டும் கிணற்றில் இறங்கி என்ன செய்கிறார்கள் என்பதை அறிந்துகொள்ளும் ஆவலில் நாங்கள் சாப்பிடும் இடத்திற்கே வந்துவிட்டான். அவனது திடீர் வருகையை நாங்கள் எதிர்பார்க்கவில்லை. அனைவரும் பதற்றம் அடைந்தோம். அப்பொழுதுதான் உண்ணத் தொடங்கியிருந்த சமயம். அவன் முகத்தில் வெற்றிப் பிரகாசம் பளிச்சிட்டது. அவனாகவே ‘ரெண்டுக்கு வந்தேன்’ என்று சொல்லிவிட்டுக் காற்றில் மறைந்தான்.

பதற்றம் அடைந்ததற்குக் காரணம் இதுதான்: நாங்கள் பித்தளை, ஈயத் தூக்குகளில் கூழ், களி ஆகியவற்றை கொண்டு சென்று திருப்பதி சலூன் கடையில் வைத்துவிட்டுப் பள்ளிக்குச் செல்வோம். நண்பகல் ஒருமணி ஆனதும் தூக்குகளுடன் கிணற்றடிக்குச் செல்வோம். கிணற்றில் இறங்கி நீர் மொண்டு கல் உப்பில் கூழைக் கரைத்துக் குடிப்போம். பண்டிகைக் காலங்களில் இட்லி தோசைகள் வீட்டில் கிடைக்கும். அவற்றை இரண்டு மூன்று நாட்கள் வரை வைத்திருந்து மதிய உணவாக எடுத்து வந்து ருசித்துச் சாப்பிடுவோம். சிலநேரங்களில் இவ்வுணவு கெட்டுப்போவதும் உண்டு. இந்த இரகசியம் சக மாணவர் களிடம் மெல்ல மெல்லப் பரவியது. துடுக்கு மாணவர்கள் சிலர் என்னைக், ‘கம்பங்கூழ்’ என்றும் ‘பழைய தோசை’ என்றும் கூவியழைத்துக் கேலி செய்தனர். மனம் அவமானத்தால் துடித்தது.

ஏறக்குறைய பத்தாண்டுகள் புதுவையில் வாசம் செய்திருக்கிறேன். பாரதி பாடிய குயில்பாட்டின் பாடுகளமான

இலாசுப்பேட்டைக்கு அண்மையில் இருக்கும் மாந்தோப்பில் நண்பர்களுடன் கல்லூரிக்காலங்களில் உலா வந்தது உண்டு. பாரதி வாழ்ந்த நினைவில்லத்திற்குப் பன்முறை சென்றதுண்டு. அத்தருணங்களில் எல்லாம் பாரதியின் சாதிஎதிர்ப்பு மட்டுமே உவப்பாக என்னுள் உரமூட்டியது. தாகூர் கல்லூரியில் இளங்கலைத் தமிழ் பயின்றபோது பல நிகழ்வுகள் நடந்தன. சாதியை மறைத்துக் கூறும் வழக்கத்தை மெல்ல விடலானேன். நகரம் சார்ந்த இடப் பெயர்வு என்னுள் பல மாற்றங்களை ஏற்படுத்தியது. குறிப்பாகச் சாதி குறித்த தாழ்வு மனப்பான்மையிலிருந்து மீள்வதற்கும் அதற்கான துணிச்சலையும் திராணியையும் கற்றுத் தந்தது.

புதுவையில் நான் குயவர்பாளையம் பகுதியில் வாடகை வீட்டில் அண்ணனுடன் தங்கியிருந்தேன். அவருக்குத் தனியார் நிறுவனத்தில் பணி. கல்லூரியில் சேர்ந்து பயிலப் புதுவை அரசாங்கத்தின் சாதிச்சான்றிதழ் எனக்குத் தேவைப்பட்டது. தமிழ்நாடு அரசு வழங்கிய அசல் சான்றிதழின் அடிப்படையில் பாரம் 11ஐப் (கல்வி பயிலமட்டும் அனுமதி) பெறுவதற்கு நெல்லித் தோப்பு கொம்யூனில் உள்ள கிராம நிர்வாக அலுவலரிடம் விண்ணப்பித்திருந்தேன்.

கொம்யூன் அலுவலகத்திலிருந்து வந்த அலுவலர் நான் வீட்டில் இல்லாதபோது நாங்கள் குடியிருந்த அண்டை வீட்டாரிடம் என்னைப் பற்றியும் எனது சாதி குறித்தும் எத்தனை வருடம் தங்கியுள்ளார் என்பது குறித்தும் விசாரித்துவிட்டுச் சென்றிருக்கிறார். இது எனக்குத் தெரியாது. நாலு நாட்களாகக் கொம்யூன் அலுவலகம் அலைந்ததில் சாதிச்சான்றிதழ் கிடைத்தது. காஞ்சிமாமுனிவர் மையத்தில் முதுகலையும் சேர்ந்து விட்டேன். ஒரு வாரம் சென்றிருக்கும். ஒருநாள் மாலை நான்கு மணி இருக்கும். கல்லூரி விட்டு வீட்டிற்கு அருகில் வந்திருப்பேன். பக்கத்து வீட்டுக்காரக் கணேஷ் அம்மா 'ஏன் வெங்கட்டு இப்டிக்கூட யாராவது செய்வாங்களா?' என்று பீடிகையுடன் ஆரம்பித்தார். அவர் சைவப்பிள்ளைமார். கொஞ்சம் அதிகமாகவே ஆசாரம் பார்ப்பவர். செவப்பு நிறம். எனக்கு விளங்கவில்லை. முழித்தேன். 'கொம்யூனிலிருந்து வந்தாங்க. ஒன்னப் பற்றி விசாரித்தாங்க. அரசாங்கச் சலுகைக்காக யாராவது சொந்தச் சாதியை மாத்துவாங்களா?' என்று பொரிந்து தள்ளினார். எனக்கு மெல்லப் புரிந்தது.

சாதிச்சான்றிதழ் விவகாரம் அது. நான் மெதுவாக என்னுடைய உண்மையான சாதியைச் சொன்னாலும் அவர் நம்பவில்லை. ஒருவேளை என் அண்ணார் சாதியை மாற்றிச் சொல்லி இருக்கலாம். அல்லது ஒழுக்கமாகவும் கண்ணியத்துடனும் நாங்கள் நடந்து கொண்டதால் அவர் நம்பவில்லை போலும்.

சாதி ஒவ்வாமையாகக்கூட இருக்கலாம். ஆனால் திரும்பத் திரும்ப அரசாங்கத்தின் சலுகைக்காக ஏன் பொய் சொல்கிறாய் என்று அவர் சொன்னது மட்டும் என்னமோ செய்தது. ஆனால் கொஞ்ச நாளில் அவரின் பேச்சில் செயலில் வித்தியாசம் புலப்படத் தொடங்கியது. வீட்டு உரிமையாளரிடம் வலியப்போய்ப் புறஞ்சொல்ல ஆரம்பித்தார். கொடுக்கல் வாங்கல் சுத்தமாக இல்லை. இடைவெளி வளர்ந்தது. நானும் பேச்சைக் குறைத்துக் கொண்டேன்.

தொண்ணூறுகளின் மத்தியில் முனைவர் பட்ட ஆய்வின் பொருட்டு தில்லிக்குப் பயணமானேன். தில்லிப் பல்கலைக்கழகம் வடக்கு தெற்கு என்ற இரு வளாகங்களைக் கொண்டது. வடக்கு வளாகம் பழைய தில்லியிலும் தெற்கு வளாகம் புதுதில்லியிலும் அமைந்துள்ளன. நான் ஆய்வு நிகழ்த்தியது நவீன இந்திய மொழிகள் மற்றும் இலக்கியத்துறை. இது பல்கலையின் வடக்கு வளாகத்தில் உள்ளது; மிகப் பழமையானது. நான் ஆய்வு மாணவராகச் சேர்ந்த புதிது அது. மால் ரோட்டின் தெற்குப்புறத்திலும் கல்சா (பஞ்சாபி) கல்லூரிக்கு எதிரிலும் அமைந்துள்ள மானசரோவர் விடுதியில் இடம் கிடைப்பதற்கு முன்பு பன்னாட்டுப் பல்கலை விடுதியில் பணி செய்த கரம்சாரின் இரண்டாம் தளத்தில் இருந்த இரண்டு அறைகள் கொண்ட குடியிருப்பில் ஓர் அறையை மட்டும் வாடகைக்குப் பேசித் தமிழ் மாணவர்கள் மூவர், ஒரிய ஜியாலஜி மாணவர் ஒருவர் என நாங்கள் நால்வரும் தங்கியிருந் தோம். நானும் குணாவும் புதுவையிலிருந்து வந்தவர்கள். லெனின் தெற்கே நிலக்கோட்டையைச் சார்ந்தவர். பூஜாரி பூரி பகுதியைச் சார்ந்தவர்.

அது டிசம்பர் மாதம். கடுமையான பனி. உறைய வைக்கும் கடும்குளிர். முன்னிரவு மணி ஒன்பது இருக்கும். கட்டில் இன்றி ரஜாய் விரித்துத் தூங்கும் முயற்சியில் அனைவரும் இருந்தனர். படுக்கை விசயத்தில் குணாவுக்கும் பூஜாரிக்கும் வாக்குவாதம் ஏற்பட்டது. கிழக்குப் பக்கம் யாருக்கு என்ற சலசலப்பு முற்றிக் கைகலப்பாக மாறியது. காரணம் பூஜாரி சாதிப் பெயர் சொல்லித் தம்மைத் திட்டியதாகக் குணா எட்டி உதைக்க அவன் திரும்பி உதைக்கப் பெருஞ்சண்டையாக மாறத் தொடங்கியது. இருவரும் சலிக்கவில்லை. விலக்கினாலும் முடியவில்லை. நல்ல வளர்த்தி பூஜாரி. குணாவோ குள்ளம். குணாவுக்கு என்னைவிட இந்தி அதிகம் தெரியும். நான் மிகவும் பயந்து போனேன். புதிய இடம். முன்பின் அறிமுகமில்லாத மண். இருட்டைக் கிழித்துக் கொண்டு வார்த்தைகள் தடித்தன.

அடுத்த அறையில் போதையில் இருந்த கரம்சாரி வந்து விலக்கிவிட்டுப் போனார். சண்டை ஓய்ந்தது. மறுநாள் பூஜாரியை

அறையிலிருந்து விலக்கி விடுவதாக முடிவு செய்தோம். இழிந்த சாதிக்காரப் புத்தி என்று சாதிப்பெயர் கூறி எங்களை இழிவாகப் பேசியதுதான் காரணம். தம்மை அறிவுஜீவியாகக் காட்டிக்கொள்ள முயன்றாலும் பரவாயில்லை. பூணூல் காட்டி ஓரிய மொழியில் எங்களைத் திட்டியது, சாதி குறித்த அவனது மதிப்பீடு என்று பல காரணங்களைக் கூறி அவனை விலக்கினோம். ஆனால் ஓரிய மாணவர்களை ஒன்று சேர்த்து எங்களிடம் வாலாட்டினான். எங்களைப் பாதுகாத்துக்கொள்ள அப்பல்கலையில் பயின்ற தமிழ் மாணவர்களை ஒருங்கிணைக்கத் தொடங்கினோம். அதன் விளைவால் தில்லிப் பல்கலைக்கழகத் தமிழ் மாணவர் சங்கம் உதயமானது. இதற்கு வித்திட்டவர்கள்: அஸ்கர் அலி படேல், பன்னீர்செல்வம், குணசேகர், கமலக்கண்ணன், லெனின் ஆவர். அப்போதிருந்த பெட்ரோலியத்துறை மத்திய அமைச்சர் வாழப்பாடி இராமமூர்த்தி அவர்கள் சிறப்பு விருந்தினராகக் கலந்துகொண்டு ரூபாய் பத்தாயிரம் நன்கொடை வழங்கி இவ்வமைப்பினைத் தொடங்கி வைத்தார்.

தில்லி நண்பர் ஒருவர் கொங்கு மண்டலத்தைச் சேர்ந்தவர். அவரது திருமணம் ஈரோட்டில் நடைபெற்றது. நானும் அதில் கலந்துகொண்டேன். தமிழ்த் திருமணம் அது. அக்னி இல்லாது தேவாரம் ஓதி அய்யர் இல்லாமல் நடந்தது. மிகப் பெரிய மண்டபத்தில் நிகழ்ந்த விருந்தில் கொங்கு மணம் ததும்பியது. நண்பருக்கு வாழ்த்துச் சொல்லிக் கை குலுக்கினேன். நண்பர் மிகவும் மகிழ்ந்துபோனார். காரணம் இல்லாமல் இல்லை. இரு மாதங்களுக்கு முன்பு நடந்தது இச்சம்பவம். தில்லியிலிருந்து விடுப்பில் ஊர் வந்த நான் நண்பர் வீட்டிற்குச் செல்ல முடிவு செய்து அதன்படி சென்றேன். கொங்குநாட்டில் நீண்ட தூரப் பயணம் செய்து வீட்டைக் கண்டடைந்தேன். நண்பர் என்கிற முறையில் பலமான வரவேற்புக் கிடைத்தது. நண்பரின் வீடு பெரியது. தனிவீடு. வீட்டைச் சுற்றிலும் கண்ணுக்கெட்டிய தூரம் மஞ்சள், நெல் வயல்கள், தென்னந்தோப்புகள் எனப் பரந்து விரிந்திருந்தன. வீட்டின் அருகில் ஆடுமாடுகள் எருமைக் கூட்டங்கள். கூடவே வெல்லம் செய்யும் சிறுதொழிற் கூடம் இருந்தது. வெல்லப்பாகின் மணம் மூக்கில் கரிந்துகொண்டிருந்தது.

நெல்வயல்களுக்கிடையே நண்பர் என்னைக் கூட்டிச் சென்றார். நண்பர் தில்லிப் பல்கலைக்கழகத்தின் பன்னாட்டு விடுதியில் தங்கிப் படித்தார். தில்லி சிநேகிதம். நீண்ட நாட்கள் கழித்து அவரைப் பார்ப்பதில் சந்தோசம். தில்லியில் அவர் அறையில் விடுதிக் காப்பாளருக்குத் தெரியாமல் நான் தங்கியது முண்டு. குளிர் விரிப்புகள் தந்து உபசரித்தவர். கொங்குச் சீமையின் மண்ணின் மைந்தர். பொழுதுசாயும் மாலை நேரம். நண்பரின்

நடுத்தர வயதான அம்மா காபி கொடுத்து உபசரித்தார். சின்னச் சின்னப் பண்ணை வேலைகளைச் செய்ய முற்பட்டார் நண்பர். நானும்கூடச் சென்றேன். அவரின் அப்பா வீட்டில் அப்போது இல்லை. இரவு எட்டு மணி. வயல் பரப்பில் மறைந்திருக்கும் தவளைகளின் பேரிரைச்சல் ஒளிக் கலவையாகக் கேட்டவண்ணம் இருந்தது. சிறு வேளாண் பணிகளை முடித்து நண்பருடன் நானும் மேசைமுன் சாப்பிட அமர்ந்தேன்.

நண்பரின் அம்மா பேசிக்கொண்டே பரிமாறினாள். பேச்சு என் பூர்வீக ஊரில் நின்றது. சொன்னேன். உடனே எதார்த்தமாகத் 'தம்பீ நீங்க எந்த சாதி, கவுண்டர் சாதிங்களா, எந்தக் குலம்' என்று கேட்டுக்கொண்டே மிக இயல்பாகப் பரிமாறினாள். எனக்குத் திக் என்றது. நண்பர் தன் அம்மாவிடம் என் சாதியைப் பற்றிச் சொல்லியிருப்பார் என்று அசட்டுத் தைரியத்தில் சுவைத்து உண்ணும் நேரத்தில் இப்படி ஒரு சோதனையா. மனம் படபடத்தது. நான் மெல்ல நண்பரைப் பார்த்தேன். ஏதோ சொல்ல வாய் திறப்பதற்குள் நண்பர் முந்திக்கொண்டார். 'இவங்க நாடாரு சாதி. அதுக்கு என்ன இப்ப' என்று அம்மாவிடம் கோபித்துக்கொண்டார். அறையில் நிசப்தம். நான் மௌனித்தேன். எனக்குத் தொண்டையில் உணவு இறங்கவில்லை. மனம் கனத்தது. எனது முகவாட்டத்தைக் கண்ட நண்பர் கை கழுவும்போது இவ்வாறு சொன்னார்: உன் சாதியை எங்க சொல்லிருவியோன்னு நான் பயந்து போனேன். நல்ல வேளை சமாளித்துவிட்டேன். எங்க அம்மா படிக்காதவங்க. மனசுல எதையும் வைத்துக் கொள்ளாதே.

நண்பர்மீது தவறில்லை. கிராமச் சூழலில் சாதி இன்றும் மாறாமல் இருந்துகொண்டுதான் உள்ளது. விருந்தின்போது உண்ட மீன்முள் ஏனோ நெஞ்சில் குத்திக்கொண்டது போலப் பிரமை இன்றும் எனக்கு. இச்சம்பவம் எனக்குள் பல பிரளயங் களை ஏற்படுத்தியது. இச்சூழலில் அவரின் திருமணத்திற்குச் சென்றதில் மகிழ்ச்சி அவருக்கு. நகரச்சூழலில் சாதி அடையாளம், சாதி அபிமானம் மிக வெளிப்படையாகத் தெரிவதில்லை. நுட்பமாக அது வெளிப்படும். ஆனால் கிராமியச் சூழலில் சாதிதான் மக்களை அடையாளப்படுத்துகிறது. சொந்த ஊர்ப் பாசம், மண் வாசம் என்பதெல்லாம் சாதியைப் பாதுகாக்கும் மரபான விடயமே.

ooo

சாதியும் நானும்

சும்மாதான் இருக்க வேண்டும்

மா. வேணுகோபால்

எனக்கும் சாதிக்குமான தொடர்புகள் நிறைய. பின்தங்கிய வகுப்பாருக்குத்தான் இடர்ப் பாடுகள் என்பது உண்மையல்ல. மேல்சாதிக்காரன் வறுமையில் இருந்தால் அவனுக்கு ஏற்படும் இன்னல்கள் நிறைய. அதில் என்ன கொடுமை என்றால் பட்டினியாகவும் இருக்க முடியாது. பிச்சையும் எடுக்க முடியாது. எனக்குச் சிறுவயதில் ஏற்பட்ட அனுபவம் இதுதான். தோட்டம், வீடு என வசதியான குடும்பத்தில்தான் பிறந்தேன். விவரம் தெரியாத நாளில் அப்பாவின் மரணம். கல்வி அறிவில்லாத கிராமத்துப் பெண்ணான அம்மாவைப் பங்காளிகள் சற்றே காலை வாரிவிட்டனர். தோட்டம் இருந்தது. வீட்டைவிட்டு வெளியே சென்றறியாத பெண். குழந்தைகள் ஆறேழு பேர். யாரைக் கேட்க? பெரிய வீட்டுப் பெண். தோட்டம் விலை போனது. விவசாயம் தெரியாததால் வருமானம் இல்லை. மழையும் பொய்க்க வறுமை.

எனக்குச் சாதியால் பெருமை ஒன்றும் இல்லை. ஊரில் சிறு குழு எங்களுடையது. எல்லாவற்றுக்கும் மற்றவரைச் சார வேண்டிய நிலை. வண்டியும் மாடும் இருந்தன. வண்டி ஓட்டத் தெரியாது. விற்பதைத் தவிர வேறு வழியில்லை. நீயெல்லாம்

மேல்சாதி என்று சொல்லி விவசாயக் குடும்பச் சிறுவர்கள் ஒதுக்கிவிடுவார்கள். மேல்சாதிக்காரனோடு சேர வறுமை இடம் தராது. தாழ்வு மனப்பான்மையால் குன்றிய நாட்கள் ஏராளம்.

உடல் வலிமை கொண்டு ஆடுகிற விளையாட்டுகளில் சேர்த்துக்கொள்ள மாட்டார்கள். இவனாலயெல்லாம் முடியாது, வெறும்சோறு திங்கறவங்க என்று விலக்குவார்கள். நிறைய என் உடல் வலிமையைக் காட்டி வென்றிருக்கிறேன். அப்போதும் என்னை வீழ்த்த, எங்கள் வீட்டுப்பக்கம் சென்று என் சாதிப் பெயரை உரக்கக் கத்தி, இழிசொல் ஒன்றையும் சேர்த்துச் சொல்லிவிட்டு ஓடிவிடுவார்கள். அம்மாவையோ அக்காவையோ இணைத்துப் பேசுகிற கெட்ட வார்த்தையை அம்மா கேட்க நேர்ந்தால் ‘அப்படிப் பேசுகிற கீழ்சாதிப் பசங்களோடு உனக்கு என்னடா வேலை, இன்னமே போவியா’ என்று விசிறியால் விளாசி விடுவார். அழக்கூடாது. அழுதால் இன்னும் அடிவிழும்.

சேந்தமங்கலத்தில் வன்னியரும் உடையாரும் மற்ற சாதிக் காரர்களும் ஒவ்வொரு பகுதியில் வாழ்ந்து வந்தனர். இது 60களின் நிலை. கருணீகராகிய எங்கள் சாதியினர் விரல்விட்டு எண்ணிவிடக்கூடிய அளவுதான். எனக்குச் சேத்தாளிகள் மற்ற சாதிப் பையன்கள்தான். பையன்களிடையே சண்டைகள் சச்சரவுகள் இருந்தாலும் பெரியவர்கள் எல்லாரும் அண்ணன் தம்பி, அக்கா தங்கை, மாமன் மச்சான் என்ற உறவுகளாகத்தான் இருந்தனர். இன்றும் எனக்குத் தெரிந்த சிறுவயது அக்காக்கள், அண்ணிகள், மாமாக்கள் உள்ளனர்.

ஒருமுறை பக்கத்துத் தெருவில் இருந்த வயசுப் பெண்ணைப் பார்த்துக் கிண்டலாக நான் ஏதோ சொல்ல, அம்மா கடிந்து கொண்டார். டேய் அது உனக்கு அண்ணன் மக ஆவுதுடா. கிண்டல் பன்றது தப்புடா என்றார். அவர் ஒரு உடையார் பெண். எங்கள் சாதி அல்ல. அப்பொழுதெல்லாம் முஸ்லீம்களை மாமா என்றுதான் அழைப்போம். ஒரு முஸ்லீம் கறிக்கடை வைத்திருந்தார். அவரை நாங்கள் மாமா என்று அழைப்போம். அவரும் என்னை மாப்பிள்ளை என்றுதான் சொல்வார். இதே பழக்கம் பின்னாளில் நான் புதுக்கோட்டையில் நில அளவைத் துறையில் பணியாற்றியபோது கீரனூர் முத்லிப் என்பவரை மாமா என்று அழைக்கத் தோன்றியது. எங்கட்ட பொண்ணு இல்லியே மாப்பிள்ளை என்பார். கல்லூரிக் காலத்தில் உடன் பயின்ற முஸ்லீம் பெண்ணை மணந்துகொள்ள மனம் உந்தியது. ஆனால் அது நடைபெறவில்லை. ஏன்? தைரியம் இல்லாது போனதுதான் உண்மை. நட்போடு சரி.

இந்தச் சாதி விளையாட்டு நான் சிறுவனாக இருந்தபோதே தொடங்கிவிட்டது. மேல்சாதி, கீழ்சாதி, தாழ்ந்தசாதி – இவை பற்றி எனக்குச் சரியான புரிதல் இல்லை. அம்மா எப்போதும் சந்தைக்கோ வெளியூருக்கோ கல்யாணத்துக்கோ போய் வந்தால் குளித்துவிட்டுத்தான் வீட்டுக்குள் வருவார். பெரியவனானபின் ஒருநாள் கேட்டேன். என்னென்ன சாதிக்காரங்கல்லாம் வருவாங்களோ, தீட்டுத்தானே, அதான் குளிக்கனும் என்றார். இப்போதும் அது முடியுமா? அம்மா இல்லை.

அண்ணாதுரையும் பெரியாரும் பள்ளிக்காலத்தில் எங்களை மிகவும் கவர்ந்தவர்கள். சேந்தமங்கலம் பெருமாள் கோவில் திடலில்தான் அவர்களின் கூட்டங்கள் நடக்கும். விடாமல் செல்வதுண்டு. துணைக்கு எப்படியும் இரண்டுமூன்று பேர் தேறுவார்கள். கூட்டம் முடிந்து வீட்டுக்கு வந்தால் (இரவு ஒன்பது மணிக்குமேல்) வீட்டுக்குச் செய்தி வந்திருக்கும். சாமி இல்லைன்னு சொல்ற கட்சிக் கூட்டத்துக்குப் போற தெகிரியம் வந்துடுச்சா என்று விளாசிவிடுவார் அம்மா. என்ன கொடுமை என்றால் எங்கள் வீட்டில் நான் மட்டும்தான் இப்படி.

என் முதல் காதல் என்று சொல்லலாமா? அல்லது விருப்பம் அல்லது வேடிக்கை பார்த்தல் என்றும் கொள்ளலாம். மாரியம்மன் கோவில் திருவிழாவிற்கு வேடிக்கை பார்க்கச் சென்றபோது வகுப்புத் தோழியைப் பார்த்துச் சிரித்து ‘என்னடா வண்டி வேடிக்கை பாக்கவா’ என்று ஒரு வார்த்தைதான். இதை ஒருத்தன் முதலியார் தெரு பிள்ளையோட உங்க பையன் பேசிக்கிட்டு இருந்தான் என்று சொல்ல, கண்ட கண்ட சாதிப் பிள்ளங்கள பாக்கத்தான் கோயிலுக்குப் போனியா? என்று இதுக்கும் அடிதான். அம்மா அடித்தால் வலிக்காது. எங்கள் சாதியில் இரண்டே குடும்பங்கள்தான் (பங்காளிகள்). ஆதலினால் எல்லாம் மற்ற சாதிப் பையன் களோடுதான்.

இந்தச் சாதி வேறுபாடுகள் உறுத்தியதில்லை. எல்லாரோடும் பழகியிருக்கிறேன். எவர் வீட்டில் சோறு திங்கக் கூப்பிட்டாலும் போய்விடுவேன். பசிக்குச் சாதி தெரியாதே. எங்கே விளையாடு கிறோமோ அந்த இடத்துக்குப் பக்கத்தில் இருக்கிறவன் வீட்டில் சோறு. அவ்வளவுதான். சேத்தாளி, சேத்தாளிதான். சாதி என்னன்னு கேட்டதில்லை. எங்கே போனாலும் வீட்டுக்குச் செய்தி போய்விடும். அங்குதான் தெரியும் இன்னிக்கு முஸ்லீம், கவுண்டர், உடையார், முதலியார் வீட்டுப் பையன்களோடு கும்மாளம் என்று.

பதினேழு வயதில் வேலைக்குப் போய்விட்டேன். பொருளாதாரச் சுதந்திரம். அண்ணா, பெரியார் தாக்கம். விளைவு சாதிவிட்டு மணம் செய்ய விழைவு. அதுவும் வறுமையில் வாழும் குடும்பமாய் இருந்தால் நலம். வாழ்வு கொடுத்தது போலிருக்குமே. தெரிந்த குடும்பமாய் இருந்தால் நல்லதுதானே. இரண்டு பேரைக் கேட்டேன். வேண்டாம்டா, பின்னால கஷ்டம் என்றான் ஒருவன். எங்கடா கஷ்டம் இல்ல, எல்லாம் நம் கையிலதான் இருக்கு, செய்துகொள் – இது இன்னொருவன்.

அப்படி ஒரு குடும்பம் என் நண்பனின் குடும்பம். அவனோடு சிலகாலம் பணியாற்றினேன். அவனுக்கும் உதவியுள்ளேன். பெரிய குடும்பம். அந்த வீட்டு மூத்த பெண்ணைத் திருமணம் செய்துகொள்ளலாம் என்று எண்ணி நண்பனுக்குச் சம்மதமா என்று வேறொரு நண்பர்மூலம் கேட்டேன். காதலா என்றான். இல்லை, உனக்கு உதவத்தான் என்றேன். அவன்தான் மூத்தவன். உனக்குக் கொடுக்க எனக்குச் சம்மதம்தான். ஆனால் மத்த மூணு பொண்ணுகளுக்கும் பையன்களுக்கும் எங்க சாதில கல்யாணம் ஆகாதே. உனக்கு ரொம்பப் பெரிய மனசுடா என்றான். இன்னும் நண்பனாகத்தான் இருக்கிறான்.

இரண்டாவது முறையாக வேறு ஒரு பெண்ணைப் பார்க்க முயற்சி எடுத்தேன். அவர்களும் சிரமப்படுகிற குடும்பம். வரதட்சணைக் கொடுமையால் வாழ்ந்து கொண்டிருந்தனர். அந்தப் பெண்ணைத் தேடி மதுரை வரை சென்றேன். அவளுக்குத் தேனியோ மேலூரோ ஊர். நண்பர் அழைத்துச் செல்வதாய்ச் சொன்னார். உடன் வந்த நண்பன், உடனே ஊர் செல்ல வேண்டும், கிழங்குக்காட்டுக்குத் தண்ணி பாய்க்கணுமாம் என்றான். பூனையை மடியில் கட்டிக்கொண்டு சகுனம் பார்த்த மாதிரி. வீட்டில் நாமக்கல்லுக்கு மார்னிங்ஷோ பார்க்க என்று சொல்லிவிட்டு வந்திருந்தோம். அதுவும் நண்பனால் கெட்டது. பின்னாளில்தான் தெரியவந்தது, என் அண்ணின் ஏற்பாடு இது. எப்படியாவது பொண்ணைப் பார்க்காம வந்துடுங்கடா என்று சொல்லியுள்ளார். அவர் அவனுக்கு ஆசிரியர். ஆசிரியர்மீது அவனுக்கு இருந்த பக்தி, என் திருமண விழைவைப் புரட்டிப் போட்டுவிட்டது. என் இரண்டாவது முயற்சியும் தோல்விதான்.

எனக்கு எற்பட்ட சிறுவயது அனுபவம். பக்கத்து வீட்டுப் பெரியவர் ஒருவர் இறந்துபோனார். எழுபது வயதுக்கு மேல் இருக்கும். இருமனைவியர். நிறையக் குழந்தைகள். முதல் மனைவி உயிரோடு இல்லை. வீட்டுக் கூடத்தில் அவர் உடலைக் கிடத்தி இருந்தார்கள். அவர் மனைவி தலைமாட்டில் அழுது கொண் டிருந்தார். அவர் எல்லாராலும் அறியப்பட்டவர். நிறையப்

பெண்கள் சூழ்ந்திருந்தனர். கூட்டம் கொஞ்சம் சலசலத்தது. அந்த அம்மா விசுக்கென்று எழுந்து தலைவாரி முடித்துக்கொண்டே இவளயெல்லாம் யார் வூட்டுக்குள்ள உட்டது. ஏய் பெரியவனே! செருப்பால இரண்டு போட்டு முடுக்குடா அவள என்று சொன்னார். அந்த அம்மாவுக்கு ஐந்து பையன்கள். திமுதிமுன்னு எல்லாரும் ஓடிவர, அந்தப் பெரியம்மாளை யாரோ அழைத்துச் சென்றுவிட்டனர். அவரை நான் அறிவேன். அந்தம்மா மகளும் அங்குதான் அழுது கொண்டு இருந்தார். அந்த வீட்டுப் பையன் களுக்கும் தெரியும். ஆனால் ஏன்? அந்த அம்மா தாழ்ந்த சாதிப் பெண். காலமான பெரியவரின் இளவயதுத் (தோழி) தொடுப்பு. அவர் காலம்வரை தொடர்ந்தார். அது எல்லாருக்கும் தெரியும். ஆனால் யாரும் பேசமாட்டார்கள். (தெரியும் ஆனா தெரியாது) பூமணியின் சிறுகதை ஒன்றில், இதுபோன்றதொரு நிகழ்வில் பெரியவர் ஒருவரின் கூற்று இது. 'வரப்பு மேல படுக்கும்போது மட்டும் உங்களுக்குச் சாதி தெரியலயாடா.' காலத்துக்கும் இதுதான் உண்மையா?

என்னோடு கல்லூரியில் படித்த கௌடா பெண்ணுக்கு என்மீது விருப்பு இருந்தது. இரண்டு மூன்று முறை சிற்றுண்டி அருந்தவும் ஒருமுறை திரைப்படம் காணவும் அழைத்தார். உடன் எப்போதும் மூன்றுபேர் இருப்பார்கள். போய்யா, அதான் கூப்பிடறாள்ள போ. போக முடியாது. அந்த மூவரில் ஒருவன் என் அண்ணாவின் மாணவன். பெங்களூரிலிருந்து அடுத்தநாளே செய்தி சேந்தமங்கலம் சேர்ந்துவிடும். அந்தக் காதல் முளைவிடு முன்னே கருகிவிட்டது.

இதற்கு முன்பே ஜாலஹள்ளியிலிருந்து நாள்தோறும் கல்லூரிக்குப் பேருந்தில் வரும்போது கேந்திரிய வித்யாலயா ஆசிரியை ஒருவரைக் கண்டேன். வைணவப் பெண். பேசிப் பழகி, சிறு உதவிகள் செய்து, சில உதவிகள் பெற்று, மெதுவாய் நாட்கள் நகர்ந்தன. உடன்வந்த நண்பர்கள் கேலி பேசினர். காரணம் இதுதான், அவளுக்கு அகண்ட விழிகள், நீண்ட கூந்தல், சிரித்தால் தெரியும் தெற்றுப்பல். என்ன என் நெஞ்சு உயரம்கூட வரமாட்டாள். யோவ் குடும்பம் நடத்ததவா ... இல்ல, இடுப்புல தூக்கி வெச்சக்கவா ..? எதுக்கு இந்த வேல. நான் மனம் தளரவில்லை. ஒரு மதியம் மல்லேசுவரத்தில், நடுரோட்டில் வைத்துக் கேட்டேவிட்டேன். நான் காதலை வெளிப்படையாகச் சொன்ன ஒரே பெண் அவள்தான். மெதுவாய்ச் சிரித்துக்கொண்டே சொன்னாள். நாங்க ஐயங்கார், நீங்க வேற சாதி (நிறத்தப் பாத்தாலே தெரியுமே) இதெல்லாம் சரி வராதுங்க. நாம்ப நல்ல நண்பர்களாவே இருப்போம் என்றாள். அடப் போங்கடி

என்று அவளையும் விட்டுவிட்டேன். இதில் ஒரு நகை முரண் என்னவென்றால் நான் 17 வயது தொடங்கித் தேடித் தேடிச் சென்று பார்த்துக் கேட்டுப் பழகிப் பேசிப் பின்னாளில் 26ஆவது வயதில் மணந்து கொண்டதுவரை எல்லாப் பெண்களின் பெயர்களும் வெற்றி என்றே அமைந்திருந்தன. சோகம்தான்.

இந்த சாதிப் பிரச்சினை மேலோங்கிய இடம் அரசு அலுவலகம். இந்த இட ஒதுக்கீடு மேலும் மேலும் ஒருவரை ஒருவர் தூர விலக்கிக்கொண்டே இருக்கிறது. பால்வீதியில் ஒரு நட்சத்திரம் இன்னொரு நட்சத்திரத்தை விட்டு விலகி ஓடுகின்றதாமே. அதுபோல.

ஒரு வங்கியில் இரண்டு ஆண்டுகள் அதிகாரியாகவும் தொடர்ந்து மேலாளராகவும் பணியாற்றினேன். ஒரு மேலாளர் என்ற முறையில் நான் அறிந்திருக்க வேண்டும்தான். ஆனால் எனக்குத் தோன்றவில்லை. சாதியை வைத்து என்ன பண்ணப் போகிறோம். ஒருவருக்குப் பதவி உயர்வு வந்தபோதுதான் தெரியும் அவர் என்னசாதி என்று. நான்கு ஆண்டுகள் கூடவே இருந்திருக்கிறோம். ஆனால் தெரிந்துகொள்ள எண்ணியதில்லை. சாதி உணர்வு நமக்கு இல்லையென்றாலும் நம்மோடு பணியாற்று கிறவர்களால் வரும் இன்னல்களைத் தவிர்க்க இயலவில்லை. என் பதவி உயர்வு இருமுறை தள்ளிப்போனது. முதல்முறை என்னோடு பணியாற்றியவரின் காழ்ப்புணர்ச்சியால் நான் சாதிவெறியன் என்று சுட்டப்பட்டேன்.

எங்கள் அலுவலகத்தில் பணியாற்றிவர்களில் இருவர் மட்டுமே வேறு சாதி. மற்றவர் அனைவரும் ஒரே சாதி. ஒழுங்கு என்றால் எல்லாரும் ஒன்றுதானே. எப்படியும் அவர்களில் ஒருவர் சுட்டப்படுவார். வேறு யாரைச் சொல்ல, இருந்தால் தானே. அதனால் சாதி வெறியன் ஆனேன். மொட்டைக்கடிதம் எழுதிப் பதவி உயர்வு வாய்ப்புப் போனது. அந்த ஆள், பின்னர் வந்து அழுதான். கே.ஏ.தங்கவேலு, சொல்வது போல் 'நீ நல்லாயிரு' என்று பல்லைக் கடித்துக்கொண்டு சொன்னதுதான்.

இன்னொருமுறை, மேற்பார்வை பார்க்க வந்த அதிகாரி. அவரைக் குடும்பத்தோடு என் காரில் நானே ஓட்டிக்கொண்டு, திருச்செங்கோடு கோயிலுக்கு, மலைக்கோயிலுக்கு அழைத்துச் செல்ல வேண்டும் என்றார். நான் யாருக்கும் அடிமை இல்லை. நானும் அவரும் சக அதிகாரிகள். மறுத்துவிட்டேன். அந்த அலுவலகத்திலும் என்னைத் தவிர எல்லாரும் ஒரே சாதிக்காரர் களாய் இருந்தனர். எவனோ கையூட்டு வாங்க நான் எதிராய் இருந்ததை மனதில் கொண்டு, இவன் இப்படித்தான் கீழ்ச்சாதி என்றால் மதிக்க மாட்டான் என்று போட்டுக் கொடுக்க

இரண்டாவது முறையும் பதவி உயர்வு காற்றில் கரைந்து விட்டது. எனக்கு வருத்தம் இல்லை.

நான் விமானப் படையில் பணியாற்றிபோது எவ்வளவோ நண்பர்கள். வேற்று மொழிக்காரர்கள்கூட. யாரும் என்ன சாதி என்று தெரியாது. விமானப் படையில் சேலம் மாவட்டக்காரர்கள் என்றாலே கொஞ்சம் இளக்காரம்தான். மதுரை, நெல்லை, குமரி மாவட்டக்காரர்களைப் போலத் தனித்த மொழி இல்லை. சென்னைக்கும் வட தென்னாற்காடு மாவட்டத்துக்கும் தனி. அப்போது சேலம் மாவட்டம் கிருஷ்ணகிரி, தர்மபுரி எனப் பிரிந்திருக்கவில்லை. எப்பிடி இருக்கே என்று தான் சேலம் மாவட்டத்துக்காரன் தொடங்குவான். பேச்சுத் தமிழும் கொஞ்சம் முன்னபின்னதான் இருக்கும். சேலமா என்று நகைப்பார்கள். அதை முறியடிக்க வேண்டும் என்றே தனித்தமிழில் பேசலானேன்.

இப்படித்தான் சாதிக்கும் எனக்குமான உறவு இருந்து கொண்டே இருக்கிறது.

என் பிள்ளைகள் இருவரையும் எல்லா நண்பர்கள் வீட்டுக்கும் அழைத்துச் சென்றுள்ளேன். கிராமத்தில் சாதி பார்க்காமல் இருப்பது பெரிய கஷ்டம்தான். ஆனால் யாரையும் சாதி கேட்டதில்லை. அதைப் பற்றிப் பிள்ளைகளிடம் பேசியது மில்லை. என் பிள்ளைகளில் யாராவது ஒருவர் வேறு சாதியில் காதல் மணம் புரிய மாட்டார்களா என எதிர்நோக்கி இருந்தேன். ஏமாற்றிவிட்டார்கள். ஆனால் என் முயற்சியைக் கைவிடுவதா யில்லை. நாலு பேரக்குழந்தைகள் உள்ளனரே, இவர்களில் யாராவது வேறு சாதியில் மணமுடிக்க வேண்டும். தயார்ப்படுத்தப் பார்ப்பேன். இல்லையென்றால் சும்மாதான் இருக்க வேண்டும்.

o o o

ஆசிரியர் குறிப்பு

நா. அருள்முருகன்: (1972)

கரூர் மாவட்டம், ஜெகதாபி என்னும் கிராமத்தைச் சேர்ந்தவர். தமிழ் இலக்கியத்தில் முனைவர் பட்டம் பெற்றுள்ளார். மாவட்ட முதன்மைக் கல்வி அலுவலராகப் பணியாற்றுகின்றார். கவிதை எழுதுவதிலும் இலக்கணத்திலும் ஆர்வம் உடையவர். கவிதை நூல்களும் ஆய்வுக் கட்டுரைகளும் வெளியாகியுள்ளன. 'மாற்றுப் பாதையில் செல்லவும்', 'நதிக்கரையில் தொலைந்த மணல்' ஆகிய கவிதை நூல்கள் குறிப்பிடத்தக்கவை. 'சமயத் தத்துவப் போரில் நீலகேசி' என்னும் ஆய்வுநூல் முக்கியமானது. மனைவி: ஜோதிமணி, மகன்: தமிழ்வாணன், மகள்: தென்றல். மின்னஞ்சல்: arulnam@gmail.com

க. அன்பழகன்: (1977)

நாமக்கல் மாவட்டம், திருச்செங்கோடு வட்டம், கோவில்பாளையம் என்னும் ஊர். தமிழில் முனைவர் பட்டம் பெற்றுள்ளார். தற்போது அரசு கலைக்கல்லூரியில் தமிழ் உதவிப் பேராசிரியர் பணி. 'துரோபதை குறவஞ்சி', 'பாஞ்சாலி வனவாசம்' ஆகிய நூல்களை வெளியிட்டுள்ளார். நாட்டுப்புறவியலிலும் கூத்துக்கலையிலும் ஆர்வம் உடையவர். மனைவி: ஷீலா, மகள்: ஓவியா.

மு. ஆனந்தன்: (1988)

நாமக்கல் மாவட்டம், மஞ்சநாயக்கனூரைச் சேர்ந்தவர். தமிழ் இலக்கிய முதுகலைப் பட்டம் பயின்றுகொண்டுள்ளார். மனைவி : கோமதி. மின்னஞ்சல்: elakkiananthan.nkl @gmail.com

ந. இரஞ்சன்: (1984)

நாமக்கல் மாவட்டம், காளிச்செட்டிபட்டி சொந்த ஊர். தமிழ் இலக்கியத்தில் முனைவர் பட்டம் பெற்றவர். அரசு உதவி பெறும் கல்லூரி ஒன்றில் தமிழ் உதவிப் பேராசிரியர் பணி. மு. ராமசாமி அவர்களின் 'நிஜநாடக இயக்கம்', ச. முருகபூபதியின் 'மணல்மகுடி' உள்ளிட்ட நவீன நாடகக் குழுக்களில் முக்கியமான நடிகராக விளங்கிவருபவர். இலக்கணத்திலும் ஆர்வம் கொண்டவர். மின்னஞ்சல்: nsartamil@gmail.com

இரா. இராஜசேகரன்: (1983)

நாமக்கல் மாவட்டம், மங்களபுரம் இவரது ஊர். தமிழ் இலக்கியத்தில் முனைவர் பட்ட ஆய்வு செய்து வருகிறார். சுயநிதிக் கலைக்கல்லூரி ஒன்றில் உதவிப் பேராசிரியராகப் பணியாற்றுகின்றார். ஆய்வுக் கட்டுரைகள் சிலவற்றை எழுதியுள்ளார். நவீன இலக்கியத்தில் ஈடுபாடு கொண்டவர். மனைவி: சியாமளா. மகன்: ஜனா. மின்னஞ்சல்: rajasekarjana@gmail.com

பி. இராஜேஸ்கண்ணன்: (1977)

சேலம் மாவட்டம் ஆத்தூர் வட்டம், பெரியேரி சொந்த ஊர். தமிழ் இலக்கியத்தில் எம்.ஏ., எம்.பில்., எம்.எட். பட்டங்கள் பெற்றவர். அரசு பள்ளியில் முதுநிலைத் தமிழாசிரியராகப் பணியாற்றுகிறார். கல்வியியலில் ஆர்வம் உடையவர். மனைவி: கௌரி, மகள்: எழில்மதி. மின்னஞ்சல்: prktamil1977 @gmail.com

பி. எழிலரசி: (1968)

வேலூர் மாவட்டம், இராணிப்பேட்டை அருகில் உள்ள வேலம் என்னும் சிற்றூரில் பிறந்தவர். தமிழில் முனைவர் பட்டம் பெற்றுள்ளார். தற்போது அரசு கலைக் கல்லூரியில் தமிழ் உதவிப் பேராசிரியராகப் பணியாற்றுகின்றார். 'மிதக்கும் மகரந்தம்' என்னும் கவிதைத் தொகுப்பு வெளியாகியுள்ளது. 'தமிழ் நாவல்களில் பெண் சித்திரிப்பு', 'இனவரைவியல் – குயவர் குடும்பம்' ஆகியவை இவரது ஆய்வு நூல்கள். நவீன இலக்கியத்தில் ஈடுபாடுள்ளவர். கணவர்: பெ. முருகன், மகள்: இளம்பிறை, மகன்: இளம்பரிதி. மின்னஞ்சல்: spezhilvlm@gmail.com

து. கலைச்செல்வன்: (1985)

நாமக்கல் மாவட்டம், திருச்செங்கோடு வட்டம், குமரமங்கலம் சொந்த ஊர். தமிழ் இலக்கியத்தில் எம்.ஏ., பி.எட்., எம்.பில். பட்டங்கள் பெற்றுள்ளார். 'உழுநிலம்' என்னும் இதழின் ஆசிரியர் குழு உறுப்பினர். சுயநிதிக் கல்லூரித் தமிழ் உதவிப் பேராசிரியர் பணி. எழுதுவதில் ஆர்வம் உள்ளவர். மின்னஞ்சல்: kalaitamilma@gmail.com

க.காசிமாரியப்பன்: (1965)

திருநெல்வேலி மாவட்டம், சிவந்திபுரத்தைச் சேர்ந்தவர். தமிழில் முனைவர் பட்டம். அரசு கலைக்கல்லூரியில் இணைப் பேராசிரியர் பணி. தலித்திய, விளிம்பு நிலை ஆய்வுகளில் ஈடுபாடு. கொம்பமாடசாமி என்னும் பெயரில் கவிதைகள் எழுதியுள்ளார். பல்வேறு ஆய்வுக் கட்டுரைகள் எழுதியுள்ளார். கருத்தரங்குகளில் பங்குபெற்றுள்ளார். மனைவி: மீனா. மகன்: கபிலன். மின்னஞ்சல்: meenamariyappan@gmail.com

வ. கிருஷ்ணன்: (1967)

கோவை மாவட்டம், உடுமலைப்பேட்டை சொந்த ஊர். தமிழ் இலக்கியத்தில் முனைவர் பட்டம் பெற்றவர். அரசு கலைக்கல்லூரியில் தமிழ் இணைப் பேராசிரியராகப் பணி. பெண்ணியம், நவீன இலக்கியம் ஆகிய துறைகளில் ஆய்வு ஆர்வம் கொண்டவர். ஆய்வுக் கட்டுரைகள் பலவற்றை எழுதியுள்ளார். மனைவி: சுபஸ்ரீ, மகன்: சித்தார்த்தன், மகள்: சங்கமித்ரை. மின்னஞ்சல்: sukisangu@gmail.com

பெ. குணசேகரன்: (1983)

நாமக்கல் மாவட்டம், இராமநாதபுரம் புதூர் என்னும் ஊரைச் சேர்ந்தவர். அரசு பள்ளியில் முதுநிலைத் தமிழாசிரியராகப் பணியாற்றுகிறார். சிறுகதை எழுதுவதில் ஆர்வம் உடையவர். 'உழுநிலம்' என்னும் இதழின் ஆசிரியர் குழு உறுப்பினர். மனைவி: சாந்தி, மகள்: தன்சி. மின்னஞ்சல்: guna83guna83@gmail.com

ப. குமரேசன்: (1986)

நாமக்கல் மாவட்டம், ராசிபுரம் வட்டம், தண்ணீர்ப்பந்தல்காடு என்னும் கிராமத்தில் பிறந்தவர். தமிழ் இலக்கியத்தில் எம்.ஏ., பி.எட்., எம்.பில். பட்டங்கள் பெற்றுள்ளார். பேச்சுப் போட்டிகளில் பல பரிசுகளை வென்றுள்ளார். மின்னஞ்சல்: kumaresan1470@gmail.com

செ. கோபி: (1983)

நாமக்கல் மாவட்டம், பவித்திரம் என்னும் ஊர். தமிழில் எம்.ஏ., எம்பில்., பி.எட். பட்டங்கள் பெற்றுள்ளார். காந்திகிராம கிராமியப் பல்கலைக்கழகத்தில் முனைவர் பட்ட ஆய்வு மாணவர். கலை பண்பாட்டுத் துறைகளில் ஆர்வம். மனைவி: திவ்யபாரதி. மின்னஞ்சல்: sgopinkl@gmail.com

கோவிந்தராஜ்: (1966)

திருப்பூரைச் சேர்ந்தவர். கிட்டத்தட்ட இருபது ஆண்டுகளாக ஓமியோபதி பயிற்சியில் ஈடுபட்டுள்ளார். தற்போது பட்டத் தேவைக்காக ஓமியோபதி மருத்துவக் கல்லூரியில் இரண்டாம் ஆண்டு பயின்று வருகிறார். 1980களின் இறுதியில் குறிப்பிடத்தக்க சிறுகதை ஆசிரியராக அறிமுகம் ஆனார். 'மனஓசை' இதழில் இவரது கதைகள் பல வெளியாகியிருக்கின்றன. 'பசலை' என்னும் தொகுப்பு வெளிவந்திருக்கிறது. மருத்துவக் கட்டுரைகள் பலவற்றை எழுதியுள்ளார். மகள்: வான்நிதி. மின்னஞ்சல்: govindthji@gmail.com

செ. சதீஸ்குமார்: (1986)

ஈரோடு மாவட்டம், வீரப்பன் சத்திரம் சொந்த ஊர். தமிழ் இலக்கியத்தில் எம்.ஏ., எம்.பில். பட்டங்கள் பெற்றுள்ளார். தற்போது முனைவர் பட்ட ஆய்வு செய்து வருகிறார். சுயநிதிக் கல்லூரி ஒன்றில் உதவிப் பேராசிரியராகப் பணி. கவிதை, கட்டுரை, பேச்சுப் போட்டிகளில் பல பரிசுகளும் விருதுகளும் பெற்றுள்ளார். ஆய்வுக் கட்டுரைகள் பலவற்றை எழுதியுள்ளார். கவியன்பு என்னும் புனைபெயரில் 'கரையில் துடிக்கும் மீன்கள்' என்னும் கவிதைத் தொகுப்பை வெளியிட்டுள்ளார். மனைவி: ரேவதி. மகன்: மகிழநன. மின்னஞ்சல்: revathiraagavi@gmail.com

சி. சந்திரன்: (1973)

திருச்சி மாவட்டம், துறையூர் வட்டம், வைகறை என்னும் ஊரைச் சேர்ந்தவர். தமிழ் இலக்கியத்தில் முனைவர் பட்டம் பெற்றுள்ளார். அரசு பள்ளியில் முதுநிலைத் தமிழாசிரியராகப் பணி. ஆய்வுக் கட்டுரைகள் பல எழுதியுள்ளார். நாட்டுப்புறவியல் துறையில் ஆர்வம் உள்ளவர். மனைவி: தோணி, மகன்: நெடுமிடல். மகள்: பிறைநுதல்.

ஆ. சின்னதுரை: (1978)

விழுப்புரம் மாவட்டம், தோட்டப்பாடி சொந்த ஊர். தமிழ் இலக்கிய முனைவர் பட்ட ஆய்வாளர். அரசு பள்ளி ஒன்றில் தமிழாசிரியராகப் பணியாற்றுகிறார். நாட்டுப்புறவியலிலும் தலித்திய ஆய்விலும் ஈடுபாடு உள்ளவர். மனைவி: சரளா. மகள்: யாழினி. மின்னஞ்சல்: chinnayazhini@gmail.com

பெ. சுரேஷ்: (1984)

நாமக்கல் மாவட்டம், சேந்தமங்கலம் என்னும் ஊரில் பிறந்தவர். அரசு பள்ளியில் பட்டதாரித் தமிழாசிரியராகப் பணி. செஞ்சடையன் என்னும் புனைபெயரில் சிறுகதைகள் எழுதியுள்ளார். அவை 'உழுநிலம்', 'உயிர் எழுத்து' ஆகிய இதழ்களில் வெளியாகியுள்ளன.

செ. சுரேஷ்குமார்: (1988)

நாமக்கல் மாவட்டம், சிலுவம்பட்டி சொந்த ஊர். தமிழ் இலக்கிய எம்.பில். ஆய்வு மாணவர். கவிதை எழுதுவதில் மிகுந்த ஆர்வம். பல போட்டிகளில் பரிசுகள் பெற்றுள்ளார். மின்னஞ்சல்: kavisureshkumar1988@gmail.com

மு. செந்தாமரை: (1986)

நாமக்கல் மாவட்டம், தத்தாத்திரிபுரம் என்னும் கிராமம். தமிழ் இலக்கியத்தில் எம்.பில். ஆய்வு மாணவராக உள்ளார். கணவர்: பிரபாகர். மின்னஞ்சல்: senthamarai24@gmail.com

வை. தர்மலிங்கம்: (1979)

சேலம் மாவட்டம், ஆத்தூர் வட்டம், சார்வாய் என்னும் கிராமத்தைச் சேர்ந்தவர். தமிழ் இலக்கியத்தில் முனைவர் பட்டம் பெற்றுள்ளார். சுயநிதிக் கல்லூரிகளில் தமிழ்ப் பேராசிரியராகப் பணியாற்றிய இவர் தற்போது பத்திரப் பதிவுத் துறையில் இளநிலை உதவியாளராகப் பணி செய்கிறார். நவீன இலக்கியத்திலும் விமர்சனத்திலும் ஆர்வம் கொண்டவர். ஆய்வுக் கட்டுரைகள் சிலவற்றை எழுதியுள்ளார். மனைவி: சங்கீதாதேவி. மகன்கள்: சிவகீதன், கபிலன். மின்னஞ்சல்: dharmalingam_vai@yahoo.com

மு. நடராஜன்: (1974)

நாமக்கல் மாவட்டம், பொம்மன்பட்டி என்ற ஊரில் பிறந்தவர். தமிழில் முனைவர் பட்டம் பெற்றுள்ளார். அரசு கலைக்கல்லூரியில் தமிழ் உதவிப் பேராசிரியர் பணி. நாட்டுப்புறவியல் துறையில் ஈடுபாடு உள்ளவர். 'நாமக்கல் மாவட்ட நாட்டுப்புறக் கதைகள்' என்னும் நூலை வெளியிட்டுள்ளார். மனைவி: ராஜலட்சுமி, மகன்: ராஜராஜன். மின்னஞ்சல்: muthusamynatarajan2010@gmail.com

ப. நல்லுசாமி: (1974)

நாமக்கல் மாவட்டம், புதுச்சத்திரம் ஓலப்பாளையம் சொந்த ஊர். தமிழ் இலக்கியத்தில் முனைவர் பட்டம் பெற்றுள்ளார். தனியார் கல்லூரி ஒன்றில் தமிழ் உதவிப் பேராசிரியராகப் பணியாற்றுகிறார். சொல்லாய்வில் ஈடுபாடு உள்ளவர். ஆய்வுக் கட்டுரைகள் சிலவற்றை எழுதியுள்ளார். மனைவி: வனிதா, மகன்: கவின். மின்னஞ்சல்: kavinnallu@gmail.com

பெ. பாலசுப்பிரமணியன்: (1981)

நாமக்கல் மாவட்டம், காவேட்டிப்பட்டி சொந்த ஊர். காந்திகிராம கிராமியப் பல்கலைக்கழகத்தில் முனைவர் பட்ட ஆய்வாளர். 'காலச்சுவடு' இதழின் உதவியாசிரியராகப் பணியாற்றியுள்ளார். கூத்துக்கலையிலும் நவீன இலக்கியத்திலும் ஆர்வம் கொண்டவர். மனைவி: யாழினி, மகன்: கோபிநாத். மின்னஞ்சல்: balupkvp@gmail.com

இரா. பிரபாகர்: (1980)

நாமக்கல் மாவட்டம், கொளத்துப்பாளையம் என்னும் ஊர். முனைவர் பட்ட ஆய்வாளர். அரசு உயர்நிலைப் பள்ளியில் இளநிலை உதவியாளர் பணி. தீரன் என்னும் புனைபெயரில் சிறுகதைகள் எழுதியுள்ளார். 'உயிர் எழுத்து' இதழில் பல கதைகள் வெளியாகியுள்ளன. 'உழுநிலம்' இதழ் ஆசிரியர் குழுவில் பங்காற்றியுள்ளார். மனைவி: செந்தாமரை. மின்னஞ்சல்: theeran1980@gmail.com

க. பூங்கோதை: (1984)

விருதுநகர் மாவட்டம், இனாம்கரிசல்குளம் ஊரைச் சேர்ந்தவர். தமிழ் இலக்கிய முனைவர் பட்ட ஆய்வாளர். கணவர்: திராவிடச் செல்வன், மகள்கள்: சங்கமித்ரா, எழில்மதி.

பெருமாள்முருகன்: (1966)

நாமக்கல் மாவட்டம், திருச்செங்கோடு வட்டம், கூட்டப்பள்ளி சொந்த ஊர். தமிழில் முனைவர் பட்டம். அரசு கல்லூரியில் பேராசிரியர் பணி. கவிதை, சிறுகதை, நாவல், கட்டுரை நூல்கள் வெளியாகியுள்ளன. பதிப்பிலும் அகராதித் துறையிலும் ஈடுபாடுள்ளவர். மனைவி: பி. எழிலரசி, மகள்: இளம்பிறை, மகன்: இளம்பரிதி. மின்னஞ்சல்: murugutcd@gmail.com

ரெ. மகேந்திரன்: (1982)

நாமக்கல் மாவட்டம், வடுகப்பட்டி கிராமத்தைச் சேர்ந்தவர். தமிழில் எம்.ஏ., பி.எட்., எம்.பில். பட்டங்கள் பெற்றவர். நண்பர்களோடு சேர்ந்து 'உழுநிலம்' என்னும் இதழை நடத்தியதோடு சிறுகதை, கட்டுரைகள் எழுதுவதில் சில முயற்சிகளும் செய்து வருகிறார். ஓவியம் வரைவதிலும் மண் சிற்பங்கள் செய்வதிலும் ஈடுபாடுள்ளவர். மனைவி: பத்மினி, மகன்: பிறைநிலவன், மின்னஞ்சல்: mahendiranr198@gmail.com

பெ. முத்துசாமி: (1975)

சேலம் மாவட்டம், ஆத்தூர் வட்டம், வேப்பநத்தம் கிராமம் சொந்த ஊர். தமிழ் இலக்கியத்தில் முனைவர் பட்டம் பெற்றுள்ளார். 'காலச்சுவடு' ஆசிரியர் குழுவில் சிலகாலம் பணியாற்றியுள்ளார். செம்மொழித் தமிழாய்வு மத்திய நிறுவனத்தில் இளநிலை ஆய்வாளராக இருந்துள்ளார். தற்போது நெடுஞ்சாலைத் துறையில் இளநிலை உதவியாளராகப் பணியாற்றுகின்றார். 'தீட்டு' என்னும் பெயரில் வலைப்பூ ஒன்றை நடத்தி வருகிறார். கட்டுரைகள் எழுதுவதிலும் பதிப்பு தொடர்பான ஆய்வுகளிலும் ஆர்வம் உடையவர். மனைவி: அழகுராணி, மகள்: கார்குழலி, மகன்: நெடுவேள். மின்னஞ்சல்: muthusamiga@gmail.com

இரா. வெங்கடாசலம்: (1969)

கிருஷ்ணகிரி மாவட்டம், ஊத்தங்கரை வட்டம், அத்திவீரம்பட்டி சொந்த ஊர். தமிழ் இலக்கியத்தில் முனைவர் பட்ட ஆய்வேடு சமர்ப்பித்துள்ளார். அரசு கல்லூரியில் தமிழ் உதவிப் பேராசிரியர் பணி. தலித் இலக்கிய ஈடுபாடு மிக்கவர். தொழிற்சங்க நடவடிக்கைகளில் தம்மை இணைத்துக்கொண்டு தீவிரமாகச் செயலாற்றி வருபவர். ஆய்வுக் கட்டுரைகள் சிலவற்றை எழுதியுள்ளார். மனைவி: சென்னம்மாள்.

மா. வெங்கடேசன்: (1972)

கிருஷ்ணகிரி மாவட்டம், ஊத்தங்கரை வட்டம், சிங்காரப்பேட்டைக்கு அருகில் இருக்கும் நாயக்கனூர் எனும் சிற்றூர். தமிழ் இலக்கியத்தில் முனைவர் பட்டம். அரசு கலைக்கல்லூரியில் தமிழ் இணைப் பேராசிரியர் பணி. 'தமிழ் நாவல் இலக்கியமும் பாமாவின் சங்கதியும் – ஒரு தலித்தியப் பார்வை' எனும் இவரது நூல் வந்துள்ளது. நவீன இலக்கியத்திலும் விளிம்புநிலை தொடர்பான ஆய்வுத்தடங்களிலும் ஆர்வம். 'வேறுவேறு' சிற்றிதழின் ஆசிரியர் குழுவில் இருந்த இவர் பேரா. க. பஞ்சாங்கத்தின் மாணவர் ஆவார். மின்னஞ்சல்: venatesanphd@gmail.com

மா. வேணுகோபால்: (1943)

நாமக்கல் மாவட்டம், சேந்தமங்கலம் ஜங்கலாபுரம் சொந்த ஊர். சமூகவியலில் எம்.ஏ. பட்டமும் சட்டப் படிப்பில் பிஜிஎல் பட்டமும் பெற்றவர். இந்திய விமானப் படையில் பணிபுரிந்துள்ளார். பின் வங்கிப் பணியில் சேர்ந்து மேலாளராகப் பணியாற்றி ஓய்வு பெற்றார். சிறுகதைகள், கவிதைகள் எழுதுவதில் ஆர்வம். 'உயிர் எழுத்து' இதழில் சிறுகதை ஒன்று வெளியாகியுள்ளது. மனைவி: ஜெயம், மகன்: பெரியசாமி, மகள்: உலகமுதல்வி.